മൺതരിയും
വൻകരയും

AF764759

INSIGHT PUBLICA

Nadakkavu, Kozhikode, Kerala, 673011
www.insightpublica.com
e-mail: insightpublica@gmail.com

Title: **Manthariyum Vankarayum**
(Malayalam)
Author: **Devesan Perur**
First Edition: June 2023
Book Design: kjvj@insight

Printed and Published by
InsightinPublica Printers & Publishers Pvt. Ltd.
ISBN 978-93-5517-326-3
₹ 430

മൺതരിയും വൻകരയും

പുതുകവിതയുടെ സമകാലികത

ദേവേശൻ പേരൂർ

INSIGHT PUBLICA

കുഞ്ഞിക്കണ്ണന്റെയും കല്യാണിയുടെയും മകൻ. കോഴിക്കോട് ജില്ലയിലെ മുക്കം ചെറുവാടി ഗവ. ഹയർസെക്കന്ററി സ്കൂൾ മലയാളം അധ്യാപകൻ. മലയാളത്തിൽ ബിരുദാനന്തര ബിരുദം. *പുതുകാലം പുതുകവിത, മലയാളം നല്ല ഉത്തരങ്ങൾ, ഒച്ചയിൽ വരയ്ക്കുന്ന വെളിച്ചം, അനീതിയോടെതിർപ്പിൻ-വാഗ്ഭടാനന്ദൻ, ഫാസിസത്തിനെതിരെ എം എൻ വിജയൻ* എന്നിവ പ്രസിദ്ധീകരിച്ച പുസ്തകങ്ങൾ ആണ്.

പങ്കാളി: സവിത കെ.സി, മകൻ: അമൻ സവേദ്
വിലാസം: ദേവേശൻ പേരൂർ, കിനാലൂർ, ബാലുശ്ശേരി, കോഴിക്കോട്.
email: devesanperur@gmail.com, mob: 9946488851

ദേവേശൻ പേരൂർ

ആമുഖം

ഇരുപതു വർഷത്തിലേറെയായി പുതുകാവ്യഭാവനയെ അനുദിനം പിൻതുടർന്നു പോരുന്നൊരാളാണ് ഞാൻ . ആദ്യമാദ്യം വിമർശനാത്മകമായ സമീപനമായിരുന്നു അധികവും മുന്നിട്ടുനിന്നിരുന്നത്. ആവിർഭാവത്തിൽ പുതുകവിതയുടെ രാഷ്ട്രീയ വിമുഖതയും അതിരറ്റ വൈയ്യക്തികയും എന്നെ ഏറെ അതിൽ നിന്നും അകറ്റി നിർത്താൻ പ്രേരിപ്പിക്കുന്നതായിരുന്നു. എങ്കിലും പിടിവിടാതെ പിൻതുടർന്നു. പതുക്കെപതുക്കെ പുതുകവിതയുടെ ഭാഷയും ആഖ്യാനരഹിതമായ അതിന്റെ എഴുത്തുമട്ടിനെയും തിരിച്ചറിയാൻ തുടങ്ങി. അതിലെ പ്രത്യക്ഷമല്ലാത്ത രാഷ്ട്രീയ ഊർജത്തെയും. വൈയ്യക്തികത പോലും സാമൂഹികമായ സംഘർഷങ്ങളിൽ നിന്നാണ് ഉടലെടുക്കുന്നത് എന്നറിയുമ്പോൾ രാഷ്ട്രീയജീവിതത്തിന്റെ നഷ്ടങ്ങളാണ് സമകാലിക കവിതകളെയും ദുർബലമാക്കുന്നത് എന്ന് മനസ്സിലാക്കാൻ കഴിയുന്നതേയുണ്ടായിരുന്നുള്ളൂ. അപ്പോഴും സാമൂഹ്യനിരപേക്ഷമായ ആത്മാനുരാഗങ്ങൾ മടുപ്പുളവാക്കുന്നതു തന്നെയായിത്തുടർന്നു.

പുതുമയുടെ പേരിൽ എന്തും കവിതയായെണ്ണുന്ന രീതി സമീപകാലത്ത് പ്രബലമായി. സാമൂഹികമാധ്യമങ്ങൾ സജീവമായതോടെ കവിതയുടെ പ്രകാശനം എളുപ്പവഴിയായി മാറി. എഴുത്തുകാരും എഡിറ്ററും പ്രസാധകരും എല്ലാം കവികൾ തന്നെ ആയതോടെ കവിതയുടെ അളവിൽ വലിയ പെരുപ്പങ്ങളുണ്ടായി. അത് കവിതാവായനകളെ ഏറെക്കുറെ ദുർബലമാക്കി.

ഒരു ഭാഗത്ത് പഴയ പദ്യരീതി ഉപേക്ഷിക്കപ്പെട്ടു. മറുഭാഗത്താവട്ടെ പഴയ പദ്യരീതി നഷ്ടപ്പെടുകയാണെല്ലോ എന്ന ഉൽകണ്ഠയിൽ യാഥാസ്ഥിതികമായ താളക്രമങ്ങളെയും വൃത്തബദ്ധതയും കൃത്രിമമായി തിരിച്ചു കൊണ്ടുവരാനുള്ള പാഴ്ശ്രമങ്ങളും ശക്തിപ്പെട്ടു. പക്ഷേ ഗദ്യത്തിലും പദ്യത്തിലുമായി കവിത പച്ചയായി തന്നെ തുടിച്ചു നിൽക്കുന്നുണ്ടിപ്പോഴും .

കവിതയുടെ ഗുണദോഷങ്ങളെ വേർതിരിക്കാൻ ഇന്ന് ഞാനാളല്ല. ഒട്ടും സംവേദനം സാധ്യമാവാത്ത എത്രയോ കവിതകൾ എന്നിലൂടെ കടന്നുപോകുന്നുണ്ട്. കാലം ആ കവിതകളെ തിരിച്ചറിയുകയുണ്ടാവും.

കഴിഞ്ഞ രണ്ടുവർഷമായി പല ആനുകാലികങ്ങളിലുമായി പ്രസിദ്ധീകരിച്ച സമകാലിക കവിതാവിശകലനങ്ങളാണ് ഈ പുസ്തകത്തിൽ സമാഹരിച്ചിട്ടുള്ളത്. ഡബ്ലിയു ടി പി ലൈവിൽ എഴുതി വരുന്ന കവിവാരം എന്ന പംക്തിയിലേതാണ് അധികം കുറിപ്പുകളും. ട്രൂ കോപി വെബ്സീനിലും സിറാജ് ദിനപത്രത്തിലും എഴുതിയ ലേഖനങ്ങളും ഇതിൽ സമാഹരിച്ചിട്ടുണ്ട്. ഡബ്ലിയു ടി പി ലൈവ് എഡിറ്റർ അനീഷ്, ട്രൂ കോപി വെബ്സീൻ എഡിറ്റർ കമൽറാം സജീവ്, സിറാജ് ദിനപത്രത്തിലെ അനീസ് എന്നിവർക്ക് അകം നിറഞ്ഞ സ്നേഹം.

മൂന്നുഭാഗമായാണ് പുസ്തകം ക്രമീകരിച്ചിരിക്കുന്നത്. ഒന്നാം ഭാഗം തരി. അത് ഒറ്റക്കവിതാപഠനങ്ങളാണ്. രണ്ടാംഭാഗം കര, അതിൽ സമകാലീന കവിതകളെ പൊതുവെ വിലയിരുത്തുന്നു. കവികളെക്കുറിച്ചുള്ള കുറിപ്പുകളാണ് മൂന്നാം ഭാഗമായ തിര.

ഇൻസൈറ്റ് പബ്ലിക്കയുടെ എഡിറ്ററും എന്റെ പ്രിയപ്പെട്ട സുഹൃത്തുമായ വിപി സുമേഷുമായുള്ള ആത്മബന്ധമാണ് ഈ പുസ്തകത്തിന്റെ ഈ മട്ടിലുള്ള പിറവിക്ക് ആധാരം. സുമേഷിനോടും അദ്ദേഹത്തിന്റെ ജീവിത പങ്കാളി നസീമയോടും അതിരറ്റ സ്നേഹവും കടപ്പാടുമുണ്ട്. പ്രൂഫ് വായനയിൽ എപ്പോഴും കൂട്ടുനിൽക്കുന്ന സഹയാത്രിക സവിതയ്ക്ക് സ്നേഹം. പുസ്തകത്തെക്കുറിച്ച് ഇടയ്ക്ക് സംസാരിക്കുന്ന മകൻ അമൻ സവേദ്, എഴുത്തിൽ എന്നും എനിക്ക് പ്രേരണയായി നിന്ന സുഹൃത്തുക്കൾ, ബന്ധുക്കൾ, മിത്രങ്ങൾ എല്ലാവർക്കും സ്നേഹം. വായനയ്ക്കും വിമർശനത്തിനുമായി ഈ പുസ്തകം സമർപ്പിക്കുന്നു.

ദേവേശൻ പേരൂർ

ഉള്ളടക്കം

തരി

കര

തിര

തരി

വേഗത്തിലോടുന്ന വണ്ടി മെല്ലെപ്പറക്കുന്ന തുമ്പി

പി പി രാമചന്ദ്രന്റെ കിട്ടുകിട്ടുക്കം എന്ന കവിതയുടെ മറുവായന.

മലയാള കവിത പ്രകൃതിവർണ്ണനയിൽ നിന്ന് പാരിസ്ഥിതിക ബോധത്തിലേക്ക് വന്നതിന്റെ ദൃഷ്ടാന്തമാണ് പുതുകവിത. ഉത്തരാധുനികമെന്ന് വിശേഷിപ്പിക്കുന്ന ഭാവ ബന്ധുരതയോട് ചേർന്നുനിന്നുകൊണ്ടാണ് അതിന്റെ സൗന്ദര്യാത്മകമായ ഇടപെടലുകൾ നിർവഹിച്ചു പോന്നത്. പി.പി. രാമചന്ദ്രൻ, വീരാൻകുട്ടി, പി.എൻ ഗോപീകൃഷ്ണൻ, സോമൻ കടലൂർ എന്നിവരുടെ കവിതകൾ വ്യാവസായികാനന്തര(post industrial)മുള്ള ആധുനികതയെ അനുഭൂതിപരമായി ആഴത്തിൽ ചെറുത്തുപോന്നു. ആ നിലയിൽ പുതുകവിത ആധുനികതയുടെ വിമർശനത്തിന്റേതായി മാറി. അപ്പോഴും കാല്പനികതയുടെ ഭാവമണ്ഡലത്തിൽ നിന്ന് കവിത പൂർണമായും പുറത്തു കടന്നിരുന്നില്ല.

പുതു കവിതകളിൽ പരിസ്ഥിതി ഒരു പ്രതിരോധമൂല്യമായാണ് പ്രവർത്തിച്ചത്. ഉത്തരാധുനികതയുടെ ആരംഭത്തിൽ പരിസ്ഥിതിയെ ഒരരികനുഭവമായാണ് പരിചരിപ്പിച്ചുപോന്നത്. എന്നാൽ പിന്നീട് ആധുനികത വശങ്ങളിലാക്കിയവയൊക്കെയും ഉത്തരാധുനികതയിൽ മുഖ്യാനുഭവങ്ങളായി മാറി. കഴിഞ്ഞ ഇരുപത്തിയഞ്ചു വർഷത്തെ മലയാള കവിത ആധുനികതയെയും അതിന്റെ വികസന സങ്കല്പത്തെയും സൗന്ദര്യശാസ്ത്രത്തെയും പ്രതിരോധിച്ചു പോരുകയായിരുന്നു. അങ്ങനെ അരികുവൽക്കരിക്കപ്പെട്ട ഒരനുഭൂതിയുടെ ആവിഷ്കാരമായി

പുതുകവിതകൾ മാറി. ഈ അരികുസങ്കല്പത്തിൽ നിന്നും ഗ്രാമീണതയും പ്രകൃതിയും പരിസ്ഥിതിയും പുറത്തുകടക്കുന്നതാണ് കേരളത്തിന്റെ പുതിയ അനുഭവം. ആധുനികമായ ശാസ്ത്ര സങ്കല്പങ്ങൾ മനുഷ്യസമുദായത്തിന്റെ പരമ്പരാഗതമായി കൈമാറി വന്ന ഒറ്റമൂലികൾക്കുമുമ്പിൽ നിസ്സാരമായിത്തീരുന്നത് നാം കാണുന്നു. ഗൃഹാതുരമായ പാരമ്പര്യ അറിവുകൾ പൊതുവെ ശാസ്ത്ര വിരുദ്ധമെന്നാണ് മനസ്സിലാക്കാറുള്ളത്. എന്നാൽ ആധുനികമായ വൈദ്യശാസ്ത്രത്തിന് പരിഹരിക്കാൻ കഴിയാത്ത പലതും പാരമ്പര്യജന്യമായ ഒറ്റമൂലികൾ കൊണ്ട് ചികിത്സിച്ച് ഭേദമാക്കാൻകഴിയുന്നു. അങ്ങനെ പതുക്കെ പതുക്കെ പ്രകൃതിയും പരിസ്ഥിതിയും ഗ്രാമീണതയും അരികുവൽക്കരിക്കപ്പെട്ടവ എന്നുസങ്കൽപ്പിച്ചവയെല്ലാം ചെറുത്തുനിൽപ്പിൽ നിന്ന് പ്രത്യാക്രമണത്തിലേയ്ക്ക് എത്തുന്നതായി അനുഭവപ്പെട്ടുതുടങ്ങി. ആധുനികതയുടെ സുഖസൗകര്യങ്ങൾക്ക് ഗ്രാമീണതയുടെ അസൗകര്യങ്ങൾ പകരമായി വരുന്നതുപോലെ.

മാഞ്ഞപ്രകൃതിയും പ്രതിരോധ പരിസ്ഥിതിയും

ഉത്തരാധുനികതയുടെ ആരംഭദശയിൽ പ്രകൃതി, നഷ്ടപ്പെട്ടുകൊണ്ടിരിക്കുന്ന ഗ്രാമീണ ജീവിതത്തിന്റെ സ്വത്വസൗന്ദര്യം എന്ന നിലയിലാണ് മലയാള കവിതയിൽ കടന്നുവന്നത്.

പൂമരം കാണാതെ; പൂവിൻ മേൽ
തേനുണ്ട് തങ്ങിപ്പതുങ്ങാതെ
പട്ടണപ്പാതയിൽ ചിങ്ങത്തിൽ വഴി
തെറ്റിയണഞ്ഞൊരു പൂത്തുമ്പിയും

(വിജയലക്ഷ്മി)

കാട്ടു മുയലുകൾ ഓടിപ്പോകുന്നത്
ചിലപ്പോൾ കാണാം
അവൾ ചെത്തിപ്പഴങ്ങൾ കാട്ടിത്തന്നു
ആട്ടുകൾ പുല്ലു തിന്നു തുള്ളിച്ചാടുന്നു.

(എസ്. ജോസഫ്)

എന്നിങ്ങനെ നഷ്ടജീവിതത്തിന്റെ പ്രകൃതി ദൃശ്യങ്ങൾ കാട്ടിത്തരുകയായിരുന്നു പുതുകവിതാ ഭാവുകത്വം. പതുക്കെപ്പതുക്കെ അത് പ്രതിരോധത്തിന്റെ പാരിസ്ഥിതികമായ അടയാളമായി മാറി

ഇത്തരമൊരു പശ്ചാത്തലത്തിൽ പിപി രാമചന്ദ്രന്റെ കിട്ടുകിട്ടുക്കം എന്ന കവിത പ്രകൃതി പ്രതിരോധ ചേതനയിൽ നിന്ന് പ്രത്യാക്രമണ

സ്ഥൈര്യത്തിലേക്ക് വളരുന്നതിന്റെ സൗന്ദര്യാത്മകമായ ദൃഷ്ടാന്തമായാണ് വായനക്കാർക്ക് അനുഭവപ്പെടുന്നത്. ചെറുതുകൾ ചെറുക്കും ചിലപ്പോൾ എന്നല്ല ചെറുതുകൾ ചെറുക്കുന്നു എന്നുതന്നെ മാറ്റിപ്പറയേണ്ടിവരുന്നു.

കവിത നോക്കൂ
വയൽ നടുപ്പാത,
എഴുപതെൺപതു കിമി വേഗം.
ഹെൽമെറ്റു മുഖംമൂടിച്ചില്ലിൽ
എന്തോ വന്നിടിച്ചു.
കോളറിനിടയിലൂടെ
കുപ്പായത്തിനുള്ളിൽപ്പെട്ടു.
വല്ലാതെ കിക്കിളിപ്പെട്ടു.
ഓരം ചേർത്തുനിർത്തി
കുടുക്കഴിച്ച് കുടഞ്ഞു
ഒരു തുമ്പി
അതു പറന്നു പോയി; ഭാഗ്യം
എന്നാലും നെഞ്ചിൽ നിന്ന്
ഒരു ജീവൻ പറന്നു പോയി
എന്നോർക്കുമ്പോൾ
ഒരു കിടുകിടുക്കം

കവിതയിലെ കാര്യം ചുരുക്കിപ്പറയാം. വയലിന്റെ നടുവിലൂടെ ഒരു പാത. അതിലൂടെ ഹെൽമെറ്റ് വെച്ച് ഒരാൾ ബൈക്കിൽ യാത്ര ചെയ്യുന്നു. എഴുപത് എൺപത് കിലോമീറ്റർ സ്പീഡിലാണ് പോകുന്നത്. പെട്ടെന്ന് ഒരു തുമ്പി അയാളുടെ ഹെൽമെറ്റിന്റെ മുഖം മൂടിയിൽ വന്നിടിക്കുന്നു. പിന്നീട് അത് കോളറിനിടയിലൂടെ കുപ്പായത്തിനുള്ളിൽ കയറിക്കൂടി. യാത്രക്കാരനെ കിക്കിളി കൊള്ളിച്ചു. ബൈക്ക് ഓരത്ത് നിർത്തി കുപ്പായം അഴിച്ച് ഊരിക്കുടഞ്ഞ് നോക്കി. ഭാഗ്യം തുമ്പി പറന്നു പോയി. ആ സമയം തന്റെ ഉള്ളിൽ നിന്നും ഒരു ജീവൻ തന്നെ പറന്നു പോയതുപോലെ അയാളുടെ നെഞ്ച് കിടുകിടുങ്ങി.

സാധാരണ അനുഭവം
അസാധാരണ അനുഭവം

വളരെ സാധാരണമായ ഒരു ബൈക്ക് യാത്രാനുഭവം പക്ഷേ അസാധാരണമായ ആശയാകമ്പടിയോടെയാണ് കവി അവതരിപ്പിക്കുന്നത്.

കവിതയിൽ വയലിനെ പിളർന്നു പോകുന്ന പാത വെറും പാതയല്ല. പ്രകൃതിയുടെ/പരിസ്ഥിതിയുടെ ജൈവികാസ്തിത്വത്തെ പിളർന്നുകൊണ്ടു പോകുന്ന ആധുനികതയുടെ വഴി തന്നെയാണ്. കുറ്റിക്കാടിനെ മുറിച്ചുപോകുന്ന റെയിൽ പാളത്തെ പാമ്പ് എന്ന കവിതയിൽ എസ്. ജോസഫ് ഇങ്ങനെ അടയാളപ്പെടുത്തുന്നുണ്ട്

'പാളത്തിന്നപ്പുറം കുറ്റിക്കാട്, അതിൽ
പാളുന്നുണ്ടുച്ച നേരം വിഷപ്പാമ്പ്, അത്
പാളം കേറി മറ്റേപ്പുറത്തേക്കൊണ്ടും പോയി
അപ്പോൾ വരുന്നൊരു തീവണ്ടിയും
തീവണ്ടിയൽപം വൈകിയതിനാൽ
അതിൻ ജീവൻ തീയായ് ജ്വലിക്കുന്നുണ്ടിപ്പൊഴും
പച്ചിലക്കാട്ടിനുള്ളിൽ'

ഇവിടെ ആധുനികത ഒരു നിരത്തായി നിൽക്കുന്നു. ആധുനികമായ ഒരു യന്ത്രവാഹിനിയാണ് പച്ചപ്പിനെ പിളർന്നു പോകുന്ന ഈ നിരത്ത്. അതിലൂടെ ഒരാൾ ഏറ്റവും സുരക്ഷിതനായി ബൈക്കിൽ ഹെൽമെറ്റ് ധരിച്ച് യാത്ര ചെയ്യുകയാണ്. എഴുപത്, എൺപത് സ്പീഡിലാണ് യാത്ര. എഴുപതുകളുടെ അവസാനത്തോടു കൂടിയും എൺപതുകളുടെ ആരംഭത്തോടു കൂടിയുമാണ് കേരളത്തിൽ യാന്ത്രികാധുനികത വന്നു തുടങ്ങുന്നത്. അത് തൊണ്ണൂറുകളോടെ ഹൈസ്പീഡിലായി എന്നേയുള്ളു.

അങ്ങനെ 'സ്വൈര്യമായി' യാത്ര ചെയ്യുന്ന യാത്രികനെയാണ് ഒരു തുമ്പി വന്നിടിക്കുന്നത്. വളരെ നനുത്തതും പേലവവുമായ തുമ്പിയുടെ ചിറകടി കൊണ്ടു തന്നെ യാത്രികന്റെ യാന്ത്രിക സുരക്ഷിതത്ത്വം തകരാറിലാവുന്നു.. യന്ത്രത്തിന്റെ ആലംബത്തോടെ മനുഷ്യർ നിർമ്മിക്കുന്ന ഈ സുരക്ഷിതത്വബോധമത്രയും നിസ്സാരമായ ഒരു തുമ്പിയുടെ താഡനം കൊണ്ട് തകർന്നു പോകാവുന്നതേയുള്ളു. നാം കെട്ടിപ്പൊക്കിയ ആധുനികതയുടെ ഗോപുരങ്ങളത്രയും ഇടിഞ്ഞു വീഴുന്നു. യന്ത്രങ്ങൾ നിർമ്മിച്ച ഈ സുരക്ഷിതത്ത്വങ്ങളൊക്കെയും അരക്ഷിതത്ത്വങ്ങൾ കൂടിയാണെല്ലോ എന്ന് തിരിച്ചറിയുന്ന സന്ദർഭം കൂടിയാണിത്.

അങ്ങിനെ ഈ കവിത ആധുനികതയുടെ തീവ്ര വിമർശനമായിത്തീരുന്നു. മാമ്പഴക്കാലം എന്ന കവിത അവതരിപ്പിച്ച ഉത്തരാധുനികമായ ആശയലോകത്തു നിന്നും കിടുകിടുക്കം എന്ന കവിതയിലൂടെ പി.പി. രാമചന്ദ്രൻ പുറത്തു കടക്കുന്നു. അങ്ങനെ മലയാള കവിതയുടെ ഒരു ഭാവപരിണാമത്തിന്റെ വാഗ്ബിന്ദുവായി കവിത പ്രവർത്തിക്കുന്നു.

ഇത്രയും കൂടി തുന്നിച്ചേർക്കുന്നു

എസ്.ജോസഫിന്റെ തുവാല എന്ന കവിതയുടെ വായന.

ജനാലയിലിരുന്ന് ഒരു പെൺകുട്ടി മുടി ചീകുന്നു, അവൾ ഒരു കഷ്ണം തുണി വെട്ടിക്കൊണ്ടിരിക്കുന്നു. അവൾ കണ്ടിരിക്കുന്നു മുയലുകളെ, ഇലകത്രിക്കുന്ന ചുണ്ടുകളെ, അവളുടെ മുഖത്തപ്പോൾ പുഞ്ചിരി വന്നു.

നിത്യജീവിതത്തിലെ വളരെ സാധാരണമായ ഒരു കാഴ്ച. അതേ മട്ടിൽ തന്നെ പകർത്തിവെച്ചിരിക്കുന്നു. ചമത്കാരങ്ങളോ അലങ്കാരങ്ങളോ കല്പനകളോ ഇല്ലാതെ ഉള്ളത് ഉള്ളതുപോലെ തന്നെ. ഈ ദൃശ്യത്തിലെന്തു ദർശനമാണുള്ളത്? എന്തെങ്കിലും തത്ത്വശാസ്ത്രത്തെ ഇതിൽ ആരോപിക്കാൻ കഴിയുമോ? അങ്ങനെ ആരോപിക്കുന്നതിൽ എന്തെങ്കിലും പ്രസക്തിയുണ്ടോ? അങ്ങിനെയെങ്കിൽ നമ്മുടെ സാധാരണ ജീവിതത്തിനും കാണില്ലേ ചില ദാർശനിക സമസ്യകൾ? ഇല്ലെങ്കിൽ കവിതയിൽ മാത്രം ഇത് ആരോപിക്കുന്നത് ശരിയാണോ? എസ് ജോസഫിന്റെ തുവാല എന്ന കവിതയെ മുൻനിർത്തിയാണ് ഇത്തരത്തിലൊരു പര്യാലോചന ആരംഭിക്കുന്നത്. കവിത മുഴുവനും ഇവിടെ ചേർക്കുന്നു.

ജനാലയിലിരുന്ന് ഒരു പെൺകുട്ടി മുടി ചീകുന്നു.
ഈ ഒരു വാക്യം മതി ഒരു കവിതയാകുവാൻ.
ഒരു കഷ്ണം തുണി വെട്ടി തുന്നിക്കൊണ്ടിരിക്കുന്നു.
മുടി ചീകുന്ന പെൺകുട്ടി കണ്ടിരിക്കുന്നു മുയലുകളെ
ചുവന്നു തുടുത്ത കണ്ണുകളെ ഇലകത്രിക്കുന്ന ചുണ്ടുകളെ.

അവളുടെ മുഖത്തപ്പോൾ ഒരു പുഞ്ചിരി വന്നല്ലോ.
ഇങ്ങനെ ചില ചിത്രങ്ങൾ കൂടി തുന്നിച്ചേർക്കുന്നു.

കലയിലെ അനുഭവം ജീവിതത്തിലെ മറ്റേത് അനുഭവങ്ങളിൽ നിന്നും ഭിന്നമായ ഒന്നാണ്. സാധാരണ ജീവിതത്തിലെ ഒരനുഭവം നമ്മിൽ വേദനയോ വെറുപ്പോ ഭയമോ ഉണർത്തിയെന്നുവരാം. എന്നാൽ ഒരു നാടകത്തിലോ കവിതയിലോ ദർശിക്കുന്ന രംഗങ്ങൾ നിത്യജീവിതത്തിൽ അതേ രംഗങ്ങൾ ഉണർത്തിയേക്കാവുന്ന അനുഭവങ്ങളിൽ നിന്നും തികച്ചും വ്യത്യസ്തമായാണ് അനുഭവപ്പെടുക (ബി രാജീവൻ). അങ്ങനെയാവുമ്പോൾ കലയിലെ ജീവിതവും ജീവിതത്തിലെ ജീവിതവും നൽകുന്ന അനുഭൂതിപരമായ അർത്ഥങ്ങൾ ഒന്നല്ലെന്നു വരുന്നു.

സംസ്കാരം: അധികാരവും ആയിത്തീരലും

മനുഷ്യജീവിതം പ്രകൃതിയെ പോലെ വെറും സ്വാഭാവികമായ രൂപപ്പെടലല്ല. അതൊരു സാംസ്കാരികമായ ആയിത്തീരലാണ്. പ്രകൃതിയ്ക്ക് ഒരു സ്വച്ഛന്ദതയുണ്ട്. മണ്ണ്, വിണ്ണ്, വെള്ളം, സൂര്യൻ, നക്ഷത്രങ്ങൾ, വായു, മരം, ജീവികൾ എന്നിവ തമ്മിലുള്ള ഒരു പാരസ്പര്യമാണ് പ്രകൃതിയുടെ സ്വച്ഛന്ദതയ്ക്കു നിദാനം. ഇവിടെ പരസ്പരാശ്രിതത്വത്തിന്റേതല്ലാതെ ആധിപത്യത്തിന്റെ ഘടകം പ്രവർത്തിക്കുന്നില്ല. എന്നാൽ മനുഷ്യലോകം അങ്ങനെയല്ല നിലനിൽക്കുന്നത്. അത് പരസ്പരാശ്രിതത്വപരമായി നിലനിൽക്കുമ്പോൾ തന്നെ അത് ആധിപത്യപരം കൂടിയാണ്. വ്യക്തി, കുടുംബം, സമൂഹം, മതം, ജാതി, സാമൂഹിക സ്ഥാപനങ്ങൾ, പാർട്ടികൾ, വിദ്യാലയം, പോലീസ് സ്റ്റേഷൻ, കോടതി, മാധ്യമങ്ങൾ, ഭരണകൂടങ്ങൾ എന്നിങ്ങനെയുള്ള ഒരു ബന്ധലോകമാണ് മനുഷ്യരുടേത്. പുല്ലിലും പറവയിലും സ്ഥലകാലങ്ങൾ നിർമ്മിക്കുന്ന അർത്ഥമല്ല മനുഷ്യരാശിയിൽ സ്ഥലകാലങ്ങൾ നിർമ്മിക്കുന്നത്. പ്രകൃതിയിൽ ഒരു മരം മരമായി നിൽക്കുമ്പോൾ സമൂഹത്തിൽ ഒരു മനുഷ്യൻ കേവലനായ മനുഷ്യനായി മാത്രം നിൽക്കുന്നില്ല. അവന്/അവൾക്ക് ചുറ്റും അധികാര ബന്ധങ്ങൾ ചൂഴ്ന്ന് നിൽക്കുന്നു. മനുഷ്യന് ചുറ്റും ധാരാളം കർതൃത്വങ്ങൾ സന്നിഹിതമായിരിക്കും. ഈ കർതൃത്വമാവട്ടെ തീർത്തും അധികാരനിർമ്മിതിയുമാണ്. അത് പ്രത്യയശാസ്ത്രബന്ധിതവുമാണ്. അതുകൊണ്ടാണ് മനുഷ്യൻ ഒരു പ്രത്യയശാസ്ത്ര ജീവിയാണ് എന്ന് വിലയിരുത്തുന്നത് (അൽത്തൂസർ). അങ്ങനെ വരുമ്പോൾ മനുഷ്യരുടെ നിത്യജീവിതം തന്നെയും പ്രത്യയശാസ്ത്രഭരിതമാണെന്നു വരുന്നു.

അതിൽ നിന്നും ജനിക്കുന്ന കലയോ അതുകൊണ്ടുതന്നെ പ്രത്യയശാസ്ത്രത്തിൽ നിന്ന് നിർമുക്തവുമല്ല.

സാധാരണ ജീവിതം തന്നെ ദർശനഭരിതമാണെന്നിരിക്കെ, കല അതേ ദർശനത്തിന്റെയോ അല്ലെങ്കിൽ അതിന്റെ പുനരുൽപ്പാദനമോ അതുമല്ലെങ്കിൽ നിത്യജീവിത യാഥാർത്ഥ്യത്തിനെതിരെ നിൽക്കുന്ന ഒരു ഭഗ്നയാഥാർത്ഥ്യത്തിന്റെയോ ദർശനത്തെ ഉൾവഹിക്കുന്നു. ഇങ്ങനെയാണ് അധികാര സാഹിത്യവും അധികാര വിരുദ്ധ സാഹിത്യവും ഉണ്ടാകുന്നത്. അങ്ങനെയാണെങ്കിൽ ജോസഫിന്റെ 'ഉവാല'യിലെ സാധാരണ ദൃശ്യം നൽകുന്ന അസാധാരണമായ സൗന്ദര്യാനുഭവം എന്താണ്?

"ജനാലയിലിരുന്ന് ഒരു പെൺകുട്ടി മുടി ചീകുന്നു" എന്ന വരിയിൽ (കാഴ്ചയിൽ) നിന്നാണ് കവിത ആരംഭിക്കുന്നത്. ധാരാളം വസ്തു ബന്ധങ്ങളുടെ ആകെ തുകയാണ് ഈ ദൃശ്യസന്ദർഭം. ഒരു ജനാല, ഒരു പെൺകുട്ടി, അവൾ ജനാലയിലിരുന്നു മുടി ചീകുന്നു. ഇതിൽ ജനാലയും പെൺകുട്ടിയും നാമവും മുടി ചീകുന്നു എന്നത് ക്രിയയുമാണ്. ഒരു സങ്കീർണ വാക്യത്തിലെ ഘടകപദങ്ങളെ വേർതിരിച്ചു കാണിക്കാൻ വേണ്ടിയല്ല ഞാനിത്രയും പറഞ്ഞത് മറിച്ച് ക്രിയയുടെ സ്ഥലകാല ബന്ധങ്ങളെ സൂചിപ്പിക്കാനാണ്.

അവളൊരു ജനാലയിലാണ് ഇരിക്കുന്നത്. എന്ന വാക്യത്തിൽ നിന്നും അവളുടെ ജീവിതാവസ്ഥയെക്കുറിച്ച് ഒരു സൂചനയും ലഭിക്കുന്നില്ല. എന്നാൽ തൊട്ടടുത്ത വാക്യവുമായി ഈ ദൃശ്യം ബന്ധം സ്ഥാപിക്കുമ്പോൾ ആ പെൺകുട്ടിയുടെ സാമൂഹ്യാവസ്ഥയെക്കുറിച്ചുള്ള ചില സൂചനകൾ നമുക്ക് ലഭിക്കും. അവൾ ഒരു തുണി വെട്ടിക്കൊണ്ടിരിക്കുന്നു എന്നതിൽ നിന്ന് അവളുടെ സാമൂഹ്യപദവിയെ സംബന്ധിച്ച് ചില ഊഹങ്ങളിൽ നമുക്ക് എത്തിച്ചേരാൻ കഴിയുന്നു. അത് മുടി ചീകുന്ന എന്ന വാക്യവുമായി ചാർച്ചയിലാകുമ്പോൾ അവളുടെ സൗന്ദര്യാനുശീലനത്തെപ്പറ്റിയും ചില സങ്കല്പങ്ങൾ നമുക്കു ലഭിക്കുന്നു. തുണി വെട്ടുകയും മുടി ചീകുകയും ചെയ്യുക എന്നത് സ്ഥാപനവൽക്കരിക്കപ്പെട്ട പെൺകർതൃത്വമാണ്. മുടി ചീകുക, മുടിവെട്ടുക, മുടി വിടർത്തിയിടുക, മുടി കെട്ടിവെക്കുക എന്നെല്ലാമുള്ള മുടിപ്രയോഗങ്ങൾ ആണധികാര വ്യവസ്ഥയ്ക്കു കീഴിലുള്ള പെണ്ണിന്റെ അനുശീലനങ്ങളോ പ്രതിരോധങ്ങളോ ആണ്.

ജനാലയിലാണ് പെൺകുട്ടി ഇരിക്കുന്നത്. ജനാല ഒരു മാധ്യമമാണ്. അകത്തുനിന്ന് പുറത്തേക്കും പുറത്തു നിന്ന് അകത്തേക്കും തുറക്കുന്ന ഒരു മാധ്യമം. അകത്തു നിന്നും പുറത്തേയ്ക്ക് നോക്കുന്നത് സ്വാതന്ത്ര്യ

മോഹമെങ്കിൽ പുറത്തു നിന്നും അകത്തേക്ക് നോക്കുന്നത് ഒളിഞ്ഞു നോട്ടമാണ്. ഇങ്ങനെ സ്വകാര്യ ലോകത്തിനും പൊതു ലോകത്തിനും ഇടയിലുള്ള ഒരു സ്ഥലരാശിയാണ് ജനാല. അത് അടയ്ക്കാം തുറക്കാം. കവിതയിലെ പെൺകുട്ടി ജനാലയിലൂടെ പുറത്തേക്ക് നോക്കുന്നു. സമ്മോഹനവും വിശാലവുമായ ഒരു തുറസ്സിനെയാണവൾ വീക്ഷിക്കുന്നത്. ഒരു സ്വാതന്ത്ര്യം കാംക്ഷിക്കുന്നുണ്ടവൾ. വീടധികാരത്തിന്റെ കുടുസ്സിൽ നിന്നും തന്നെ സ്വയം സൗന്ദര്യവൽക്കരിക്കാനാണ് അവളുടെ ശ്രമം- തുണി വെട്ടലും മുടി ചീകലും-അത് അവൾക്കൊട്ടും ആഹ്ലാദം പകരുന്നുണ്ടാവില്ല. അത് വ്യവസ്ഥാപിതമായ ജീവിത മട്ടുപ്പിൽ നിന്നുള്ള ഒരു ഒളിച്ചോട്ടം മാത്രമാണവൾക്ക്. അതുകൊണ്ടാണ് അവൾ പുറത്തേക്ക് നോക്കുന്നത്.

അധികാരവും സ്വച്ഛന്ദതയും

പെൺകുട്ടിയുടെ അസ്വാതന്ത്ര്യത്തെ വേറെ ചില കാഴ്ചകൾ കൊണ്ട് കവി പെരുപ്പിക്കുന്നുണ്ട്. അവൾ കാണുന്ന മുയലുകളെ, അതിന്റെ ചുവന്നു തുടുത്ത കണ്ണുകളെ, ഇലകത്രിക്കുന്ന ചുണ്ടുകളെ. പ്രകൃതിയിൽ മേയുന്ന മുയലിന്റെ ചിത്രം അവളെ മോഹിപ്പിക്കുന്നു. അതിന്റെ സ്വച്ഛന്ദ ജീവിതം അവൾക്കാഹ്ലാദം പകരുന്നുണ്ടാവാം. അവളുടെ മുഖത്തപ്പോൾ പുഞ്ചിരി വിരിയുന്നു. പെൺകുട്ടിയുടെ ആഹ്ലാദം അവൾ ജനാലയ്ക്കരികിൽ ഇരിക്കുന്നതോ തുണി വെട്ടുന്നതോ മുടി ചീകുന്നതോ അല്ല. മുയലുകളെ കാണുന്നതാണ്. അപ്പോൾ ജീവിതത്തിന്റെ ആഹ്ലാദം എന്നത് പ്രകൃതിജീവിതത്തിന്റെ സ്വച്ഛന്ദതയാണെന്നു വരുന്നു. മുയലുകളെ കാണുന്നതാണ്, അതു മാത്രമല്ല അതിന്റെ ചുവന്നു തുടുത്ത കണ്ണുകളെ, ഇലകത്രിക്കുന്ന ചുണ്ടുകളെ കാണുന്ന സൂക്ഷ്മത തന്നെയാണ്. പെൺകുട്ടിക്കില്ലാത്തതും ഈ സ്വച്ഛന്ദത തന്നെയാണ്. വീടധികാരത്തിന്റെ കുടുസ്സിൽ നിന്ന് വിടുതി നേടാനാവണം അവൾ തുവാല തുന്നിക്കൊണ്ടിരുന്നത്. എന്നാൽ അത് മറ്റൊരു വൈരസ്യത്തെയാവാം ക്ഷണിച്ചു വരുത്തുന്നത്. വീട്, കുടുംബം, വീട്ടുവേല എന്നിവയെല്ലാം അധികാരബന്ധിതമായ ഒരു വ്യവഹാര വ്യൂഹമാണ്. ഈ അധികാര ലോകം മനുഷ്യരുടെ എല്ലാ ആഹ്ലാദങ്ങളും കെടുത്തിക്കളയുന്നതാണ്. ഒരു ചെടിയിൽ പൂവിരിയുന്ന സ്വച്ഛന്ദതയാണ് യഥാർത്ഥ ആഹ്ലാദം.അത്തരമൊരു ലോകം ജീവികളുടെ ലോകത്തിലുണ്ട്. മനുഷ്യരുടെ ജീവിതത്തിന് ജീവികളുടെ ലോകം പകരംവെയ്ക്കുകയാണ് കവി. പ്രകൃതിയിലേക്കുള്ള ഈ മാനുഷികമായ നോട്ടം പെൺകുട്ടിയുടെ അസ്വാതന്ത്ര്യത്തെ

പെരുപ്പിച്ചെടുത്ത് അധികാര ബന്ധത്തെ വിമർശന വിധേയമാക്കുക യാണ് കവിതയുടെ ലക്ഷ്യം എന്ന് തോന്നും.

നിത്യജീവിതത്തിൽ ഒരു പെൺകുട്ടി ജനാലയിലിരുന്ന് കവിതയിലെ പ്രവൃത്തി ചെയ്യുന്നത് ഇത്തരമൊരർത്ഥം ഉൽപ്പാദിപ്പിക്കണമെന്നില്ല. കവിത ഒരു സൗന്ദര്യ ഉൽപ്പന്നം എന്ന നിലയിൽ ദാർശനികമായ ഒരു ഉള്ളടക്കം വഹിക്കും. വാക്കുകൾ ഒരിക്കലും വെറും വാക്കുകൾ മാത്രമല്ല അവയ്ക്കു പിന്നിൽ എപ്പോഴും പ്രത്യയശാസ്ത്രപരമായ പരികല്പനകൾ. (Ideological concept) ഉണ്ടായിക്കൊണ്ടിരിക്കും (ലൂയി അൽത്തൂസർ).

പ്രകൃതിയിലേക്കുള്ള പെൺകുട്ടിയുടെ നോട്ടം മതി തുവാലയെ ഒരു പാരിസ്ഥിതിക കവിതയാക്കി മാറ്റാൻ. നോക്കുന്നത് പെൺകുട്ടി യായതു മാത്രം മതിയാകും ഇതിനെ ഒരു ഫെമിനിസ്റ്റ് കവിതയെന്നു വിളിക്കാൻ.അവൾ ജാതിയിൽ താണവളാണെന്നറിഞ്ഞാൽ അതൊരു ദളിത് കവിതയുമാവും. ഇത്തരം അടയാളപ്പെടുത്തലുകൾക്കപ്പുറം വെറും സാധാരണ കാര്യങ്ങൾ കവിതയിൽ സൃഷ്ടിക്കുന്ന അർത്ഥപരിണാമങ്ങൾ എന്തെല്ലാമാണെന്ന് കണ്ടെത്താനാണ് ശ്രമിക്കുന്നത്. ആ നിലയിൽ കവികൾ എത്ര ഉദ്ഘോഷിച്ചാലും ദർശനമുക്തി കവിതയ്ക്കില്ല എന്നു വരുന്നു.

സ്ഥൂല കവിത സൂക്ഷ്മ കവിത

ഇനി ജോസഫിന്റെ കവിത എഴുത്തിന്റെ മറ്റു ചില സവിശേഷതകളെക്കൂടി പരാമർശിക്കാം. ജോസഫിനെ സംബന്ധിച്ച് കവിത എന്നത് ഒരു സാധാരണ കാര്യമാണ്. അതാവട്ടെ സാധാരണ ഭാഷകൊണ്ട് സാധാരണ മട്ടിൽ എഴുതപ്പെടേണ്ടതാണ്. ഒരാൾ വണ്ടിയോടിക്കുന്നതുപോലെ, പരീക്ഷ ജയിക്കുന്നതുപോലെ, പാട്ടു പാടുന്നതുപോലെ ലോണെടുത്തു കട തുടങ്ങുന്നതുപോലെ ജീവിതത്തിലെ തീർത്തും സാധാരണമായ ഒരു പ്രവൃത്തി. എങ്കിലും കവിമനസ്സിലാക്കുന്നുണ്ട് ഈ കാണുന്ന കാഴ്ചയുടെ സ്ഥൂലത മാത്രമല്ല കവിത. കാഴ്ച്ചയുടെ സൂക്ഷ്മത തന്നെയാണ്.

തുവാല തുടങ്ങുന്നത് ഒരു സ്ഥൂലദൃശ്യത്തിൽ നിന്നാണ്. "ജനാലയിലിരുന്ന് ഒരു പെൺകുട്ടി മുടി ചീകുന്നു" കവിയുടെ അഭിപ്രായത്തിൽ ഇത്രയും മതി ഇത്രയും മതി ഒരു കവിതയാകാൻ. ഈ സ്ഥൂലത തന്നെയും കവിതയാണ്. അല്ലെങ്കിൽ ഈ സ്ഥൂലതയിലും കവിതയുണ്ട് എന്നാണ്. ഈ ഒറ്റവരികൊണ്ടുതന്നെ വ്യവസ്ഥാപിതമായ കവിതാ സങ്കല്പങ്ങളെ

ആകെ കടപുഴക്കുന്നുണ്ട് എസ്.ജോസഫ്. കവിയെ സംബന്ധിച്ച് ജീവിതം മുഴുവനും കവിതയാണ്. എല്ലാ തൊഴിലും കവിതയാണ്.

കണ്ടുമിപ്പോൾ കൊയ്ത്താറായി
കൊയ്യുന്നതു കവിത തന്നെ
കൊയ്ത്തു തളർന്ന്
തെങ്ങിൻ ചോട്ടിലിരുന്നത്
വെള്ളം കുടിക്കുന്നത് എല്ലാം കവിത തന്നെ

ധ്യാനിച്ചുണ്ടാക്കുന്നതല്ല കവിത. രചനയുടെ ഉൾവിളികളെ സംബന്ധിച്ച എല്ലാ വരേണ്യ ധാരണകളെയും ജോസഫ് ഭഗ്നമാക്കുന്നു. ആ നിലയിൽ തന്റെ കാവ്യ സങ്കല്പത്തിന്റെ ദൃഢീകരണമായിത്തീരുന്നുണ്ട് കവിതയുടെ ആരംഭം തന്നെയും. വെള്ളം, പിറന്ന വീട്, ഐഡന്റിറ്റി കാർഡ്, ഒരുക്കം, പശു, കടൽക്കവിതകൾ, ചിന്നച്ചേച്ചി, പൊട്ട്, വഴിച്ചാലുകൾ, താറാവിൻ പറ്റം, വടക്കൻ യാത്രകൾ, മണ്ണിൽ കുത്തി നിർത്തിയ പിച്ചാത്തി, ഊണ്, കുട്ടി പൂ വരയ്ക്കുന്നു, ടോം, ജയിൽ, രണ്ടു റ്റവും, വെയിലുള്ള മഴ, അകലങ്ങൾ, മുള്ളാത്തക്ക, പാട്ട്, അതേ വഴി, അകലം, പച്ച നിറം, മലഞ്ചരുവിലെ മഴകൾ, മേശമേൽ, കട്ടിക്കളങ്ങൾക്കുമപ്പുറം, രണ്ടു കൊയ്ത്തുകാർ, പടിഞ്ഞാറ്റനെ കുറിച്ചുമെഴുതാം, നാടോടികളും വീട്ടുകാരും, ഷാപ്പ്, വീട്ടുകാരൻ, കളി, ഇരുണ്ടുകൂടുന്ന നേരം, അന്നൊരു ഗ്രാമത്തിൽ, ഒരു കെട്ട് ഒട്ടൽ, സ്വരത്താൽ എന്നിങ്ങനെയുള്ള അനേകം കവിതകളിൽ കാണാം ഋവാലയുടെ തനിനിറം.

ഇങ്ങനെ ഒന്നുമില്ലെന്നു കരുതുന്ന ഏഴുവരിയിൽ തനിക്കു പറയാനുള്ളതും തന്റെ കവിതയെക്കുറിച്ച് പറയാനുള്ളതുമെല്ലാം കവി ആവിഷ്കരിക്കുന്നു. അങ്ങനെ ഈ കവിത/ കാഴ്ച വെറും കാവ്യാനുഭവമല്ലാതിരിക്കുകയും വായനക്കാരുടെ പ്രത്യയശാസ്ത്രമായ ഒരനുഭൂതിയായി പരിണമിക്കുകയും ചെയ്യുന്നു.

ഇടിക്കാലൂരിപനമ്പട്ടടി കേരളത്തിൽ വന്നതിനു ശേഷം

പി.എൻ.ഗോപീകൃഷ്ണന്റെ ഇടിക്കാലൂരിപനമ്പട്ടടി വായിക്കുന്നു.

ഉത്തരാധുനികതയാണ് പുതുകവിതയുടെ മേൽവിലാസം. കേരളീയ ഉത്തരാധുനികതയ്ക്ക് പ്രധാനമായും മൂന്ന് പ്രകടിത രൂപങ്ങളുണ്ട്. ഒന്ന് രാഷ്ട്രീയ ഭരണകൂട ശക്തിയായി മാറിയ ഉത്തരാധുനികമായ അധികാരരൂപം, രണ്ടാമത്തേത് മലയാളിയുടെ ജീവിതത്തിൽ അന്തഃസ്ഥിതമായി നിൽക്കുന്ന സ്വത്വബോധം, മൂന്ന് രാഷ്ട്രീയ ഭരണകൂട അധികാരശക്തികളെ ചെറുത്തു നിൽക്കുന്ന പ്രതിരോധാത്മകമായ ഒരു ഭാവശക്തി. പി.എൻ. ഗോപീകൃഷ്ണന്റെ കവിതകൾ ഈവിധം പ്രതിരോധാത്മകമായി ഒരു ഭാവശക്തിയെ ഉൾവഹിക്കുന്ന കവിതകളാണ്. പ്രതിരോധാത്മകമായി ഉത്തരാധുനികതയുടെ ഭാവശക്തിയെ ഉൾവഹിക്കുന്ന കവിതകളാണ് പി.എൻ ഗോപീകൃഷ്ണന്റെ കവിതകൾ.

ഗോപീകൃഷ്ണന്റെ ഇടിക്കാലൂരിപനമ്പട്ടടി എന്ന കവിതയാണ് ഇവിടെ വായനയ്ക്ക് വിധേയമാക്കുന്നത്. ഇതഃ പര്യന്തമായ മലയാളികളുടെ ജീവിതത്തെ, കുറേക്കൂടി സൂക്ഷ്മമായിപ്പറഞ്ഞാൽ ആധുനികതയാൽ നിർണയിക്കപ്പെട്ട മലയാളിയുടെ ജീവിതത്തെ വിമർശനാത്മകമായും വിശകലനാത്മകമായും ചരിത്രപരമായും തിരിച്ചറിയാനുള്ള ഒരു കാവ്യപരിശ്രമമാണ് ഈ കവിത.

പതിനേഴാം നൂറ്റാണ്ടു മുതൽ ഇരുപത്തിയൊന്നാം നൂറ്റാണ്ടുവരെ യൂറോപ്യൻ സാഹചര്യത്തിൽ പുലർന്നുപോന്ന, പുറമേയ്ക്ക് സമഗ്രമെന്നു തോന്നുകയും എന്നാൽ അകമേ അന്തഃസംഘർഷങ്ങൾ പെരുകി

നിൽക്കുകയും ചെയ്യുന്ന ഒരു രാഷ്ട്രീയ-സാംസ്കാരിക-ജീവിതാവസ്ഥയുടെ പേരാണ് ആധുനികത (mordernism).

മുതലാളിത്തം, കോളനിവൽക്കരണം, ദേശരാഷ്ട്രങ്ങൾ, വ്യവസായവൽക്കരണം തുടങ്ങി ഭൗതികാസ്പദങ്ങളോടും, സാമൂഹിക ശാസ്ത്രം ആധുനിക ശാസ്ത്രം തുടങ്ങിയ ജ്ഞാനരൂപങ്ങളോടും പൗരത്വ സങ്കല്പം, സ്വതന്ത്രവ്യക്തി എന്നീ ഭാവനാ ലോകബോധത്തോടുമെല്ലാം ബന്ധപ്പെട്ട് വികസിച്ചുവന്ന ഒന്നായി വേണം ആധുനികതയെ മനസ്സിലാക്കേണ്ടത്. ഈ പറഞ്ഞ പ്രമേയങ്ങൾ ഓരോന്നും ഒറ്റയൊറ്റയായി വേറിട്ടു നിൽക്കുകയല്ല മറിച്ച് പരസ്പരബന്ധിതവും പൂരകവുമായി നിലകൊള്ളുകയാണ് ചെയ്യുന്നത്. ഇവയുടെ പരസ്പരപൂരണത്തിലൂടെ നിലനിൽക്കുന്ന ഒരു ബന്ധവ്യവസ്ഥയാണ് ആധുനികത എന്ന ചരിത്രാനുഭവം.

ആധുനികത: സംഘർഷവും വൈരുദ്ധ്യവും നിറഞ്ഞ ഒരു ചരിത്രാനുഭവം എന്നനിലയിൽ

എന്നാൽ ആധുനികതയെ സുഭദ്രമായ ഏകശിലാത്മകലോകമായി വിലയിരുത്തുന്നതും ശരിയല്ല. സംഘർഷാത്മകവും വൈരുദ്ധ്യാത്മകവുമായ ഒരു ചരിത്രസന്ദർഭം കൂടിയാണത്. തമ്മിലിടയുന്ന നിരവധി ലോകങ്ങളും ബലതന്ത്രങ്ങളും ആധുനികതയിൽ നിലീനമായി നിൽക്കുന്നുണ്ട്. മുതലാളിത്താധുനികതയുടെ സ്ഥാപനസാമഗ്രികൾ പലതും ഒരേ സമയം ആധിപത്യത്തിന്റേതായിരിക്കുമ്പോൾ തന്നെ വിമോചനാത്മകവും കൂടിയാണ് എന്നു നാം മനസ്സിലാക്കേണ്ടതുണ്ട്. ആധുനികതയ്ക്കുള്ളിൽ പിറവിയെടുക്കുന്ന സ്വാതന്ത്ര്യം, സമത്വം, സാർവദേശീയത, ജനാധിപത്യം, മുതലായ സങ്കല്പനങ്ങൾ, സംവാദാത്മകമായ പൊതുമണ്ഡലം, മുതലാളിത്ത വിമർശനത്തിന്റെ കേന്ദ്ര ബിന്ദുവായിത്തീരുന്ന വർഗസമരം അതിന്റെ തന്നെ സങ്കല്പന-ജ്ഞാന രൂപങ്ങൾ, അധിനിവേശ വിരുദ്ധ സമരത്തിലൂടെ രൂപപ്പെട്ടു വരുന്ന മൂന്നാംലോക ദേശീയത. എന്നിങ്ങനെ പലതും ആധുനികതയെ വൈവിധ്യവും സംഘർഷപൂരിതവുമായ ഒരു ചരിത്രാനുഭവമാക്കി മാറ്റുന്നു.

നവോത്ഥാനത്തോടെ കേരളീയ സമൂഹത്തിൽ സംസ്ഥാപിതമായ ഈ രാഷ്ട്രീയ-സാംസ്കാരിക-ജ്ഞാനപദ്ധതി മലയാളിയെ എങ്ങനെയെല്ലാം സ്വാധീനിച്ചു, എങ്ങനെയെല്ലാം പുനർനിർമ്മിച്ചു എന്ന് പരിശോധിക്കുന്നത് നന്നാവും.

മലയാളിയുടെ രാഷ്ട്രീയ സാംസ്കാരിക നൈരന്തര്യത്തിൽ ആധുനികതയുടെ അധികാര രൂപങ്ങളും ജ്ഞാന പദ്ധതിയും എങ്ങനെയെല്ലാം

പ്രവർത്തിച്ചുവെന്നും അവ എങ്ങനെയെല്ലാമാണ് മലയാളിയെ രൂപപ്പെടുത്തിയത് എന്നും ആനുഭവികമായി തിരിച്ചറിയാനുള്ള ഒരു കാവ്യപരിശ്രമമാണ് പി.എൻ.ഗോപീകൃഷ്ണന്റെ ഇടിക്കാലൂരിപനമ്പട്ടടി.

ഇടിക്കാലൂരിപനമ്പട്ടടി കേരളത്തിൽ പ്രവേശിച്ചതിനുശേഷം എന്തു സംഭവിച്ചു എന്ന ചോദ്യമുന്നയിച്ചുകൊണ്ടാണ് കവിത ആരംഭിക്കുന്നത്. ഈ ചോദ്യം നമ്മുടെ സാമ്പ്രദായികമായ കാവ്യാസ്വാദനത്തെ തകിടംമറിക്കുന്നുണ്ട്. കാരണം ഇടിക്കാലൂരിപനമ്പട്ടടി ആരാണെന്നോ എന്താണെന്നോ അറിയാത്തവരാണ് വായനക്കാർ. വായനക്കാരുടെ ഈ സംഭ്രമം കവിമനസ്സിലാക്കുന്നതു കൊണ്ടാവാം ആദ്യമേ ആ നിലയിൽ കവി വായനക്കാരോടൊപ്പം ചേരുന്നത്. കവി വായനക്കാരനായി നിന്ന് എഴുതുന്ന ഒരു വിപരീത വൃത്തിയായി കവിത മാറുന്നു. കവിയുടെ ആധികാരികതയിലല്ല വായനക്കാരുടെ ജനാധിപത്യത്തിലാണ് കവി നിലയുറപ്പിച്ചു നിൽക്കുന്നത്. അതുകൊണ്ടു തന്നെ എഴുത്തുകാരന്റെ അധികാരഘടനയിൽ പുലരുന്ന ഒരു കവിതയല്ല വായനക്കാരുടെ അഭിലാഷങ്ങളിൽ നിന്ന് ഉരുവം കൊള്ളുന്ന ഒരു ജനാധികാരത്തിന്റെ ഭാവനാ കാവ്യമായാണ് 'ഇടിക്കാലൂരിപനമ്പട്ടടി' പ്രവർത്തിക്കുന്നത്. കവി സ്വയം തന്റെ പദവി മൂല്യം തിരസ്കരിക്കുന്ന ഒരു കാവ്യഘടന കവിത ആദ്യമേ സ്വീകരിക്കുന്നു. ആ നിലയിലാണ് വായനക്കാരുടെ സന്ദേഹങ്ങളെ കവി ഉന്നയിക്കുന്നത്. ആരാണീ ഇടിക്കാലൂരിപനമ്പട്ടടി? ഈ ചോദ്യത്തിനുള്ള ഉത്തരമാണ് ഗോപീകൃഷ്ണന്റെ കവിത.

അധികാരത്തിന്റെ അദൃശ്യസ്വരൂപം

കവിയുടെ അഭിപ്രായത്തിൽ അങ്ങനെയൊരാൾ ചരിത്ര പുസ്തകങ്ങളിലില്ല, വർത്തമാന പത്രങ്ങളിലുമില്ല. ആ നിലയിൽ ചരിത്രത്തിലും വർത്തമാനത്തിലുമില്ലാത്ത ഒരദൃശ്യസ്വരൂപമാണ് ഇടിക്കാലൂരിപനമ്പട്ടടി. ചരിത്രത്തിൽ നമുക്ക് ഓർമ്മിക്കാൻ വിധിക്കപ്പെട്ട അനേകം പേരുകളുണ്ട്. ശങ്കരാചാര്യർ, വാസ്കോഡഗാമ, ശ്രീനാരായണ ഗുരു, സർ.സി.പി, ഇ.എം.എസ്, പുലിക്കോടൻ നാരായണൻ എന്നീ പേരുകളുടെ കൂട്ടത്തിൽ നമുക്ക് ഇയാളെ കാണാൻ കഴിയില്ല. എന്നാൽ ഇടിക്കാലൂരിപനമ്പട്ടടി ഇവരിലെല്ലാം ഉണ്ടായിരുന്നു.

കേരളം ഭാഷാപരമായും ഭൂപരമായും രൂപപ്പെടുന്നത് ആധുനികതയോടെയാണ്. അധിനിവേശമാണ് ആധുനികതയെയും മലയാളിയുടെ സ്വത്വസങ്കല്പങ്ങളെയും നിർമ്മിച്ചത്. ആ നിലയിൽ വാസ്കോഡഗാമയിൽ നമുക്ക് ഇയാളെ കാണാൻ കഴിയും. ഒപ്പം ആധുനികത

അതിന്റെ നൈതിക സങ്കല്പനങ്ങൾ സ്വരൂപിച്ചെടുക്കുന്നത് കേരളീയ നവോത്ഥാന പരിശ്രമങ്ങളിൽ നിന്നാണെന്നിരിക്കെ ശ്രീനാരായണ ഗുരുവിലും ആധുനിക ജീവിതസങ്കല്പങ്ങളെ കാണാൻ കഴിയും. മാനവിക സങ്കല്പങ്ങൾ ഒരു മൂല്യവ്യവസ്ഥയായി സംസ്ഥാപിതമാകുന്നതിന് നവോത്ഥാന പരിശ്രമങ്ങൾക്കുള്ള പങ്ക് വലിയതാണ്. യൂറോപ്യൻ ആധുനികതയുടെ ലക്ഷണങ്ങൾ കേരളീയ നവോത്ഥാനത്തിൽ ദൃശ്യമാണെങ്കിലും ഭാരതീയവും കേരളീയവുമായ ദർശനങ്ങളുടെ ഒരു ഉൾച്ചേരൽ കേരളീയ നവോത്ഥാന പരിശ്രമങ്ങളിൽ നടക്കുന്നുണ്ട്. ആ നിലയിൽ ശങ്കരാചാര്യരുടെ അദ്വൈത ദർശനം നവോത്ഥാനത്തിന് താത്വികമായ ഒരു അടിത്തറ സൃഷ്ടിക്കുന്നുണ്ട്. കേരളീയ നവോത്ഥാനത്തിന്റെ ചുവന്ന വാലാണ് ഇ.എം.എസ്. സർ സി.പിയുടെ അമിതാധികാരത്തിനെതിരെ നടന്ന ജനാധികാരത്തിന്റെ സമരമായിരുന്നു പുന്നപ്ര വയലാർ സമരം. അപ്പോൾ സർ.സി.പിയും പുന്നപ്രവയലാർ സമരവും ആധുനികതയുടെ വിരുദ്ധാംശങ്ങളത്രേ.

ഇങ്ങനെ മലയാളികളുടെ ജീവിതത്തിന്റെ പലതരത്തിലുള്ള പരസ്പര പൂരകവും വൈരുദ്ധ്യാത്മകവുമായ സത്തയുടെ പ്രാതിഭാസികരൂപങ്ങളിലാണ് ഇടിക്കാലൂരിയെ നമുക്കുകാണാൻ കഴിയുക. അതിനെ/ അവനെ നമുക്ക് എൻസൈക്ലോപീഡിയ ബ്രിട്ടാനിക്കയിലോ ആധുനികമായ വിക്കിപീഡിയയിലോ സർവാംഗലോകമായ ഗൂഗിളിലോ തിരഞ്ഞാൽ കിട്ടാത്തതാണ്. എന്നാൽ മലയാളിയുടെ സാംസ്കാരിക-രാഷ്ട്രീയ-സ്വത്വരൂപീകരണ കാലം മുതൽ ഇടിക്കാലൂരി നമ്മിൽ നിലീനമായി കിടക്കുന്നുണ്ട്. മലയാളിയുടെ മനസ്സിൽ കുടികൊള്ളുന്ന ഒരധികാരരൂപവും ഒപ്പം പ്രതിരോധശക്തിയും കൂടിയാണ് ഇടിക്കാലൂരിപനമ്പട്ടടി.

മലയാളിയുടെ യൗവന കാമനകളിലും വിമോചന മോഹങ്ങളിലും ഇടിക്കാലൂരിപനമ്പട്ടടി ഉണ്ടായിരുന്നു. എല്ലാ രാഷ്ട്രീയ കക്ഷികളിലും ഒരു വിമോചനാശയമായി, ജനകീയ രാഷ്ട്രീയ ഇച്ഛയായി, പ്രതിരോധരൂപമായി ഇടതിലും വലതിലും തീവ്രവിപ്ലവ കാമനകളിലും അത് ഉണ്ടായിരുന്നു. താടിയും മുടിയും നീട്ടിയ ഹിപ്പികളിൽ അരാജകമെങ്കിലും അധികാരവിരുദ്ധ ലോകമായി അത് അടങ്ങിയിരുന്നു. മീശ വെയ്ക്കുന്ന നിഷേധത്തിലും ബൽബോട്ടന്റെ ഫാഷനിലും നമുക്ക് ഇയാളെ കാണാൻ കഴിയുമായിരുന്നു. ഉമ്മൻ ചാണ്ടിയുടെ ജനകീയതയിലും എം.എ ബേബിയിലെ ധൈഷണിക ധീരതയിലും കെ.വേണുവിന്റെ വിപ്ലവ സാഹസങ്ങളിലും അതുണ്ടായിരുന്നു. രാഷ്ട്രീയാധികാരത്തേക്കാൾ ജനകീയ അധികാരമായാണ് അന്ന് അത് പ്രവർത്തിച്ചത്. ജനങ്ങളിൽ സ്വാഭാവികമായി അന്തഃസ്ഥിതമായി നിന്ന ജനാധികാരത്തിന്റെ ബഹുവിധങ്ങളായ

പ്രകാശന രൂപങ്ങളായിരുന്നു ഉമ്മൻ ചാണ്ടിയും എം.എ ബേബിയും കെ.വേണുവുമെല്ലാം. മുകളിൽ നിന്ന് താഴേക്ക് ഉപയോഗിക്കുന്ന സ്റ്റേറ്റിന്റെ അധികാരത്തിനെതിരെ താഴെ നിന്നും മുകളിലേയ്ക്ക് ഉദ്ഗമിക്കുന്ന പ്രതിരോധമായിരുന്നു അത്. ആധുനികത നിർമ്മിക്കുന്ന ഭരണകൂട (സ്റ്റേറ്റ്) അധികാരത്തിനെതിരെയുള്ള ജനാധികാര രാഷ്ട്രീയമായാണ് ആദ്യകാലത്ത് അത് പ്രവർത്തിച്ചത്. ആ നിലയിൽ വിമോചന മോഹങ്ങളെ ഉൾവഹിക്കുന്നതായിരുന്നു ആധുനികത.

ജനാധികാരവും ഭരണകൂടാധികാരവും

പതുക്കെ പതുക്കെ ജനാധികാരം രാഷ്ട്രീയ മർദ്ദനാധികാരമായി പരിണമിച്ചു. സാധാരണ മനുഷ്യന്റെ സാധാരണ ജീവിതത്തെ ഭഗ്നമാക്കുന്ന വികസന സങ്കല്പങ്ങളായി ആധുനികത മാറി. "ഇടുക്കി അണക്കെട്ടിനു മുകളിലൂടെ/ നടക്കുമ്പോൾ/ പരിചയമുള്ളൊരാൾ മുന്നേ പോകുന്നതായി തോന്നും" എന്ന് കവിത പറയുന്നു. അണകെട്ടുകൾ ആധുനിക വികസനത്തിന്റെ അടയാളങ്ങളാണ്. ആധുനിക രാഷ്ട്രത്തിന്റെ ദേവാലയങ്ങളാണ് അണകെട്ടുകൾ. മനുഷ്യനും പ്രകൃതിയും തമ്മിലുള്ള ബന്ധവ്യവസ്ഥയിൽ വന്ന പരിവർത്തനത്തിന്റെ സൂചനയാണത്. "ഇവിടെ യുയർത്തുക നമ്മളിടുക്കികൾഭക്രാനങ്കലുകൾ" എന്ന ചലച്ചിത്ര ഗാനം ആധുനികതയുടെ പ്രഘോഷണമാണ്. ഒ വി വിജയന്റെ 'ഖസാക്കിന്റെ ഇതിഹാസ'ത്തിൽ ഇതിന്റെ സൂചനകളുണ്ട്. മലമ്പുഴയിൽ പുതുതായി പണിതീർക്കാനൊരുങ്ങുന്ന അണക്കെട്ടിനെക്കുറിച്ചുള്ള പരാമർശമാണ് ഖസാക്കിന്റെ ഇതിഹാസത്തെ ആധുനികതയുടെ പ്രതികരണമാക്കുന്നത്. "മലമ്പൊഷ അണകെട്ടി വെള്ളം തിരിക്കാം ന്നൊക്കെ പറയാണ് ണ്ടു. ഇല്ലാത്ത മഷനെ പെയ്യിക്കാനോ പെയ്ണമഷനെ തട്ക്കാനോ മന്ഷൻ കൂട്യാകൂ ട്ടോന്നും കുട്ടീ" അങ്ങനെ കൂട്ടിയാൽ കൂടുന്ന പുതിയൊരു ലോകം പുറത്ത് പ്രാബല്യത്തിൽ വന്നു കഴിഞ്ഞു. ഈ ലോകബോധവുമായുള്ള സംഘർഷമാണ് ആധുനികതയുമായി നടക്കുന്ന സംഘർഷം. ഈ വികസന സങ്കല്പത്തെ ചോദ്യം ചെയ്യുന്നതാണ് സർദാർ സരോവർ പദ്ധതിക്കെതിരെ ഉയർന്നു വന്ന സമരങ്ങൾ. അത് ആധുനികമായ ലോകബോധത്തിന് എതിരായിരുന്നു. അയ്യനം ജോണിന്റെ ഇതര ചരാചരങ്ങളുടെ ചരിത്ര പുസ്തകം എന്ന കഥ അണക്കെട്ടുകളെ മുൻനിർത്തി ആധുനിക മാനവികതയെ പ്രശ്നവൽക്കരിക്കുന്നുണ്ട്. ഈവിധം പരസ്പരം പോരടിക്കുന്ന വിപരീതങ്ങളാണ് ആധുനികതയുടെ അടിസ്ഥാനം തന്നെയും.

ഗയയിലെ ആൽത്തറയിലിരിക്കുമ്പോൾ
നമുക്കു മുമ്പേ
വേണ്ടപ്പെട്ടൊരാൾ
അവിടെയിരുന്നിട്ടുണ്ട് എന്ന് തോന്നും.
ഇടുക്കി അണക്കെട്ടിനു മുകളിലൂടെ
നടക്കുമ്പോൾ
പരിചയമുള്ളൊരാൾ
മുന്നേ പോകുന്നതായി തോന്നും.
ഏതമ്പലത്തിൽ ചെന്നാലും
യുക്തിവാദത്തിന്റെ ഒരു ചിലമ്പിച്ച ശബ്ദം
നമ്മെത്തേടിയെത്തും
അതയാളാണ്

ഭൗതികം/ആത്മീയം, ആത്മീയം/യുക്തിവാദം എന്നീ ദ്വന്ദ്വങ്ങൾ ഇവിടെ പരാമർശങ്ങളും പാരസ്പര്യങ്ങളുമായി നിൽക്കുന്നു.

ആത്മീയത ഒരു രാഷ്ട്രീയ അടയാളമാകുന്നതിനു മുമ്പ് സത്യാന്വേഷണത്തിന്റെ ആനുഭവികമായ ഒരു സഞ്ചാരപഥമായിരുന്നു. ഗയയിലെ ആൽത്തറയിലിരിക്കുമ്പോൾ എന്ന രൂപകം അത് ഓർമ്മപ്പെടുത്തുന്നു. ഏത് അമ്പലത്തിൽ ചെന്നാലും കേൾക്കുന്ന യുക്തിവാദത്തിന്റെ ഒരു ചിലമ്പിച്ച ശബ്ദം ശാസ്ത്രബോധത്തിന്റെയും യുക്തിവാദത്തിന്റെയും സാംസ്കാരികമായ മേൽക്കോയ്മയുടെ നിദർശനമത്രേ.

ജ്ഞാനവിനിമയത്തിന്റെ പൂർവ രൂപങ്ങളുടെ വിപരീതമാണ് ആധുനികമായ ജ്ഞാനരൂപങ്ങൾ. ഖസാക്കിന്റെ ഇതിഹാസത്തിൽ നമുക്ക് ഇതും കാണാൻ കഴിയുന്നുണ്ട്. ആധുനിക ജ്ഞാനവിനിമയത്തിന്റെ പൂർവ രൂപം മൊല്ലാക്കയുടെ ഓത്തുപള്ളിയും ഗോപാലുപ്പണിക്കരുടെ എഴുത്തുപള്ളിയുമായിരുന്നു. ഇവയ്ക്കൊന്നും ആധുനിക ജ്ഞാനവ്യവസ്ഥയിൽ വേരുകളില്ല. വിദ്യാലയമാണ് ആധുനിക ജ്ഞാന വ്യവസ്ഥയുടെ വ്യവസ്ഥാപിതമായ രൂപം. അതാവട്ടെ സ്റ്റേയിറ്റിന്റെ ആശയ മർദ്ദന രൂപം കൂടിയാണ്. ആ നിലയിൽ

അയാൾ മാഷമ്മാരുടെ മാഷായിരുന്നു
പോലീസ് കാരുടെ പോലീസ്
ബ്ലാക് ബൽറ്റുകാരുടെ സെംപായ്

എന്നു പറയുമ്പോൾ ആധുനികതയുടെ അധികാരശക്തി(power structure) എങ്ങനെയാണ് പ്രവർത്തിക്കുന്നത് എന്ന് മനസ്സിലാകുന്നു.

സാംസ്കാരികനാട്യങ്ങളും മധ്യവർഗവും

ആധുനിക വ്യവസ്ഥ(system) പതുക്കെ പതുക്കെ നമ്മുടെ സ്വാഭാവിക ജീവിതത്തെ(life world) സ്വാധീനിച്ചു തുടങ്ങുന്നു. വൈവിധ്യപൂർണമായ ഗ്രാമീണ ജീവിതം ഏക മുഖമായ ഒരധികാരവ്യവസ്ഥയ്ക്ക് കീഴടങ്ങുന്നു. നമ്മുടെ നാട്ടുസംസ്കൃതി ലോകസംസ്കാരത്തിന്റെ വാർപ്പ മാതൃകകളായിത്തീരുന്നു. കളികൾ ക്രിക്കറ്റ് കളികളായിത്തീരുന്നു. നാടൻ പാട്ടുകൾ ബോണി എമ്മിന് വഴിമാറുന്നു. ഇടവഴികളിലൂടെയും വരമ്പുകളിലൂടെയും പാഞ്ഞുപോയ സൈക്കിളുകൾ കിംഗ് ഓഫ് ദ റോഡ് എന്നു പേരു മാറ്റി പഴയ അതിരുകൾ മായ്ച്ചു സഞ്ചരിക്കുന്നു. മക്കനാസ് ഗോൾഡ്ഡിനെയും കുറസോവയെയും കുറിച്ചുള്ള സംഭാഷണങ്ങൾ സാംസ്കാരിക ചർച്ചകളിൽ ഇടം തേടുന്നു. ധൈഷണികമായ പ്രകടനപരതയായി കേരളത്തിലെ മധ്യവർഗം മാറുന്നു.

കേരളത്തിലെ മധ്യവർഗം രൂപപ്പെടുന്ന സന്ദർഭം കൂടിയായിരുന്നു ഇത്. വിമോചനാശയങ്ങൾ ഒക്കെയും കോഫി ഹൗസ് ചർച്ചകളായിത്തീരുന്നതിനെ സംബന്ധിച്ച് ഒ.വി വിജയൻ പരിതപിച്ചത് ഈ സന്ദർഭത്തിൽ ഓർമ്മയിലെത്തുന്നു. അങ്ങനെ കപടനാട്യക്കാരുടെ പൊങ്ങച്ചക്കളരിയായി കേരളം പരിണമിച്ചു.

> ഖസാക്കിന്റെ ഇതിഹാസം
> ലൈബ്രറിയിൽ നിന്നെടുത്ത്
> വീട്ടിലെ ടീപോയിൽ
> പത്രത്തിനു പകരം കൊണ്ടിട്ടത്
> ചെ ഗുവരയുടെ പടം
> ശ്രീകൃഷ്ണന്റെ പടത്തിനൊപ്പം വെച്ചത്
> സെക്കന്റ് സെക്സ്
> അദ്ധ്യാത്മരാമായണത്തോട് ചേർത്ത്
> ബൈന്റു ചെയ്തത്.

എല്ലാം കേരളത്തിന്റെ മധ്യവർഗ സാംസ്കാരിക നാട്യങ്ങളായിരുന്നു. ആ നിലയിൽ അകത്ത് പൂന്താനവും പുറത്തു ലെനിനും എന്ന് രണ്ടായി പിളർന്ന കേരളീയ ജീവിതത്തിന്റെ ആരംഭബിന്ദുക്കൾ ആധുനികതയിലേ കാണാമായിരുന്നു.

ഈ വ്യാജ നാട്യങ്ങൾക്ക് തൊണ്ണൂറുകളോടെ മറ്റൊരു രൂപാന്തരീകരണം സംഭവിക്കുന്നുണ്ട്. എല്ലാം ഔദ്യോഗികമായിത്തീർന്നു എന്നതാണത്. വിമോചനാശയങ്ങൾ മുഴുവൻ ഔദ്യോഗിക സ്ഥാപനങ്ങളായി പരിണമിച്ചു. അതുകൊണ്ടു തന്നെ ഭരണകൂട സംവിധാനങ്ങൾക്ക് ഭദ്രതയരുളുന്ന പുതിയ ജനുസ്സായി മധ്യവർഗം മാറി.

നിരവധി കാലടയാളങ്ങളും
അതിലേറെ സംശയങ്ങളും
ബാക്കിവെച്ച്
അയാളെ കാണാതായി
അന്തർധാനം ചെയ്തു.
ഏതോ സർക്കാരാപ്പീസിൽ
ഗുമസ്തക്കസേരയിൽ
ഇരുന്നുണങ്ങിപ്പോയി.

എന്നാൽ ഒരു നിശ്ശബ്ദതയ്ക്കുശേഷം വികസനത്തിന്റെ പുതിയ മുഖവുമായി അയാൾ എത്തുന്നുണ്ട്. എല്ലാ ജനാധികാര രാഷ്ട്രീയ പ്രവർത്തനങ്ങളിൽ നിന്നും പിൻവാങ്ങിയ മലയാളിയാണ് പുതിയ മലയാളി. അധികാര രാഷ്ട്രീയത്തിന്റെ കുഴലൂത്തുകാർ മാത്രമായിത്തീരുന്ന അവർ. സുരക്ഷിതത്വ ന്യായീകരണങ്ങളേ അവർക്കുള്ളൂ. അവരുടെ രാഷ്ട്രീയ, സാംസ്കാരിക പ്രവർത്തനങ്ങൾ മുഴുവനും സുരക്ഷിതമായി നടത്തുന്ന സാഹസങ്ങൾ മാത്രം. പഴയ ബൽബോട്ടം പാന്റിനു പകരം ഇപ്പോൾ അയാളിൽ തിളങ്ങുന്നുണ്ട് ഒരു കാവിമുണ്ട്.

ഇടിക്കാലൂരിപനമ്പട്ടടിയെ അവസാനം കവി കണ്ടുമുട്ടുന്നു. കവി മാത്രമല്ല വായനക്കാരും കണ്ടുമുട്ടുന്നു. സന്തോഷം സഹിക്കവയ്യാതെ കവി പൊട്ടിത്തെറിക്കുന്നു. എന്നിട്ട് അയാളോട് ചോദിക്കുന്നു. സിനിമയിലെ നായകൻ കാഴ്ചക്കാർക്കു വേണ്ടി വില്ലനോട് ചില ഡയലോഗുകൾ കാച്ചുന്നതു പോലെ കവി വായനക്കാരുടെ ഉശിരൻ ചോദ്യം ചോദിക്കുന്നു.

"ഇടിക്കാലൂരി പനമ്പട്ടടീ:
നിങ്ങൾ കേരളത്തെ എന്തു ചെയ്തു?
വിളി കേട്ട്
പതുക്കെ തിരിഞ്ഞു നിന്നു.
അതേ ആൾ,
എന്നാൽ മുഖത്ത്
ചെറിയ വ്യത്യാസങ്ങൾ
നെറ്റിയിൽ ഒരു കുറി.
കണ്ണുകളിൽ-
കൃഷ്ണമണി കുറേക്കൂടി മുകളിൽ
ചുണ്ടിൽ
തണുത്തുരുണ്ട് പതിഞ്ഞ
ഒരു നാമജപം"

അത്രയേയുള്ളു, കേരളത്തിലെ ആധുനികയ്ക്ക് തിരശീല വീണു. പക്ഷേ ഇടിക്കാലൂരിപനമ്പട്ടടി നമ്മുടെ ഇടയിൽ ഇപ്പോഴുമുണ്ട്. രാഷ്ട്രീയ മൂലധനമായ മതബോധമായി, വഴുവഴുക്കുന്ന സാംസ്കാരികവർത്തമാനങ്ങളായി, അതിന്റെ വ്യാഖ്യാനങ്ങളായി, വീട്ടിലിരുന്നു ചെയ്യുന്ന ഫോട്ടോ സമരങ്ങളായി, വെറും സെൽഫിയായി അയാൾ നിരന്തരം നമുക്കിടയിൽ പ്രവർത്തിച്ചുകൊണ്ടേയിരിക്കുന്നു.

മാതൃബിംബങ്ങളുടെ നടനരംഗം

വിജയലക്ഷ്മിയുടെ പുതുവർഷം എന്ന കവിത വായിക്കുന്നു.

ഭാവനയുടെ അനന്തസ്ഥലിയാണ് കവികൾക്ക് ഓണം. നന്മനിറഞ്ഞ ഭൂതകാലത്തിന്റെ വിശുദ്ധ സ്മരണയായും നേടാനുള്ള സദ്കാലത്തിന്റെ സമ്മോഹന സ്വപ്നമായും ഇല്ലിനിയെന്ന് അടയാളപ്പെട്ട്പോയ വർത്തമാനത്തിന്റെ വറുതിയും വിഹ്വലതയുമായും പ്രകൃതിയുടെ കനകകാന്തിവിസ്മയമായും സമൃദ്ധിയുടെ കാർഷികബിംബമായും അസമ മായസാമൂഹ്യതയുടെ വിചാരതരംഗമായും പലവിധം ഭാവനാലോകങ്ങളെ കവികളിൽ ഓണം വിളിച്ചുണർത്തുന്നു.

"അന്തശ്ശോഭകലർന്ന രണ്ടുമഴതൻ –
മദ്ധ്യസ്ഥമാംകാലവും
ചന്തം ചീന്തിയെഴുന്ന രണ്ടിലകളു –
ള്ളമ്പും നറുമ്പൂവുപോൽ"

ഋതുഭേതഭംഗിയായി ആശാനിൽ ഓണം ഓളംവെട്ടുന്നു. മതഗണങ്ങൾ ക്കപ്പുറത്തുള്ള മാനവിക ഗുണങ്ങളെയാണ് ഉള്ളൂരിന്റെ ഓണഭാവന (കേരളഗാനം). "പടർന്ന പൊർത്തീയ്യാൽ ചുട്ടെരിഞ്ഞു കൊടുങ്കാറ്റാ-/ ലുടഞ്ഞു; നീർപൊക്കത്താൽ ചീഞ്ഞരാജ്യ തെന്തോണം?"(ഓണസദ്യ) എന്ന സമരചോദ്യമായിതീരുന്നു വള്ളത്തോളിൽ പൊന്നോണം. ഓണത്തിൽ പോയകാലത്തിന്റെ വെളിച്ചം തിരയുകയാണ് ജി. (ഒരുപാട്ടുപാടമോ?). യുദ്ധകാലത്തിൻ ചാരുശോണാഭയാണ് ഇടശ്ശേരിക്ക് ഓണം (യുദ്ധ കാലത്തെ ഓണം). ബാല്യകാല കുതുഹലങ്ങളെ സ്മരിച്ചു പോവല്ലേ പോവല്ലേ പോന്നോണമേ എന്ന വിരഹഗാനം

പാട്ടുകയാണ് ഇടപ്പള്ളി (പോവല്ലേ പോവല്ലേ പൊന്നോണമേ). പിഞ്ചായിരുന്ന നാളിൽ ചിത്തത്തിൽ പുഞ്ചിരി തഞ്ചിച്ച മന്നിന്റെ മഞ്ജിമകൾ ദർശിക്കുകയാണ് ചങ്ങമ്പുഴ (ഓണപ്പൂക്കൾ). "പണ്ടുചരിത്രമുദിക്കും മുമ്പ് മ/ തങ്ങൾ കരഞ്ഞുപിറക്കും മുമ്പൊരു മന്നവർ മന്നവൻ വാണിതു തൻ കുട/ വാനിനു കീഴിലൊതുക്കി വിശ്വം" (ഓണപ്പാട്ടുകാർ)എന്ന ചരിത്രബോധത്തിലേക്ക് ഉണരുകയും

"നഷ്ടവസന്തസ്ഥലികളിൽ നിന്നു സ–
മൃദ്ധവസന്ത തടങ്ങളിലേക്ക്"

മാനവരാശിയെ മുഴുവൻ വിളിച്ചുണർത്തുകയും ചെയ്യുകയാണ് വൈലോപ്പിള്ളി. ഉള്ളത്തിൽ കള്ളക്കർക്കിടകം പേറി ഉപഭോഗാർത്തിയിലേക്കു ചായുന്ന മലയാളിയെ വിചാരണ ചെയ്യുന്നതാണ് എൻ.വി. കൃഷ്ണവാര്യരുടെ 'ഓണം 1987'. സാർവലൗകികമായ രാഷ്ട്രീയ സമസ്യയെ പൂരിപ്പിക്കാനും പുറത്തെടുക്കാനുമുള്ള ശ്രമമാണ് അയ്യപ്പപ്പണിക്കരുടെ രാമൻവാണാലും രാവണൻവാണാലും എന്ന കവിത.

"അഴിമതിനാടുവാഴുന്ന കാലം
അധികാരമുള്ളവരൊന്നുപൊലെ
ആമോദത്തോടവർ വസിക്കുംകാലം
ആപത്തവർക്കാർക്കുമില്ലതാനും"

വിപണി വിപുലമാക്കുന്ന ദുരമൂത്ത വ്യാമോഹത്തെയാണ് ഓണഭാവനയിലൂടെ സച്ചിദാനന്ദൻ നെയ്തെടുക്കുന്നത്. (മാവേലി അവശിഷ്ടങ്ങളിലൂടെ നടക്കുന്നു)

ഇങ്ങനെ ജീവിതവിമർശനമായും സൗഭാഗ്യദർശനമായും വിഹ്വല ചിത്രമായും ദുരയായും ദുര്യോഗമായും കവിഭാവനകളിൽ ഓണം നിറം പിടിച്ചുനിന്നു.

ഓണവും പുതുഭാവനയും

പുതുഭാവനയിൽ ഓണം മറ്റു ചില ഭാവങ്ങളാണ് തെളിയിക്കുന്നത്. മഹിതമായ സങ്കല്പങ്ങളെയൊന്നും സ്ഥാപിച്ചെടുക്കാൻ പുതു കവിത ശ്രമിക്കുന്നില്ല. യാഥാർത്ഥ്യത്തെ തെളിയിച്ചെടുക്കാനാണ് പരിശ്രമം. ഓണം എന്നഗൃഹാതുരസ്വപ്നത്തെക്കാൾ ആതുരമായിത്തീരുന്ന മലയാളമനസ്സിനെ ആവുംവിധം ആവിഷ്ക്കരിക്കാനാണ് പുതുകവികളുടെ ശ്രമം. ഉദാത്തത വഴിമാറി ഉള്ളതിനെ ആവിഷ്കരിക്കാൻ ശ്രമിക്കുന്നു.

"വരും
വരാതിരിക്കില്ല

പൂക്കൾ തമിഴകത്തു നിന്നു
അരി ആന്ധ്രയിൽ നിന്ന്.
മലകടന്നു പൊൻവെയിൽ വരും
ചുരമിറങ്ങി പച്ചക്കറി വരും
ലോറികയറി ഇറച്ചിക്കോഴി വരും
കാഞ്ചീ പുരത്തുന്നിന്നു സാരി
ഈറോഡിൽനിന്ന് കോടി
ബീവറേജിൽനിന്ന് കുപ്പി
വരും
വരാതിരിക്കില്ല
പരദേശത്തുനിന്നു ബന്ധുക്കൾ
പാതാളത്തിൽ നിന്നും മാവേലി
വരില്ല, പക്ഷേ
ഉള്ളിന്റെ ഉള്ളിൽ നല്ലോണം.
(നല്ലോണം-സോമൻ കടലൂർ)

മലയാളിയുടെ ഉള്ളിന്റെയുള്ള് ഇങ്ങനെ വിചാരണചെയ്യപ്പെടുന്നു "ഓണം; അത്തത്തലേന്ന്/ അങ്ങാടിയിൽ നിന്ന്/ മറക്കാതെയിത്തിരി/ പൂവങ്ങലാണ്" എന്ന് ഗിരിജ പി.പാതേക്കര പറയുമ്പോഴും ഓണത്തിന്റെ പാവനത തകർന്ന് വീഴുന്നുണ്ട്.

ഇങ്ങനെയെല്ലാമുള്ള ഓണസങ്കല്പങ്ങളുടെ പശ്ചാത്തലത്തിൽ വിജയലക്ഷ്മിയുടെ പുതുവർഷം എന്ന കവിത വായിച്ചെടുക്കാനുള്ള ശ്രമമാണ് ഈ കുറിപ്പ്. തിരുവോണം, ഓണത്തിനൊരു പാട്ട് എന്നിങ്ങനെ വിജയലക്ഷ്മിയുടെ ഓണക്കവിതകൾ വേറെയും ഉണ്ട്.

നാഗരിക ജീവിതത്തോടുള്ള അസംതൃപ്തിയാണ് എല്ലാ ഓണക്കവിതകളിലും വിജയലക്ഷ്മി പങ്കിടുന്നത്.

നിർഗന്ധപുഷ്പ്പങ്ങൾ തൻ നഗരോദ്യാനം എന്ന് ആ അനുഭവത്തെ അവർ അടയാളപ്പെടുത്തുന്നു. ഒപ്പം നഷ്ടസൗഭാഗ്യങ്ങളെക്കുറിച്ചുള്ള വേപഥു പങ്കുവെക്കുന്നു.

"മാവേലിയില്ല നിലാവില്ല
പാടവരമ്പിൽ തിരക്കില്ല
ഓണമിന്നാരുടെതാണെന്ന്
വീണയും പുള്ളോനും ചോദിച്ചു"
(ഓണത്തിനൊരു പാട്ട്).

അമ്മ എന്ന ഉദാത്തബിംബം

പുതുവർഷം എന്ന കവിത വിജയലക്ഷ്മിയുടെ മുകളിൽ പരാമർശിച്ച രണ്ടു കവിതകളിൽ നിന്നും വ്യത്യസ്തമാണ്. നിരവധി വൈരുധ്യങ്ങളെ ഏകോപിപ്പിച്ചുകൊണ്ടാണ് കവിത നില്ക്കുന്നത്. നന്മ-തിന്മ, ഗ്രാമം-നഗരം, അമ്മ-അനാഥത്വം, ആനന്ദം-ആകുലത, ബാല്യം-യൗവ്വനം, ഓർമ്മ- വർത്തമാനം എന്നിങ്ങനെയുള്ള ദ്വന്ദ്വങ്ങളിലൂടെ ഓണത്തെയും അമ്മയെയും ആവിഷ്കരിക്കാനുള്ള ശ്രമമാണ് കവയിത്രി നടത്തുന്നത്. അങ്ങനെ 'പുതുവർഷം' ഓണക്കവിത മാത്രമല്ലാതായിത്തീരുകയും അമ്മ കവിത കൂടിയായി പരിണമിക്കുകയും ചെയ്യുന്നു.

അമ്മ ഒരു ഉദാത്ത ബിംബമായി ഈ കവിതയിൽ ആവിഷ്കരിക്കപ്പെടുന്നു. അമ്മ=ബാല്യം അമ്മ=നന്മ, അമ്മ=ഓണം, അമ്മ=സത്യം, അമ്മ=ആനന്ദം, അമ്മ=ഗ്രാമീണത, അമ്മ=യാഥാർത്ഥ്യം, അമ്മ=തുമ്പ എന്നിങ്ങനെയുള്ള പ്രതിനിധാനജാലം തന്നെ തീർക്കുന്നുണ്ട് കവയിത്രി.

അമ്മ പറഞ്ഞതിനപ്പുറം മറ്റൊന്നുമില്ലാതിരുന്ന ഒരു ഓണാനുഭവത്തിന്റെ യാഥാർത്ഥ്യത്തിൽ നിന്നാണ് കവിതയാരംഭിക്കുന്നത്.

അമ്മ പറഞ്ഞതിനപ്പുറം മറ്റൊന്നു-
മില്ലാതിരുന്നൊരാ പോയ കാലം
മാവേലി നാടുവാണീടും കാലം പാടി
പ്പൂനുള്ളിപ്പോയ പൊന്നോണക്കാലം

ഈവിധം സത്യത്തിന്റെ ആൾരൂപമാണ് അമ്മ. അമ്മയുടെ വാക്കുകൾക്കപ്പുറത്തേക്ക് ജീവിതമില്ലാതിരുന്ന അമ്മയുമായി സ്നേഹ ബന്ധിതമായ ഒരു കാലത്തെ കവയിത്രി ചിത്രീകരിക്കുന്നു. അമ്മയുണ്ടായിരുന്ന നന്മയുടെ കാലത്തെ പല ജീവിതാനുഭവങ്ങളിലൂടെ കവിത കടന്നുപോകുന്നു. പൂനുള്ളിപ്പോയ പൊന്നോണക്കാലം, കുഞ്ഞുടുപ്പിട്ട് ദേവിയുടെ കോവിലിലേക്ക് പടികയറിപ്പോയപ്പോൾ കൈകൂപ്പി പ്രാർത്ഥിച്ചാൽ കരിവള പൊൻ കാപ്പാകും എന്നു പറഞ്ഞ കാലം, പുസ്തകസഞ്ചിയിൽ കൊച്ചു നെല്ലിക്കയും പച്ചപ്പുളിയും ഒളിച്ചുവെച്ച കാലം, ആരോടും വഴക്കില്ലാതെ പുഞ്ചിരി മാത്രം പൊഴിച്ചു നിന്ന കാലം അമ്മയോടൊപ്പം പൂക്കളം തീർത്ത ആ മുഗ്ധ കാലത്തെ സ്മരിക്കുകയാണ് കവയിത്രി.

ഇത് വെറും സ്മരണയല്ല അമ്മയുള്ള കാലത്തിന്റെ നന്മ തന്നെയായിത്തീരുന്നു.

ഇനി അമ്മബിംബത്തെ തിളക്കം കൂട്ടി നിർത്തുന്നതിനു വേണ്ടി അമ്മയില്ലാത്ത കാലത്തെയും കടുംനിറത്തിൽ തന്നെ ചിത്രീകരിക്കുന്നു.

ആകുലചിന്തകളായിരം കുന്തങ്ങ-
ളാഴത്തിൽക്കോർക്കും ശിരസ്സ നിർത്തി
തീരാപ്പകയും തിളയ്ക്കുമീ സ്നേഹവും
തീയിട്ടെരിച്ച മനസ്സയർത്തി
ആരോടും ചേരുവാനാകാതെ, വൈദ്യുത-
വീചി പോലാപത്തായ് മാറുംകാലം
ജീവിതാനന്ദങ്ങൾ കാട്ടു തേന്മൂട്ടിയും
കാട്ടു കാണിച്ചും രസിപ്പിച്ചാലും
പോരെന്ന് രക്തവും മാംസവും മജ്ജയും
നോവെടുത്തുച്ചത്താലാർക്കും കാലം
ഓണവും പൂവും മറന്ന മലയാള-
നാടിങ്ങു ഖിന്ന ഞാൻ നോക്കി നില്പൂ

ആകുലചിന്തകളായിരം കുന്തങ്ങളാഴത്തിൽ കോർത്തു നിൽക്കുന്ന കാലം, തീരാപ്പക തിളയ്ക്കുന്ന കാലം, സ്നേഹം തീയിട്ടെരിച്ച കാലം, ആരോടും ചേരാനാകാതെ വൈദ്യുതവീചിപോൽ ആപത്ത് വരുന്ന കാലം, രക്തവും മാംസവും മജ്ജയും നോവെടുത്ത് ഉച്ചത്തിൽ ആർക്കുന്ന കാലം, ഓണവും പൂവും മറന്ന കാലം ഇങ്ങനെ അമ്മയുടെ പ്രകാശപൂരിതമായ അനുഭവകാലത്തെ തെളിയിച്ചെടുക്കാനുള്ള ശ്രമം കവയിത്രി ഉടനീളം നിർവഹിക്കുന്നു.

ഇങ്ങനെ അമ്മബിംബത്തെ പലവിധത്തിൽ പൊലിപ്പിച്ചെടുത്തുകൊണ്ട് കവിത അമ്മബിംബങ്ങളുടെ നടനരംഗമായി മാറുന്നു.

അമ്മയുള്ള കാലത്തെ ബാല്യം, അമ്മയില്ലാത്ത യൗവനം. അമ്മയുള്ള കാലത്തെ ആഹ്ലാദം, അമ്മയില്ലാത്ത ആകുലത, അമ്മയുള്ളതിന്റെ നന്മ, ഇല്ലാത്തതിന്റെ വിരസത, അമ്മക്കാലത്തെ ഓണം അമ്മയില്ലാത്ത ഓർമ്മ എന്നിങ്ങനെ പലവിധ ചിത്രങ്ങളായി കവിതയിൽ ചിതറിനില്ക്കുന്നു.

അമ്മ എന്ന അനുഭവമൂല്യം

അമ്മയില്ലാത്ത കാലത്തിന്റെ കടുത്ത നിറത്തിലുള്ള ചിത്രം വരയ്ക്കുന്നതു വഴി അമ്മ ഒരു വ്യക്തിയല്ലാതായിത്തീരുകയും അതൊരു മൂല്യവത്തായ അനുഭവലോകമായി സങ്കല്പിക്കുകയും ചെയ്യുന്നുണ്ട് കവിത. അമ്മയില്ലാത്തകാലം നന്മ മരിച്ചുപോയ കാലം കൂടിയാണ്. തീരാപ്പകയുടെ കാലമാണത്, സ്നേഹത്തെ ചുട്ടുകൊന്ന കാലമാണത്, ആപത്തുകൾ ഒന്നിനു പിറകെ ഒന്നായി വൈദ്യുതാഘാതം പോലെ ഭവിക്കുന്ന

കാലമാകുന്ന അത്. ഏറ്റവും ഹിംസാത്മകമായ ഒരു കാലം കൂടിയായി ത്തീരുന്നുണ്ടത്. ആ കാലത്തെ ഓണവും പൂവും മറന്ന മലയാള നാടിന്റെ കാലം എന്ന് കവിത അടയാളപ്പെടുത്തുന്നു. അപ്പോൾ ഓണവും പൂവും അമ്മയെന്നു വരുന്നു.

അമ്മയെ തുമ്പയുമായി ചേർത്ത് കവയിത്രി ഒരു ബിംബ രൂപീകരണം നിർവഹിക്കുന്നുണ്ട്.

"മുറ്റത്തിനൈസ്വര്യം ചാർത്തുമപ്പൂക്കളോ –
ടോപ്പമെന്നമ്മയും തുമ്പപോലെ "
"താഴത്തെ ഇത്തിരി മണ്ണിൽ വിനീതയാം
പാവത്തെ,തുമ്പയെ കണ്ടു നിൽക്കെ
വേദനിപ്പിക്കാത്തൊരമ്മതൻ നിശ്ശബ്ദ
വേപഥു വാർന്ന മുഖം സ്മരിപ്പൂ..."

എന്ന ബിംബചിത്രീകരണം അമ്മയ്ക്ക് ചുറ്റും വിവിധഭാവമണ്ഡലം സൃഷ്ടി ക്കുന്നുണ്ട്. പരിത്യജിക്കപ്പെട്ട നിർഗന്ധ പുഷ്പമാണ് തുമ്പ." പൂഴിമണ്ണിൽ അമരുന്ന പുൽക്കൊടിയിലുല്ലസിക്കുന്ന വെള്ളിനക്ഷ ത്ര"മാണത് (ചങ്ങമ്പുഴ) പ്രാകൃതഭ്രമിയുടെ സന്തതിയായി അധരീ കരിക്കുന്ന ഒരുപാഴ്പൂവാണത് (ഉള്ളൂർ). ഇങ്ങനെ സാമൂഹ്യമായ കീഴ്നിലയെ, ഒരു ബഹിഷ്കൃത നിലയെ തുമ്പ പ്രതിനിധീകരിക്കുന്നുണ്ട്. ഇത്തരം പ്രതിനിധാനം വഴി അമ്മയും തിരസ്കൃതമാക്കപ്പെടുന്നതിന്റെ സൂചനകൾ കവിതയിൽ പ്രവർത്തിക്കുന്നു. ഒപ്പം ഓണക്കാലത്തിന്റെ പരിഗണന കൂടി ഓർക്കുമ്പോഴാണ് തുമ്പയിൽ ആരോപിതമാകുന്ന ഈ അമ്മബിംബം പൂർണമാകുന്നുള്ളൂ.

ഈ അമ്മയുടെ ഓർമ്മ തന്നെയും ഒരുമഹിമയുടെ സാന്നിധ്യമായി കവയിത്രി കരുതുന്നു. എല്ലാ വിശുദ്ധതയ്ക്കും അമ്മയുടെ ഓർമ്മയെ പകരം വെക്കുകയാണ് കവയിത്രി.

"ഓണപ്പുലർച്ചയിൽ കൂരിരുൾ നീക്കിയെൻ
വീടിന്നകത്തമ്മ വന്നുദിക്കും.
മാലറ്റുപോകും, വരുംവർഷമക്ഷയ –
ശ്രീയാം വലതുകാൽ വച്ചുകേറും "

ഇങ്ങനെ കാല്പനികതയുടെ ഭാവബന്ധുരതയും ആധുനികതയുടെ ബിംബകല്പനയും സമ്മേളിപ്പിച്ച അമ്മ എന്ന നന്മബിംബത്തെ നിർമ്മി ച്ചെടുക്കുന്ന മാതൃകവിതയാണ് വിജയലക്ഷ്മിയുടെ പുതുവർഷം

മരിക്കുന്നതല്ല മത്സ്യം

ടിപി രാജീവന്റെ മത്സ്യം എന്ന കവിതയ്ക്ക് ഒരു വായന.

മരിക്കുന്നതല്ല മത്സ്യം മദിക്കുന്നതാണ്. മരിച്ചു കിടക്കുന്ന മത്സ്യങ്ങൾ പോലും ഒരു കടലിരമ്പത്തെ ഉൾവഹിക്കുന്നെന്നു തോന്നും. പ്രതിരോധത്തിന്റെ കൂർത്ത മുനകളെ അത് മുള്ളിൽ കരുതിവെക്കുന്നുവെന്ന് തോന്നും. അതിജീവനത്തിന്റെ ആദിമ രൂപമാണ് മത്സ്യം. അവതാരങ്ങളുടെ ആദിപ്രരൂപവും കൂടിയാണത്. അവസാനത്തെ പ്രളയപയോധിയിലും അതിജീവനത്തിന്റെ ഏതോ നിഗൂഢരഹസ്യങ്ങൾ അത് മനുഷ്യർക്ക് പകർന്നു നൽകുന്നുണ്ട്.

മത്സ്യത്തെക്കുറിച്ചും ഭാരതീയർക്ക് പുരാണമുണ്ട്. മത്സ്യ പുരാണം. അതിൽ ഇങ്ങനെ പറയുന്നു. "ഒരു ദിവസം മനു ആശ്രമത്തിൽ പിതൃതർപ്പണം ചെയ്തുകൊണ്ടിരിക്കെ അദ്ദേഹത്തിന്റെ കൈകുമ്പിളിലുള്ള ജലത്തിൽ ഒരു ചെറിയ പരൽ മീനിനെ കാണാൻ ഇടയായി. അതിനെ കണ്ട് കനിവു തോന്നിയ മനു അതിനെ രക്ഷിക്കാനായി കമണ്ഡലുവിലിട്ടു. അഹോരാത്രം കൊണ്ട് ആ മത്സ്യത്തിന് പതിനാറു വിരൽ വലിപ്പമുണ്ടായി. എന്നെ രക്ഷിക്കണമേ" എന്ന് അത് അപേക്ഷിച്ചു. അദ്ദേഹം ആ ജലജന്തുവിനെ വലിയ ജലപാത്രത്തിലിട്ടു. അവിടെ കിടന്ന് ഒരു നാൾ കൊണ്ട് മൂന്നു കോൽ വലിപ്പം വെച്ച ആ ജീവി വീണ്ടും ആർത്ത സ്വരത്തിൽ ശരണം പ്രാപിച്ച് "എന്നെ രക്ഷിക്കണേ"യെന്ന് വിലപിച്ചു. മനു അതിനെ കിണറ്റിലിട്ടു. അതിലും ഒതുങ്ങാതെ വന്നപ്പോൾ വലിയപൊയ്കയിൽ കൊണ്ടിട്ടു. മത്സ്യത്തിന് ഒരു യോജന വലിപ്പമുണ്ടായി. "മഹാ

രാജാവേ രക്ഷിക്കണേ രക്ഷിക്കണേ"യെന്ന് അതു പിന്നെയും വിലപിച്ചുകൊണ്ടേയിരുന്നു. അപ്പോൾ മനു അതിനെ ഗംഗയിലിട്ടു. അവിടെ കിടന്നു വലുതായതിനാൽ സമുദ്രത്തിലിട്ടു. സമുദ്രം മുഴുവനും മത്സ്യം വ്യാപിച്ചപ്പോൾ മനുവിനു ഭീതി തോന്നി അദ്ദേഹം പറഞ്ഞു "ഭവാൻ ഏതോ അസുരനായകനാണ്, അല്ലെങ്കിൽ വിഷ്ണു ഭഗവാൻ തന്നെയാണ്. മറ്റൊരാൾ എങ്ങനെ ഈ നിലയ്ക്കാകും? ആരുടെ ശരീരം ആയിരത്തിയഞ്ഞൂറ് യോജന വലുതാകും? എനിക്കു മനസ്സിലായി വിഷ്ണോ നിന്തിരുവടി മത്സ്യമായി ചമഞ്ഞ് എന്നെ വലയ്ക്കുകയാണെന്ന്. ഹൃഷികേശാജഗദീശാ ജഗദ്ധാമമേ ഭഗവാനു നമസ്കാരം". ഇതു കേട്ട് മത്സ്യ രൂപനായ വിഷ്ണു അഭിനന്ദിച്ചു. "നീയെന്നെ ശരിക്കറിഞ്ഞു ഭൂപതേസശൈലകാനനായ ഭൂമി അടുത്ത അവസരത്തിൽ തന്നെ വെള്ളത്തിൽ മുങ്ങിപ്പോകും. ജീവജാലങ്ങളെയെല്ലാം അനാഥത്വത്തിൽ നിന്ന് നീ രക്ഷിച്ചാലും. തോണി കല്പാന്ത കാട്ടിൽ പെട്ടുപായുമ്പോൾ ഇതിനെ ഭവാൻ എന്റെ ഈ കൊമ്പിൻമേൽ കെട്ടിക്കൊള്ളണം. പ്രളയം കഴിഞ്ഞാൽ നീ ചരാചര ജഗത്തിനൊക്കെ പ്രജാപതിയായി വരും".

അന്ത്യാവതാര വിരാചിതരൂപം

ഈ മത്സ്യപുരാണം അന്തിമ ജലധിയിലും നീന്തിത്തുടിക്കുന്ന അതിജീവനകലയെയാണ് മനുഷ്യരെ പഠിപ്പിക്കുന്നത്. അന്ത്യാവതാരവിരാചിതരൂപം പലമട്ടിൽ മലയാള സാഹിത്യത്തിൽ അവതരിച്ചിട്ടുണ്ട് "മീനായതും കൂർമ്മമായതും നീ" എന്നു പാടി എഴുത്തച്ഛൻ ഈ മത്സ്യകേളിയെ മലയാള സാഹിത്യത്തിലേയ്ക്ക് ആദ്യമേ ആവാഹിച്ചു.അങ്ങനെ മലരിന്റെയും മണ്ണിന്റെയും മാത്രമല്ല മീനിന്റെയും മണം മലയാളം സ്വന്തമാക്കി.

മനുഷ്യ സമുദായം എത്തിപ്പെട്ട അവിശുദ്ധ കാമനകളുടെയും അധികാര ഗർവിന്റെയും ചെറുത്തുനിൽപ്പായാണ് സാഹിത്യത്തിൽ മത്സ്യം പ്രവർത്തിച്ചു പോന്നത്. തോണിയും വലയും ചാട്ടുളിയുമായെത്തി മീനിനോടു പൊരുതുന്ന കിഴവൻ (കിഴവനും കടലും), കടലിന്റെ കരുണാരഹിതമായ സംഹാരക്രിയയിൽ മുങ്ങി മരിക്കുന്ന മനുഷ്യൻ (ചെമ്മീൻ) എല്ലാം ചെറുത്തിനിൽപ്പിന്റെ മിന്നുന്ന മീൻ പാഠങ്ങളാണ് ഓർമ്മപ്പെടുത്തുന്നത്. മലയാള സാഹിത്യത്തിന് മീനിന്റെ ഗന്ധമുണ്ടിപ്പോഴും. കൊക്കാഞ്ചിറയിലെ ആലാഹയുടെ പെൺമക്കളിലെ ആനിക്കുമുണ്ട് എത്ര തുത്താലും പോവാത്ത മീൻ ചൂര്.

ടി.പി. രാജീവിന്റെ മത്സ്യം, മീൻച്ചൂരുള്ള പുതു കവിതയാണ്. അതി ജീവനത്തിന് പിടയുന്ന മനുഷ്യഗന്ധം മുഴുവനും ഈ കവിതയിലുണ്ട്. ചെറുതുകൾ കഥാപാത്രങ്ങളായി വരുന്ന ധാരാളം കവിതകൾ ടി.പി. രാജീവന്റേതായിട്ടുണ്ട്. ചീവീടുകൾ, ഉറുമ്പുകൾ, പൂച്ച, ആമ, കാക്ക, കുറുക്കൻ, പുഴു, മുയൽ എന്നിങ്ങനെ. ചെറുതുകളും ചെറുക്കും ചിലപ്പോൾ എന്നു പറയുന്ന കവിതകളാണ് ടി.പി. രാജീവിന്റേത്.

ആധുനികതയ്ക്കുശേഷം വന്ന ലഘു മുഗ്ധത രാജീവിന്റെ കാവ്യസൗന്ദര്യത്തെ ബലവത്താക്കിയിട്ടുണ്ടാവും. യൂറോപ്യൻ ആധുനികത നിർമ്മിച്ച ജീവിതത്തിന്റെയും ദർശനത്തിന്റെയും ഒരു തിരസ്കരണം രാജീവന്റെ കവിതകളിൽ ആവോളമുണ്ട്.

> മണൽത്തരിയോളം പോന്നൊരു
> മത്സ്യം
> കടൽത്തിരയോട്
> ഒറ്റക്ക്
> പൊരുതി നിന്നു.

എന്നത് കവിതയുടെ ആരംഭ ബിന്ദുവല്ല. നിസ്സാരമായെണ്ണുന്നവ അതിബൃഹത്തായ ഒന്നിനെ നിസ്സാരമാറ്റുന്ന വിസ്മയിപ്പിക്കുന്ന ഒരു വിദ്യയായി ഒരു കലാസാന്നിധ്യമായി അത് നമ്മെ അനുഭവിപ്പിക്കുന്നു. അതുമാത്രമല്ല ഓരങ്ങളിലായി പോയ പൊരുതുന്ന മനുഷ്യരുടെ പതാകാ വാക്യം കൂടിയാണത്.

വിമോചന നക്ഷത്രങ്ങളും തമോഗർത്തങ്ങളും

ലോകമാകെ പരന്നുപടരുന്ന വിസ്തൃതമായ ഒരു ഉൽപ്പാദന രംഗം, അതിനനുപൂരകമായി വിടർന്നുല്ലസിക്കുന്ന സാങ്കേതികശാസ്ത്ര യന്ത്ര വിന്യാസം, അതിനെയെല്ലാം സംഘർഷത്തിലാക്കുമ്പോഴും സംയമനത്താൽ കൂട്ടിയിണക്കുന്ന ചൂഷണത്തിന്റെ തത്വശാസ്ത്രം ഇതിനെയെല്ലാം നിയന്ത്രിക്കുകയും നയിക്കുകയും ചെയ്യുന്ന ഏകദൈവാനുരൂപമായ ഏകധ്രുവലോക വ്യവസ്ഥ. ഇത്രയും വൈപുല്യമായ ബൃഹദാഖ്യാനസംരംഭത്തോട്ടു പൊരുതി നിൽക്കുന്ന അരികു ചേർന്നു സഞ്ചരിക്കുന്ന മനുഷ്യചേതന. തൊണ്ണൂറുകളോടെ സംജാതമായ ഒരു മാനവ മണ്ഡലത്തെയാണ് കവിത ഇവിടെ പ്രശ്നവൽക്കരിക്കാൻ ശ്രമിക്കുന്നത്. മണൽത്തരിയും കടൽത്തിരയും ചെറുത്തു നിൽപ്പിന്റെയും ഒപ്പം സംഹാരരുദ്രമായ ഒരു ഭരണകൂട വ്യവസ്ഥയെയും പ്രതിനിധീകരിക്കുന്നു.

സമരവേലിയേറ്റങ്ങളുടെ പെരുക്കങ്ങളിൽ നാനാജാതിച്ചായം മുക്കിയ കീറത്തുണികൾ അപ്രസക്തമായിത്തീരുകയും പ്രതിരോധത്തിന്റെ പുതിയ അവതാര താരകം മത്സ്യമായുദിക്കുകയും ചെയ്യുന്നു. നീരൊഴുക്കുകൾ പിൻവാങ്ങുന്ന വേലിയിറക്കങ്ങളിൽ ഒരു യുദ്ധതന്ത്രജ്ഞനെ പോലെ പതിയിരിക്കാനും അവനറിയാം. പഴയ സമര പാരമ്പര്യങ്ങളത്രയും മനഃപാഠമാക്കിയതിന്റെ മെയ്‌വഴക്കം പുലർത്തുന്നവനാണ് ഇതിലെ പോരാളി. ഒറ്റപ്പെട്ടുപോകുന്നതിന്റെ ചാഞ്ചല്യമോ അതിവൈകാരികതയാൽ അപക്വമായ തിരയിളക്കങ്ങളോ കാട്ടാതെ കൗശലപൂർവം ഒഴിഞ്ഞു മാറിയും ചെറുത്തു നിന്നും ഒളിമങ്ങാതെ ഒളിപ്പോരാളിയുടെ വീര്യം കാട്ടുന്നുണ്ട് ഈ മത്സ്യാവതാരം. അധിനിവേശത്തിന്റെ എല്ലാതരം സംഹാരക്രിയകളെയും അത് മറികടക്കുന്നു. തന്നെ ഊറ്റിയെടുക്കാൻ ഒരുമ്പെടുന്ന വലക്കണ്ണികളുടെ കാണാപഴുതുകളിലൂടെ അത് പുറത്തുകടക്കുന്നു. വലയുടെ സൂക്ഷ്മ സുഷിരങ്ങളേക്കാൾ സൂക്ഷ്മമാണ് അവന്റെ സമരതന്ത്രങ്ങൾ. ഒരു പരുന്തിൻ കണ്ണുകൾ കൊണ്ടും കൊത്തിയെടുക്കാനോ ഉപ്പുവയലുകളുടെ തപിക്കുന്ന മാപിനിയിൽ ഉണക്കിയെടുക്കാനോ ധ്രുവശൈത്യം കൊണ്ട് മരവിപ്പിക്കാനോ കഴിയാത്ത, ഏതു പ്രതിസന്ധിയിലും കെട്ടടങ്ങാത്ത സമരവീര്യം പ്രകടിപ്പിക്കുന്നുണ്ട് ഈ മത്സ്യസമരനായകൻ. വ്യവസ്ഥാപിതമായ ആധിപത്യ രൂപങ്ങളെല്ലാം ഈ നിസ്സാരനു മുമ്പിൽ നിസ്തേജമായിത്തീരുന്നു. “നക്ഷത്രങ്ങളും അവതാരങ്ങളും അവന്റെ തലയ്ക്കോ വാലിനോ മുകളിലൂടെ കടന്നുപോ” കുമ്പോൾ അവൻ പുതിയ താരകവും അവതാരവുമായിത്തീരുന്നു.

പഴയ വിമോചനത്തിന്റെ നക്ഷത്രങ്ങൾ മുഴുവൻ പുതിയ തമോഗർത്തങ്ങളായി മാറുന്ന സന്ദർഭത്തിൽ ചെറുത്തു നിൽപിന്റെ ഒരു മീൻവെട്ടം നമുക്ക് അകലെ കാണാൻ കഴിയുന്നുണ്ട്. പഴയ അവതാരങ്ങളെല്ലാം അധർമ്മ സംസ്ഥാപനങ്ങളായി മാറുമ്പോൾ മത്സ്യം ഇവിടെ പുതിയ അവതാരരൂപമാർജിക്കുകയാണ്. ആയിരത്തഞ്ഞൂറ് യോജന വലിപ്പമുള്ള വിഷ്ണുവിന്റെ പഴയ അവതാര രൂപമല്ലിത്. അണു മാത്രമായിത്തീരുന്ന വിമോചനത്തിന്റെ മിന്നുന്ന പുതിയ മത്സ്യാവതാരം തന്നെയാണ്. ഒരു പുരാണത്തിലും കെട്ടുകഥകളിലും കഥാപാത്രമല്ല ഈ അവതാരരൂപം. ഒരു കാഴ്ചവസ്തുവോ കച്ചവട സാധനമോ അല്ല. പുതിയ കാലത്തിന്റെ മൂലധന താല്പര്യങ്ങളെയൊന്നും പിൻപറ്റാത്ത ഒത്തുതീർപ്പുകളില്ലാത്ത സമരോത്സുകതയുടെ പുതിയ പേരാണ് ഇവിടെ മത്സ്യം.

ലോകം മൂലധനത്തിന്റെയും ഉപഭോഗത്തിന്റെയും ഉന്മാദമായ അവസ്ഥകളിലൂടെ അതിശീഘ്രം സഞ്ചരിക്കുമ്പോൾ തന്നെ തന്റെ സമരോത്സുകമായ പ്രഹരശേഷിയെ ഒരു വജ്രസൂചി കണക്കെ തപിക്കുന്ന ഒരു സൂചിക്കുത്തായി അതിസൂക്ഷ്മമായി പാകമാക്കുകയാണ് ഈ പോരാളി.

കടലിന്റെ
ഭ്രാന്തു പിടിച്ച രക്തത്തിലൂടെ
ചുട്ടുപഴുത്ത സൂചിപ്പൊട്ടു പോലെ
ഓടിക്കൊണ്ടിരുന്നു.
പിന്നിൽ
തന്നേക്കാൾ വേഗത്തിൽ
കടൽ
ദഹിച്ചു ദഹിച്ചു വരുന്നത്
അറിയാതെ

ഇവിടെ കടലിന് വിരുദ്ധമായ ഒരു ഭാവമാണ് കൈവരുന്നത്. മത്സ്യത്തിന്റെ ഉണ്മയായ കടൽ, അതിന്റെ അസ്തിത്വം തന്നെയായ ഒരു ജൈവലോകം ദുരമൂത്ത, അപരനെ പരിഗണിക്കാത്ത ചൂഷണ വ്യവസ്ഥയാൽ സ്വയം ഇല്ലാതായിക്കൊണ്ടിരിക്കുന്നു. അത് ലോകത്തിന്റെ നിലനിൽപ്പിനെ തന്നെ സ്വയം ഇല്ലാതാക്കുന്നതാണ്. കടൽ സ്വയം അതിന്റെ തന്നെ സംഹാരമായാണ് ഭവിക്കുന്നത്. ഈ സത്യം മത്സ്യം അറിയുന്നേയില്ല. അത് ഈ കടലും താൻ തന്നെയും ഇല്ലാതായിക്കൊണ്ടിരിക്കുകയാണെന്നറിയാതെ ഭ്രാന്തു പിടിച്ച കടലിന്റെ രക്തത്തിലൂടെ ഓടികൊണ്ടിരിക്കുന്നു. നിലയ്ക്കാത്ത പ്രതിരോധ വേഗത്തോടെ.

വൻകരകളെ വെട്ടിപ്പിടിക്കുന്ന
വൻമരങ്ങളെ വേരോടെ വിഴുങ്ങുന്ന
വൻ വഞ്ചികളെ മുക്കി കൊല്ലുന്ന
കൊമ്പൻ തിരകൾക്കുള്ളിലും
തിമർക്കുന്നു കുഞ്ഞുമീനുകൾ.

(സോമൻ കടലൂർ)

വീണപൂവല്ല വീഴാത്ത പൂവ്

മോഹനകൃഷ്ണൻ കാലടിയുടെ 'വീഴാത്ത പൂവ്' ഒരു പഠനം.

കൃതികൾ തമ്മിൽ ആവുന്നത്ര ആവർത്തിച്ചുരച്ച് നോക്കി ഉദാത്തതയും അനുദാത്തതയുംകണ്ടെത്തുന്ന ഒരു പഴയ മാതൃകയുണ്ട് സാഹിത്യ നിരൂപണത്തിൽ. ഉരകല്ല് സിദ്ധാന്തം (tuch Stone theary). ഒന്നിനെ മറ്റൊന്നിനോട് താരതമ്യം ചെയ്ത് ഒന്നിന്റെ ശ്രേഷ്ഠതയെ കണ്ടെത്തുന്ന ഒരു വാഗ്വിലാസം.

മോഹനകൃഷ്ണൻ കാലടിയുടെ 'വീഴാത്തപൂവ്' കണ്ടപ്പോഴാണ് ആശാന്റെ വീണപൂവിനെക്കുറിച്ചോർത്തത്. വീഴാത്തപൂവിനെ കാണുമ്പോൾ സ്വാഭാവികമായും 'വീണപൂവ്' ഓർമ്മയിൽ വിടരും. ഒന്ന് ആധുനികതയിൽ വിരിഞ്ഞ പൂവാണെങ്കിൽ മറ്റേത് ഉത്തരാധുനികതയിൽ വിടർന്നപൂവാണ്. ഇവിടെ ഉരച്ചു നോക്കുന്നത് ഉദാത്തതയും അനുദാത്തതയുമല്ല. രണ്ടു കാലത്തെ രണ്ടു ഭാവുകത്വത്തെയും അതിന്റെ സവിശേഷതകളെയുമാണ്.

രണ്ടു കവിതകൾ രണ്ടു ഭാവുകത്വങ്ങൾ

ആധുനിക സൗന്ദര്യബോധവുമായി ബന്ധപ്പെട്ടതാണ് ആശാന്റെ വീണപൂവ്. സൗന്ദര്യശാസ്ത്രം (Aesthetics) തന്നെയും ആധുനികമാണ്. ആധുനികതയ്ക്ക് മുമ്പുള്ള കാവ്യശാസ്ത്രത്തിൽ നിന്ന് വ്യത്യസ്തമാണത്. മനുഷ്യനെ ആത്മീയമായ ഒരു ഏകകമായി കാണുന്നതിനു പകരം ഭൗതികവും സാമൂഹികവും രാഷ്ട്രീയവുമായ കർത്തൃത്വമുള്ള ആധുനിക വ്യക്തിയായി കാണുന്നുവെന്നതാണ് ആധുനിക സൗന്ദര്യ ശാസ്ത്രത്തിന്റെ

സവിശേഷത. എന്നാൽ ആധുനികത പിൽക്കാലത്ത് പ്രശ്നവൽക്കരിക്കപ്പെട്ടുകയുണ്ടായി. വ്യവസായാനന്തര സമൂഹം എന്ന് ഡാനിയൽബെൽ ആധുനിക ഭാവുകത്വത്തെ വിശേഷിപ്പിക്കുന്നുണ്ട്. ഏറ്റവും പുരോഗമനമെന്നെണ്ണിയ ഒരു സൗന്ദര്യ ശാസ്ത്രം ഉത്തരാധുനിക കാലഘട്ടത്തിൽ പ്രശ്നവൽക്കരിക്കപ്പെടുന്നു. രണ്ടു കവിതകളെയല്ല രണ്ടു തരം ഭാവുകത്വങ്ങളെയാണ് ഇവിടെ താരതമ്യം ചെയ്യുന്നത്.

അധഃസ്ഥിതമായ ഒരു ജീവിതാവസ്ഥയെ ആവിഷ്കരിക്കാൻ ശ്രമിക്കുന്ന സരളമെങ്കിലും ശക്തമായ കവിതയാണ് മോഹനകൃഷ്ണൻ കാലടിയുടെ വീഴാത്ത പൂവ്.

വേലിപ്പടർപ്പിലൊരു പൂവുണ്ട്
വഴിയെ പോകുന്നവർക്കെല്ലാം
മഞ്ഞുനീരിൽ കുതിർന്ന മന്ദസ്മിതം
കൈമാറുന്ന ചെറിയ പൂവ്
കാറ്റിന് അതിന്റെ വാസന ഇഷ്ടമല്ല
പാവം തോന്നിയിട്ടായിരിക്കണം
ആരും അതിനെ നുള്ളിയെടുക്കാറില്ല.
സ്കൂൾ കുട്ടികൾക്കും വിലാപയാത്രക്കാർക്കും
കാർബൺ കമ്പനിയിലെ സൈറൺ വിട്ടിറങ്ങു
ന്നവർക്കും
ഒരേ ചിരി സമ്മാനിച്ചുകൊണ്ട്
അതങ്ങനെ നിൽക്കും
ആ വഴി പോകാറുണ്ട്
ഭ്രാന്തൻവേലായുധനോ
പാത്തുമ്മായുടെ ആടോ എന്തോ
അതിനെ ഇതുവരെ ശ്രദ്ധിച്ചില്ല.
പട്ടുചിറകു ധരിച്ച ശലഭങ്ങളൊന്നും
ആ വേലിപ്പടർപ്പിലേക്ക്
പറന്നിറങ്ങാറുമില്ല
വെയിലിൽ ഉറുമ്പുകൾ കൊഴിയുന്നുണ്ട്
അറിയാതെ തുള്ളിന്റെ കൈ തട്ടിയ വള്ളിയിലെ
ഇലകൾ കരിഞ്ഞു തുടങ്ങിയിരിക്കുന്നു.
പൂവിനിപ്പോഴും വലിയ നാണമാണ്
പേരു ചോദിച്ചാൽ പറയാതെ
അതേ മന്ദസ്മിതമാണ്

വേലിപ്പടർപ്പിൽ നിൽക്കുന്ന ഒരു പാവം പൂവാണിത്. വഴിയെ പോകുന്നവർക്കൊക്കെ മഞ്ഞുനീരാൽ (കണ്ണുനീരാൽ) കുതിർന്ന മന്ദസ്മിതം

കൈമാറുന്ന കൊച്ചുപൂവ്. കാറ്റിന് ഇതിന്റെ ഗന്ധമിഷ്ടമില്ല, ഒരു പാവം പൂവെന്ന് തോന്നിയിട്ടാവണം ആരും ഇതിനെ നുള്ളിയെടുക്കാറില്ല. സ്കൂൾ കുട്ടികൾക്കും വിലാപയാത്രികർക്കും കാർബർ കമ്പനിയിലെ സൈറൺ വിട്ടിറങ്ങുന്ന തൊഴിലാളികൾക്കും അത് ഒരു ചെറുചിരി സമ്മാനിച്ചുകൊണ്ട് അവിടെ തന്നെ അങ്ങനെ നിൽക്കുന്നു. ഇരുട്ടിന്റെ ആത്മാവിലെ ഭ്രാന്തൻവേലായുധനോ പാത്തുമ്മായുടെ ആടോ അതിനെ ഇതുവരെ ശ്രദ്ധിച്ചിട്ടില്ല. ഒരു ചിത്രശലഭം പോലും അതിന്നരികിലേക്ക് പറന്നു വന്നിട്ടില്ല. വെയിൽ തട്ടി ഉറുമ്പുകൾ താഴേക്ക് കൊഴിയുന്നുണ്ട്. അറിയാതെ പോലും തുള്ളി (തുള്ളൻ) ന്റെ കൈ തട്ടിയിട്ട് അതിന്റെ ഇലകൾ കരിഞ്ഞു തുടങ്ങിയിരിക്കുന്നു. പഴയ മന്ദസ്മിതവും തൂകി നാണത്തോടെ വേലിപ്പടർപ്പിൽ ഇപ്പോഴും നിൽക്കുകയാണ് ആ പൂവ്.

ആശാന്റെ വീണപൂവും കാലടിയുടെ വീഴാത്ത പൂവും തമ്മിൽ പ്രത്യക്ഷ തലത്തിൽ ബന്ധമൊന്നുമില്ല. ഒന്ന് വീണപൂവെങ്കിൽ മറ്റേത് വീഴാത്ത പൂവാണെന്ന വിരുദ്ധബന്ധമാണ് ഉള്ളത്. ആ വൈരുദ്ധ്യങ്ങളെ തന്നെയാണ് കവിത മുഴുനീളം പുറത്തു കാട്ടുന്നതും.

വേലിപ്പടർപ്പും അധികതുംഗപഥവും

കാലടിയുടെ പൂവ് വേലിപ്പടർപ്പിൽ വിരിഞ്ഞു നിൽക്കുന്ന ഒരു പാവം പൂവാണെങ്കിൽ ആശാന്റെ പൂവ് അധികതുംഗപഥത്തിൽ ശോഭിക്കുന്ന ഒരു രാജ്ഞിയാണ്. തുംഗപഥം വേലിപ്പടർപ്പ് എന്നീ സ്ഥലരാശികൾ പൂക്കളുടെ ഔന്നത്യത്തെയും പതിതാവസ്ഥയെയും കൃത്യമായും സൂചിപ്പിക്കുന്നുണ്ട്. വേലി അതിരുകളുടേതാണ് സാമൂഹ്യജീവിതത്തിന്റെ ഓരത്താണ് കാലടിയുടെ പൂവുള്ളത്. ആശാന്റെ പൂവാകട്ടെ നവോത്ഥാന ജീവിതത്തിന്റെ കേന്ദ്രത്തിലും. തുംഗപഥം പൂവിന്റെ സാമൂഹിക സ്ഥാനം തന്നെയാണ്. രാജ്ഞി കണക്കെ അധിക തുംഗപഥത്തിൽ ശോഭിച്ചിരുന്ന ആശാന്റെ പൂവിന് ആധുനികമായ കർത്തൃത്വമാണുള്ളത്. അങ്ങനെ ആശാന്റെ പൂവ് സാമൂഹ്യ രൂപീകരണ പ്രക്രിയയുടെ കേന്ദ്രസ്ഥാനത്താണെങ്കിൽ മറ്റേത് പാർശ്വത്തിലാണ്. അങ്ങനെ രണ്ടു സ്ഥല രാശികളിലാണ് ഈ പൂക്കളുടെ നില്പ്.

എല്ലാ തരത്തിലുമുള്ള ആഭിജാത്യവും ആശാന്റെ പൂവിനുണ്ട്. ആരോമലാമഴക്, ശുദ്ധി, മൃദുത്വം, ആഭ ഇങ്ങനെ സാരള്യമെന്ന സുകുമാര ഗുണങ്ങളെല്ലാം സമഞ്ജസമായി സമ്മേളിച്ചതാണ് വീണപൂവ്. ആധുനികത നിർമ്മിച്ച കുലീന പൗരസങ്കല്പത്തെയാണ് വീണ പൂവിൽ ആശാൻ ആവിഷ്കരിക്കാൻ ശ്രമിച്ചത്.

പക്ഷേ കാലടിയുടെ പൂവാകട്ടെ ഈ കുലീനതകൾ ഒന്നുമില്ലാത്ത താണ്. നല്ലൊരു ഗന്ധം പോലും അതിനില്ല. അതിനാലാവണം കാറ്റ്പോലും അവളുടെ സമീപത്ത് എത്താറില്ല. വീണപൂവിനെയാവ ട്ടെ ആലോലവായു ചെറു തൊലാട്ടിയാണ് ലാളിക്കുന്നത്.

എല്ലാവരാലും അവഗണിക്കപ്പെടുന്നതാണ് 'വീഴാത്ത പൂവിലെ' പൂവ്. ആരും അതിനെ നുള്ളിയെടുക്കാനെത്താറില്ല. സ്കൂൾ കുട്ടികളെ യും വിലാപയാത്രക്കാരെയും കാർബൺ കമ്പനിയിലെ തൊഴിലാളി കളെയും ഈ പാവം പൂവ് നോക്കി നിൽക്കുന്നുവെന്നല്ലാതെ ആരും അതിനെ സമീപിക്കുന്നില്ല. അവർക്കെല്ലാം ഒരു ചിരി സമ്മാനിച്ചുകൊ ണ്ട് അവളങ്ങനെ വേലിപ്പടർപ്പിൽ ഏകാകിയായി നിൽക്കുകയാണ്. ഭ്രാന്തൻവേലായുധനോ പാത്തുമ്മായുടെ ആടോ അതിനെ ഇതുവരെ ശ്ര ദ്ധിച്ചിട്ടില്ല. പട്ടുചിറക് ധരിച്ച ശലഭങ്ങളൊന്നും അതിന്റെ സമീപത്തേ ക്ക് പറന്നിറങ്ങാറില്ല. എന്നാൽ വീണപൂവിന്റെ ഗതി അങ്ങനെയല്ല പരി ത്യക്തയല്ല അവൾ, പരിഗണന ലഭിക്കുന്നവളാണ്. ആരും അവളെ നോക്കി നിന്നു പോവും.

വൈരാഗ്യമേറിയൊരു വൈദികനാട്ടെ,യേറ്റ
വൈരിക്കുമുന്പുഴറിയോടിയ ഭീരുവാട്ടെ
നേരെ വിടർന്നു വിലസീടിന

(ആശാൻ)

ആ പൂവിനെ നോക്കി മിഴിയുള്ളവരെല്ലാം നിന്നു പോകും. അവൾക്കു ച്ചുറ്റും കരിവണ്ട് മാത്രമല്ല ചിത്രശലഭവും കൂടി വട്ടമിട്ടു പറക്കുന്നുണ്ട്.

അന്നൊപ്പമാണഴകു കണ്ടു വരിച്ചിട്ടും നീ
യെന്നോർത്തു ചിത്രശലഭങ്ങളണഞ്ഞിരിക്കാം
എന്നല്ല, ദൂരമതിൽ നിന്നനുരാഗമോതി-
വന്നെന്നു മാം വിരുതനങ്ങൊരു ഭൃംഗരാജൻ

ആധുനികമായി രൂപപ്പെട്ട ഭാവുകത്വത്തിലാണ് വീണപൂവിന്റെ സ്ത്രൈണ ചേതന. അതിന്റെ സൗന്ദര്യം, കുലീനഭാവം. കുടുംബഘടന, പരിപാലന രീതി എല്ലാം ആധുനിക പൂർവ അവസ്ഥയിൽ നിന്നും ഏറെ ഭിന്നമാണ്. എന്നാൽ ഉത്തരാധുനികമായ കീഴ്നിലയാണ് മോഹനകൃ ഷ്ണന്റെ വീഴാത്ത പൂവിനുള്ളത്.

ഇങ്ങനെ എല്ലാ അർത്ഥത്തിലും വീണപൂവിന്റെ വിപരീതത്തിലാണ് വീഴാത്ത പൂവിന്റെ നിൽപ്. വീണപൂവ് വീണ് പോയ പൂവാണ്. അത് പഴയ കാലത്തിന്റെ ഭാവുകത്വത്തിന്റേതുകൂടിയാണ്. പഴയ ഭാവുകത്വം വീണു കഴിഞ്ഞു. ഈ കാലത്ത് നിലനിൽക്കുന്നത് കാലടിയുടെ പൂവാണ്. അത് ഇപ്പോൾ വിരിഞ്ഞു നിൽക്കുന്ന പൂവുമാണ്.

തറവാട്ടമ്മയല്ല മലയാളം

സോമൻ കടലൂരിന്റെ 'അമ്മ'യ്ക്കൊരു വായന.

മലയാളിയുടെ ഗൃഹാതുരമായ ഭാവനാ ലോകങ്ങളിൽ അമ്മയാണ് മലയാളം. അമ്മമലയാളം എന്ന രൂപകം വളരെ പ്രചാരം നേടിയ ഒരു ഭാഷാബിംബമാണ്. കൊളോണിയൽ ആധിപത്യത്തിന്റെ കാലത്ത് മാതൃഭാഷയും തനതു സംസ്കാരവും നേരിട്ട ക്ഷതങ്ങളാണ് മാതൃഭാവത്തിന്റെ ഭാരതീയസങ്കൽപ്പങ്ങൾ ചേർത്ത് സ്വന്തം ഭാഷയെ തിരിച്ച്പിടിക്കാനുള്ള വൈകാരിക ശ്രമങ്ങളിലേക്ക് നയിച്ചത്. ഗാന്ധിജിയാണ് ആദ്യമായി മാതൃഭാഷയെ അമ്മയായി സങ്കല്പിച്ചു പോന്നത്. "മാതൃഭാഷയെ അവഗണിക്കുന്നത് അമ്മയെ അവഗണിക്കുന്നത് പോലെയാണെ" ന്ന് അദ്ദേഹം പറയുകയുണ്ടായി. പിന്നീട് ദേശീയപ്രസ്ഥാനത്തിന്റെ ഭാഗമായി മലയാളത്തിൽ വള്ളത്തോൾ സജീവമായ ഒരുകാവ്യബിംബത്തെ നിർമ്മിച്ചെടുക്കുകയായിരുന്നു. "മറ്റുള്ളഭാഷകൾ കേവലം ധാത്രിമാർ/ മർത്ത്യന്നു പെറ്റമ്മ തൻ ഭാഷതാൻ", "മാതാവിൻ വാൽസല്യ ദുഗ്ധം നുകർന്നാലെ പൈതങ്ങൾ പൂർണ്ണ വളർച്ച നേടൂ/ അമ്മതാൻ തന്നെ പകർന്നു തരുമ്പോഴെ/ നമ്മൾക്കമൃതുമമൃതതായി തോന്നൂ" (എന്റെഭാഷ) "അമ്മിഞ്ഞ പാലോലും ചോരിവ കൊണ്ടാദ്യം അമ്മയെതന്നെ വിളിച്ച കുഞ്ഞേ/ മറ്റൊരു മാതാവു കൂടിയുണ്ടെൻ മകനുറ്റ വാത്സല്യത്തോടോമനിപ്പാൻ." "ഈയമ്മനാൾ തോറും ലാളിച്ച നിന്മണി/ വായിലൊഴുക്കുന്നു പാലും തേനും/ ആ നിജ ഭാഷയാമമ്മയൊ ,മാധുര്യ/ മാർന്ന സൂക്തങ്ങളെത്തുകീടുന്നു", "എന്നുടെ ഭാഷ താനെൻ

തറവാട്ടമ്മ/ യന്യയാം ഭാഷ വിരുന്നുകാരി" (തറവാട്ടമ്മ)എന്നിങ്ങനെ മാതൃത്വത്തിന്റെ മഹനീയ മാതൃകകളിലേക്ക് ഭാഷയെ ആവാഹിച്ചുവെച്ചു. പാർവതി, ഗാന്ധാരി, സീത തുടങ്ങിയ അമ്മമാർ ഭാരതീയ മാതൃബിംബങ്ങളുടെ പ്രതീകങ്ങളായി ഉള്ളൂർ ചിത്രശാലയിൽ അവതരിപ്പിച്ചു. ഭാരതീയ സംസ്കാരത്തിൽ ഉണ്ടെന്ന് അവകാശപ്പെടുന്ന ഈ മാതൃബിംബങ്ങളോടുള്ള അഭിനിവേശം ഒരുവൈകാരിക ഭാവമായി പൊലിപ്പിച്ചെടുത്ത് മാതൃഭാഷയെ അതിന്റെ ആംഗലേയാധിപത്യത്തിൽ നിന്നും വിമോചിപ്പിച്ച് എടുക്കുകയായിരുന്നു ദേശീയ പ്രസ്ഥാനത്തിന്റെ അടിയന്തിരമായ കർത്തവ്യം.

മൂല്യനിരാസം എന്ന മൂല്യം

കാലമേറെകഴിഞ്ഞപ്പോൾ എല്ലാതരം ഉദാത്തതാ സങ്കൽപ്പങ്ങളും തിരസ്കരിക്കപെട്ടു. മൂല്യനിരാസം പുതിയതരം മൂല്യമായി മാറി. വിലപ്പെട്ടതെന്ന് തോന്നിയ പലതും ഉപേക്ഷിക്കപെട്ടു. മനുഷ്യ ബന്ധങ്ങളുടെയും കുടുംബ ബന്ധങ്ങളുടെയും വൈകാരികത ചോർന്നു. അമ്മയെന്ന ഉൽകൃഷ്ടമായ ബിംബകൽപ്പന ശിഥിലമായി. ഉപഭോഗ സംസ്കാരത്തിന്റെ പ്രവാഹത്തിൽ ഉപയോഗശൂന്യമായതിനെ ഉപേക്ഷിക്കുക എന്ന നിലയായി. പ്രയോജനം എന്നത് ധനസമ്പാദനം മാത്രമായി. ഉപയോഗമില്ലാത്ത സാഹിത്യം, മാനവികത, സഹാനുഭൂതി, വ്യക്തിബന്ധങ്ങൾ, കുടുംബബന്ധങ്ങൾ, എല്ലാം മുടക്കാച്ചരക്കായി എണ്ണപ്പെട്ടു പോന്നു. ഉപയോഗം മാത്രമുള്ള വിദ്യാഭ്യാസം, ഉപയോഗം മാത്രമുള്ള ധനബന്ധങ്ങൾ, ഉപയോഗം മാത്രമുള്ള ആദ്ധ്യാത്മികത എന്നിവ മാത്രം ആഘോഷിക്കപ്പെടുന്നവരായി മലയാളികൾ മാറി. അങ്ങനെ മലയാളികൾ കായിൻ പേരിൽ പൂമതിക്കുവോരായിത്തീർന്നു. ഇവിടെ വൃദ്ധത്വം നിരാലംബമായ ജീവിതാവസ്ഥയായി. പ്രായം വന്നവർ അധികപറ്റായി. അമ്മയും അച്ഛനും തെരുവിലും ചായിപ്പിലും അനാഥാലയങ്ങളിലും അമ്പലനടകളിലും ഉപേക്ഷിക്കപെട്ടു.

സോമൻ കടലൂരിന്റെ അമ്മ എന്ന കവിത മലയാളി എത്തിപ്പെട്ട ധാർമ്മിക നിരാസത്തിന്റെ ഇത്തരമൊരു സന്ദർഭത്തിൽ സജീവമായി ഇടപെടുന്ന കവിതയാണ്. നാം കാണുന്നത് മക്കൾ വലിച്ചെറിഞ്ഞ വൃദ്ധമാതാവിനെയാണ്. അമ്മയോടൊപ്പം ഉപേക്ഷിച്ച മാതൃഭാഷയെയാണ്. അപ്പോഴും അമ്മയെയും ഭാഷയെയും ഒന്നായി തന്നെയാണ് സങ്കല്പിച്ചു പോരുന്നത്. ദേശീയ പ്രസ്ഥാനത്തിന്റെ കാലത്ത് വികസിപ്പിച്ചെടുത്ത ശ്രേഷ്ഠ മാതാവിനെയും ശ്രേഷ്ഠമാതൃഭാഷയെയും നാം ഇവിടെ

കാണുന്നില്ല. മറിച്ച് ഉദാത്ത ഭാവങ്ങളെല്ലാം ഉപേക്ഷിച്ച് ഭാഷയോടൊപ്പം മാതാവിനെക്കൂടി തിരസ്കരിക്കുന്ന നിരാലംബമാക്കപ്പെട്ട ഭാഷാമാതൃസങ്കല്പങ്ങളെയാണ് ഇവിടെ കാണുന്നതെന്നു മാത്രം. കവിത മുഴുവനായും ഇവിടെ കൊടുക്കുന്നു

വിറച്ച്
വിതുമ്പി
വീട്ടാലയിൽ
'ചത്താമതി'യെന്നു പ്രാകി
ചായിപ്പിൽ
വേദന കടിച്ചമർത്തി.
പൊന്തക്കാട്ടിൽ
ഇനി പോകാനിടമില്ലെന്നു കരഞ്ഞു
ചില അമ്മമാർ
ബസ്സ്റ്റോപ്പിൽ
ഇന്നുമൊരു വൃദ്ധയെ
വഴിവക്കിൽ തള്ളി
മക്കൾ കടന്നുകളഞ്ഞു
ഓർമ്മ നഷ്ടമായ
ആയമ്മ
ഓടിക്കൂടിയവരോടു
സ്വന്തം പേര് മാത്രം ആവർത്തിച്ചു;
മലയാളം
മലയാളം.

തിരസ്കരിക്കപ്പെട്ട മാതൃഭാഷയെ തിരസ്കരിക്കപ്പെട്ട മാതാവായി സങ്കല്പിക്കുന്ന കവിതകൾ വേറെയും ഉണ്ട്. വി. മധുസൂദനൻ നായരുടെ അമ്മയുടെ എഴുത്തുകൾ, കരീപ്പുഴയുടെ അമ്മ മലയാളം എന്നീ കവിതകളും കൈകാര്യം ചെയ്യുന്ന പ്രമേയം ഇതേ മട്ടിലുള്ളതുതന്നെ.

"കാൽ പെട്ടിയിൽ വെച്ച് താഴിട്ട്/ പിന്നിലെച്ചായ്പ്പിലൊളിച്ചാൽ/ അറിയില്ല കുട്ടികൾ" (വി. മധുസൂദനൻ നായർ) "അമ്മ മലയാളം/ ജന്മ മലയാളം/ അന്യമായ് പോകുന്ന/ ജീവ മലയാളം" (കരീപ്പുഴ)

പക്ഷേ സോമൻ കല്ലൂരിന്റെ കവിതകൾ ഇതിൽ നിന്നും വേറിട്ടു നിൽക്കുന്നു.

വ്യാഖ്യാനങ്ങളെ ചെറുത്തുനിൽക്കുന്ന

"വിറച്ച് വിതുമ്പി വിട്ടാലയിൽ/ ചത്താമതിയെന്ന പ്രാകി ചായ്പ്പിൽ/ വേദന കടിച്ചമർത്തി പൊന്തക്കാട്ടിൽ." ഭാഷയുടെയും മാതാവിന്റെയും ദുർഗതികവിചിത്രീകരിക്കുന്നു. ഭാഷയുടെയും മാതാവിന്റെയും ഉദാത്ത ഭാവത്തെ വിപരീതാർത്ഥത്തിലാണ് സോമൻ ഉപയോഗിച്ചിരിക്കുന്നത്. അമ്മയെ അമ്പലനടയിൽ ഉപേക്ഷിക്കുന്ന നിത്യമായ അനുഭവത്തെ സോമൻ മറ്റൊരു കവിതയിലും ആഖ്യാനം ചെയ്യുന്നുണ്ട്. നോക്കു

ഗുരുവായൂരമ്പലനടയിൽ
ഒരു ദിവസം ഞാൻ പോകും
ഗോപുരനടയിലിറങ്ങും
ഗോമതിയമ്മയെ തള്ളും
ഭാര്യാ സമേതനായി മടങ്ങും
(തീർത്ഥാടനം)

ഇവിടെ അമ്മയാണ് ഉപേക്ഷിക്കപ്പെടുന്നതെങ്കിൽ 'അമ്മ'യിൽ അത് ഭാഷ തന്നെയാണ്. ഭാഷയുടെ നഷ്ടമാണ് യഥാർത്ഥത്തിൽ അമ്മയുടെ നഷ്ടം. എല്ലാ ബന്ധങ്ങളെയും നിർമ്മിക്കുന്നത് ഭാഷയാണല്ലോ? ഭാഷ ഒരു പ്രതിനിധാനമല്ല പ്രവർത്തനം തന്നെയാണ്. ഉൺമയുടെ പാർപ്പിടമാണ് ഭാഷ എന്ന് ഹൈഡഗർ പറയുന്നത് അതു കൊണ്ടാണ് (Language is the House of being).

മക്കളാൽ ഉപേക്ഷിക്കപ്പെട്ട ഭാഷ മലയാളം മലയാളം എന്ന് തന്റെ പേരുച്ചരിക്കുന്ന സന്ദർഭത്തിൽ തിരസ്കരിക്കപ്പെട്ട ഭാഷയുടെ വേദന കവിതയിൽ നന്നായി സാന്ദ്രീഭവിച്ചു നിൽക്കുന്നു.

വ്യാഖ്യാനങ്ങളെ ചെറുത്തുനിൽക്കുന്ന കവിതകളാണ് സോമൻ കലൂരിന്റെ കവിതകൾ. ഏതോ നിലയിൽ നിരന്തരം പ്രവർത്തിച്ചുകൊണ്ടിരിക്കുന്ന കവിതകൾക്കൂടിയാണവ. അതുകൊണ്ടുതന്നെ ഇവിടെ വ്യാഖ്യാനം ഒരു വിഫല വൃത്തിയായിത്തീരുന്നു. കവിതയുടെ ശക്തിയും സൗന്ദര്യവും ഇടപെടൽ ശേഷിയും വ്യാഖ്യാനത്താൽ പരിമിതപ്പെടുന്നതുപോലെ.

മുറിഞ്ഞ ജീവിതകാലത്തെ മുറി ജീവിതം

വീരാൻ കുട്ടിയുടെ മുറിജീവിതം എന്ന കവിതയ്ക്ക് ഒരു വായന.

സ്വിസ് അമേരിക്കൻ സൈക്യാട്രിസ്റ്റായിരുന്ന എലിസബത്ത് കുബ്ലർറോസ് On death and dying എന്ന പുസ്തകത്തിൽ മാരകരോഗം വരുമ്പോൾ നാമെങ്ങനെയാണ് പ്രതികരിക്കുക എന്ന് വിവരിക്കുന്നുണ്ട്. പ്രതികരണം അഞ്ചു രീതിയിൽ അഞ്ചു ഘട്ടങ്ങളിലായിട്ടായിരിക്കും ഉണ്ടാവുക എന്ന് അവർ പറയുന്നു. ആദ്യഘട്ടം നിഷേധമാണ്. തനിക്ക് ഇത് സംഭവിക്കുകയില്ലെന്ന വിചാരം. അടുത്ത ഘട്ടം രോഷത്തിന്റേതാണ്. സംഗതി യാഥാർത്ഥ്യമാണെന്നു വരികയും തനിക്ക് ഇത് എങ്ങനെവന്നു എന്ന് ദേഷ്യപ്പെടുകയും ചെയ്യുന്ന അവസ്ഥ. വിലപേശലിന്റേതാണ് മൂന്നാമത്തെ ഘട്ടം. തന്റെ മക്കളുടെ വിവാഹം കഴിയുന്നതുവരെയെങ്കിലും തനിക്ക് ആയുസ്സ് നീട്ടിക്കിട്ടണേ എന്ന പ്രാർത്ഥന. വിഷാദമാണ് നാലാമത്തെ ഘട്ടം. മരണത്തെ സ്വീകരിക്കലാണ് അഞ്ചാമത്തേത്. കുബ്ലർ റോസിനെ ഉദ്ധരിച്ചു കൊണ്ട് സ്ലാവോയ്സ് സിസക് ഇത് കൃത്യമായി വിശദീകരിക്കുന്നുണ്ട്. ഈ രോഗാതുരത മനുഷ്യസമുദായത്തെ അവരുടെ മനോവിചാരത്തെ ഇങ്ങനെ ബാധിക്കുമ്പോൾ അനുഭൂതിയിൽ അത് എങ്ങനെയാണ് പ്രവർത്തിക്കുന്നത് എന്ന് അന്വേഷിക്കുന്നത് രസകരമായിരിക്കും.

പരിഷ്കൃത ജീവിതവും പ്രത്യയശാസ്ത്രവൈറസ്സും

കോവിഡ് നമ്മെ പച്ചഅപരിഷ്കൃതത്തിലേയ്ക്ക് കൊണ്ടുപോകുമെന്ന് കരുതുന്നവരുണ്ട്. എന്നാൽ മാനവികതയ്ക്ക് ഇന്നത്തേക്കാൾ മുൻതൂക്കമുള്ള ഒരു പരിഷ്കൃത ജീവിതത്തിലേക്കായിരിക്കും മനുഷ്യവംശത്തെ അത് നയിക്കുക എന്ന് സിസെക് പറയുന്നു. കൊറോണാ വൈറസ് ധാരാളം പ്രത്യയശാസ്ത്ര വൈറസ്സുകളെ കെട്ടഴിച്ചുവിട്ടിട്ടുണ്ടെന്നും അത് മറ്റൊരു തരത്തിലുള്ള സമൂഹസൃഷ്ടിയെക്കുറിച്ച് ചിന്തിപ്പിക്കുന്ന വൈറസ്സുകളാണെന്നും അത് മനുഷ്യനെ അധിക യന്ത്രലോകത്തുനിന്നും കൂടുതൽ പ്രകൃതിയിലേക്ക് വിളിക്കുമെന്നും അദ്ദേഹം നിരീക്ഷിക്കുന്നു.

കൊറോണാനന്തരം ആധുനികതയുടെ വികസന സങ്കല്പങ്ങളിൽ നിന്നും കുറേക്കൂടി മനുഷ്യർ പുറത്തുകടക്കും. ആധുനിക ചികിത്സാരീതി ആധിപത്യം നേടുമ്പോഴും ആധുനികതയുടെ വികസന സങ്കല്പങ്ങളെ പ്രശ്നഭരിതമാക്കുന്നുണ്ട് ഈ മഹാമാരിക്കാലം. അത് മലയാള കവിതയുടെയും ഭാവുകത്വത്തെ ഇളക്കിമറിക്കുന്നു. പൊതുവെ ആധുനികതാ വിമർശനവുമായി രംഗത്തുവന്ന മലയാള പുതുകവിതയ്ക്ക് കോവിഡാനന്തരം വന്ന ഭാവുകത്വമാറ്റത്തെ വീരാൻ കുട്ടിയുടെ മുറി ജീവിതം (മാതൃഭൂമി ആഴ്ചപ്പതിപ്പ് 2020 ഒക്ടോബർ 11) എന്ന കവിതയെ ആസ്പദമാക്കി പരിശോധിക്കാനാണ് ഈ ചെറുകുറിപ്പിൽ ശ്രമിക്കുന്നത്.

തീർത്തും മനുഷ്യകേന്ദ്രീകൃതമായ ഒരു ഭാവുകത്വത്തെയാണ് നാം ആധുനികത എന്നു വിളിച്ചുപോന്നത്. പ്രപഞ്ച ഗോപുരവാതിൽ തുറന്ന് പണ്ടു മനുഷ്യൻ വന്നതിനു ശേഷമുള്ള വീരഗാഥകളായിരുന്നു ആധുനികത. ആധുനികതാവിമർശവും അക്കാലത്തു തന്നെയുള്ള കവിതകളിൽ നിലീനമായി കിടക്കുന്നുണ്ടെങ്കിലും അതൊരു സാഹിത്യ ഭാവുകത്വമായി പ്രവർത്തിച്ചു തുടങ്ങുന്നത് ഉത്തരാധുനികതയോടെയാണ്. എന്നാൽ ഇതേ ഭാവുകത്വലോകം മനുഷ്യൻ അടച്ചിട്ടിരുന്ന കാലത്തിലെങ്ങനെയാണ് തീവ്രമായി പ്രവർത്തിച്ചതെന്ന് കോവിഡ് കാലത്തെ മലയാള കവിതകൾ കാണിച്ചു തരുന്നു. അതിൽ ഏറെ ശ്രദ്ധേയമായ കവിതയാണ് വീരാൻ കുട്ടിയുടെ 'മുറിജീവിതം'.

ആധുനികതയും പ്രത്യാധുനികതയും

മുറിജീവിതം, മുറിഞ്ഞ ജീവിതമാണ്, മുറിഞ്ഞുപോയ ജീവിതമാണ്, മുറിവുള്ള ജീവിതമാണ്, ഒപ്പം മുറിയിൽ നിന്നുള്ള പ്രത്യാശാഭരിതമായ ജീവിതം കൂടിയാണ്. ആ നിലയിൽ ശീർഷകം തന്നെയും ബഹുസ്വരമായ കവിതയായി പ്രവർത്തിക്കുന്നുണ്ട്. ആധുനികതയുടെ

മനുഷ്യസങ്കല്പങ്ങളെ, അതിന്റെ പ്രകൃതി പരിചരണരീതികളെ ഉത്തരാധുനിക കാവ്യലോകം തന്നെയും പ്രശ്നവൽക്കരിക്കുന്നുണ്ടെന്നിരിക്കെ കോവിഡാനന്തരം ഈ കവിതയ്ക്കുള്ള പ്രത്യേകതയെന്ത് എന്ന് അന്വേഷിക്കുന്നത് പ്രസക്തമായിരിക്കും. ആധുനികതയുടെ പ്രപഞ്ചജീവിത സങ്കൽപ്പങ്ങൾക്കെതിരെ പ്രത്യാധുനികത (anty mordernism)യുടെ ലോകവീക്ഷണത്തെ അവതരിപ്പിക്കുന്ന സമകാലികവും ശ്രദ്ധേയവുമായ കവിതയാണ് വീരാൻകുട്ടിയുടെ 'മുറിജീവിതം.'

എഴുന്നേൽക്കാൻ അനുവാദമില്ലാത്ത, ഒറ്റയ്ക്ക് ദീനശയ്യയിൽ കിടക്കേണ്ടി വന്ന ഒരാൾ തനിക്ക് കൂട്ടായി മറ്റൊരു ജീവിയെക്കുറിച്ച് ആലോചിക്കുന്നതാണ് സന്ദർഭം. ചുവരിലൂടെ ഇഴഞ്ഞുവരുന്ന എട്ടുകാലിയോ തേരട്ടയോ ഉറുമ്പോ പെട്ടെന്ന് പ്രത്യക്ഷപ്പെട്ടുമെന്ന് അയാൾ പ്രതീക്ഷിക്കുന്നു. ദൂരെ ജാലകത്തിലൂടെ ആടുന്ന ഒരു മരച്ചില്ല മാത്രം അയാൾ കാണുന്നുണ്ട്. അത്രയും മനോഹരമായ ഒരു കാഴ്ചയെ അയാൾ മുമ്പ് കണ്ടിട്ടില്ലാത്തതുപോലെ. താൻ ഒറ്റയ്ക്കല്ല എന്ന തോന്നൽ ഉണ്ടായി ആ സമയം കാഴ്ച്ചക്കാരന്. അപ്പോഴാണ് ഒരു കിളി ആ കൊമ്പിലിരുന്നപ്പോൾ അത് താഴ്ന്ന് പോയതാവണം എന്ന് മനസ്സിലാക്കിയത്. അതിന്റെ ചിറകുകളും ഒടിഞ്ഞു പോയിരുന്നു. അതിനാൽ ആ കിളിക്ക് താങ്ങായി നിൽക്കുകയാണ് ആ ഇളം തണ്ട്. അപ്പോഴും അയാളുടെ മനസ്സ് പ്രാർത്ഥിക്കുന്നുണ്ട് ആ കിളിക്ക് ആവോളം ചിറകുവിരിച്ച് പറന്നു പോകാനാകണേ എന്ന്.

ചുവരിലൂടെ ഇഴഞ്ഞു വരുന്ന
ഒരെട്ടുകാലിയെ സങ്കൽപ്പിച്ചു.
എവിടെ നിന്നാവും
ഒരു പഴുതാരയോ തേരട്ടയോ ഉറുമ്പോ
പെട്ടെന്ന് പ്രത്യക്ഷപ്പെടുന്നതെന്ന് നോക്കിയിരുന്നു.
ഇടിയുമെന്നായ മനസ്സിനെ താങ്ങാൻ
ഒരു പല്ലിമതിയായിരുന്നു.
വണ്ടിന്റെയോ വേട്ടാളന്റെയോ മൂളലിനെ
സംഗീതമായി കേൾക്കാമായിരുന്നു.

ആധുനികത വെറും കീടങ്ങളായി കരുതി സംഹരിച്ചുപോരുന്നവയുമായുള്ള സഹവർത്തിത്വഭാവം പ്രകടിപ്പിക്കുകയാണ് കവി. അന്യന്റെ വാക്കുകൾ സംഗീതം പോലെ ആസ്വദിക്കാൻ കഴിയുന്ന കാലത്തെ കുറിച്ചാണ് നാം പൊതുവെ സ്വപ്നം കാണുന്നത്. അതാവട്ടെ ആധുനികതയുടെ മാനവിക സങ്കല്പം കൂടിയാണ്. ഇവിടെയാണ് ഈ കവിത

മനുഷ്യന്റെ ശബ്ദത്തിനു പകരം തിര്യക്കുകളുടെ ശബ്ദം സംഗീതമായി ആസ്വദിക്കുന്നത്. വീരാൻകുട്ടിയുടെ തന്നെ പലകവിതകളിലും ഇതിനു സമാനമായ ഒരു ഭാവസന്ദർഭം കാണാവുന്നതാണ്. മനുഷ്യശബ്ദത്തിനു പകരം വാഴപ്പോളവിണ്ട് വിട്ടുണരുന്നത്, പുന്നെല്ല് കതിരിട്ടു മലരുന്നത്, മീൻകുഞ്ഞ് മൗനത്തിൽ പിരാകുന്നത് ഒക്കെ നേരത്തെ തന്നെ കേട്ട കവിയാണ് വീരാൻ കുട്ടി. മനുഷ്യശബ്ദത്തിനു മാത്രം കാതോർത്തുനിന്ന കവിത വീരാൻ കുട്ടിയിൽ പ്രകൃതിയുടെ ജൈവ സ്വരങ്ങളെ മുഴുവൻ കേട്ടെടുക്കുന്നു.

“എല്ലാറ്റിനെയും തുടച്ചു നീക്കി
അണു മുക്തമാക്കിയ മുറി
അപ്പോഴേക്കും ഏകാന്തതയ്ക്ക്
കൈമാറ്റം ചെയ്യപ്പെട്ടിരുന്നു”

പ്രത്യാധുനികതയും പ്രത്യാശയും

ജൈവ വിരുദ്ധമായി ആധുനികത എങ്ങനെ പ്രവർത്തിക്കുന്നു എന്ന് പരാമർശിക്കുന്നുണ്ട്. ജീവികളെ തുടച്ചുനീക്കി അണുമുക്തമാക്കിയ ഒരു സ്ഥലരാശി ആധുനികത നിർമ്മിക്കുന്നതാണ്. പ്രാണികളെ മനുഷ്യവിരുദ്ധമായ ജീവഗണമായാണ് കരുതിപ്പോന്നത്. യഥാർത്ഥത്തിൽ ഇതിനോടുള്ള പ്രതികരണമായിരുന്നു റയ്ച്ചൽ കഴ്സന്റെ നിശബ്ദവസന്തം. 1958-ൽ ഒരു വീട്ടമ്മ ‘ദ ബോസ്റ്റൺ ഹെറാൾഡ്’ എന്ന പത്രത്തിലേയ്ക്ക് എഴുതിയ കത്താണ് റേച്ചൽ കഴ്സന്റെ ജീവിതത്തെ മാറ്റി മറിച്ചത്. തന്റെ വീട്ടുപരിസരത്ത് വസന്തകാലങ്ങളിൽ പതിവായി എത്തിയ മധുരമായ കൂജനശബ്ദം മുഴക്കിയിരുന്ന റോബിൻ കുരുവികളെ ഇപ്പോൾ കാണാൾ സാധിക്കുന്നില്ല എന്നതായിരുന്നു കത്തിന്റെ ഉള്ളടക്കം. ഡിഡി ടി തളിച്ചതിനാൽ അത് ഇത്തരം ജീവികളുടെ നാശത്തിനിടയാക്കി. കീടനാശിനികൾ ഉണ്ടാകുന്നതുതന്നെ കീടങ്ങളെ നശിപ്പിക്കാനുള്ളതാണ് എന്ന സങ്കല്പത്തിൽ നിന്നാണ്. ഇതിനെയാണ് നാം മാനവീയം എന്നു പറയുന്നത്. എല്ലാറ്റിനെയും നശിപ്പിച്ച് മനുഷ്യനു മാത്രം സുഖമായി ജീവിക്കാൻ കഴിയും എന്ന തോന്നൽ. ആ നിലയിൽ മുറി ജീവിതം ആധുനികതയുടെ ജ്ഞാനലോകത്തുനിന്നുള്ള കുതറിമാറലാണ്. എല്ലാറ്റിനെയും തുടച്ചു നീക്കി അണുമുക്തമാക്കുന്ന ഹിംസാത്മക ശാസ്ത്രയുക്തിയിൽ നിന്ന് തിര്യക്കുകളെ പോലും സഹജീവികളായി കാണുന്ന പ്രത്യാധുനിക ലോകവീക്ഷണമാണ് ഇവിടെ പ്രവർത്തിക്കുന്നത്.

ഏകാന്തതയിൽ നിന്ന് ജാലകത്തിലൂടെ ആടുന്ന ഒരു ചില്ലകാണു മ്പോൾ തന്നെ അയാളുടെ ജീവിതം പ്രത്യാശാഭരിതമായി നാമ്പെടുക്കു ന്നു. ഇങ്ങനെ മനുഷ്യേതരമായ പ്രകൃതിയുമായി സമൃക്കായി ചേരുന്ന തിന്റെ ഒരു ലോകവീക്ഷണവും അതിന്റെ ആഹ്ലാദവും ഒരനുഭൂതിയായി മുറിജീവിതം എന്ന കവിതയിൽ പ്രവർത്തിക്കുന്നു.

പ്രകൃതിയെ സംബന്ധിച്ച ഒരു കർതൃ സങ്കല്പം കൂടി കവിത മുന്നോട്ടു വെക്കുന്നുണ്ട്. മലരണിക്കാടുകൾ തിങ്ങി വിങ്ങി മരതകകാന്തിയിൽ മുങ്ങി മുങ്ങി നിൽക്കുന്ന, മനുഷ്യർക്ക് കാണാനും ആരാധിക്കാനും പറ്റുന്ന ഒന്നായിരുന്നു ആധുനികതക്ക് പ്രകൃതിയെങ്കിൽ ഇവിടെ പാരസ്പര്യ ങ്ങുടെ പേരാണ് പ്രകൃതി. ഒറ്റയ്ക്ക് മുറിയിലിരിക്കുന്ന വൃദ്ധൻ ജാലകപ്പഴുതി ലൂടെ പുറത്തേയ്ക്ക് നോക്കുമ്പോൾ അത്രയ്ക്കും ചേതോഹരമായ ഒരു കാഴ്ച കാണുന്നുണ്ട്. ഒരു മരച്ചില്ല ആടുന്നു. ഇടയ്ക്കു മാഞ്ഞും ഇടയ്ക്കു തെളിഞ്ഞും അത് പ്രത്യക്ഷപ്പെട്ടുകൊണ്ടിരിക്കുന്നു. അപ്പോൾ അയാളുടെ മനസ്സ് മുമ്പ് കാണാത്തതുപോലെ തുടിക്കുന്നു. ഒറ്റയ്ക്കല്ലല്ലോ എന്ന തോന്നലുണ്ടാവു ന്നു. എന്നാൽ ഇപ്പോൾ അതും കാണാതായിരിക്കുന്നു. ഏകാകിയായ ഒരു കിളി വന്നിരുന്ന് ആ ചില്ല താഴ്ന്ന് പോയതാവണം എന്ന് അയാൾ അറിയുന്നു. ആ കിളിയാവട്ടെ ഒടിഞ്ഞ ചിറകിനെവെച്ച് കിണഞ്ഞ് ശ്ര മിക്കുകയാവും എന്നും കരുതുന്നു. ഇവിടെയാണ് പ്രകൃതികർതൃത്വം ആർജിക്കുന്നത്. മനുഷ്യന് ആസ്വദിക്കാനുള്ള ഒന്നല്ല പ്രകൃതിയെന്നും സർവജീവജാലങ്ങളെയും താങ്ങി നിർത്തുന്ന ഒരാലംബമാണ് പ്രകൃതി യെന്നും വരുന്നു.

ഇങ്ങനെ ആധുനികത ആദർശമായി കണക്കാക്കി പോന്ന എല്ലാ വിചാരങ്ങളെയും കൂടുതൽ പ്രശ്നഭരിതമാക്കുകയാണ് കോവിഡ് കാലം മുറി ജീവിതം എന്ന കവിത.

സമന്വിതനാദവും സമരോത്സുക ബോധവും

കെ.ടി സൂപ്പിയുടെ അക്ഷരം എന്ന കവിതയുടെ വായന.

വാക്കിന്റെ പരിമിതിയെ ലംഘിക്കാനുള്ള വാക്കിന്റെ പരിശ്രമമാണ് കവിത എന്ന് കവിതയെ നിർവചിച്ചുകൊണ്ട് ജോൺ ബർജർ പറയുന്നുണ്ട്. ഇത് കവിതയ്ക്കു മാത്രമല്ല മനുഷ്യരുടെ ഭാഷാപരമായ എല്ലാതരം സൗന്ദര്യാത്മക വൃത്തികൾക്കും ബാധകമാണ്. എന്നാൽ അത്രമേൽ സാന്ദ്രീകരിക്കപ്പെട്ട മാനുഷികാനുഭൂതിയുടെ സൂക്ഷ്മമായ ആവിഷ്കാരം എന്ന നിലയിൽ ബർജറിന്റെ നിരീക്ഷണം ഏറ്റവും നന്നായി യോജിക്കുന്നത് കവിതയ്ക്കു തന്നെയായിരിക്കും.

കവിതയെ സംബന്ധിച്ച് അങ്ങേയറ്റം സൗന്ദര്യാത്മകമായ ഒരു നിരീക്ഷണം മാർക്സ് നടത്തുന്നുണ്ട്. കല രഹസ്യമായ ഒരു കുറ്റസമ്മതവും ആ കാലത്തിന്റെ അനശ്വരമായ സഞ്ചാരരേഖയുമാണ് (Art is a secret canf ussion and at the same time immortal movement of its time). ഈ വിധം ഏതൊരു കലയിലും വ്യക്തിയും കാലവും പാരസ്പര്യത്തോടെയും ചിലപ്പോൾ വൈരുദ്ധ്യാത്മകമായും ഖനീഭവിച്ച നിൽക്കും.

ആ നിലയിൽ കെ.ടി സൂപ്പിയുടെ അക്ഷരം എന്ന കവിതയെ വായിച്ചെടുക്കാനുള്ള ഒരു ചെറിയ യത്നമാണ് ഇവിടെ നിർവഹിക്കുന്നത്.

കവിതയുടെ പൂർണരൂപം ഇങ്ങനെ

അവസാനമായുള്ള
അമ്മേയെന്ന വിളി
വേദനയുടെ കൊടുമുടി.
മഴമേഘങ്ങളെ തൊടുന്ന
നീലമലകളിൽ
ചുവന്ന നടവഴികളെ
ചുംബിച്ചുണർത്തുന്ന
വെയിൽച്ചീളുകളിൽ
ആ വിളി
ചിലപ്പോൾ പൂവാകും
ചിലപ്പോൾ പുഴവാകും
വിടർന്ന് വിടർന്ന്
ആകാശങ്ങളിലേക്കും
ഇഴഞ്ഞിഴഞ്ഞ്
ഭൂമിയിലേക്കും
ബുദ്ധനോളം വളരും
ഇനിയും തെളിയാത്ത
ദൂരങ്ങളിൽ
പിന്നെയും നീ കാണുന്ന
കറുപ്പിലാണ്
ജീവിതത്തിന്റെ അക്ഷരങ്ങൾ
മരണത്തിന്റെയും.

ഇവിടെ കവിത ദൈവികതയെ, വാക്കിന്റെ അലൗകികമായ ലോകത്തെ, മാതൃത്വത്തിന്റെ മഹനീയ ഭാവത്തെ മനുഷ്യവംശത്തിന്റെ സമരോത്സുകമായ ചെറുത്തുനിൽപ്പുകളെ എല്ലാം സൗന്ദര്യാത്മകമായി അടക്കം ചെയ്യാൻ ശ്രമിക്കുന്നുണ്ട്.

വിപരീതങ്ങളുടെ പൊരുൾ

"അവസാനമായ/അമ്മേ എന്ന വിളി/ ഭൂമിയുടെ വേദനയുടെ/ കൊടുമുടി" എന്നാണ് കവിതയുടെ ആരംഭം. അമ്മേ എന്ന വിളി അവസാനത്തേതു മാത്രമല്ല ആദ്യത്തേതും കൂടിയാണ്. അത് കവി പറയേണ്ടതില്ല. കവി പറയാത്തതിലാണ് വായനക്കാർ പലപ്പോഴും കവിതയുടെ പൊരുൾ കണ്ടെത്തുക. ഒന്നിന്റെ തന്നെ വിപരീതം അതിൽ തന്നെ സന്നിഹിതമായിരിക്കും എന്നു പറയാറുണ്ടല്ലോ? അവസാനം എന്നതിൽ ആദ്യം എന്ന അർത്ഥം കൂടി കുടികൊള്ളുന്നുണ്ട്.

"ഇനിയീ മനസ്സിൽ കവിതയില്ല" എന്ന് സുഗതകുമാരി പാടുമ്പോൾ ഇനി കവിതയില്ല എന്നല്ല, ഇനിയും എത്രയോ കവിതകൾ ഉണ്ട് എന്നു തന്നെയാണ് അർത്ഥം. ഇത് വാക്കിന്റെ ഒരു വിപരീത സാധ്യതയാണ്. ഒരു വാക്കിന്റെ വിപരീതം ആ വാക്കു തന്നെയായി മാറും ചില നേരങ്ങളിൽ. സ്നേഹത്തിന്റെ വിപരീതം ഹിംസ എന്നാണെങ്കിൽ ചില ഘട്ടങ്ങളിൽ ഹിംസ സ്നേഹമായി മാറും. "സ്നേഹം ഇക്കാണുന്നതൊന്നുമല്ല കാട്ടുപന്നിയെ വേട്ടയാടാൻവേടൻകൂർപ്പിച്ച അമ്പിലെ വിടെയോ ആണത്" (സച്ചിദാനന്ദൻ) എന്ന് പറയുമ്പോൾ ഹിംസ സ്നേഹത്തിന്റെ പര്യായമായി മാറുന്നു. ഭാഷയുടെ ഈ വിപരീതധ്വനികൾ നമുക്ക് കവിതയിലേ കാണാൻ കഴിയൂ. സാധാരണ ജീവിതത്തിൽ ഹിംസയുടെ പര്യായമല്ല വിപരീതമാണ് സ്നേഹം. ആ അർത്ഥത്തിൽ ഓരോ കവിതയും നമ്മെ യാഥാർത്ഥ ജീവിതത്തിൽ നിന്നും മോചിപ്പിച്ച് വിമോഹനമായ മറ്റൊരു ജീവിതവുമായി വിളക്കിച്ചേർക്കുന്നുണ്ട്. ആ നിലയിൽ കവിതയുടെ ആദ്യഭാഗം തന്നെയും കവിയുടെ കുമ്പസാരമായി മാറുകയാണ്. അനുഭൂതിയുടെ അനന്യതയിൽ അർത്ഥങ്ങളുടെ ബഹുസ്വരത ആ വരികൾ നിർമ്മിക്കുന്നു.

അവസാനത്തെ 'അമ്മേ' എന്ന വിളി ആദ്യത്തേതു കൂടിയാണ് എന്ന് നേരത്തെ സൂചിപ്പിച്ചുവല്ലോ. വേദനയുടെ കൊടുമുടിയിൽ നിന്നു തന്നെയാണ് ആദ്യത്തെ അമ്മേ എന്ന വിളിയും പിറക്കുന്നത്. അതുകൊണ്ട് മനുഷ്യ ജീവിതത്തിന് ആദ്യവസാനമുള്ളത് വേദനയാണെന്നു വരുന്നു. അത് അമ്മ കൂടിയാണ്. ഇവിടെ അമ്മ വേദനയുടെ പര്യായമായിത്തീരുന്നു. അത് കവിതയിൽ ദൈവത്തിന്റെ നാമമായും പരിണമിക്കുന്നുണ്ട്. വേദനയാണ് സിദ്ധാർത്ഥനെ ബുദ്ധനാക്കി മാറ്റുന്നത്. മനുഷ്യജീവിതത്തിന്റെ ഈ വേദന കെ.ടി. സൂപ്പിക്ക് മതമുക്തമായ ഒരു ആദ്ധ്യാത്മിക ചോദനയായി മാറുകയാണ്. പ്രപഞ്ചത്തിന്റെ നാദാനുഭൂതിയായി കവി അത് അനുഭവിക്കുക കൂടി ചെയ്യുന്നു.

അങ്ങനെ വരുമ്പോഴാണ് "മഴ മേഘങ്ങളെ തൊടുന്ന നീലമലകളിൽ ചുവന്ന നടവഴികളെ ചുംബിച്ചുണർത്തുന്ന വെയിൽച്ചീളുകളിൽ ആ വിളി പൂവായും ചിലപ്പോൾ പുഴുവായും മാറുന്നത്. വിടർന്ന് വിടർന്ന് ഭാവിയിലേക്ക് ഉന്മുഖമായി നിൽക്കുന്ന പൂവും ഇഴഞ്ഞിഴഞ്ഞ് വർത്തമാനത്തിന്റെ ഭൂമികയിലേയ്ക്ക് പതിയെ എത്തുന്ന പുഴുവും ഇവിടെ സമന്വയിക്കപ്പെടുന്നു. എല്ലാം ഒന്നെന്ന ഒരു അദ്വൈതരസം കവിത നുകരുന്നു. യഥാർത്ഥത്തിൽ പൂവിന്റെ മുഗ്ധതയും പുഴുവിന്റെ ജുഗുപ്സയും ഒന്നു തന്നെ. ഒന്ന് ആകാശത്തെ നോക്കി, പ്രകാശത്തെ നോക്കി പ്രപഞ്ചത്തിന്റെ നാദം അറിയുന്നു. മറ്റേത് മണ്ണിലിഴഞ്ഞ് ഭൂമിയുടെ ഉപ്പ് രുചിക്കുന്നു.

രണ്ടും വേറെയല്ലാത്ത ദ്വൈതമല്ലാത്ത പ്രപഞ്ചത്തിന്റെ നാദലഹരിയിൽ വിലയിക്കുന്നു. അതീന്ദ്രിയമെന്നു തോന്നുന്ന ഒരു ഭാവലോകത്തെ വാക്കിലൂടെ തുറക്കുകയാണ് കവി.

ജീവിതത്തിന്റെ അക്ഷരങ്ങൾ മരണത്തിന്റെയും

ഇത് എല്ലാവർക്കും നിത്യജീവിതത്തിൽ സാധ്യമായിത്തീരുന്നതല്ല. കവിതയിൽ മാത്രം, കവിക്കു മാത്രം സാധ്യമാകുന്ന ഭാഷയുടെ ഒരു സൗന്ദര്യ സാധ്യതയാണത്. നിത്യജീവിതത്തിന്റെ അതിരുകൾക്കുമപ്പുറത്താണ് കവിതയുടെ സഞ്ചാരം. അതുകൊണ്ടുതന്നെയാവാം പ്ലാറ്റോ തന്റെ റിപ്പബ്ലിക്കുകളിൽ നിന്ന് കവിയെ പുറത്താക്കുമെന്നു പറയുന്നത്. അത് നിശ്ചയിക്കപ്പെട്ട ആദ്ധ്യാത്മിക സങ്കല്പത്തെ, വ്യാവഹാരികമായ ബോധത്തെ, സ്വത്വത്തെ അതിലംഘിക്കുന്നു. കവിത അങ്ങനെ മനുഷ്യരെ നിത്യജീവിതത്തിന്റെ അധികാര ലോകങ്ങളിൽ നിന്ന് പുറത്തെടുക്കുന്നു. എന്നിട്ട് സാർവലൗകികമായ ഒരു ലോകാനുഭൂതിയിലേക്ക് ഉൾച്ചേർത്തുവെയ്ക്കുകയും ചെയ്യുന്നു.

മഴ മേഘങ്ങളെ തൊടുന്ന നീലമലകളും ചുവന്ന നടവഴികളെ ചുംബിച്ചുണർത്തുന്ന വെയിൽ ചീളുകളും മനുഷ്യമോചനത്തിന്റെ വ്യത്യസ്തങ്ങളായ പഥങ്ങളെയാണ് അടയാളപ്പെടുത്തുന്നത്. ഒന്ന് ധ്യാനത്തിന്റേതാണെങ്കിൽ മറ്റേത് അധ്വാനത്തിന്റേതാണ്. സംസ്കാരത്തിന്റെ നിർമ്മിതി ധ്യാനമാണോ അതോ അധ്വാനമാണോ എന്ന ചോദ്യത്തിൽ കവി ഖണ്ഡിതമായ ഒരു അഭിപ്രായം പറയേണ്ടതില്ല. പക്ഷേ രണ്ടും സംഗമിക്കുന്ന വിമോചനത്തിന്റെ ഒരു ബിന്ദു അയാൾ കണ്ടെത്തുന്നുണ്ട്.

അതീന്ദ്രിയം എന്നു തോന്നുന്ന ഒരു പ്രാപഞ്ചിക താളത്തിന് കാതോർക്കുന്ന കവി കൂടിയാണ് കെ.ടി സൂപ്പി. അത് ബുദ്ധനിലേക്കും ചിലപ്പോൾ നെരൂദയിലേക്കും നീളും. വിവർത്തനം എന്ന കവിതയിൽ ഇങ്ങനെ പറയുന്നു. “നെരൂദയെ വിവർത്തനം ചെയ്യുമ്പോൾ ഭൂമിയുടെ ഉപ്പും കരുതണം” ഭൂമിയോട്, പ്രകൃതിയോട്, പ്രപഞ്ചത്തോട് ചേർന്നു നിൽക്കുമ്പോൾ അനുഭവിക്കുന്ന ഒന്നാണ് ലാവണ്യമെന്നത് മറ്റാരേക്കാളും നന്നായി അനുഭവിക്കുന്ന കവിയാണ് കെ. ടിസൂപ്പി.

ഇനിയും തെളിയാത്ത
ദൂരങ്ങളിൽ
പിന്നെയും നീ കാണുന്ന
കറുപ്പിലാണ്
ജീവിതത്തിന്റെ
അക്ഷരങ്ങൾ
മരണത്തിന്റെയും

എന്ന് അവസാനിക്കുന്ന സന്ദർഭത്തിൽ പൊടുന്നനെ ഒരു രാഷ്ട്രീയ കവിതയായി 'അക്ഷരം' ഉണർന്നെഴുന്നേൽക്കുന്നു. തെളിയാത്ത കറുപ്പിൽ ലോകത്തിന്റെ ഇരുണ്ട ഒരു മനുഷ്യവംശം മുഴുവനുമുണ്ട്. കറുത്ത ശരീരമുള്ള മനുഷ്യരെക്കുറിച്ചല്ല, അതിനേക്കാൾ കറുത്ത കൽക്കരി പോലെ കറുത്ത മനസ്സുള്ള മനുഷ്യരുടെ ആത്മാഭിമാനത്തെ കുറിച്ച്, അവരുടെ അവസാനിക്കാത്ത ചെറുത്തു നിൽപ്പുകളെക്കുറിച്ച്, നിലയ്ക്കാത്ത നിലവിളികളെക്കുറിച്ച് കവിത പറയുന്നു. നൈജീരിയയിലെ കെൻസാരോവിവ മുതൽ അമേരിക്കയിലെ വർണവെറിയിൽ ശ്വാസം കിട്ടാതെ മരിച്ച ജോർജ് ഫ്ലോയിഡ് വരെ പരക്കുന്നുണ്ട് ഈ കറുപ്പിന്റെ കാളിമ. ചരിത്രത്തോളം നീളുന്നുണ്ട് ഈ കറുപ്പിന്റെ നാൾവഴികൾ.

"കാണുന്നില്ലൊരക്ഷരവും
എന്റെ വംശത്തെപ്പറ്റി
കാണുന്നുണ്ടനേകവംശത്തിൻ ചരിത്രങ്ങൾ"

എന്ന് പൊയ്കയിൽ അപ്പച്ചൻ പറയുന്നതും തെളിയാത്ത ഇരുളടഞ്ഞ ഒരു വിഭാഗം മനുഷ്യവംശത്തെക്കുറിച്ചു തന്നെയാണ്. ആ വാക്കുകളുടെ, ആ ജീവിതത്തിന്റെ രാഷ്ട്രീയ ഊർജവുമായാണ് കെ.ടി സൂപ്പിയുടെ ഉത്തരാധുനിക ഭാവുകത്വവും കണ്ണി ചേർക്കപ്പെടുന്നത്.

മിസ്റ്റിക് ഇക്കോളജി

കവിതയിലെ പ്രകൃതി സങ്കല്പവും അദ്ദേഹത്തിന് വേറെയാണ്. പ്രകൃതിയെക്കുറിച്ച് പാടാത്ത കവികളില്ല. കാവ്യപ്രചോദനത്തിലെ പ്രധാനപ്പെട്ട ഒരിടം പ്രകൃതി തന്നെയാണല്ലോ? ചങ്ങമ്പുഴയും ഇടപ്പള്ളിയും പി കുഞ്ഞിരാമൻ നായരും ജിയും വൈലോപ്പിള്ളിയും സുഗതകുമാരിയുമൊക്കെ പ്രകൃതിയുടെ പാട്ടുകാർ തന്നെ. എന്നാൽ പുതിയ ഭാവന (അതിനെ ഭാവനാ രാഹിത്യം എന്നു വേണമെങ്കിലും വിളിക്കാം) പഴയ പ്രകൃതി വർണനകളിൽ നിന്നും ഭിന്നമാണ്. പ്രകൃതി വർണ്ണനയിൽ നിന്ന് പാരിസ്ഥിതികമായ അവബോധത്തിലേക്കാണ് പുതിയകവിത ഭാവുകത്വപരമായി പരിണമിച്ചത്. എന്നാൽ കെ.ടി സൂപ്പിയുടെ പ്രകൃതി ബോധം/ പാരിസ്ഥിതികബോധം ഇതിൽ നിന്നും വ്യത്യസ്തമാണ്. അത് ഒരു തരത്തിലുള്ള മിസ്റ്റിക് ഇക്കോളജിയാണെന്നു പറയാം. ആത്മീയമായ പരിസ്ഥിതി സമീപനമാണത്. ആത്മീയമായ പരിസ്ഥിതി ബോധം പ്രകൃതി പൂജയല്ല. ഭക്തിപരവശനായി പ്രകൃതിക്കു മുമ്പിൽ നിൽക്കലല്ലിത്. മറിച്ച് പ്രകൃതിയുടെ പാരസ്പര്യത്തിന്റെ സംഗീതത്തിൽ ലയിക്കലാണ്. പുഴുവും പൂവും മാനും മയിലും മനുഷ്യനും പുല്ലും പുൽച്ചാടിയും മുയലും എല്ലാം ഉൾച്ചേർന്നു നിൽക്കുന്ന പാരസ്പര്യത്തിന്റെ സമന്വിത

സൗന്ദര്യം. പ്രകൃതിയെയും മനുഷ്യരെയും വിരുദ്ധ കോടിയിൽ നിർത്തുന്ന ദ്വന്ദ്വാത്മക ബോധത്തിന് എതിരെയുള്ള നിൽപ്പ് കൂടിയാണിത്.

പ്രപഞ്ചത്തിന്റെ അപാരതയ്ക്കു മുമ്പിൽ വിസ്മയപ്പെട്ട് നിന്ന കർതൃത്വമില്ലാത്ത മനുഷ്യരെയും പ്രപഞ്ച ഗോപുരവാതിൽ തുറന്നെത്തിയ അതികായരായ മനുഷ്യരെയുമാണ് ആധുനികത അവതരിപ്പിച്ചതെങ്കിൽ ഇതിൽ നിന്നും വളരെ വിഭിന്നമായി പ്രകൃതി-പുരുഷ സംയോഗത്തിന്റെ തത്ത്വശാസ്ത്രമാണ് നമുക്ക് കെ ടി സൂപ്പിയിൽ കാണാൻ കഴിയുക. ഇത് മലയാള സാഹിത്യത്തിൽ ബഷീറിൽ നാം കണ്ടിട്ടുണ്ട്. ടാഗോറിലും റൂമിയിലും നമുക്കത് കാണാൻ കഴിയും.

"നൈരുദ്രയെ വിവർത്തനം ചെയ്യുമ്പോൾ/
കൈയിൽ ഒരു പിടിമണ്ണു കരുതണം"
(വിവർത്തനം)

എന്നു പറയുമ്പോൾ നൈരുദ്രയെയും മണ്ണിനെയും ചേർത്തുവെക്കുകയാണ് കവി. "ഭൂമിയുടെ ആത്മകഥയിൽ/ ചെമ്പോത്ത്/ഒരദ്ധ്യായം തന്നെ" (ചെമ്പോത്ത്) എന്നിടത്ത് ചെമ്പോത്തിനെ കവി ഭൂമിയുടെ ആത്മാവിൽ ഉൾച്ചേർത്തുന്നു. "മണ്ണിനെ തൊട്ട്/മനുഷ്യനെ തൊട്ട്/ ഒഴുകിത്തെളിയണം/പൂക്കളോട് നിറം ചോദിച്ച്/ പക്ഷികളോട് സ്വരം ചോദിച്ച്/ പറന്ന് പറന്ന് പോകണം" (ഹബീബ്) എന്നിങ്ങനെ സർവ പ്രകൃതി രൂപങ്ങളുടെയും ഒരൊറ്റയൊന്നിന്റെ ഭിന്നഭാവങ്ങളുടെ ആത്മസത്തയായി കെ.ടി സൂപ്പി കവിതകളിൽ ആവിഷ്കരിക്കുന്നു. അക്ഷരം എന്ന കവിതയിലുമുണ്ട് ഈ ഉൾച്ചേരലുകൾ. അതുകൊണ്ടാണ് അമ്മയുടെ നിലവിളി മഴമേഘങ്ങളെ തൊടുന്ന നീലമലകളിൽ ചുവന്ന നടവഴികളെ ചുംബിച്ചുണർത്തുന്നത്, വെയിൽച്ചീളുകളിൽ ആ വിളി ചിലപ്പോൾ പൂവാകുന്നത്, മറ്റു ചിലപ്പോൾ പുഴവാകുന്നത്.

അങ്ങനെ കെ ടി സൂപ്പിയുടെ അക്ഷരം എന്ന കവിത വിടർന്ന് വിടർന്ന് സമന്വിതനാദത്തിലേക്കും ഇഴഞ്ഞിഴഞ്ഞ് സമരോത്സുക ബോധത്തിലേക്കും സഞ്ചരിച്ചെത്തുന്നത് നാം കാണുന്നു. പ്രപഞ്ചത്തിന്റെ ആദിനാദം മുതൽ മനുഷ്യവംശത്തിന്റെ നിലയ്ക്കാത്ത ആദിമമായ ചെറുത്തു നിൽപ്പുകൾ വരെ അടയാളപ്പെടുത്തുന്നു. അങ്ങനെ അക്ഷരം മലയാളത്തിലെ ശ്രദ്ധേയവും അനന്യവുമായ ഒരു കവിതയായി മാറുന്നു. അനേകം പാഠാന്തരങ്ങളിലൂടെ ജീവിക്കാനുള്ള ആത്മബലം അത് പ്രകടിപ്പിക്കുന്നു.

മാനവീയതയുടെ മറുഭാവന

ഗഫൂർ കരുവണ്ണൂരിന്റെ വെള്ളം എന്ന കവിതയുടെ വായന.

പ്രകൃതിയും മനുഷ്യനും തമ്മിലുള്ള ബന്ധവിചാരങ്ങൾക്ക് ഇപ്പോൾ ബഹുസ്വരങ്ങളുടെ ലീനധ്വനികളാണുള്ളത്. മനുഷ്യനും പ്രകൃതിയും തമ്മിലുള്ള മാനുഷികമായ അകലങ്ങളെ തിരിച്ചറിയാത്ത മതാത്മകവും ഏകാത്മകവുമായ ലോക വീക്ഷണമാണ് അതിൽ ഒന്നാമത്തേത്. കലർപ്പില്ലാത്തതും കർതൃത്വമില്ലാത്തതുമായ ജഡവസ്തുകണക്കെ പ്രകൃതിയെ സമീപിക്കുന്ന കേവലമായ മുഗ്ധസങ്കല്പമാണ് രണ്ടാമത്തേത്. പ്രകൃതിയുടെ നിസ്സാരതയ്ക്കു മുകളിൽ മനുഷ്യാധ്വാനത്തിന്റെ മഹനീയത സ്ഥാപിക്കുന്ന അതിമാനുഷികത്വത്തിന്റെ ആധുനികമായ വാഴ്ത്തലുകളാണ് പ്രബലമായ മറ്റൊരു ചിന്ത. ആധുനികതയോടെ ദൃഢീകരിക്കപ്പെട്ട മാനവികതയുടെ അത്യാഘോഷങ്ങളും മനുഷ്യനു കീഴ്പ്പെടുത്താനും പ്രയോജനപ്പെടുത്താനുമുള്ള ചരക്കു മാത്രമാണ് പ്രകൃതിയെന്ന മൂലധനാഭിമുഖമായ അധീശബോധവും നമ്മുടെ സാമൂഹിക സൗന്ദര്യ വിചാരങ്ങളിൽ തിടംവെച്ചു നിൽക്കുന്ന ചിന്തയാണ്. പ്രകൃതിക്കു മുമ്പിൽ നിസ്സാരമാണ് മനുഷ്യാസ്തിത്വമെന്ന കാഴ്ചപ്പാടും അനുഭൂതിയുടെ ലോകത്ത് ഏറെ ശക്തമാണ്. മനുഷ്യന്റെയും മൂലധനത്തിന്റെയും ദുരമൂത്ത അതിക്രമങ്ങളാൽ നാശോൻമുഖമായി കൊണ്ടിരിക്കുന്ന പ്രകൃതിയെക്കുറിച്ചുള്ള ഉൽകണ്ഠകൾ ഒരു രാഷ്ട്രീയ ജാഗ്രതയായി ഇന്ന് ഉണർന്നു നിൽക്കുന്നു എന്നത് പ്രത്യാശാഭരിതമായ ഒരു യാഥാർത്ഥ്യമത്രേ. പ്രകൃതിയെ പരിചരിക്കുകയും

മെരുക്കിയെടുക്കുകയും ചെയ്യേണ്ടതിന്റെ ഉപയുക്തതാമൂല്യവും അതിനെ ആധാരമാക്കുന്ന പ്രകൃതി-പുരുഷ പാരസ്പര്യ ഭാവവും ഇന്നും സ്വാധീനത്തോടെ നിൽക്കുന്ന ഒരു സൗന്ദര്യസങ്കല്പം കൂടിയാവുന്നു. പാരിസ്ഥിതികാവബോധമായി പരിണമിക്കുന്ന പ്രകൃതിയുടെ പ്രതിരോധ മൂല്യമാണ് പൊതുവെ പ്രചാരത്തിലിരിക്കുന്ന പരിസ്ഥിതി രാഷ്ട്രീയം. ഇങ്ങനെ പലമാനങ്ങളിൽ ബഹുമുഖമായി ചൂഴ്ന്നു നിൽക്കുന്ന ഒരു ലാവണ്യഭൂമികയിൽ നിന്നുകൊണ്ടാണ് നമുക്ക് ഗഫൂർ കരുവണ്ണൂരിന്റെ 'വെള്ളം' എന്ന കവിതയെ വായിക്കേണ്ടിവരുന്നത്. അപ്പോൾ തെളിഞ്ഞുവരുന്ന ഭാവമണ്ഡലങ്ങളെയും ബന്ധ വിന്യാസങ്ങളെയും അന്വേഷിക്കുകയാണിവിടെ.

ആധുനികത നടത്തിയ ആധുനികതാ വിമർശങ്ങൾ

ആധുനികതയോടെ ഉയർന്നുവന്ന മനുഷ്യ സങ്കല്പങ്ങളുടെ മറുവിമർശനങ്ങൾ ആധുനികതാ (modernism) പ്രസ്ഥാനം തന്നെ ഉയർത്തിനിർത്തിയിട്ടുണ്ട്. നഗരമനുഷ്യൻ പരിഷ്കൃതൻ , കിരാതൻ അപരിഷ്കൃതൻ എന്ന വ്യാജദ്വന്ദ്വത്തെ കടമ്മനിട്ടയെ പോലുള്ളവർ അക്കാലത്തു തന്നെ രോഷജനകമായി തിരുത്തി എഴുതുന്നുണ്ട്.

കടമ്മനിട്ടയുടെ കാട്ടാളൻ, കുറത്തി, കിരാതവൃത്തം എന്നീ കവിതകളിൽ ആധുനികത നിർമ്മിച്ച വ്യാജമാനവീയ സങ്കല്പങ്ങൾ വിചാരണ ചെയ്യപ്പെടുന്നു. പരിഷ്കാരം രൂപപ്പെടുത്തിയ നന്മതിന്മകളുടെ ദ്വന്ദ്വലോകങ്ങളെ അത് തിരസ്ക്കരിക്കുന്നു. മനുഷ്യന് പകരം നിൽക്കുന്ന കാട്ടാളനെയും കാട്ടാളത്തിയെയും സത്യത്തിന്റെ പന്തംകൊണ്ടുയർത്തിയ വെളിച്ചത്തിൽ നാം കണ്ടുമുട്ടുന്നു. മനുഷ്യത്വത്തേക്കാൾ മികച്ച മൂല്യബോധത്തോടെയാണ് നാം അവരെ കവിതകളിൽ ദർശിക്കുന്നത്. മലഞ്ചൂരൽ മടയിൽ നിന്നും എത്തുന്ന കുറത്തി ആധുനികമായ അധികാരഗർവിനെ ചോദ്യം ചെയ്യുന്ന കറുപ്പിന്റെ കരുത്താണ്. കാട്ടുകിഴങ്ങിൻ മൂട്ടിൽ മുളച്ച കാട്ടാളൻ നാഗരികത ചുട്ടെരിച്ച നീറ്റലിൽ പുതിയ മോഹ ലോകത്തെക്കുറിച്ചുള്ള ശുഭകാമിയാണ്. നാഗരിക മനുഷ്യർ നിർമ്മിക്കുന്ന യന്ത്രാർപ്പിതലോകമല്ല അവന്റെ സ്വപ്നങ്ങളിൽ തുളുമ്പുന്നത്. നഗരവാസിയുടെ പൗരബോധത്തെ പിന്നിലാക്കുന്നതാണ് കടമ്മനിട്ടയുടെ കിരാതന്റെ ജൈവബോധം. അത് പ്രകൃതിയും മനുഷ്യനും തമ്മിൽ നിർമ്മിക്കുന്നത് പരസ്പരം കർതൃത്ത്വമുള്ളൊരു ലോകത്തെയാണ്. നന്മ നിറഞ്ഞ മനുഷ്യത്വത്തിന്റെ വിപരീതമല്ല കാട്ടാളത്തം. കാടിന്റെ ഉൺമയായി കത്തിനിൽക്കുന്ന ജൈവ ജീവിതത്തിന്റെ ജ്വലനമത്രേ.

കരുണയുടെ പേരാണ് കിരാതൻ

കാട്ടുപൂക്കുന്ന കാട്ടാറു നുകരുന്ന കാട്ടാളനെ നാം ഗഫൂർ കരുവണ്ണൂരിന്റെ കവിതയിലും കണ്ടുമുട്ടുന്നുണ്ട്. ആധുനികതയോടെ നമ്മളിൽ നിന്ന് ഊർന്നു പോയ ജൈവലോകങ്ങൾ ഈ കാട്ടാളനിൽ പൂത്തു നിൽക്കുന്നു. മലകളെ, കുന്നുകളെ, പുഴകളെ, കിളികളെ, വെള്ളത്തെ എല്ലാം ആദിമമായ രുചിയോടെയാണ് ഈ കാട്ടാളൻ നുകരുന്നത്.

മലഞ്ചെരിവിലായിരുന്നു വീട്
മറ്റൊരു ചെരിവിലൊരു തോട്
ഒരിക്കലും മാറാത്ത ദാഹമായിരുന്നു.
ഇടയ്ക്കിടയ്ക്ക് വെള്ളം കുടിയ്ക്കണം
കുടിച്ചു കഴിയുമ്പോൾ
പാറമേൽ താളം പിടിച്ചൊഴുകുന്ന
ഒരരുവി കാട്ടും കടന്ന്
കിളികളോട് കളകളം പറഞ്ഞ്
എന്റെ സിരകളിലൂടെ
ആഴ്ന്നാഴ്ന്ന് പോകുന്നു.
ഓരോതവണ വെള്ളം കുടിക്കുമ്പോഴും
മല തഴുകി ഒഴുകിയെത്തിയ
ഒരു തണുത്ത കാറ്റ് എന്നെ പുണരുന്നു.
വെള്ളം കുടിച്ച് കയ്യുയർത്തി
എഴുന്നേറ്റ് നിൽക്കും ഞാനൊരു
സടകുടഞ്ഞെഴുന്നേറ്റ കാട്ടാറു പോലെ.
നടന്നു പോകുന്നൊരു കാടുപോലെ.
ചില നേരങ്ങളിൽ ഉറവ
ഉണർന്നെഴുന്നേറ്റതു പോലെ.
കാലത്തെഴുന്നേറ്റ് വെള്ളം കുടിച്ചപ്പോൾ
ചെവിയിൽ നിന്നും
ഒരു ജലപ്പക്ഷി പറന്നുപോയി.
എന്നെ കാട്ടാളനെന്ന് വിളിക്കുന്നതിൽ
എന്തുണ്ട് തെറ്റ്?

പ്രകൃതിയുടെ ചോരയാണ് വെള്ളം എന്ന് ബഷീർ പറയുന്നുണ്ട്. ഇവിടെ കാട്ടാളൻ പ്രകൃതി തന്നെയാണ്. ഈ വെള്ളം അയാളുടെ ചോരയും. പ്രകൃതി മുഴുവനായും സാന്ദ്രമായി ഘനീഭവിച്ച് നിൽപ്പുണ്ട് ഇയാളിൽ. പാറമേൽ താളം പിടിച്ചൊഴുകുന്ന ഒരരുവി കാട്ടും കടന്ന് കിളികളോട് കളകളം പറഞ്ഞ് അയാളുടെ സിരകളിലൂടെ ആഴ്ന്നാഴ്ന്ന്

പോകുന്നുണ്ട്. ഓരോതവണ വെള്ളം കുടിക്കുമ്പോഴും മലതഴുകി ഒഴുകിയെത്തിയ ഒരു തണുത്ത കാറ്റ് അയാളെ പുണരുന്നുണ്ട്. വെള്ളം കുടിച്ച് കയ്യുയർത്തി ഒരു കാട്ടാറുപോലെ അയാൾ സടകുടഞ്ഞെഴുന്നേൽക്കുന്നു.

കാലത്തെഴുന്നേറ്റ് വെള്ളം കുടിച്ചപ്പോൾ ചെവിയിൽ നിന്നും ഒരു ജലപ്പക്ഷി പറന്നുപോകുന്നതു പോലെ. ആധുനികത പ്രകൃതിക്കുമേൽ മനുഷ്യനെ പ്രതിഷ്ഠിക്കുമ്പോൾ ഗഫൂറിന്റെ കവിത മനുഷ്യനിൽ ലയിച്ചു നിൽക്കുന്ന ഒരു അപരഭാഗമായി പ്രകൃതിയെ കാണുന്നു. 'ഭൂമി നമ്മുടേതല്ല നാം ഭൂമിയുടേതാണ്' എന്ന് ഒന്നരപ്പതിറ്റാണ്ടു മുമ്പ് സിയാറ്റിൻ മൂപ്പൻ പറഞ്ഞ വാക്കുകൾ ഇവിടെയും മുഴങ്ങുന്നുണ്ട്. അതുകൊണ്ടാണ് പ്രകൃതിയെ നിറയെ ഉള്ളിൽവഹിക്കുന്ന ഒരു മനുഷ്യനെ നാം ഇവിടെ കണ്ടുമുട്ടുന്നത്.

'ഭൂമിയ്ക്കുന്ന് മനുഷ്യൻ നൽകി
പൂവുകൾ രോമാഞ്ചങ്ങൾ
കാമുകരായ് സന്ധ്യകൾ
കാറ്റൊരു പ്രേമഗായകനായ്
ശാരദമേഘം ചാമരമായ്
ചന്ദ്രിക ചന്ദനമായ്
വാർമഴവില്ലിൻ വർണ്ണപ്പുടവകൾ
വാരിയുടുത്തു ഭൂമി
അന്നു മനുഷ്യൻ തീർത്തു ഭൂമിയിൽ
ആയിരം ഉജ്ജ്വല ശില്പങ്ങൾ

(വയലാർ)

എന്നിങ്ങനെ ഭൂമിയെ മനുഷ്യന് പുറത്തു നിർത്തുന്ന ആധുനികതയുടെ തിരുത്തി എഴുത്താണ് ഗഫൂർ കരുവണ്ണൂരും നിർവഹിക്കുന്നത്. ഈ പ്രകൃതിക്ക്, പ്രപഞ്ചത്തിന് ആകെ സൗന്ദര്യം വിതച്ചത് മനുഷ്യനാണ് അവന്റെ കരുത്താണ്, കരവിരുതാണ്. അങ്ങനെ ഭൂമിയെ സനാഥമാക്കിയത് മനുഷ്യനാണെന്നാണ് ആധുനികതയുടെ സങ്കല്പമെങ്കിൽ ഗഫൂർ കരുവണ്ണൂരിന്റെ വെള്ളം ഭൂമിയെ അനാഥമാക്കുകയും അസ്ഥിരപ്പെടുത്തുകയും ചെയ്യുന്ന ഹിംസാത്മകതയുടെ കൂടി പേരാണ് മനുഷ്യൻ എന്ന് നമ്മെ ഓർമ്മപ്പെടുത്തുന്നു. ആധുനിക മനുഷ്യൻ വെള്ളത്തെ മലിനമാക്കുന്നു. ഒഴുക്കു തടഞ്ഞ് അതിനെ കുപ്പിയിൽ വിൽക്കുന്നു. ഭൂമിയെ റിയലെസ്റ്റേറ്റാക്കുന്നു. വായുവിനെ വിഷവാതകമാക്കുന്നു. 'ശ്വസിക്കാനുള്ള അവകാശത്തെ മരിക്കാനുള്ള അവകാശമാക്കി മാറ്റുന്നത്' ഈ പരിഷ്കൃതനാണ്.

അതുകൊണ്ടു തന്നെ യൂറോപ്യൻ ആധുനികത നിർമ്മിച്ച മനുഷ്യ സങ്കല്പമല്ല അതിനെ എതിരിടുന്ന ബദൽ സ്വത്വബോധമാണ് കാട്ടാളൻ. ' ഭക്ഷണവും വിനോദവും ഗവേഷണവും പോലെ ക്രൂരതയും ആധുനിക മനുഷ്യന് ഒഴിച്ചുകൂടാൻ പറ്റാത്തതാക്കി മാറ്റിയിട്ടുണ്ട്' എന്ന് ജൈവമനുഷ്യനിൽ ആനന്ദ് നിരീക്ഷിക്കുന്നുണ്ട്. അവിടെയാണ് ഈ കിരാതൻ കരുണയുടെ പൊരുളായി മാറുന്നത്.

സർവ സന്നാഹങ്ങളുമുള്ള ഒരു നാഗരികതയെയാണ് പ്രാകൃതനായ വെറും കാട്ടാളൻ ചോദ്യം ചെയ്യുന്നത്. നഗരമാണ് വൈരൂപ്യത്തിന്റെ പേരെങ്കിൽ കാട്ടാളൻ സൗന്ദര്യത്തിന്റെ വിളിപ്പേരായിത്തീരുന്നു. നാഗരികതയുടെ അതിവ്യാപനം മനുഷ്യരെ പലവിധ പാലായനങ്ങൾക്കും ഇടവരുത്തുമ്പോൾ കാട്ടാളൻ ഉറച്ചുനിൽക്കുന്ന മനുഷ്യസ്വത്വത്തിന്റെ സ്ഥൈര്യത്തിന്റെ പേരായിത്തീരുന്നു.

നഗരമനുഷ്യൻ തനിക്ക് പുറത്തു നിർത്തുന്ന പ്രകൃതിയുടെ അമൃതധാരകൾ മുഴുവൻ ഉൾവഹിക്കുന്നവനാണ് ഇവിടെ കാട്ടാളൻ. വെറും ചരക്കും കർതൃ രഹിതവുമാണ് നഗരമനുഷ്യന് പ്രകൃതി. വെള്ളം, മണ്ണ്, പൂവ്, കായ, പൂമ്പാറ്റകൾ, കിളികൾ, മൃഗങ്ങൾ, ചെറു ജീവികൾ എന്നിവ ആധുനികർ തങ്ങൾക്ക് വാങ്ങാനുള്ള ചരക്കുകൾ മാത്രമാക്കി മാറ്റുന്നു. വെള്ളം ബോട്ടിലിൽ, മണ്ണ് കവറിൽ , പൂവും കായയും കച്ചവടശാലയിൽ, കിളികളും പൂമ്പാറ്റകളും മൊബൈൽ ഫോണിൽ, പ്രഭാതവും ഉച്ചയും സന്ധ്യയും രജനിയും സ്ക്രീനനുഭൂതികൾ അങ്ങനെ സമ്പൂർണ്ണമായി പ്രകൃതിയിൽ നിന്നും അന്യവൽക്കരിക്കപ്പെടുന്നതിനെയാണ് നാം ആധുനികത, പരിഷ്ക്കാരം, വികസനം എന്നൊക്കെ വിളിച്ചുവരുന്നത്. പക്ഷേ ഇതെല്ലാം ഉൺമയായുള്ള ഒരാളെ നാം കാട്ടാളൻ എന്നു വിളിക്കുന്നു.

കാടും മലയും പുഴയും പക്ഷിയും
കാറ്റും വെയിലും എന്നിലാവോളമുണ്ട്.
....
....
എന്നിലാ വോളമുണ്ട് വെള്ളം
കിടപ്പുറപ്പാക്കിയിട്ടുണ്ടാറടിമണ്ണ്.
മരിക്കാൻ നേരത്ത് കൊടുക്കുന്ന വെള്ളം
കാടിനേയും പുഴയേയും
ഉമ്മവെച്ചാശ്വസിച്ച്
മണ്ണിലേക്ക് പോകാനായിരിക്കുമോ?

അല്ലെങ്കിൽ മറ്റൊരു കാടായ് വളർന്ന്
അരുവിയാവാനായിരിക്കുമോ?

അതുകൊണ്ടു തന്നെ അയാൾക്ക് മരണമില്ല. ആവിർഭാവവും വിലയനവും മാത്രമേയുള്ളൂ. മണ്ണും വെള്ളവും മരവും ചെടിയുമായിരുന്നു അയാൾ. ദേഹവും ദേഹിയും ഒന്നായിത്തീർന്ന അവസ്ഥ. നമ്മുടെ നാഗരിക മോഹങ്ങൾക്കു മുകളിൽ ഒരു നാൾ കിരാതരായി മനുഷ്യർ ഭൂമിയെ പുറകോട്ടു തിരിക്കുമെന്ന പ്രതീക്ഷ. അവിടെ മുന്നോട്ടു നടക്കുക എന്നതിനർത്ഥം പിന്നോട്ടു കുതിക്കുക എന്നു കൂടിയായിത്തീരുന്നു. ആ വിധം ഗഫൂർ കരുവണ്ണൂരിന്റെ വെള്ളം എന്ന കവിത മാനവീയതയുടെ മറുഭാവനയായിത്തീരുന്നു.

കര

വാക്കിന്റെ നേരമ്പ്

മലയാളകവിത അതിന്റെ ഭാവന കൊണ്ടും ഭാവനാരാഹിത്യം കൊണ്ടും തീവ്രമായ ആവിഷ്ക്കാരങ്ങൾ സൃഷ്ടിക്കുവാൻ പര്യാപ്തമാവുന്നുണ്ട്. പ്രത്യക്ഷ രാഷ്ട്രീയ ബോധ്യങ്ങൾ കവിതയ്ക്ക് ബാഹ്യമായിത്തീരുകയും വൈയ്യക്തിക രാഷ്ട്രീയം കവിതയുടെ മാന്യതയായി ആചരിക്കുകയും ചെയ്യുന്ന കാലത്തിലൂടെയാണ് കടന്നുപോകുന്നത്. ഇവിടെയാണ് ചലനാത്മകവും വിമർശനാത്മകവുമായ ഒരുനവീനമായ റിയലിസം കൊണ്ട് കവിത രാഷ്ട്രീയ വിമർശനത്തിന് പ്രാപ്തി നേടുന്നത്. പാട്ടുകൊണ്ട് ചൂട്ടുകെട്ടി രാജാവിന്റെ മുഖത്തു കുത്തുന്നതു പോലെ പുതിയ കവിതയ്ക്ക് രാഷ്ട്രീയമായ ഉണർവുകൾ വന്നു കഴിഞ്ഞു എന്ന് തെളിയുന്ന സമകാലിക കാവ്യാനുഭവങ്ങൾക്കാണ് നാം സാക്ഷ്യം വഹിക്കുന്നത്.

ശബ്ദംകൊണ്ട് കാലത്തെ നേരിടുന്ന കവിത

മനുഷ്യരുടെ കാതടപ്പിക്കുന്ന ആർത്തനാദങ്ങൾ തിരമാലകൾ കണക്കെ ഇളകിമറിയുന്ന കാലത്ത് നിശ്ശബ്ദതയുടെയും നിസ്സാരതയുടെയും സൗന്ദര്യരഥമേറി, അധികാരത്തിന്റെ ജീർണതയെയും മനുഷ്യവംശത്തിന്റെ ദൈന്യതയെയും ആവിഷ്ക്കരിക്കാൻ കഴിയാതെ പുതിയ കവിത കടന്നുപോകുന്നത് ചില നിമിഷങ്ങളിലെങ്കിലും നമ്മെ ലജ്ജിപ്പിക്കുന്നുണ്ട്. തണുത്തുറഞ്ഞ നീരവങ്ങളുടെ കാലത്തിലിതാ ഉൾക്കിടിലത്തോടെ മാത്രം കേൾക്കാവുന്ന മൂന്നു കവിതകൾ പിറന്നിരിക്കുന്നു. ഒരലർച്ചയായി, കരച്ചിലായി, പിടച്ചിലായി പ്രതിഷേധത്തിന്റെ

തീവാക്കുകളായി അൻവർ അലിയുടെ മൂന്ന് ചാവെഴുത്തുകൾ (Truecopy webzines 02August 2021 packet 36). ചാവെഴുത്തുകൾ എന്ന ഒറ്റ ത്തലക്കെട്ടിനു താഴെ മൂന്ന് കവിതകൾ. ചത്തവരുടെ നിസ്സഹായതയാ യല്ല, കൊന്നവരുടെ സുവിശേഷ ഗാഥകളായി മൂന്ന് വർത്തമാനങ്ങൾ. ആർത്തനാദങ്ങളും കണ്ണീർ കിനിച്ചിലുകളുമായുള്ള മൊഴി പേച്ചുകൾ

ഒന്ന്: സൊറാബ്ദീൻ കൊലമാല. രണ്ട്: സ്റ്റാൻ സ്വാമി മൊഴി മൂന്ന്: അനന്യ മോണ ലോഗ്.

തീകൊടുത്ത് ഗോദ്ര വാങ്ങി
ഡും ഡും ഡും
ഗോദ്ര കൊടുത്ത് ചോര വാങ്ങി
ഡും ഡും ഡും
ചോര കൊടുത്ത് ഭരണം വാങ്ങി
ഭരണം കൊഴുത്തു വയറു വീങ്ങി
വയറിളകിത്തൂറി നാട്
നാടാകെ കെട്ടു നാറി
ഡും ഡും ഡും ഡും
ഡും ഡും ഡും

(സൊറാബ്ദ്ദീൻ കൊല മാല)

നമ്മുടെ സമശീതോഷ്ണ സൗകര്യ ജീവിതത്തിലലിഞ്ഞ ആലസ്യ ങ്ങളെ പെരുമ്പറ മുഴക്കി കുലുക്കി കുലുക്കി ഉണർത്തുന്നതാണ് അൻവർ അലിയുടെ കവിത. നുണക്കഥകൾ കൊണ്ടു മാത്രം കെട്ടി യുയർത്തിയ അപരവിദ്വേഷത്തിന്റെ കരിങ്കൽത്തടവറ ഒരു ദേശപ്പെ രുമയുടെ അടയാളമാകുമ്പോൾ അൻവർഅലിയുടെ പെരുമ്പറക്കൊ ട്ടിൽ കാപട്യത്തിന്റെ ശംഖനാദങ്ങൾ അമർന്നില്ലാതാകുന്നതു നാമറിയു ന്നു. കളവുകൾ ചാന്തുതേച്ച മൃതശരീരങ്ങൾ കൊണ്ടു പടുത്ത ശവക്കോ ട്ടപോലെ തോന്നിക്കുന്നു ഇന്ന് ഒരു രാജ്യം. അവിടെ പൗരരുടെ ശീതീ കരിക്കപ്പെട്ട ധമനികളെ വിചാരണ ചെയ്യുന്നുണ്ട് അൻവർ അലിയുടെ ഓരോ വരിയും. നിശ്ശബ്ദത കൊണ്ടല്ല ശബ്ദം കൊണ്ടു തന്നെ ഈ കാലത്തെ നേരിടണമെന്ന് ഈ കവിക്കറിയാം. പേരുകൊണ്ടുതന്നെ ദേശദ്രോഹിയായിത്തീരാനുള്ള യോഗ്യത ഉള്ളൊരാളാണ് അൻവർ അലിയെങ്കിലും ഉരുക്കിന്റെ ഉറപ്പുണ്ട് അയാളുടെ കവിതാ പേശികൾക്ക്.

അലങ്കാരങ്ങൾ പലപ്പോഴും അസത്യത്തിന്റെ പൊയ്മുഖം പണിയും. അത് മനുഷ്യരെ ബന്ധനസ്ഥമാക്കിയ ചങ്ങലകൾക്കു മേലെ, ചോര ഇറ്റിറ്റു വീഴുന്ന രാക്ഷസീയമായ ധംഷ്ട്രകൾക്കു മേലെ വർണ്ണപ്പൂക്കൾ

കൊണ്ടുള്ള അലങ്കാരങ്ങൾ തുന്നിച്ചേർക്കും. അത് ഏറ്റവും പൈശാചികമായ ഹിംസാത്മകതയെ മറച്ചുപിടിക്കുന്നതാകും ചിലപ്പോൾ. അതിനാലാവണം സത്യത്തെ ആച്ഛാദനം ചെയ്യുന്ന അലങ്കാര കുസുമങ്ങളൊക്കെയും ഈ കവി ഇറുത്തെടുക്കുന്നുണ്ട്. അത് പൂക്കളോടുള്ള വിരോധം കൊണ്ടല്ല, മിഥ്യാ പുഷ്പങ്ങളുടെ മതിഭ്രമങ്ങളിൽപ്പെടാതെ യഥാർത്ഥ പുഷ്പത്തെ ഇറുക്കുന്നതിനു വേണ്ടിയാണ്. എല്ലാതരം ധ്വന്യാത്മകതകളെയും ഒഴിവാക്കി കവി വാക്കിന്റെ നേരമ്പ് തൊടുക്കുന്നു.

2002-ൽ വ്യാജ ഏറ്റുമുട്ടലിൽ കൊല ചെയ്യപ്പെട്ട സൊറാബ്ദ്ദീൻ ഷെയ്ക്ക് ഇപ്പോഴും ഒരു പ്രഹേളികയാണ്. ഗുജറാത്തിൽ മോഡി സർക്കാറിന്റെ ആഭ്യന്തര മന്ത്രിയായിരുന്ന ഹരേൺ പാണ്ഡ്യ വധം ഇപ്പോഴും ഉത്തരം കിട്ടാത്തതാണ്. രാജ്യസ്നേഹത്തിനായുള്ള ചതിക്കൊലകൾ കഴിഞ്ഞ ഒന്നു രണ്ടു ദശാബ്ദങ്ങളായുള്ള രാഷ്ട്രീയ ഇന്ത്യയുടെ സ്വാഭാവിക നീതിയായി മാറിയിട്ടുണ്ട്. ഈ കാപട്യത്തെയാണ് അൻവർ അലി ആവും മട്ടിൽ വാക്കിൽ ഒച്ചയും ശക്തിയും ചാലിച്ച് ആവിഷ്കരിച്ചിരിക്കുന്നത്. ഉൾക്കിടിലത്തോടെ മാത്രം കേൾക്കാൻ കഴിയുന്ന ശബ്ദങ്ങളും അമ്പരപ്പോടെ മാത്രം കാണാൻ കഴിയുന്ന ചിത്രങ്ങളുമാണ് സൊറാബ്ദീൻ കൊലമാലയിൽ നാം കേൾക്കുന്നത്, നാം കാണുന്നത്.

സ്റ്റാൻസ്വാമി മൊഴി എന്ന കവിതയും അമിതാധികാരം ജീവനൂറ്റിയെറിഞ്ഞ ഒരു സന്ന്യാസിയുടെ അവസാനമൊഴിയാവുന്നു. ചാവാറായ എന്നെ പച്ച മീനിനെ പോലെ ജയിലറയിലുണക്കാനിട്ടത് എന്തിനായിരുന്നു എന്ന ചോദ്യം രാജ്യസ്നേഹത്തിന്റെ മനസാക്ഷി സൂക്ഷിപ്പുകാർക്ക് നേരെയാണ് ഉയരുന്നത്. മാപ്പുസാക്ഷികളായി നമ്മളും മാറുന്നല്ലോ എന്ന് തോന്നിപ്പിക്കുന്നുണ്ട് കവിത. 'അനന്യ മോണലോഗ്' ലിംഗമാറ്റ ശസ്ത്രക്രിയയിലൂടെ വേദനയുടെ നൂറ് നൂറ് പുഴകൾ നീന്തിക്കടന്ന് അവസാനം പെൺമയുടെ മോഹച്ചിറകുകൾ സ്വയം ഒടിച്ചുകളഞ്ഞ അനന്യ; നൈതികതയില്ലാത്ത വൈദ്യശാസ്ത്രത്തിന്റെ ചോരമണക്കുന്ന കഥ പറയുന്നു.

ബിംബാവലികളും വിപരീതാർത്ഥങ്ങളും

പ്രസിദ്ധ ജർമ്മൻ വിപ്ലവകാരിയായിരുന്ന ബെച്ചർ എഴുതിയ ഒരു അന്യാപദേശ കവിതയെ വിമർശന വിധേയമാക്കി ബ്രെഹ്ത് നടത്തുന്ന നിരീക്ഷണം ശ്രദ്ധേയമാണ്. ബ്രഹ്തിന്റെ അഭിപ്രായത്തിൽ ബെച്ചർ 'ഞാൻ' എന്നു പറയുന്ന ജർമ്മൻ തൊഴിലാളി, വിപ്ലവ എഴുത്തുകാരുടെ സംഘടനയുടെ അദ്ധ്യക്ഷൻ എന്ന നിലയിൽ ഒരു

മാതൃകാപുരുഷനാണ് എന്നാണ് വിചാരിക്കുന്നത്. ബെച്ചർക്ക് തന്നെപ്പറ്റി നല്ല മതിപ്പാണെന്നതിനപ്പുറം ആ കവിത യാതൊന്നും സംവദിക്കുന്നില്ല. കെ.ആർ ടോണിയുടെ മറുപൊരുൾ എന്ന കവിത (മാതൃഭൂമി ആഴ്ചപ്പതിപ്പ് 2021 ഓഗസ്റ്റ് 08- 14) വായിക്കുന്ന ഒരാൾക്ക് ബ്രഹ്ത് ബെച്ചറിനെക്കുറിച്ചു പറഞ്ഞ അവസാന വാക്യം പറയാനുണ്ടായിരിക്കും.

കെ.ആർ ടോണി മലയാളത്തിന് എത്രയോ നല്ല കവിതകൾ നൽകിയ കവിയാണെന്ന കാര്യം മറക്കാവതല്ല. ശിഷ്ടം, അന്ധകാണ്ഡം, ഒരു പ്രതി സാഹിത്യ വിചാരം, തുള്ളൽ, ദൈവപ്പാതി, പ്ലമേനഅമ്മായി, പ്രതീക്ഷ, നോർമ്മൽ, പൈൻ മരക്കാട് എന്നിങ്ങനെ ഒരു ഡസനിലേറെ നല്ലകവിതകളുണ്ടാകും ടോണിയുടേതായി തിരഞ്ഞെടുക്കാൻ. അപ്പോഴും പൊരുളറിയാതെ 'മറുപൊരുൾ' ബാക്കി നിൽക്കും.

മാതൃത്വത്തിന്റെ ദയനീയ ഭാവങ്ങൾ ബഹുമുഖമായ ചായങ്ങളോടെ മലയാള കവിതയിൽ വന്നു ചേർന്നുപോയി. പണ്ട് മഹനീയ ഭാവങ്ങൾക്കൊണ്ടായിരുന്നു മാതൃത്വത്തിന്റെ ചിത്രം വരച്ചത്. ലേബർറൂം വിശുദ്ധതയുടെ തിരുപ്പിറവിയല്ലെന്നും വേദനയുടെ ഒരു പുഴ തന്നെയാണെന്നും തിരിച്ചറിയപ്പെട്ടുമ്പോൾ മാതൃത്വത്തിനായ് നാം കെട്ടിപ്പൊക്കിയ പരിപാവനതയുടെ കോട്ടകൾ മുഴുൻ നിലംപൊത്തുന്നുണ്ട്. ഇവിടെ സുധീഷ് കൊട്ടേമ്പ്രം ദയനീയതയാണോ മഹനീയതയാണോ എന്ന് തിരിച്ചറിയാൻ കഴിയാത്തവിധം ഒരു മാതൃബിംബം അവതരിപ്പിക്കുന്നുണ്ട് വീട്ടാന എന്ന കവിത (മാധ്യമം ആഴ്ചപ്പതിപ്പ് 2021 ആഗസ്റ്റ് 9) യിൽ.

അമ്മയുടെ മൗനം പുരയെ മോർച്ചറിയാക്കും, ശവശൂന്യത പോലെ കനം വെപ്പിക്കും. ചില പിണക്കങ്ങൾ അവരെ മരിച്ചു പോയ ആങ്ങളമാരുടെ അടുത്തെത്തിക്കും. ഇങ്ങനെ അമ്മയുടെ സാന്നിധ്യവും അസാന്നിധ്യവും തീർക്കുന്ന അനുഭൂതികൾ ഒരു ഭാഗത്ത്. മറു പാതിയിൽ അമ്മ മെരുക്കിയെടുക്കുന്ന അടുക്കളലോകങ്ങൾ. ആനയുടെ രൂപം പൂണ്ട അടുക്കളക്കാര്യങ്ങളെ സമർത്ഥനായ പാപ്പാനെപ്പോലെ എത്ര അനായാസമായാണ് അമ്മ മെരുക്കിയെടുക്കുന്നത്. ഒരു പയ്യിനെ പോലെ.

അമ്മയപ്പോൾ
ആനയെ
അഴിച്ചു കെട്ടുകയായിരുന്നു
പയ്യിനെയെന്ന പോലെ.

കവി, കാമുകൻ, ഭ്രാന്തൻ. ഇവരുടെ മനസ്സുകളിൽ അലയടിക്കുന്ന ഒരേകടലിന്റെ ആഴത്തെക്കുറിച്ച് ആദ്യമെഴുതിയതു ഷേക്സ്പിയറാണ്. ഭാവനയുടെ ലോകത്ത് ഇവർക്കുള്ള ചേർച്ചയെയാണ് ഇവരെ

സമഭാവനാ ശാലികളാക്കുന്നത്. സാറാ ജസിൻ ഈ മൂന്ന് അനുഭവ ലോകങ്ങളെയും ചാലിച്ച് എഴുതിയ കവിതയാണ് നാട്ടിലെ ആദ്യത്തെ ഭ്രാന്തി (Wtp live.in 4th August/issue 66). ഭ്രമാത്മകമായ ഒരു അനുഭൂതിയെ കവിത തുറന്നുവെയ്ക്കുന്നു.

പ്രണയം മനുഷ്യത്വത്തിന്റെ സാക്ഷാത്കാരമാണ്. അത് അവരായി നിൽക്കുന്നതിന്റെ ആവിഷ്ക്കാരവും അവരവരല്ലാതായി നിൽക്കുന്നതിന്റെ സാക്ഷാത്ക്കാരവും കൂടിയാണ്. നീയും ഞാനുമില്ലാതെ നമ്മൾ മാത്രമായുള്ള ഒരനാദിയിൽ ലയിക്കുന്ന ആത്മീയമായ ഒരു വിലയനമാണ് പ്രണയം. സാറാജെസിൻ അക്കങ്ങളായി നിൽക്കുന്ന പ്രണയത്തെയും ഉന്മാദവുമായി നിൽക്കുന്ന വിഭ്രാത്മകതയെയും ഒരവസ്ഥയെ സൃഷ്ടിക്കുന്നു. ഇവിടെ അക്കങ്ങൾ അക്കങ്ങളായി നിന്ന് പ്രണയത്തിന്റെ പച്ചപ്പായി മാറുകയാണ്. ജീവനറ്റ ഒരു വിറകു കമ്പിനെ ബഷീറും നാരായണിയും കൂടി സ്നേഹത്തിന്റെ പൂങ്കൊമ്പാക്കുന്നതു പോലെ അക്കങ്ങളിൽ പ്രണയത്തിന്റെ ശാദ്വലസ്ഥലി പണിയുകയാണ് കവി.

അമ്മയ്ക്ക് ഭ്രാന്ത് കൂടാനും
നൂറ്റിപ്പതിനേഴിന്
കുറയാതിരിക്കാനും
ഞാനാഗ്രഹിക്കും

വിപരീത വാക്യങ്ങൾ കൊണ്ട് സമാന അർത്ഥങ്ങൾ നിർമ്മിക്കുന്ന വാക്കിന്റെ കേളീരംഗം കൂടിയായിത്തീരുന്നുണ്ട് സാറാ ജെസിന്റെ കവിത.

മഹാനുഭവങ്ങളും മനുഷ്യാനുഭവങ്ങളും

മഹാ അനുഭവങ്ങളിൽ നിന്ന് മനുഷ്യാനുഭവങ്ങളിലേയ്ക്ക് ചുവടുമാറുന്നതാണ് ഇന്നത്തെ കവിത. സ്വാതന്ത്ര്യ സമരത്തിൽ പങ്കെടുക്കാത്ത, അടിയന്തരാവസ്ഥയുടെ അനുഭവങ്ങളില്ലാത്ത, നക്സലൈറ്റ് കലാപങ്ങൾക്ക് സാക്ഷ്യം വഹിക്കാത്ത, പുതുതലമുറയ്ക്കെന്ത് അനുഭവങ്ങൾ എന്നൊരു ചോദ്യം അന്തരീക്ഷത്തിലുണ്ട്. ഇപ്പോൾ പിറന്നു വീഴുന്നത് ആരുടെയും കുറ്റമല്ല. അതുകൊണ്ട് അവരുടെ വൈയ്യക്തികാനുഭവങ്ങളാണ് അവരുടെ അനുഭവങ്ങൾ, അത് മാത്രമാണ് അവരുടെ കവിതയും. അതുകൊണ്ട് അവർക്ക് അനുഭവങ്ങളെ കടം കൊള്ളേണ്ടിവരുന്നു. ഇവിടെ ശ്രീന എസ് അനുഭവലോകത്തെ കാവ്യാത്മകമായി സമീപിക്കുന്ന 'പൊതുദർശനത്തിനു വെച്ച അനുഭവങ്ങൾ'(Wtp live.ni 4th August/issue 66) അവൾക്ക് കടം കൊള്ളേണ്ടിവരുന്നു.

അടച്ചിട്ട മുറികളിൽ അത് കാവ്യാത്മകമായി ഉരവം കൊള്ളുന്നു. ആ നിലയിൽ പുതിയ തലമുറക്കവിതകളും ചരിത്രവൽക്കരിക്കപ്പെടുന്നുണ്ട്.

നഗരത്തിൽ പൊതുദർശനത്തിന്
വെച്ചിരുന്ന അനുഭവങ്ങൾ
അനുവാദം കൂടാതെ
ഞാനങ്ങ് മോഷ്ടിച്ചു
മുറിയിൽ അടച്ചു പൂട്ടി
കുറച്ചു സമയം കഴിഞ്ഞപ്പോളതാ
അനുഭവങ്ങളെന്നെ
കവിതയെഴുതാൻ വിളിക്കുന്നു.

ജീവിതാനുഭവങ്ങളിൽ നിന്ന് ചരിത്രാനുഭൂതിയിലേയ്ക്ക് പോകുന്ന പുതിയ കവിയെ നാം ഇവിടെ കണ്ടുമുട്ടുന്നു.

എന്നാൽ വൈക്തികമായ ജീവിതാനുഭവങ്ങളിൽ നിന്ന് ജീവിതവിമർശനത്തിന്റെ പാഠങ്ങളെ കണ്ടെത്തുകയാണ് പവിത്രൻ തീക്കുനിയുടെ 'ആത്മഹത്യയ്ക്ക് തൊട്ടുമുമ്പ് ' (ചന്ദ്രിക ആഴ്ചപ്പതിപ്പ് 31 ജൂലൈ 2021) തീ കമിഞ്ഞു നിൽക്കുന്ന ഒരു ജീവിതത്തിൽ നിന്ന്കൊണ്ടാണ് അയാൾ കവിത എഴുതുന്നത്. ആത്മഹത്യ ജീവിതത്തിന്റെ ഈർപ്പങ്ങളിൽ നിന്ന് വിത്തിലേയ്ക്കുള്ള പിൻമടക്കത്തിനു ക്ഷണിക്കും. അയാൾ ആത്മഹത്യക്കു മുമ്പ് ഏകാന്തതയുടെ ദ്വീപിൽ അകപ്പെടും. ആ നിലയിൽ ആത്മഹത്യയും ഒരു കവിത തന്നെയായി മാറും.

ആത്മഹത്യയ്ക്കു തൊട്ടുമുമ്പ്
മരങ്ങളെല്ലാം
നടന്നു തുടങ്ങിയിട്ടുണ്ടാവാം
നദികളെല്ലാം തിരിച്ചൊഴുകിയിട്ടുണ്ടാവാം
പക്ഷികളെല്ലാം തൂവലുകളിൽ നിന്ന്
മേഘങ്ങൾ എന്ന വാക്ക്
ഉപേക്ഷിച്ചിട്ടുണ്ടാവാം
....
ആത്മഹത്യയ്ക്ക്
തൊട്ടുമുമ്പ്
ആത്മാവ്
ഏകാന്തതയുടെ മോർച്ചറിയിൽ സൗഹൃദങ്ങൾക്ക്
ബലിയിട്ടിട്ടുണ്ടാവാം

അങ്ങനെ ആത്മഹത്യ കവിതയാകുന്നു. കവിത ആത്മഹത്യയായി മാറുന്നു. ആത്മത്തിൽ തുടങ്ങി ആത്മത്തെ ഹനിക്കുന്നതാണ് കവിത

എന്നുകൂടി വരുന്നു. അത് ആത്മത്തെ അപരമാക്കുകയും അപരത്തെ വിത്തിനെയെന്നോണം ആത്മത്തിൽ ഒളിപ്പിക്കുകയും ചെയ്യുന്നു. ഈ വിരുദ്ധ വൃത്തിയായി ആത്മഹത്യയും കവിതയും ഇവിടെ മാറുന്നു.

ഈ വിധം ആത്മം നഷ്ടപ്പെട്ട് അപരത്തിൽ ജീവിക്കാൻ വിധിക്കപ്പെട്ടവരുടെ സ്വത്വ പ്രതിസന്ധിയെ അവതരിപ്പിക്കുകയാണ് ടി.പി രാധാകൃഷ്ണന്റെ ഇടം (ചന്ദ്രിക ആഴ്ചപ്പതിപ്പ് 31 ജൂലായ് 2021)

ഇന്നലെ
ഒരു മാനും മയിലും
തൊടിയിലെത്തി.
ഇന്ന്
ഒരാനയും ഒരാദിവാസിയും
വീട്ടിലെത്തി
നാളെ
ഒരു പുലിയും പുഴയും
വീട്ടിലെത്താതിരിക്കില്ല.

കാരണം ആത്മദേശം നഷ്ടപ്പെടുന്നതിന്റെ കൂടിപ്പേരായിത്തീരുന്നു പലായനം. സാമൂഹിക വിമർശനത്തിന്റെ നിശബ്ദമുഴക്കമായിത്തീരുന്നുണ്ട് ടി.പി രാധാകൃഷ്ണന്റെ ഇടം.

ദൂരെയും ചാരെയും കാഴ്ചയുടെ രണ്ടനുഭവങ്ങളാണ് മനുഷ്യർക്ക് സമ്മാനിക്കുന്നത്. അകലെ കാണുന്ന സുന്ദരമായ മന്ദിരം അതിൽ അകപ്പെടുമ്പോൾ കാരാഗൃഹമായിത്തീരുന്ന വിരുദ്ധാനുഭവം നിത്യജീവിതത്തിൽ സാധാരണമാണ്. മാനസിക ഭാവത്തിന്റെ ഈ വിരുദ്ധ ദിശകളെ ആവിഷ്കരിക്കാൻ ശ്രമിക്കുകയാണ് ലയചന്ദ്രലേഖയുടെ മഞ്ഞത്തുവാല (Truecopy webzines 02 August 2021 packet 36).

അകലെ മഞ്ഞത്തുവാല മുറുകെ പിടിച്ച് ഒരു സ്ത്രീ. തുവാലയെ ഒട്ടും നോവിക്കാതെന്നവണ്ണം ഇറുക്കിപ്പിടിച്ചിരിക്കുകയാണവർ. അവരുടെ മെല്ലിച്ച കൈത്തണ്ടയിൽ ഒറ്റക്കുപ്പിവളയും ഉണ്ടായിരുന്നു. നീരുവറ്റിയ ഉണക്കക്കമ്പു പോലുള്ള അവരുടെ കൈത്തണ്ടയ്ക്ക് ആ കുപ്പിവള അൽപ്പം ഭംഗി പകരുന്നുണ്ട്. മഞ്ഞത്തുവാല അവരുടെ ചുളിവു വീണ കൈകൾക്ക് ഒട്ടും ചേരാത്തതുപോലെ. അകലെയിരുന്ന് ആ സ്ത്രീയെ ദൈന്യതയോടെ കവി നോക്കുന്നു. ആ ഭംഗിയുള്ള മഞ്ഞത്തുവാല മോഹിക്കുന്നു. ഇപ്പോൾ അവരുപേക്ഷിച്ച മട്ടിൽ ആ തുവാല. അവരത് ഉപേക്ഷിച്ചതാവാൻ ഇടയില്ല. പിന്നെ അടുത്തപ്പോൾ മറ്റൊരനുഭവത്തിലേയ്ക്കാണ് കവി എത്തുന്നത്.

ആ സ്ത്രീക്ക്
ഇത്രയും
കെട്ട വാടയായിരുന്നെന്ന്
ഞാനപ്പോഴാണ്
വിയർപ്പ മണക്കുന്നത്
അവരുടെ
നാറുന്ന മൂക്കള...
മുഖം മറച്ചുള്ള തുമ്മൽ...
ഉണങ്ങിപ്പിടിച്ച
കണ്ണുനീരിന്റെ ഉപ്പ്
എല്ലാറ്റിലുമുപരി
അവരുടെ
തിരുത്താനാവാത്ത
വൃത്തികെട്ട കറുപ്പ്
എത്രയൊക്കെ കഴുകിയാലും
പോവില്ലെന്ന്
ഉടുമ്പിനെപ്പോലെ
അടിഞ്ഞുകൂടിയിരിക്കണം
അങ്ങനെ
ഒന്നുകൂടി
നോക്കിയപ്പോഴാണ്
ആ
മഞ്ഞത്തുവാലയക്ക്
അത്രയൊന്നും ഭംഗിയില്ലെന്ന്
ഞാൻ
ആദ്യമായി
കണ്ടെത്തിയത്

കാഴ്ചയുടെയും അനുഭവത്തിന്റെയും സഹതാപം സ്ഫുരിക്കുന്ന സഹായ നോട്ടങ്ങളുടെയും അനാവരണം ചെയ്യാൻ കവിത ശ്രമിക്കുന്നു. ഒരാൾക്ക് പ്രിയപ്പെട്ടതെന്ന് തോന്നുന്നത് അയാൾക്ക് തന്നെ ഉപേക്ഷിക്കേണ്ടി വരുന്ന മനുഷ്യഭാവത്തിന്റെ ദ്വന്ദ്വാത്മകത കൂടി പുറത്തെടുക്കുന്നുണ്ട് ലയചന്ദ്രലേഖ.

വഴിമുട്ടുന്ന കാല്പനികത

കാല്പനികതയുടെ പരാഗരേണുക്കൾ വഹിച്ചു പറക്കുന്ന കവിതാ പതംഗങ്ങൾ മലയാളത്തിലെ കാവ്യാരാമത്തിൽ ഇന്നും സജീവമായി പാറിപ്പറക്കുന്നുണ്ട്. ചങ്ങമ്പുഴയിൽ തുടങ്ങിയ കാല്പനികതയുടെ ജീവന്റെ നിറവ് നമുക്ക് ഒ.എൻ.വി. വരെ കാണാൻ കഴിയും. പിന്നീടങ്ങോട്ട് ജീവിത വിരുദ്ധമായ നിർജീവപകർപ്പുകൾ മാത്രമായിരുന്നു കാല്പനികതയുടെ പേരിൽ അരങ്ങേറിയത്. അത് കെ. ജയകുമാറിലും ആലങ്കോട് ലീലാകൃഷ്ണനിലും ചിലപ്പോഴൊക്കെ പ്രഭാവർമ്മയിലും തങ്ങിനിൽക്കുന്നുണ്ട്. ജീവിത മഹാകാവ്യത്തിന്റെ പൊരുളുകളെയാണ് ഇത്തരം കവിതകൾ പലപ്പോഴും അനാവരണം ചെയ്യാൻ ശ്രമിക്കാറുള്ളത്. അതേ ജനുസ്സിൽപ്പെട്ട കവിതയാണ് ദിവാകരൻ വിഷ്ണുമംഗലത്തിന്റെ പ്രാണ സങ്കീർത്തനം എന്ന കവിത (മാതൃഭൂമി ആഴ്ചപ്പതിപ്പ് 2021 ഓഗസ്റ്റ് 08- 14) നിർജീവമായ വൃത്ത നിബദ്ധങ്ങളിലേയ്ക്ക് കവിത കുടിയേറുന്നത് ആശാസ്യമല്ല. നിത്യജീവിതത്തിന്റെ ഏതെങ്കിലും അവസ്ഥാന്തരങ്ങളെ സ്പർശിക്കാതെയുള്ള അണ്ഡകടാഹത്തെക്കുറിച്ചുള്ള നോട്ടങ്ങൾ ആരുമായും സംവദിക്കുന്നതല്ല. നിർജീവമായ താളബോധത്തിൽ ഉറച്ചു പോയ മനസ്സുകളെ ഇത് ചിലപ്പോൾ ആനന്ദിപ്പിക്കുന്നുണ്ടാവാം. അനന്തവും അജ്ഞാതവും അവർണനീയവുമായ ലോകഗോളവും അതിനൊരറ്റത്തു നിൽക്കുന്ന മനുഷ്യജീവിതത്തിന്റെ നിസ്സാരതയും അതിന്റെ വിഷാദശ്രുതിയും ഇന്നൊരു കാവ്യവിഷയമേ ആകേണ്ടകാര്യമില്ല. ആ നിലയിൽ ഒരു പരാജയ പദ്യമായിത്തീരുന്നു ദിവാകരൻ വിഷ്ണുമംഗലത്തിന്റെ പ്രാണ സങ്കീർത്തനം എന്നു പറയേണ്ടിവരുന്നു.

ഇങ്ങനെ വാക്കുകൊണ്ടും ശബ്ദം കൊണ്ടും മലയാളകവിത ഒരു ഭാഗത്ത് സഹജമായ താളവീര്യത്തെയും വിമർശനാത്മകമായ തീക്ഷ്ണ ഭാഷകളെയും തിരിച്ചുപിടിക്കുമ്പോൾ മറുഭാഗത്ത് യഥാസ്ഥിതികമായ മൊഴി ലോകങ്ങളെ ഉൾവഹിക്കാനുള്ള ശ്രമങ്ങൾ നടക്കുന്നുണ്ട്. ജീവിതത്തിന്റെ ജീർണതകൾക്കെതിരായ സമരം തന്നെയാണ് കവിതയിലെ യാഥാസ്ഥിതികത്വങ്ങൾക്കെതിരെയുള്ള സമരവും.

പച്ച നക്ഷത്രങ്ങൾക്കു കീഴിൽ പച്ച നിറമുള്ള മനുഷ്യർ

ഭാവനയുടെ ചേക്കേറലാണ് കവിത. സമത്വത്തെക്കുറിച്ചുള്ള പൂർവഭാവനകൾ മാത്രമല്ല ഭാവിഭാവനയുടെ സൗന്ദര്യോത്സവം കൂടിയാണത്. സാമൂഹ്യ ജീവിതത്തിന്റെ തരിശുനിലങ്ങളെ സാങ്കല്പിക പുഷ്പങ്ങൾ കൊണ്ട് അത് ആഭൂഷയണിയിക്കുന്നു. കവിത വാക്കിന്റെ ഭാവനാരൂപമാണെന്നിരിക്കെ സമത്വത്തെക്കുറിച്ചല്ല പാടുന്നത്. സമത്വമില്ലല്ലോ എന്ന ഖേദത്തെക്കുറിച്ചാണ്. സൂക്ഷ്മമായ ഭാവങ്ങളുടെ ആരൂഢമായി പ്രവർത്തിക്കുന്ന കവിത ഇന്ന് എല്ലാ മനുഷികാനുഭൂതികളിലൂടെയും സഞ്ചരിക്കുന്നു.

സാരവും നിസ്സാരവും

പതിഞ്ഞ പരിഹാസം കൊണ്ട് സത്യത്തിന്റെ എതിർദിശ തേടുന്ന കവിയാണ് പി.എൻ ഗോപീകൃഷ്ണൻ. ഏതനുഭവവും അനുഭവമാണെന്ന് അയാൾ കരുതുന്നു. ആ അനുഭവങ്ങളെ കാര്യമാത്ര പ്രസക്തമായി പറഞ്ഞു വെക്കുക മാത്രമാണ് തന്റെ കാവ്യ ചുമതലയെന്നും അയാൾക്കറിയാം. അതുകൊണ്ട് കാല്പനികതയുടെ അതീത ലോകത്തിലേയ്ക്ക് അയാൾ സഞ്ചരിക്കാറില്ല. രാഷ്ട്രീയമായ ഉൾബലം ഓരോ വാക്കിലും സംഭരിച്ചുവെയ്ക്കുക മാത്രം ചെയ്യുന്നു.

ആരും ബാങ്കുകളെ സ്നേഹിക്കുന്നില്ല എന്ന കവിത (ദേശാഭിമാനി, ഓണം വിശേഷാൽപ്രതി, 2021) യഥാർത്ഥത്തിൽ കാവ്യപ്രചോദനത്തിന് ഒട്ടും സാധ്യതയില്ലാത്ത ഒരു അകാല്പനിക വിഷയത്തെയാണ് ആസ്പദമാക്കുന്നത്. അതു തന്നെയാണ് ഗോപീകൃഷ്ണൻ എന്ന കവിയുടെ പ്രത്യേകതയും. ശാസ്ത്രം പഠിച്ച സാഹിത്യകാരൻ ഭാവനയെ യുക്തിസഹമാക്കാൻ ശ്രമിക്കുമ്പോഴാണ് കവിത ഈ മൂശയിൽ വാർന്നു വീഴുന്നത്. ആരും ബാങ്കുകളെ സ്നേഹിക്കുന്നില്ല എന്ന കവിത ആ വിധം ശബ്ദരഹിതമായ ഭാഷകൊണ്ടുള്ള തീവ്രമായ പരിഹാസമാണ്.

ആരും ബാങ്കുകളെ സ്നേഹിക്കുന്നില്ല എന്നതിന്റെ മറുപുറം എല്ലാവരും ബാങ്കുകളെ മാത്രമല്ലേ സ്നേഹിക്കുന്നുള്ളൂ എന്നുകൂടിയാണ്. ബാങ്കില്ലാത്ത ജീവിതം എത്രമാത്രം വിരസവും അർത്ഥരഹിതവുമായിരിക്കുമെന്ന് നാമിപ്പോൾ തിരിച്ചറിയുന്നുണ്ട്. നമ്മുടെ ഗൃഹാതുരതകൾക്ക് എത്രയെത്ര ഭാവപ്പകർച്ചകൾ വന്നു കഴിഞ്ഞു. മാഞ്ഞു പോകുന്ന ടാക്കീസ്, വിട്ടുപോകുന്ന വീട്, അകന്നുപോകുന്ന ദേശം, കൈവിട്ടു പോകുന്ന ബാല്യം, ഉപേക്ഷിക്കപ്പെടുന്ന മാതൃഭാഷ എന്നിവയൊക്കെയാണ് സാധാരണഗതിയിൽ നമ്മുടെ സ്മരണകളുടെ ഉൾപ്പുളകങ്ങൾ. പണത്തിന്റെയും ഇടപാടുകളുടെയും മാത്രം ഭാഗമായ ബാങ്ക് സ്മരണകളുടെ പരിധിയിൽ വരാറില്ല. എന്നാൽ യാഥാർത്ഥ്യം മറ്റൊന്നായി ഭവിച്ചുതുടങ്ങിയിരിക്കുന്നു. എന്റെ ബാങ്ക് എന്ന ആത്മകഥനമായി ഇന്ന് അവശേഷിക്കുന്നു.

നമ്മുടെ ദൈനംദിനമായ ജീവിതത്തിൽ ഇടപെട്ടുകൊണ്ടിരിക്കുന്നത് ദേശമോ ടാക്കീസോ വീടോ ഒന്നുമല്ല. ഓരോ നിമിഷവും ബാങ്കിംഗ് ചിന്തകളിലാണ് നാം മുഴുകുന്നത്. വീടുവെക്കാൻ, കാറുവാങ്ങാൻ, കുട്ടികളെ പഠിപ്പിക്കാൻ, കൂലി വാങ്ങാൻ, ശമ്പളം കൈപറ്റാൻ, സ്കോളർഷിപ്പ് കിട്ടാൻ, പെൻഷൻ ലഭിക്കാൻ എന്നിങ്ങനെ ദൈനംദിനമായ ഏതു ജീവിതവൃത്തിക്കും സാക്ഷാത്ക്കരിക്കേണ്ട ഏതു സ്വപ്നലോകത്തിനും ബാങ്ക് മാത്രമാണ് ആശ്രയം. അപ്പോൾ പിന്നെ നാം ആരെയാണ് സ്നേഹിക്കേണ്ടത്.?

ബാങ്കുകളെപ്പോലെ
നിങ്ങളെ ഇത്ര സ്നേഹിച്ച ആരുണ്ട്?
വായ്പ വേണോ എന്ന് കെഞ്ചിയില്ലേ?
ബാലൻസ് കുറഞ്ഞല്ലോ എന്ന് ഖേദിച്ചില്ലേ?
അടവ് മുടങ്ങിയല്ലോ എന്ന് പരിഭവിച്ചില്ലേ?
മണ്ടൻ മുത്തപ്പയ്ക്ക്
പുട്ടിനുള്ളിൽ മുട്ട തിരുകിയ സൈനബയെപ്പോലെ

നിങ്ങളുടെ നോട്ടങ്ങൾക്കുള്ളിൽ
പലിശ തിരുകി വെച്ചില്ലേ?

ഈ വിധം നമ്മുടെ ജീവിതത്തെയാകെ സ്വാധീനിക്കുന്ന ഒന്നിനെക്കുറിച്ച് മലയാളികൾ ഓർക്കാത്തതെന്ത് എന്ന 'പരിഭവ'മുണ്ട് കവിക്ക്. ഈ പരിഭവമാണ് സത്യത്തിന്റെ മറുപുറമായി തെളിയുന്നത്.

ബാങ്ക് ഇന്ന് ഒരു വെറും ധനകാര്യസ്ഥാപനമല്ല. അത് നമ്മെ വശീകരിക്കുന്ന സുന്ദരിയാണ്, അത് നമ്മുടെ പിന്നാലെ വാലാട്ടി നടക്കുന്ന ഒരു നായയാണ്. അതുമാത്രമല്ല പുതിയ ജീവിത പാഠങ്ങൾ പകർന്നു നൽകുന്ന ടീച്ചറുംകൂടിയാണത്.

...ബാങ്ക് നിങ്ങളുടെ നായ് മാത്രമല്ല
ടീച്ചറും കൂടിയാണ്
മൊബൈൽ ആപ്പ്
പഠിപ്പിച്ചതാരാണ്?
ഓൺലൈൻ പഠിപ്പിച്ചതാരാണ്?
ഒടിപി പഠിപ്പിച്ചതാരാണ്?
നിങ്ങളുടെ ശരീരത്തിന്റെ പ്രോട്ടീനും വിറ്റാമിനും
രക്താണുക്കളും
പണമാണെന്ന് പഠിപ്പിച്ചതാരാണ്?

ഇങ്ങനെ നമ്മെ മോഹിപ്പിച്ചും സ്നേഹിപ്പിച്ചും നമുക്കു വഴിപ്പെട്ടും നമ്മെ പഠിപ്പിച്ചുംകൊണ്ടിരിക്കുന്ന ബാങ്കിനെ ആരും സ്നേഹിക്കുന്നില്ലെങ്കിൽ പിന്നെ മലയാളികളെ നാം എന്തു വിളിക്കണം? ഇവിടെ കാല്പനികത യാഥാർത്ഥ്യത്തിനു വഴിമാറുന്നു.

മലയാള കവിതയ്ക്ക് അപരിചിതമായിരുന്ന നിസ്സാരതകളെയും നിശ്ശബ്ദതകളെയും ഒഴിഞ്ഞ ഇടങ്ങളെയും നമ്മുടെ കാവ്യസൗന്ദര്യത്തിന്റെ ലോകത്തേക്ക് കൊണ്ടുവന്ന കവിയാണ് വീരാൻകുട്ടി. ജീവന്റെ അതിസൂക്ഷ്മമായ ഹൃദയതാളങ്ങളായിരുന്നു അവ. ഒരു ബദൽസൗന്ദര്യലോകമായാണ് വീരാൻ കുട്ടിയുടെ കവിതയിൽ ഈ സൂക്ഷ്മ ജീവിതം പ്രവർത്തിച്ചത്. ജലഭൂപടത്തിൽ നിന്ന് മൺവീറിലേക്കും അവിടെ നിന്ന് മൺവാസന(മാതൃഭൂമി ഓണപ്പതിപ്പ് 2021) യിലേക്കും എത്തിനിൽക്കുമ്പോൾ കവിത മനുഷ്യജീവിതത്തിന്റെ ഉൾബലങ്ങളെ, ബലമില്ലായ്മകളെ ആവുന്നത്ര ആവിഷ്കരിക്കുന്നുണ്ട്.

മണ്ണും മനുഷ്യനും തമ്മിലുള്ള ബന്ധത്തിൽ വീണ വിള്ളലുകളാണ് വീരാൻ കുട്ടിയുടെ മൺവാസന. മണ്ണിൽ നിന്നുണ്ടായി മണ്ണിലമരുന്നവരാണ് മനുഷ്യർ. ആ മൺജീവിതമാണ് ഇന്ന് അന്യവൽക്കരിക്കപ്പെടുന്നത്.

മണ്ണുമായി ബന്ധിപ്പിച്ച് രണ്ടു തരം ജീവിതത്തെ ആഖ്യാനം ചെയ്യാനാണ് കവി ശ്രമിക്കുന്നത്. ഒന്ന് മണ്ണിനെ ജീവന്റെ ഉൺമയായിക്കരുതുന്ന പഴയ ജീവിതം. മറ്റൊന്ന് മണ്ണിനെ മാലിന്യമായിക്കാണുന്ന പുതിയ മനോഭാവം.

കുഞ്ഞുനാളിൽ
ഓക്കാനം വരുമ്പോൾ
കട്ടപ്പുരയുടെ
മണ്ണുതേച്ച ചുവരിൽ
വെള്ളമെറിഞ്ഞ്
മണക്കാൻ പറയുമായിരുന്നു ഉമ്മ.
മണ്ണിൽ ആദ്യം വീഴുന്ന മഴയിലെ
മണം പിടിച്ച നടക്കുമായിരുന്നു.

ഓക്കാനം വരുമ്പോൾ മണ്ണുമണക്കുന്ന പഴയ മനുഷ്യർ, മണ്ണുമണക്കുമ്പോൾ ഓക്കാനം വരുന്ന പുതിയ മനുഷ്യക്കുഞ്ഞുങ്ങൾ. ഈ വിധം പിളർന്നുനിൽക്കുന്നതാണ് തലമുറകളുടെ വിടവ്. മണ്ണുമായി തന്മയീഭവിച്ച നിൽക്കുന്ന പഴയ ജീവിതത്തിന്റെ പ്രതീകങ്ങളെയും ചിത്രങ്ങളെയും കവി കൊണ്ടുവരുന്നു.

ബിരിയാണിയിൽ ചേർക്കാൻ കൊണ്ടുവന്ന മല്ലിയിലയിലെ വേരറ്റത്ത് അപ്പി പോലെ കിടന്ന മൺകട്ട ഉമ്മ പൊന്നിൻ കട്ടയായി അലിക്കത്ത് വെച്ച അളുക്കിലിട്ട് സൂക്ഷിക്കുന്നു. മണ്ണ് നിറഞ്ഞ ഉപ്പാവാന്റെ മുഖത്തിന് ഗാന്ധിജിയുടെ ഛായ പകരുന്നു. മണ്ണിൽ ഒരു ജൈവ ജീവിതത്തിന്റെ അസ്തിത്വവും സമരോത്സുക ജീവിതത്തിൽ അമർന്നു പൊങ്ങുന്ന നിശ്വാസവും അടക്കം ചെയ്യുന്നു. ആവിധം മനുഷ്യരുടെ മൺവീറ് തിരിച്ചുവരുമെന്ന ശുഭാപ്തി വിശ്വാസിയാകുന്നു കവി.

വാക്കിന്റെ പേശീബലം

ആക്ഷേപഹാസ്യ കവിത കൊണ്ട് സമകാലിക കേരളത്തിന്റെ സാംസ്കാരിക മണ്ഡലത്തിൽ വിധ്വംസകമായി ഇടപെടുന്ന കവിയാണ് കെ.ആർ ടോണി. കവിതയ്ക്കു വേണ്ടി അയാൾ തിരഞ്ഞെടുക്കുന്ന വിഷയം, അത് അവതരിപ്പിക്കുന്ന രീതി ശാസ്ത്രം, രൂക്ഷമായ പരിഹാസധ്വനികൾക്ക് പരിപൂർണമായും പാകമാകുന്നതുമാണ്. യാഥാർത്ഥ്യത്തിന്റെ ആഛാദനം ചെയ്യപ്പെട്ട മുഖം വാക്കിന്റെ പേശീബലം കൊണ്ട് ഇയാൾ പറിച്ചെറിയുന്നു.

കൊപ്പരം ബസ്റ്റോപ്പ് എന്ന കവിത(മാതൃഭൂമി ഓണപ്പതിപ്പ്, 2021) കെ. ആർ ടോണിയുടെ കാവ്യാനുശീലനങ്ങളെ അതേമട്ടിൽ പിൻപറ്റുന്നതെങ്കിലും പ്രമേയ പരിചരണത്തിന്റെ പുതുമ കവിതയെ ഏറെ ശ്രദ്ധേയമാക്കുന്നു. പ്രേമിച്ച് വിവാഹം കഴിച്ച ഒരു ഗ്രാമീണ കന്യകയെ ഫെമിനിസ്റ്റാക്കാൻ വെമ്പുന്ന ഭർത്താവ്. തൽഫലമായി ഭാര്യ വീട്ടുജോലികളൊന്നും ചെയ്യാതായപ്പോൾ അതിൽ ബുദ്ധിമുട്ടുകയും പശ്ചാത്താപ വിവശനായിത്തീരുകയും ചെയ്യുന്നു. പഴയ സ്നേഹത്തെ വീണ്ടെടുക്കാൻ പഴയ പ്രണയിനികളാവുക മാത്രമേ നിർവാഹമുള്ളൂ എന്ന് ഭാര്യ നിർദ്ദേശിക്കുന്നു. അത് വലിയൊരു തത്ത്വവിചാരത്തിലെത്തുന്നു. "ആത്മാക്കളിങ്ങനെ വെമ്പുന്നതിൽപ്പര-/ മെന്തുണ്ടു വിപ്ലവം വേറെ ഭൂവിൽ/ ആട്ടെ, യീ മട്ടിൽ പരസ്പരം തേടലാ/ണാ കത്തുകയിലീ മർത്യ ജന്മം"

എന്നിങ്ങനെ കനപ്പെട്ട ജീവിതങ്ങൾക്കകത്തല്ല കട്ടി കുറഞ്ഞതും സാധാരണവുമായ ജീവിത സന്ദർഭങ്ങളിലാണ് മനുഷ്യ ജീവിതത്തിന്റെ വലിയ വലിയ ദർശനങ്ങളുള്ളത് എന്ന് കവിത ബോധിപ്പിക്കുന്നു. എല്ലാ മനുഷ്യരും തത്ത്വജ്ഞാനികളാണ് എന്ന് അന്റോണിയോ ഗ്രാംഷി പറയുന്നതുപോലെ എല്ലാ ജീവിത സന്ദർഭങ്ങളും തത്ത്വചിന്താഭരിതവുമാണ് എന്നു വരുന്നു.

മധ്യവർഗ മലയാളിയുടെ വ്യാജമായ ബുദ്ധിജീവി നാട്യമാണ് കവി കണക്കറ്റ് പരിഹസിക്കുന്ന മറ്റൊന്ന്. ഭാര്യയെ ഫെമിനിസ്റ്റാക്കാൻ അവളെ മുടിക്കുപിടിച്ച് മർദ്ദിക്കുന്ന ഭർത്താക്കളുള്ള നാടാണിത്. അവൾ ഫെമിനിസ്റ്റായാലോ അത് അയാളെ ബുദ്ധിമുട്ടിലാക്കുകയും ചെയ്യുന്നു. മലയാളി പുരുഷന്റെ കാപട്യം ഇവിടെ തുറന്നുകാട്ടപ്പെടുന്നു.

കൊപ്പരം നാട്ടിലെ- ഓർപ്പൂ ഞാൻ- പണ്ടിവൾ
ഗ്രാമീണ കന്യകയായിരുന്നു.
ഭർത്താവ് ദൈവതമെന്നു ധരിക്കുന്നൊ
രുത്തമ സത്തമമായിരുന്നു.
നാഗരികാംഗനയാക്കാനവളെ ഞാൻ
ഭാഗഭാക്കാക്കി 'ഫെമിനിസ' ത്തിൽ

ഗ്രാമീണ കന്യക പിന്നീട് നാഗരികാംഗനയായപ്പോഴുണ്ടായ പ്രശ്നങ്ങൾ നോക്കൂ

കാന്തനെന്നുള്ള ചിന്തയേയില്ലാതെ
താന്തോന്നിയായി നടന്നിടുന്നു.!
ചായയും കഞ്ഞിയും ചോറും കറികളു-
മായ നേരത്തു കിട്ടാതെയായി.

സാധാരണ സ്ത്രീകൾ ചെയ്യുന്ന ജോലികളൊന്നും ഇവൾ എടുക്കാതെയായി. വ്യാജ പുരോഗമനക്കാരനാവട്ടെ അതുൾകൊള്ളാനും കഴിയാതെയായി. ഈ വിധം മധ്യവർഗജീവിതത്തെ ഇഴകീറി നോക്കുമ്പോൾ കാണുന്ന കൗതുകങ്ങളാണ് ടോണിയുടെ വിമർശനത്തിന് മൂർച്ച കൂട്ടുന്നത്.

വാക്കിൽ മനുഷ്യപറ്റിന്റെ പച്ചപ്പ്

മലയാളത്തിലെ നിത്യഹരിതനായ നായക കവിയാണ് സച്ചിദാനന്ദൻ. ഭാഷയുടെ നവ്യഭാവം കൊണ്ട് നമ്മുടെ സാംസ്കാരിക മൂല്യങ്ങളെ അദ്ദേഹം നിരന്തരമായി നവീകരിച്ചുകൊണ്ടിരിക്കുന്നു. ചില കവിതകൾ ജ്ഞാനപരമായ ഉൾക്കാഴ്ച്ചകളാണ് നൽകുന്നതെങ്കിൽ മറ്റു ചിലത് രാഷ്ട്രീയമായ ഉണർച്ചകളായിരിക്കും പ്രദാനം ചെയ്യുക. ഏതായാലും ഭാഷയുടെ ജഡീകരണത്തിനെതിരെയുള്ള നിരന്തരമായ സമരം കൂടിയാണ് സച്ചിദാനന്ദന് കവിതകൾ. റിയലിസവും കാല്പനികതയും ചേർന്ന പ്രത്യേകമായ ചേരുവയിൽ ഭാഷ ഇവിടെ നൃത്തം വെയ്ക്കുന്നു. എല്ലാതരം അധഃസ്ഥിതാവസ്ഥകളോടും ഒഴിച്ച നിർത്തലുകളോടും ദൈനംദിനം കവിതകൊണ്ട് ഏറ്റുമുട്ടുന്നു. ഭാഷയുടെ ചേതന ഇത്രയേറെ ജീവസ്സുറ്റതും ചൈതന്യവത്തുമായി മറ്റൊരാളിലും നാം കാണാറില്ല. ബുദ്ധിയുടെ ഖരപദാർത്ഥമായ കഠിനഭാഷയല്ല ഹൃദയത്തിന്റെ അതിദ്രവീകരണമായ തരള ഭാഷയുമല്ല അദ്ദേഹത്തിന്റേത്. ബുദ്ധി ഹൃദയ സമൈക്യത്തിന്റെ രാഷ്ട്രീയമായ ജീവസ്സാണ് അദ്ദേഹത്തിന് ഭാഷയും കവിതയും.

സച്ചിദാനന്ദന്റെ പതിനേഴാം നിലയിലെ പെൺകുട്ടി (മലയാള മനോരമ വാർഷികപ്പതിപ്പ്, 2021) എന്ന കവിത ഈ നിലയിൽ ഭാവനയും യാഥാർത്ഥ്യവും പ്രത്യേക പാകത്തിൽ ചേർന്ന് ഒരു വിശിഷ്ടമായ അനുഭൂതിയെ ആവിഷ്കരിക്കുന്നു.

കവി താമസിക്കുന്നത് പതിനേഴാം നിലയിലാണ്. അവിടെ നിന്നു കാണുന്ന കാഴ്ചകളും വൈകാരികാനുഭൂതികളും തത്ത്വജ്ഞാനവുമാണ് ഈ കവിത.

കവി മേലെയാണ്. അതിനും മേലെയും താഴെയും ലോകങ്ങളുണ്ട്. മുകളിൽ സ്വപ്നവും താഴെ ദൈന്യതയും. കവി താഴെ കടൽകാണുന്നു. കടലിൽ ആകാശം കാണുന്നു. പക്ഷേ പിന്നിലെ ചേരിയിൽ ആകാശമില്ല. അവിടെ ദൈന്യതയാണ് പാർക്കുന്നത്. ആകാശം കണ്ട് അയാൾ വീണ വായിക്കുന്നു. ചേരി കണ്ട് കരയുന്നു. രണ്ടിനും ഒരേ ഭാഷ. അയാൾ

നോക്കുമ്പോൾ നഗരം ഒരു അഭിസാരിക കണക്കെ ചായങ്ങളണിഞ്ഞ് ചമയങ്ങളണിഞ്ഞ് മലർന്നു കിടക്കുന്നു.

ഈ ചേരിക്കും കടലിനുമപ്പുറത്ത് ഒരു മരുഭൂമി വളരുന്നത് അയാൾ അറിയുന്നു. മരുഭൂമിക്കും മുമ്പ് അവിടെ പച്ചപ്പും ജലാശയവുമുണ്ടായിരുന്നു. അതിൽ നിറയെ ആമ്പലുകൾ വിരിഞ്ഞിരുന്നു. ആ തടാകം വറ്റി ഒരു വികൃത ജന്തുവിനെ പോലെ ഇപ്പോൾ എല്ലാ പച്ചപ്പും തിന്നു തീർത്തു. ഇന്ന് അവിടെ ചെടികളുടെയും മരങ്ങളുടെയും അസ്ഥികൾ മാത്രമേ അവശേഷിക്കുന്നുള്ളൂ. പക്ഷേ മനുഷ്യപ്പറ്റിന്റെ പച്ചപ്പിൽ കവി അപ്പോഴും പ്രത്യാശ കൊള്ളുന്നു.

ഒരു ദിവസം ഈ കടലും മരുഭൂമിയാകും
അത് കാറ്റുമൊത്ത് ഈ പതിനേഴാം നിലയിലേക്ക്
കയറി വരുന്നത് എനിക്കു കാണാം
ഈ നഗരത്തെയാകെ മരുഭൂമി വിഴുങ്ങുന്നതും
അപ്പോൾ ഞാനൊരുമുൾച്ചെടിയാകും
എന്നിൽ മടിച്ചു മടിച്ച് ഒരു പൂ വിടരും
അതിനു ചുറ്റും വന്നു നിറയും
തേനീച്ചകൾ കരടികൾ
പച്ച നക്ഷത്രങ്ങൾക്കു കീഴിൽ
പച്ച നിറമുള്ള മനുഷ്യർ.

കവിത അങ്ങനെ ഇന്ത്യനവസ്ഥയുടെ പലവിധങ്ങളായ അവസ്ഥാന്തരങ്ങളെ ആവിഷ്കരിക്കുന്നു. ദാരിദ്ര്യത്തിന്റെ ദൈന്യതയെ, നഗരജീവിതത്തിന്റെ ആലസ്യങ്ങളെ, ഭൂമിയുടെ താപഭാവത്തെ, പ്രകൃതിയുടെ നാശജീവിതത്തെ, കവിയുടെ സൗന്ദര്യവത്തായ വൈയ്യക്തികാനുഭൂതികളെ, മനുഷ്യവംശത്തിന്റെ പ്രത്യാശയെ.

കാല്പനികമായ അതിഭാവനകൾ കൊണ്ടു യാഥാർത്ഥ്യത്തിന്റെ കൗതുകകരമായ ചിത്രങ്ങൾ നെയ്തെടുക്കുന്ന കവിയാണ് ഷീജ വക്കം. അവിടെ ഭാവന പൂക്കും, വാക്ക് വസന്തം കൊണ്ടുവരും. കവിത ഗന്ധമൊന്നുലാവുന്ന പ്രാണനിർവാണപ്രദം നമ്മളിൽ പ്രവേശിക്കും.വാക്കിന്റെ സൗന്ദര്യ സാധ്യതകളെ ഇത്രത്തോളം ഉപയോഗിച്ച മറ്റൊരു കവി പുതുതലമുറയിൽ ഇല്ലതന്നെ. അന്തിക്കള്ളും പ്രണയഷാപ്പും, നക്ഷത്രബംഗ്ലാവ് തുടങ്ങിയ കവിതകളിൽ വാങ്മയങ്ങൾ തുളുമ്പുന്നത് നമ്മെ വിസ്മയിപ്പിക്കും.

ഷീജ വക്കത്തിന്റെ ഒരു ലോറി ചുരമിറങ്ങുമ്പോൾ എന്ന കവിത (ദേശാഭിമാനി ഓണം വിശേഷാൽപ്രതി, 2021) ഒരു യാഥാർത്ഥ്യത്തിനു

പിന്നാമ്പുറത്തേയ്ക്കുള്ള കൗതുകകരമായ ഒരു സഞ്ചാരമാണ്. യാദൃശ്ചികതയ്ക്കു പിന്നിലെ അനിവാര്യതകളെ തേടുന്നു കവിത. അല്ലെങ്കിൽ ഒരു അനിവാര്യതയ്ക്കു മുമ്പുള്ള യാദൃശ്ചികതകളെ ചികയുന്നു.

ഒരു അപകട മരണത്തിനു പിന്നിലെ മരണം നടത്തുന്ന ഒരുക്കങ്ങൾ എന്തൊക്കെയാവാം. യാദൃശ്ചികതകളുടെ തുടരുകളാവാം അവ. "അവൾക്കന്ന് ആ വഴി പേകേണ്ടിയിരുന്നില്ല". "അസാധാരണമായിരുന്നു അന്ന് അവന്റെ ചെയ്തികൾ" മരണപ്പെട്ടവരുടെ യാദൃശ്ചികതകളെ ആളുകൾ ഇങ്ങനെ പങ്കുവെയ്ക്കാറുണ്ട്.

കവിത നോക്കുു. രണ്ടു ഭാഗങ്ങളായാണ് കവിത സജ്ജീകരിച്ചിരിക്കുന്നത്. ഒന്ന് മരണത്തിന്റെ ക്ലൈമാക്സ്, രണ്ട് അതിനു പിന്നിലെ തയ്യാറെടുപ്പായ ഫ്ലാഷ്ബാക്ക്. പച്ചക്കറി സാധനങ്ങളുമായി ഒരു ലോറി ചുരമിറങ്ങുന്നു. സംഭവിച്ച അപകടത്തെക്കുറിച്ചുള്ള ചിത്രങ്ങൾ കവിത ആവിഷ്കരിക്കുന്നു.

ചിറകുകളടർന്നു തെറിച്ച കോളി ഫ്ലവറുകൾ,
കെട്ടഴിഞ്ഞ കറിവേപ്പിലത്തണ്ടുകൾ
തീരവൃക്ഷങ്ങളായി
രക്തപ്പുഴയിൽ
കൊട്ടും കൈ കുത്തിക്കിടന്നു.
സംഭവസ്ഥലത്തു വെച്ചു തന്നെ പുറന്തള്ളപ്പെട്ട
ഒരാത്മാവ്
അപ്പോൾ പിറന്നു വീണ
പശുക്കുട്ടിയെ പോലെ
നിന്നു വിറച്ചു.

തുടർന്ന് മഞ്ഞ സാരിഞ്ഞൊറികൾക്കിടയിൽ ചത്തപ്പെണ്ണിന്റെ വെള്ളക്കാലുകൾ. ഒന്നമർത്തിയാൽ പൊട്ടിപ്പോകുന്ന ഒരു കുടുചോര പോലെ ശരീരം. അതുകണ്ട് മതിൽ ചാരിനിന്നു ചിരിക്കുന്ന മരണം. അപകട മരണത്തിന്റെ ഏറെ ദാരുണമായ ഒരു ചിത്രം വരച്ചുവെക്കുന്നു. സാദൃശ്യങ്ങളും അഭേദങ്ങളും കൊണ്ട് വാക്ക് ദൃശ്യാത്മകവും അനുഭവവേദ്യവുമാകുന്നു. രണ്ടാം ഭാഗത്തെ ഫ്ലാഷ് ബാക്കിലാണ് കൗതുകം ജനിപ്പിക്കുന്ന കാര്യങ്ങൾ സംഭവിക്കുന്നത്.

കൃത്യം അഞ്ചര മണിക്ക്
ഒരു കിളിയുടെ ഒച്ചയിൽ
മരണം
ലോറി ഡ്രൈവറെ വിളിച്ചെഴുന്നേൽപ്പിച്ചു.

പച്ചക്കറി നിറച്ച ലോറിയുമായി
അയാൾ ചുരമിറങ്ങി
....
അവൾ കുളിക്കുമ്പോൾ
പാട്ടു പാടുകയും
മുലക്കച്ചകെട്ടി
നിലക്കണ്ണാടിക്കു മുന്നിൽ
മുടിയുണക്കുകയും ചെയ്തു.
അന്നുച്ചവരെ മരണം
ഇരുവർക്കുമിടയിൽ
ഒരു ഗൈഡിനെ പോലെ

അവിശ്രമം പണിയെടുത്തു. ആ പണികളാണ് കവിതയുടെ പിറവിക്കു കാരണമായിത്തീരുന്നത്. ബൈപ്പാസു വഴി കേറേണ്ട ലോറി ഒരു ഗതാഗതക്കുരുക്കിൽ കുടുങ്ങുന്നു. മരണം അവളുടെ ചെരുപ്പിന്റെ വാറു പൊട്ടിക്കുന്നു. ഒടുവിൽ നാൽക്കവല മുറിച്ചുകടക്കവേ അവർ പരസ്പരം കണ്ടുമുട്ടുന്നു. പാഞ്ഞു വന്ന ലോറിയുടെ ബ്രേക്ക് പോയോ എന്നവൾ ഭയക്കുന്നു. നിയന്ത്രിക്കാൻ കഴിയാതെ ഡ്രൈവർ അന്ധാളിക്കുന്നു. ഒരു നിമിഷം രണ്ടു പേരുടേയും നോട്ടങ്ങൾ കൂട്ടിമുട്ടുന്നു. ആസൂത്രിതമായ ആ നിമിഷം ആസ്വദിച്ച് മരണം തൊട്ടടുത്ത മതിലിൽ ചാരി നിൽക്കുന്നു.

ഇത് സത്യത്തിന്റെ പിന്നിലെ സൗന്ദര്യാത്മകമായ ഒരു നോട്ടമാണ്. ഇങ്ങനെ എത്രയെത്ര കാര്യങ്ങൾക്കിടയിൽ മറഞ്ഞു കിടക്കുന്നുണ്ട് സൗന്ദര്യാത്മകമായ അപാരത.

അത്യുദാത്ത ഭാവനകളും അവിശുദ്ധ കല്പനകളും

ഉത്തരാധുനികമായി കൈവന്ന ഭാവപ്പകർച്ചകളെ സമരോത്സുകമായി ആവിഷ്കരിക്കുന്ന കവിയാണ് എസ്. ജോസഫ്. പതിതമായ മനുഷ്യാവസ്ഥകളെ ഏറ്റവും ഋജുവും സൂക്ഷ്മവുമായ ഭാഷയിൽ മലയാളത്തിൽ ആവിഷ്കരിക്കുന്നത് ജോസഫായിരിക്കും. കറുത്ത കല്ല്, മീൻകാരൻ, വീടും നമ്മളും, ഐഡന്റിറ്റിക്കാർഡ് എന്നീ കവിതകൾ ജോസഫിന്റെ എഴുത്തിന്റെ സവിശേഷതകളെ സംസ്ഥാപിച്ച കവിതകളത്രേ.

'മുദ്രകൾ' (മലയാള മനോരമ വാർഷികപ്പതിപ്പ്, 2021) ഏറെ വ്യത്യസ്തമായ കവിതയല്ലെങ്കിലും ഭാഷയുടെ വിന്യാസം കൊണ്ട് പുതുമ കൈവരിക്കുണ്ട്.

ഒരു ഉമ്മ പോലുമില്ലാതെ ഏത് പെണ്ണാണ് പെണ്ണാകുക എന്ന ചോദ്യത്തിൽ തുടങ്ങുന്ന കവിത സ്നേഹം കൊണ്ട് പെണ്ണിനെ അടയാളപ്പെടുത്താൻ ശ്രമിക്കുന്നു. പ്രണയ പരവശനായി അതീത ഭാവനയിലേയ്ക്ക് സഞ്ചരിക്കാൻ പാകമുള്ള ജീവിതനിമിഷത്തെക്കുറിച്ച് എത്ര മിതമായാണ് കവി പറഞ്ഞു വെയ്ക്കുന്നത്. “ഓരോ ഉമ്മയും ഒരടയാളമാണ്. അത് സ്വാതന്ത്ര്യം കൂടിയാണ്. ഒരു പെണ്ണിനെ സ്നേഹിക്കുകയെന്നാൽ കല്ലിനുള്ളിൽ നിന്നും അവളെ ഉയർത്തെഴുന്നേൽപ്പിക്കുക എന്നാണ് അർത്ഥം” എന്ന് പ്രണയത്തിന്റെ സ്ത്രൈണാർത്ഥത്തെ സച്ചിദാനന്ദൻ അടയാളപ്പെടുത്തിയ ഒരു ഭാവം ജോസഫിന്റെ മുദ്രകൾക്കുമുണ്ട്.

വൈകാരികതയെ അരിച്ചു മാറ്റി ദർശനത്തിന്റേയും ചിന്തയുടേയും ഒരു വീഞ്ഞായി കവിതയെ ജോസഫ് വാറ്റിയെടുക്കുന്നു. “ദന്തക്ഷതങ്ങൾ മാഞ്ഞെങ്കിലും/ ഹൃദയ ക്ഷതങ്ങൾമായില്ല” എന്ന വാക്യം കവിയെ തത്ത്വചിന്തയിൽ ലയിപ്പിച്ചു നിർത്തുന്നു.

...ശിലാ കൂടത്തിൽ
അലയുന്നുണ്ട് വിരഹികൾ
ആയിരം ഇടിമിന്നലുകളേറ്റ്
മഴയിൽ
മഞ്ഞിൽ
വിഷാദത്തിൻ
ദുഃസ്വപ്നത്തിൻ
മൃതിയിൽ

വിരഹം കൊണ്ടാണ് നാം പ്രണയത്തെ അനുഭവിക്കുന്നത് എന്ന സത്യത്തിന്റെ നിത്യത കവിത നമ്മെ ബോധ്യപ്പെടുത്തുന്നു.

ഏറ്റവും അടിയിലുള്ള മനുഷ്യരുമായി സംവദിക്കുന്നതിന് പ്രാപ്തി നേടി എന്നതാണ് പുതിയ കവിതയുടെ വലിയൊരു സവിശേഷത. സവർണമായ അനുഭവാവിഷ്കാരങ്ങളുടെ ആവർത്തനം കൊണ്ട് അർത്ഥങ്ങൾക്ക് അപഭ്രംശം സംഭവിച്ചുപോയ ഭാഷ ഉപയോഗിച്ച് പുതിയ അനുഭവ ലോകങ്ങളിലേയ്ക്ക് കവിതക്ക് പ്രവേശിക്കേണ്ടിവരുന്നത് ഏറെ ക്ലേശകരമാണ്. അടിയിലുള്ള മനുഷ്യരുടെ ശബ്ദമാവാൻ, കപടവും മാന്യവുമായ ലോകത്തിന്റെ അപരിചിതമായ വിഹ്വലതകളാവിഷ്കരിക്കാൻ സ്നിഗ്ധവും മധുരവുമായ പഴകിയ ഭാഷ മതിയാവാതെ വരുന്നു. അതുകൊണ്ട് പുതിയ അനുഭവത്തിന് ഭാഷയെ പ്രാപ്തമാക്കുക എന്ന ചുമതലയാണ് ഇന്നത്തെ കവിയുടെ ഉത്തരവാദിത്വം. ആ

വിധം പുതുകവിതയിലെ ശ്രദ്ധേയമായ സാന്നിധ്യമാണ് ജ്യോതീബായ് പരിയാടത്ത്. മഹാത്മ, കൊടച്ചി, പേറ്റിച്ചി എന്നിങ്ങനെ അത്യദാത്തവും അധഃസ്ഥിതവുമായ ബിംബങ്ങൾ കൊണ്ട് കവി മലയാളിയുടെ സവർണവും സാമാന്യവുമായ ഭാവുകത്വത്തെ അശാന്തമാക്കുന്നു. പരിചിതമല്ലാത്ത പ്രമേയത്തെ, അതിലും അപരിചിതമായ ഭാഷകൊണ്ടാണ് ജ്യോതീബായ് പരിയാടത്ത് ആവിഷ്കരിക്കുന്നത്. ഈ നിലയിൽ ശ്രദ്ധേയമായ കവിതയാണ് 'മൃഗയ' (മാതൃഭൂമി ഓണപ്പതിപ്പ്, 2021).

അഭിജ്ഞാനശാകുന്തളത്തിലെ ഗ്രീവാഭംഗാഭിരാമം എന്നു തുടങ്ങുന്ന ശ്ലോകത്തിന് ഡോ.ടി.ടി ശ്രീകുമാർ എഴുതിയ വിമർശന വായനയാണ് കവിതയുടെ പ്രമേയത്തിന് ആധാരം. "കണ്ഠനാളമഴകിൽത്തിരിച്ചനു പഥം രഥം പിറകിൽ നോക്കി" കുണ്ടനായിപ്പായുന്ന ഒരു മൃഗത്തെ കവിതയിൽ ആദ്യം തന്നെ ആവിഷ്കരിക്കുന്നു. പക്ഷേ ആഖ്യാനത്തിന്റെ മൗലികതകൊണ്ട് അത് വ്യത്യാസപ്പെടുന്നതു നോക്കു.

തുരത്തിപ്പിന്നിൽ നിന്റെ വാഹനം
ഞാനോ മുന്നിൽ
കഴുത്തുകശേരുക്കൾ പൊട്ടിപ്പോം മട്ടിൽ വെട്ടി-
കുതിച്ചു പറക്കുന്നു.

ഇവിടെ കാളിദാസന്റെ കാഴ്ച ജ്യോതിബായിക്ക് അനുഭവമായി മാറുന്നു. പുതിയ ഭാവനയും പഴയ എഴുത്തും തമ്മിലുള്ള മൗലികമായ വ്യത്യാസത്തെ ഈ വരികൾ അടയാളപ്പെടുത്തുന്നു. അഴകുള്ള കണ്ഠനാളമല്ല, കശേരുക്കൾ പൊട്ടിപ്പോം മട്ടിലുള്ള കഴുത്താണ്. നാഗരികതയാൽ വേട്ടയാടപ്പെടുന്ന വനഭൂമിയും അതിലെ വന്യജീവിതവും കവി ആവിഷ്കരിക്കുന്നു. കാട് നഗര മാന്യർക്ക് ക്രൂരതയുടെയും ഹിംസയുടെയും വിഹാരസ്ഥലമാകുമ്പോൾ കാടർക്ക് അത് തീരാത്താവളമാണ്, വിശപ്പിനു ഭക്ഷണവും കുടിക്കാൻ നിലയ്ക്കാത്ത നീരോട്ടങ്ങളും മണക്കാൻ തീക്ഷ്ണരതി ഗന്ധവും വിശപ്പാറ്റുവാൻ മാത്രം വേട്ടയാടുന്ന മൃഗങ്ങളുള്ള സ്വച്ഛ ശാന്തമായ ഒരു ജീവിത വിഹായസ്സാണത്. അത് ഇന്ന് അധിനിവേശങ്ങളാൽ അരക്ഷിതമായിത്തീരുന്നതിന്റെ സൂചനകൾ കവിത നൽകുന്നു. വനഭൂമിയിലെ വിഭവങ്ങൾ കാടർക്ക് ജീവിതവിഭവങ്ങൾ, നഗരർക്ക് കാഴ്ചപ്പണ്ടങ്ങൾ.

എത്ര സുന്ദരം പേടിക്കൺപീലികൾ
ആട്ടും ചുരി, പ്പിൻ ചന്തങ്ങൾ
അതിമോഹനം, വെട്ടിയോട്ടുമ്പോൾ
കഴുത്തെ,ല്ലതഴകിൻ മിന്നൽപ്പിണർ

ഇങ്ങനെ പഴയ എഴുത്തും പുതിയ ഭാവനയും മാറി നിൽക്കുന്ന ആഖ്യാനപരമായ ഒരു വിച്ഛേദം കവിതയിൽ പ്രവർത്തിക്കുന്നുണ്ട്. ആദ്യത്തേത് അനുഭവങ്ങളുടെ പുറത്തു നിന്നുകാണുന്ന വെറും ദൃശ്യാനുഭൂതികളെങ്കിൽ രണ്ടാമത്തേത് അനുഭവങ്ങൾ ഉൾച്ചേരുന്ന ചൂരുള്ള വാക്കുകളാണ്. ആ നിലയിൽ പുതിയ കവിതയിൽ കവിയുടെ കർതൃത്വം നിലനിൽക്കുന്നു. തുരത്തിപ്പിന്നിൽ, വെട്ടിക്കുതിച്ച പറക്കുന്നു, തീരാത്താവളം, നീരോട്ടങ്ങൾ, മൂതിക്കിരപ്പെടുന്ന, മരത്തോലിന്നാഴത്തിലുറക്കുന്ന ചറം, പറവക്കാട്ടം, പേടിക്കൺപീലികൾ തുടങ്ങിയ പുതിയ തരം പദച്ചേരുവകൾ കൊണ്ട് കവിതയ്ക്ക് കാടിന്റെ വന്യതയും അധിനിവേശവും നിസ്സഹായതയും പ്രതിരോധവീറും ആവിഷ്കരിക്കാൻ കഴിയുന്നു. മൃഗയ ശ്രദ്ധേയമായിത്തീരുന്നതും അതുകൊണ്ടുതന്നെ.

കാട്ടുഞാവൽ കാഴ്ചപോലെ

മലയാളത്തിലെ ഇളമുറക്കവിയാണ് അമ്മു ദീപ. പ്രകൃതിയിലെ പ്രതിഭാസങ്ങൾക്കും അനുഭവത്തിന്റെ നിമിഷങ്ങൾക്കും അമ്മു ദീപ പകരുന്ന അഭേദകല്പന അവരുടെ കവിതയുടെ മൗലികതയായി വിലയിരുത്തപ്പെടാവുന്നതാണ്. പ്രേമത്തിന്റെ വരേണ്യ ബിംബങ്ങളോ വിമോഹന ചിത്രങ്ങളോ ഇല്ലാതെയാണ് തീവ്രസ്നേഹത്തിന്റെ ആഖ്യാനമായി ഒരു പ്രേമകവിത (സുബ്ബുവിന്) എന്ന കവിത അവതരിപ്പിച്ചിരിക്കുന്നത്.

കാടരികെ
കിഴക്കൻ കാറ്റിൽ മുറുമുറുക്കും പനമരങ്ങൾക്കു താഴെ
ഓല മേഞ്ഞ്
മണ്ണു തേമ്പി
നീ പടുത്ത വീട്
അതിന്റെ മുറ്റത്ത് ഞാൻ നട്ട ജമന്തിക്കാട്
ജമന്തിപ്പൂവിന് നിന്റെ മൂത്രഗന്ധം
പ്രേമം.

അലൗകികം, അനശ്വരം, ദൈവികം എന്നൊക്കെ വിളിക്കാൻ പാകമായ പ്രേമത്തിന്റെ വിശുദ്ധ കല്പനകളെ നിരസിച്ച് പകരം കാട്ടുവാസിയുടെ ജീവിതവുമായി ബന്ധിപ്പിച്ചെടുക്കുന്നത് നോക്കൂ. ഓമലാൾക്ക് ഒരു ചെമ്പനീർ പൂവിറുത്ത് കൊടുക്കുന്നതല്ല ഇവിടെ പ്രേമം. ജമന്തിപ്പൂവിന്റെ മൂത്ര ഗന്ധമാണത്. അത്യുദാത്ത ഭാവന അവിശുദ്ധ കല്പനകളായി മാറുകയാണ്.

സൂര്യനൊപ്പം പടിഞ്ഞാട്ടു പോയവനെ രാത്രിയായിട്ടും കാണാത്തതിലുള്ള വിരഹിയാണ് ഇവിടെയും കാമുകി. ആ അനുഭവമാകട്ടെ കവി അവതരിപ്പിക്കുന്നതിലാണ് ഏറെ വ്യത്യാസമുള്ളത്.

സൂര്യനൊപ്പംപടിഞ്ഞാട്ടു പോയ നീ
മോന്തിയായിട്ടും തിരിച്ചു വന്നില്ല
പുളിങ്കൊമ്പത്തെ
നത്തും കൂടണഞ്ഞപ്പോൾ അടുപ്പ് കത്തിക്കെട്ടത്തി
കലം കമഴ്ത്തിവെച്ച്
ഇറയത്ത് വന്നിരിക്കുന്ന ഞാൻ
കാട്ടുഞാവൽ കായ്ച്ച പോലെ കുലകുലയായ് രാത്രി.
പാവാടയിൽ വീഴും പഴങ്ങൾ
എന്റെ നെഞ്ചിടിപ്പുകൾ
ടുപ് ടു പ് എന്ന് പൊഴിയും സമയം.

പൂങ്കൊമ്പും ചകോരവും വേഴാമ്പലും പ്രതീകമാകുന്ന പ്രണയലോകത്തെ പുളിങ്കൊമ്പും നത്തും കലവും ഞാവൽപ്പഴവും കൊണ്ട് അടയാളപ്പെട്ടുത്തുമ്പോൾ ഇതുവരെയുണ്ടായ പ്രേമാനുഭവങ്ങളിൽ നിന്ന് കവിത കുതറി നിൽക്കുന്നുണ്ട്. ചുംബനങ്ങൾക്കും ചെമ്പനീർപ്പൂവിനുമുള്ള കാല്പനിക മാസ്മരികത ഏതായാലും മൂത്രത്തിന്റെ ഗന്ധത്തിനും നത്തിന്റെ കൂടണയലിനുമില്ല. ഞാവൽപ്പഴത്തിന്റെ കറുപ്പു കൊണ്ട് ആകെപ്പാടെ ജീവിതകറുപ്പ് കവിതയ്ക്ക് പകരുന്നുണ്ട്. മാമ്പഴത്തിനില്ലാത്ത ഭാവപ്പകർച്ച കാട്ടുഞാവൽപ്പഴം കൊണ്ടു കവി സൃഷ്ടിക്കുന്നു.

പ്രകൃതിയെയും മനുഷ്യരെയും രണ്ടു ധ്രുവങ്ങളിൽ നിർത്തുന്ന ആധുനിക ഭാവനയ്ക്ക് എതിർദിശയിലാണ് അമ്മു ദീപ. "കാട്ടുഞാവൽ കായ്ച്ച പോലെ കുലകുലയായ് രാത്രി", പാവാടയിൽ വീഴും പഴങ്ങൾ എന്റെ നെഞ്ചിടിപ്പുകൾ" "കാറ്റത്തെ വേപ്പുമരം പോൽ ഞാൻ കോപം കൊണ്ട് വിറയ്ക്കുന്നു" "കാര മുള്ളുകേറിയ നിന്റെ കാൽ വെള്ളയിൽ ചലം കല്ലിച്ചതിന്റെ അമ്പിളി വട്ടം നിലാവ്" എന്നിങ്ങനെ ജീവിതാനുഭവങ്ങൾ പ്രകൃതിയനുഭവങ്ങൾ തന്നെയാവുന്നു. തനിക്ക് നോക്കി നിൽക്കാനോ, ഉപയോഗിച്ചു തീർക്കാനോ, ചൂഷണം ചെയ്യാനോ ഉള്ളതാണ് പ്രകൃതി എന്ന ബോധത്തെ വിട്ട് പ്രകൃതിയെ ഉൺമയുടെ പാർപ്പിടമായി കാണുന്നു. പ്രകൃതി തന്നെയാണ് ഞാൻ, അല്ല ഞാൻ തന്നെയാണ് പ്രകൃതി എന്ന അഭേദഭാവന മലയാള കവിതയ്ക്ക് അത്ര പരിചിതമല്ല. ആ അപരിചിതത്വമാണ് അമ്മു ദീപയുടെ ഒരു പ്രേമകവിത. അവരുടെ നാലു കവിതകൾ (Truecopy webzines 09 August 2021 Packet 37) നോക്കു

കറുമൂസച്ചോട്ടിൽ
വീണു ചിതറിക്കിടക്കുന്ന
പഴുത്ത കറമൂസങ്കായ പോലെ
പടിഞ്ഞാറ്.
ചെറുകഷ്ണങ്ങൾ കൊക്കിലെടുത്ത്
കൂട്ടിലേയ്ക്ക് തെറിക്കും കിളികൾ.
കറമൂസങ്കാമ്പ് മുഖത്തു പുരട്ടി
മുട്ടറ്റം മുടിയഴിച്ചിട്ട്
മുറ്റത്തു ചേച്ചിയുലാത്തുന്നു.
മുറ്റത്തും തൊടിയിലും
മുടി പടരുന്നു.
മുടി മാത്രമാവുന്നു.
(അസ്തമയം)

ഇവിടെ കവി പ്രകൃതിയുടെ ഭാഷകൊണ്ട് മനസ്സിന്റെ ഭാവം രചിക്കുകയാണ്. സാഹിത്യ ഭാഷയുടെ ഹരിതീകരണത്തെക്കുറിച്ച് തോറൊ നടത്തം (Walking) എന്ന പ്രബന്ധത്തിൽ ഇങ്ങനെ പറയുന്നു. "കാറ്റിനെയും അരുവിയെയും സ്വന്തം പ്രഭാവം കൊണ്ട് സ്വാധീനിച്ച് തനിക്കു വേണ്ടി സംസാരിക്കാൻ പ്രേരിപ്പിക്കുന്നവൻ, വാക്കുകളെ അവയുടെ ആദിമ ബോധത്തിലേയ്ക്ക് തിരിച്ചെത്തിക്കുന്നവൻ, ഉപയോഗിക്കുന്ന വാക്കുകളെ കഴിയുന്നത്ര തനിമയോടെ സൃഷ്ടിച്ചെടുക്കുന്നവൻ, വേരുകളിൽ മണ്ണുപറ്റിനിൽക്കുന്ന വാക്കുകളെ സ്വന്തം കടലാസിലേയ്ക്ക് ആനയിക്കുന്നവൻ; വായനശാലയുടെ ഗ്രന്ഥങ്ങളുടെ അവിഞ്ഞതാളുകൾക്കിടയിൽ ശ്വാസം മുട്ടിക്കിടക്കുമ്പോഴും വസന്തം വരുമ്പോൾ മുകുളങ്ങളെന്നോണം വികസിക്കുന്ന സത്യാത്മകവും സ്വാഭാവികവും പുതുമയുള്ളതുമായ വാക്കുകളെ സൃഷ്ടിക്കുന്നവൻ" ഇങ്ങനെ, എഴുതുന്ന മനുഷ്യർ പ്രകൃതിയുടെ മുഴുവൻ എഴുത്തുകാരായിരിക്കും എന്ന് തോറോ വിശ്വസിച്ചു. ഇവിടെ അമ്മു ദീപയുടെ കവിതയിൽ പ്രകൃതി അവൾക്കു വേണ്ടി എഴുതുകയാണ്. തെറിച്ചുവീണ കറമൂസങ്കായും അതിന്റെ കുരുക്കളും അവൾക്കു വേണ്ടി കവിത എഴുതുന്നു. രാത്രിയും മുടിയും, കറമൂസക്കായയും സൂര്യനും ഒന്നാവുന്നു.

ഇതിൽ രണ്ടാമത്തെ കവിതയായ ആനയിലും മൂന്നാമത്തെ കവിതയായ ബ്രായിലും നാലാമത്തേതായ ഒരുസത്തിലും കാണാം പ്രകൃതിയുടെ എഴുത്ത്. ആനയിൽ രാത്രി ആനയാണ്. ആന മാത്രമാണ്. അടച്ചിട്ട ജനൽച്ചില്ലുപാളിയിലൂടെ തെറിക്കുന്ന വെളിച്ചം മുറിച്ച

ഒറ്റക്കൊമ്പിൽ നിന്നും തെറിക്കുന്ന വെളിച്ചമാണ്. ഇരുട്ടിനേക്കാൾ ഭയപ്പെടുത്തുന്ന വെളിച്ചം.

ആകാശത്തേക്ക് ചാരി നിർത്തി ബ്രാ പൊക്കി വെക്കുമ്പോൾ പുറത്തുചാടുന്നത് സൂര്യചന്ദ്രൻമാരാണ് (ബ്രാ). ഇങ്ങനെ അനുഭവങ്ങളെ പ്രകൃതിയും സ്ത്രീയുമാക്കി മാറ്റുന്ന അമ്മുദീപ. പ്രകൃതി പുരുഷ സങ്കല്പമല്ല പ്രകൃതി സ്ത്രീ സങ്കല്പമാണ് കവിതകളിൽ അവർ പുലർത്തുന്നത്.

ആധുനികത പിളരുന്ന അകവും പുറവും

ധ്വനിസാന്ദ്രമായ വാക്യങ്ങൾക്കൊണ്ട് വർത്തമാനത്തെ പരിഹസിക്കലോ വർത്തമാനത്തെക്കുറിച്ച് പരിതപിക്കലോ ആണ് എം.എസ്. ബനേഷിന് കാവ്യവൃത്തി. നെഞ്ചും വിരിച്ച് തലകുനിക്കുന്നു, നല്ലയിനം പുലയ അച്ചാറുകൾ, പോടാ മയിലേ, മഴയാളം എന്നീ കവിതകൾക്കൊക്കെയുണ്ട് നവ്യമായ ഒരു വക്രോക്തി ഭാവന.

എം എസ് ബനേഷിന്റെ അലക്കുകാലം (മാതൃഭൂമി ആഴ്ചപ്പതിപ്പ് 2021 ഓഗസ്റ്റ് 22-28) അച്ഛനും അമ്മയും പങ്കിട്ടെടുക്കുന്ന ദാമ്പത്യത്തിന്റെ സൗന്ദര്യലോകമാണ്.

പൊന്നാതിരരാവിൽ ഭാര്യയും ഭർത്താവും പങ്കിടുന്ന സൗവർണ സ്വപ്നമല്ലിത്. അലക്കു കല്ലിൽ തല്ലിത്തല്ലി തങ്ങളെ വെളുപ്പിക്കുകയും കറുപ്പിക്കുകയും ചെയ്യുന്ന അവർണ യാഥാർത്ഥ്യമാണ്.

അലക്കു കല്ലിന്റെ-
യൊരു വശം അമ്മ
അലക്കു കല്ലിന്റെ
മറുവശം അച്ഛൻ
ഇരുവരും ചേർന്ന്
അതിനെ നിർദയം
മദിച്ചു മർദ്ദിക്കും

മനോഹരക്കാഴ്ചയാണ് കവി അവതരിപ്പിക്കുന്നത്. ദാമ്പത്യം എളുപ്പം രൂപപ്പെടുത്താൻ കഴിയാത്ത ഒരു ശിലാഖണ്ഡമാണ്. അതൊരു

നിയമം നിറവേറ്റലാണെന്നും നയവും അഭിനയവുമായി കൂടിക്കുഴയലാണെന്നും പറയുന്നത് അതുകൊണ്ടുകൂടിയാണ്. പരസ്പരം കലഹിച്ച് അലക്കിത്തീരേണ്ട ഒന്നിനെ പരസ്പരം കരുതി പങ്കിട്ടെടുക്കുന്നതിന്റെ സൗന്ദര്യമാക്കി മാറ്റുകയാണ് ഈ ദമ്പതിമാർ.

കരിങ്കരയുള്ള
മുഷിയാത്തച്ഛന്റെ
ജഗന്നാഥൻ മുണ്ടാ-
ണലക്കുന്നു അമ്മ
ഞൊറിച്ചുവപ്പുള്ള
മുഷിഞ്ഞോരമ്മേടെ
വെളുത്ത പാവാട
ച്ചുഴറ്റുന്നു അച്ഛൻ.

"കൃശമെൻ കൈകൾക്ക് നിന്നുദരം മുന്നേ പോലെ" എന്ന വരേണ്യാനുഭവമല്ല മറിച്ച് "അഹഹയെന്തൊരു/ കറുപ്പെന്നമ്മേടെ/കവിൾ മറുകിനെ/ പുകഴ്ത്തുന്നു അച്ഛൻ" എന്നിങ്ങനെയുള്ള അവർണമായ അനുഭവ ലോകമാണവർക്കുള്ളത്. ഇത് ദാമ്പത്യത്തെക്കുറിച്ചുള്ള കവിതയല്ല. ദാമ്പത്യത്തിന്റെ ജീവിതകവിതയാണ്. സാധാരണ ജീവിതത്തിലുള്ളത് തിരുവാതിരയല്ല. സാധാരണ ജീവിതത്തിലുള്ളത് അലക്കു കല്ലു മാത്രമാണ്.

പെണ്ണെഴുതുമ്പോൾ എപ്പോഴും ഉടലും ഉയിരും വാക്കുകളിൽ ഇളകിമറിയും. ഒരാണെഴുതുമ്പോൾ അങ്ങനെ എന്തുസംഭവിക്കുന്നു എന്ന് വേർതിരിച്ച് മനസ്സിലാവുകയില്ല. കാരണം നമ്മുടെ ലോകബോധം തന്നെ ആൺബോധമാണല്ലോ? ആണിന്റെ ലോകബോധത്തിൽ നിന്നും കുതറി നിൽക്കാനാണ് പെണ്ണിന്റെ സ്വത്വബോധം എപ്പോഴും ശ്രമിച്ചുകൊണ്ടിരിക്കുക. ആൺലോകത്തിന്റെ വിപരീത ധ്രുവത്തിൽ നിന്നേ പെൺബോധത്തെ ആവിഷ്കരിക്കാനും കഴിയൂ. അത് പരസ്പര പൂരകമായി നിൽക്കുമ്പോൾ തന്നെ പരസ്പര വിരുദ്ധവുമായിരിക്കും. ഇവിടെ ഹേമ.ടി തൃക്കാക്കരയുടെ നിറങ്ങൾക്കിപ്പുറം എന്ന കവിത (Wtp live.in 25th August issue 69) യെക്കുറിച്ച് പറയാനാണ് ആമുഖമായി ഇത്രയും സൂചിപ്പിച്ചത്.

പിളർന്നു നിൽക്കുന്ന പെണ്ണിന്റെ അകത്തെയും പുറത്തെയും ആവിഷ്കരിക്കുകയാണ് കവി. അകം പുറം സംബന്ധിച്ച വ്യാവഹാരികവും സാമാന്യവുമായ ധാരണകളെ തകിടം മറിക്കുന്നതാണ് ഹേമയുടെ കല്പനകൾ.

ഉള്ളിലെ ഞാൻ
വെളിച്ചമൊഴുകി
എത്തുമ്പോഴേക്കും
ഇരുട്ടിലേയ്ക്കിറങ്ങും
ചിലയിടങ്ങളിൽ നിസ്സംഗമാകും
ചിലവഴക്കല്ലുകളിൽ
അതിതീവ്രമായും
ഞാൻ എന്നിലേയ്ക്കുടുത്തിരിക്കും
അവിടെയാണ്
എന്റെ ജീവിതം.

പെണ്ണിന്റെ അകം വെളിച്ചം നിറഞ്ഞതും പുറം ഇരുട്ടാൽ കട്ടി കൂടിയതുമെന്ന ഒരു ദ്വന്ദ്വത്തെ അവതരിപ്പിക്കുക വഴി ആധുനികതയുടെ വെളിച്ച- ജ്ഞാന സങ്കല്പത്തെ തിരസ്കരിക്കാനാണ് കവി ശ്രമിക്കുന്നത്. പുറത്തു നിന്നും അകത്തേയ്ക്ക് പകരുന്നതാണ് വെളിച്ചം എന്ന കാഴ്ചപ്പാടാണ് ആധുനികത പുലർത്തുന്നത്. അത് രാജ്യത്തിനു പുറത്താകാം ജാതിക്കു പുറത്താകാം വീടിനു പുറത്താകാം. അതുകൊണ്ടാണ് നിസാർ അഹമ്മദ് ജനലും വാതിലുകളും തുറന്നിട്ടപ്പോൾ മുറിക്കുള്ളിലേക്ക് എത്തിയ പ്രകാശത്തെ നോക്കി ഈ വെളിച്ചത്തിനെന്തൊരു വെളിച്ചം എന്ന് ബഷീർ പറഞ്ഞു പോയത്. അറിവും വെളിച്ചവും പുറത്താണെന്ന ആധുനിക യുക്തിയിൽ നിന്ന് പുറത്തു കടക്കേണ്ടി വരുന്ന ഒരു പെണ്ണനുഭവത്തെ ആവിഷ്കരിക്കാൻ. ഒരർത്ഥത്തിൽ ആധുനികത എന്നത് ഒരു ആൺബോധം കൂടിയാണെന്ന തിരിച്ചറിവും കവിക്കുണ്ടാവാം. മത്സ്യക്കുഞ്ഞിന്റെ പിടച്ചിൽ, ആകാശം ഭൂമിയിലേക്ക് വളരൽ, നക്ഷത്രക്കുഞ്ഞുങ്ങൾ മത്സ്യ കണ്ണുകളിലേയ്ക്ക് കടം കൊള്ളൽ എന്നീ കല്പനകൾ കൊണ്ടും അകം പുറം സങ്കല്പത്തെ ആധുനികതാവിരുദ്ധമായി ആവിഷ്കരിക്കാൻ കവിക്കുകഴിയുന്നു. സരളമെങ്കിലും തീക്ഷ്ണതയുള്ള ഭാഷ, മൂർച്ചയുള്ള ഭാവന.

ആൺ കാഴ്ചയിൽ ശരീര മാത്രമായിത്തീരുന്ന പെണ്ണിന്റെ സ്വത്വപരമായ പ്രതിസന്ധിയെയാണ് എം സന്ധ്യ തുള എന്ന തന്റെ കവിത (Wtplive.in 11th August/issues 67) യിൽ കാവ്യാത്മകമാക്കുന്നത്. തുളകളെ വസ്ത്രം കൊണ്ടു മറയ്ക്കുമ്പോഴും നോട്ടത്തിന്റെ വെടിയുണ്ടകൾ കൊണ്ട് ആണങ്ങൾ തുളകളെ വലുതാക്കുന്നു.

പരിഷ്കൃതമെന്നു ധരിച്ച്
ഞാനിട്ട

കടും പച്ച പാന്റ്സ് മുഴുവൻ
തുളകളാണെന്ന്
വൈകിയാണ് അറിഞ്ഞത്.
എന്റെ പിന്നിൽ നടന്നവർ
നോട്ടത്തിന്റെ വെടിയുണ്ടകൾ
പൊട്ടിച്ച് ആ തുളകൾ
വലുതാക്കിക്കൊണ്ടിരുന്നു
തുളകൾ കൊണ്ടടക്കുമ്പോൾ
വീട്ടിലേയ്ക്കുള്ള ദൂരം
കൂടിക്കൂടി വന്നു.

പെണ്ണിന്റെ ശരീരം മുഴുവൻ ലൈംഗികാവയവമായെണ്ണുന്ന ഒരു ലോകബോധത്തെ തന്നെയാണ് കവി ഇവിടെ വിചാരണക്കെടുക്കുന്നത്.

ഭാഷ ബാഹ്യസ്വരൂപവും ഭാവസ്വരൂപവും

പുതു കവികളിൽ ഏറെപ്പേരുണ്ട് ആത്മാനുരാഗത്തെ മാത്രം കവിതയാക്കുന്നവർ. "ഏറ്റവുമിഷ്ടം?/എന്നെ തന്നെ/ അതു കഴിഞ്ഞാൽ? അതു ക ഴി യു ന്നി ല്ല ല്ലോ?" എന്ന് കെ ജി ശങ്കരപ്പിള്ള ഈ മനോഭാവത്തെ നേരത്തെ പരിഹസിച്ചിട്ടുണ്ട്. ആത്മഭാവന മാത്രം പോര കവിതയ്ക്ക്, വാക്കിന്റെ പശിമ കൂടി വേണം. വിജിലയുടെ ആത്മവായന എന്ന കവിത (ദേശാഭിമാനി വാരിക 22 ആഗസ്ത് 2021) യ്ക്കില്ലാതെ പോകുന്നത് വാക്കിന്റെ ഈ പശിമയാണ്. "മുടിയിഴകളിൽ വിരലിട്ട് വിരലിട്ട് ഒരു പകൽ മുഴുവൻ വെറുതെ ഇരിക്കണം/ഒരു രാത്രി തീരും വരെ/കണ്ണുകൾ തോരാനായി/ ഡയറിത്താളുകൾ വിടർത്തിയിടണം." എന്നിങ്ങനെ ഡയറിയെഴുതുന്ന മട്ടിലുള്ള വാക്കുകൾക്ക് കവിതയാകാൻ ഇനിയും കുറേ സഞ്ചരിക്കേണ്ടി വരും. ഗദ്യം കൊണ്ട് ഒന്നും കവിതയല്ലാതായിത്തീരുന്നില്ല. ഏതെങ്കിലും തരത്തിലുള്ള ജീവന്റെ അസ്വസ്ഥകളെ വാറ്റിയെടുക്കുന്ന വാഗ്ബിന്ദുക്കളാണ് കവിതകൾ. അത് പതിയെയാവാം ഒച്ചയിലാവാം പാടാം മുദ്രാവാക്യങ്ങൾ തന്നെയുമാവാം. എങ്കിലും ജീവന്റെ ചൂര് മണക്കണം വാക്കുകൾക്ക്. ചുട്ടുപൊള്ളുകയോ ഖനീഭവിക്കുകയോ ചെയ്യുന്നതാവണം കവിതകളിലെ വാക്ബിന്ദുക്കൾ.

രണ്ടു പേർ കണ്ടുമുട്ടുമ്പോൾ ആദ്യം തൊടുന്നത് ശരീരം കൊണ്ടല്ല. ഇന്ദ്രിയാതീതമായ ഭാഷയുടെ വിനിമയമാണ് ആദ്യമേ ഉണ്ടാകുന്നത്. അത് മനസ്സിന്റെ മോഹങ്ങളാവാം, സ്മരണകളാവാം. ആ നിമിഷം

അവർക്ക് എല്ലാം പുതുത്. ആകാശവും അമാവാസിയും ആദ്യമായിക്കാണുന്നതുപോലുണ്ടാകും. നട്ടുച്ച, തണൽ വിരിക്കുന്ന തരുനിരയാവും. ഉച്ചവെയിലിന്റെ പൊള്ളലേ കാണില്ല. റോഷ്നി സ്വപ്ന ആദ്യത്തെ കണ്ടുമുട്ടലിനെ വാക്കിനെ തുച്ഛമാക്കുന്ന സമാഗമത്തെ ഗാഢഭാഷകൊണ്ട് നിർമ്മിച്ചെടുക്കുന്നു. പക്ഷികളെപ്പോൽ എന്ന കവിത (Truecopy webzines 16 August 2021 Packet 38)യിൽ

നാം പരസ്പരം കാണുന്നതിനു മുമ്പ്
രണ്ടു രാജ്യങ്ങളായിരുന്നു.
അതിരുകളുടെ കനം
നമ്മെ പരസ്പരം അദൃശ്യരാക്കി.
ഖനനം ചെയ്തു കൊടുക്കാനാവാത്ത
ആഴങ്ങളിൽ
നാം പരസ്പരം
വെളിപ്പെടാതെ
മറഞ്ഞു കിടന്നു.
ഭൂമിയിലെ എല്ലാ രുചികളുംനമ്മുടെ
നാവിലൂടെ യാത്ര ചെയ്തു.
അപ്പോഴൊന്നും പ്രണയത്തിന്റെ
രുചിയിൽ
നാം ആത്മഹത്യ
ചെയ്തില്ല.

പരസ്പരം കാണുന്നതിനു മുമ്പ് രണ്ടു രാജ്യങ്ങളായിരുന്നവർ പരസ്പരം കാണുന്നതോടെ ഒരു പിടി മണ്ണായി മണ്ണിന്റെ ഉപ്പായി മാറുന്നു. പാമ്പായി നിന്ന് മനുഷ്യരുടെ അനുരാഗത്തെ അറിയുന്നു. നക്ഷത്രങ്ങളിൽ സഞ്ചരിച്ച് ഭൂമിയെ അനുഭവിക്കുന്നു. പർവതങ്ങളുടെ ശിഖരങ്ങളിലും ആഴിയുടെ ആഴങ്ങളിലും ചെന്നെത്തുന്നു. ദൈവത്തെ മുന്നിൽ കാണുന്നു. ഒരു പ്രണയംകൊണ്ട് പ്രപഞ്ചസത്യത്തിന്റെ പൊരുളറിയുന്ന ജീവിതമായി അവരുടേത് മാറുന്നു. അദ്വൈതത്തിന്റെ അമല ഭാവത്തെ തൊടുമ്പോഴും മനുഷ്യജീവിതത്തിന്റെ അപാരമായ അറിവിലേക്ക് വിലയിക്കുന്നു.

ഭാഷ ഒരു ബാഹ്യരൂപമല്ലെന്നും ഒരു ഭാവലോകമാണെന്നും കരുതുന്ന കവിയാണ് വിമീഷ് മണിയൂർ. എം എൻ വിജയനും ഐ എം വിജയനും എന്ന കവിതയിൽ നമ്മൾ അത് കണ്ടതാണ്. വിജയൻ മാഷിന്റെ വാക്കിൻ വിസ്മയത്തെയും ഐഎം വിജയന്റെ കാലിൻ കൗതുകത്തെയും ചേർത്ത് ഒരു ഭാവവിസ്മയം സൃഷ്ടിക്കുന്നുണ്ട് വിമീഷ്

മണിയൂർ. ഭാഗ്യവാൻമാർ എന്ന കവിത (മാതൃഭൂമി ആഴ്ചപ്പതിപ്പ് 2021 ഓഗസ്റ്റ് 29 സെപ്തംബർ 04) വേറെചില വേറിട്ട അനുഭൂതികളാണ് പ്രദാനംചെയ്യുന്നത്.

ഉറക്കമൊഴിഞ്ഞിരിക്കുന്നവരുടെ നിസ്സാര കാര്യങ്ങളിലുമുണ്ട് കവിക്ക് ജീവിതത്തെ ഇളക്കിമറിക്കാൻപാകത്തിലുള്ള അപാര ചിന്തകൾ. കാര്യങ്ങൾ നേരേപറയുമ്പോൾ കിട്ടാത്ത ചില പൊരുളുകൾ കല്പനകൾ കൊണ്ട് ചുരുൾ നിവർത്തുന്നു. ഉറക്കമില്ലാത്തവർ തിരിഞ്ഞും മറിഞ്ഞും ഓളം വെട്ടുന്ന ഒഴുക്കുകളായി മാറും. അറുക്കുന്നതിനിടയിൽ പിടഞ്ഞോടുന്ന കുതറലായിരിക്കും ചിലപ്പോൾ. സ്വന്തം ഉറക്കത്തെ പോലും സംശയിക്കുന്ന സന്ദേഹികളും പൂവിന്റെ വിരിയലും ഗ്രഹങ്ങളുടെ അവിഹിതങ്ങളും അറിയുന്ന ശാസ്ത്രജ്ഞരുമാവും. അവർ പലപ്പോഴും ഉറക്കമൊഴിഞ്ഞൊഴിഞ്ഞ് ജീവിതത്തിന്റെ ശാന്തതയെ, സമനിലയെ തെറ്റിക്കുന്നു. ഉറങ്ങുമ്പോൾ കാണുന്ന സ്വപ്നത്തിലല്ല ഉണർന്നിരിക്കുമ്പോൾ നിർമ്മിക്കുന്ന ലോകത്തിലാണ് ഉറക്കമൊഴിയുന്നവരുടെ ഉൽകണ്ഠ. രാത്രി ലോകത്തിന്റെ അശ്രദ്ധകൾ മുഴുവൻ അവർ ശ്രദ്ധിച്ചുകൊണ്ടേയിരിക്കുന്നു.

കവിതയും തത്ത്വചിന്തയും

മാന്യലോകത്തുനിന്നും ചിതറിപ്പോയ മനുഷ്യവംശത്തിന് ഒരു ഗാഥയുണ്ട്. അത് എല്ലാ നല്ലരീതികളെയും ചോദ്യം ചെയ്യുന്നതാണ്. “കേൾക്കുന്നീലൊരക്ഷരവും എന്റെ വംശത്തെപ്പറ്റി കേൾക്കുന്നുണ്ടനേകവംശത്തിൻ ചരിത്രങ്ങൾ” എന്നിങ്ങനെ ചരിത്രത്തിൽ അമർന്ന് പോയ മനുഷ്യഗാഥയെക്കുറിച്ച് പൊയ്കയിൽ അപ്പച്ചൻ പാടുന്നുണ്ട്. അതിപ്പോഴും ഒരു മുഴക്കമാണ്. അങ്ങനെ ശിഥിലമായിപ്പോയ മനുഷ്യവംശത്തിന്റെ പ്രതിനിധിയാണ് എം.ആർ.വിഷ്ണുപ്രസാദിന്റെ നല്ല രീതി എന്ന കവിത (മാതൃഭൂമി ആഴ്ചപ്പതിപ്പ് 2021 ഓഗസ്റ്റ് 22-28)യിലെ മുത്തിയമ്മ.

മാന്യതയുടെ നല്ല രീതികളൊക്കെയും എത്ര കെട്ട നീതികളാണെന്ന് നാം ഇപ്പോൾ മനസ്സിലാക്കുന്നുണ്ട്. മാന്യലോകവും മനുഷ്യന്റെ പച്ചയും എന്ന മട്ടിൽ ദലനം ചെയ്യപ്പെട്ട ഒരു സന്ദർഭത്തിൽ നിന്നാണ് നമുക്ക് ഈ കവിത മനസ്സിലാക്കേണ്ടത്.

മുത്തിയമ്മയുടെ ജീവിതത്തിന്റെ സ്മരണകൾക്ക് കുളിരൊന്നുമില്ല. ശ്വാസംമുട്ടുന്ന വിങ്ങലുകൾ മാത്രമേയുള്ളൂ. എരന്നു കിട്ടിയ പഴം ശ്വാസംമുട്ടി മൂക്കുന്നതും അവർ പഴത്തുകുലച്ചതും ഒരുപോലെ. മണ്ണുതിന്ന

ശവങ്ങൾ കണ്ണു തുറന്നുറങ്ങുന്നത് എത്രയോ കണ്ടുകഴിഞ്ഞതാണ്. പൗര സമൂഹത്തിന്റെ പുറമ്പോക്കിലാണ് അവർ പാർക്കുന്നത്. അത് അനുഭ വിക്കുമ്പോൾ അകമ്പോക്കിൽ ഓക്കാനം വരും. നിസ്സാരമായ അവരുടെ ജീവിതത്തിന് പുഴക്കളോടായിരുന്നു അടുപ്പം, അവരെ പുഴവരിച്ച തീരും വരെ. മഹാൻമാരെയൊന്നും അവർക്ക് പരിചയമില്ല. മഹാൻമാരാരും അവരുടെ വംശത്തിൽ ഉണ്ടായിട്ടുമില്ല. അതു കൊണ്ടു തന്നെ ശ്രീരാമച ന്ദ്രൻ, ശ്രീ ശങ്കരാചാര്യർ, ശ്രീമാൻ ഗാന്ധി എന്നിവരെയൊന്നും മുത്തിയ മ്മയ്ക്ക് അറിയില്ല. ഇല്ലാത്ത നിലാവിനെക്കുറിച്ചും ഒരിക്കലും വന്നെത്താ ത്ത പ്രഭാതത്തെക്കുറിച്ചുമായിരുന്നു അവരുടെ പാട്ടുകൾ. അവരുടെ പെണ്ണുങ്ങളായ മക്കൾ ആർക്കോവേണ്ടി വേലചെയ്തു. സ്വന്തം വിശപ്പാ റ്റാതെ മറ്റുള്ളവരുടെ വിശപ്പാറ്റി.

> മുത്തിയമ്മയുടെ
> മൂപ്പെത്താത്ത ശവം
> ചരിത്ര വിദ്യാലയമാണ്
> ചത്തു കിടക്കുന്ന
> തള്ളയുടെ നാക്ക്
> എഴുത്തോലയും.
> തണുത്ത ശവങ്ങളുടെ
> നാക്കിൽ പറ്റിയ
> നെൽമണിയിൽ നിന്നാണ്
> അക്ഷരം
> തുടങ്ങിയത്.

അങ്ങനെ മാന്യതയ്ക്ക് നേരെ നിവർന്നു നിൽക്കുന്ന മഹാമരണമായി മുത്തിയമ്മുടെ മരണം പരിണമിക്കുന്നു

> മുത്തിയമ്മയുടെ ശവം
> അങ്ങനെ എളുപ്പത്തിലൊന്നും
> പഴക്കത്തില്ല
> അനുഭവിച്ചതൊക്കെ
> സകലമാന
> പുഴക്കളോടും
> നല്ല രീതിയിൽ
> വെളിപ്പെടുത്തിയിട്ടേ
> വിട്ടു പോകൂ.

മുത്തിയമ്മയുടെ ജീവിതം അത്രമേൽ അപരിചിതമായതുകൊ ണ്ടാവാം സാധാരണ കവിഭാവനയ്ക്ക് പരിചിതമല്ലാത്ത ബിംബങ്ങൾ

കൊണ്ടാണ് എം.ആർ.വിഷ്ണുപ്രസാദ് കവിതയെസമൃദ്ധമാക്കുന്നത്. മുത്തിയമ്മയെ പോലെ ഒരു വിരുദ്ധ സൗന്ദര്യം അത് നിർമ്മിക്കുന്നുണ്ട്. എരന്നു കിട്ടിയ പച്ചപ്പഴം ശ്വാസംമുട്ടി മൂക്കുക, അകമ്പോക്കിൽ ഛർദ്ദിക്കുക, അമ്മയിൽ നിന്നും കൊഴിഞ്ഞുവീണ പെണ്ണുങ്ങൾ, നായ്ക്കളുടെ തൊള്ളയിൽ കുടുങ്ങിയ ചന്ദ്രക്കല പുറത്തെടുത്ത് അതിന്റെ വെളിച്ചത്തിൽ നല്ല രീതിയിൽ പാട്ടുപാടുക തുടങ്ങിയ വിരുദ്ധബിംബങ്ങൾ കൊണ്ട് മാന്യതയുടെ, പൗരബോധത്തിന്റെ ഒരു വിപരീത ജീവിതത്തെ ആഖ്യാനപ്പെടുത്താൻ എം.ആർ വിഷ്ണുപ്രസാദിന് കഴിയുന്നു.

സാധാരണ മനുഷ്യരുടെ സംഭാഷണങ്ങളിൽ നിന്ന് അസാധാരണമായ തത്ത്വവിചാരങ്ങളെ കണ്ടെടുക്കുന്ന കവിയാണ് നന്ദനൻ മുള്ളമ്പത്ത്. ചുറ്റുപാടിൽ അലിഞ്ഞു ചേർന്ന ജീവിതത്തിൽ നിന്നാണ് ചുരുട്ടിവെച്ച ഗ്രന്ഥശേഖരങ്ങളിൽനിന്നല്ല അയാൾ വ്യാഖ്യാനിക്കാനും മാറ്റിത്തീർക്കാനുമുള്ള ദർശനങ്ങൾ കണ്ടെത്തുന്നത്. എല്ലാ മനുഷ്യരും ദാർശനികരാണ് (All mens are Philosafers) എന്ന ഗ്രാംഷിയൻ വിചാരലോകത്തിന്റെ കാവ്യാഖ്യാനമാണ് നന്ദനൻ മുള്ളമ്പത്തിന്റെ കവിതകൾ. വിഡ്ഢിത്തം എന്ന കവിത (ദേശാഭിമാനി വാരിക 29 ആഗസ്റ്റ് 2021) യിലും ഉൾമുഴങ്ങുന്നത് ഈ പ്രാദേശികതത്ത്വശാസ്ത്രമത്രേ.

പാറപ്പുറത്തു കിടന്ന്
ആകാശം നോക്കുന്നവനെ
നോക്കി
പാറയ്ക്കു താഴെ
പണിയെടുക്കുന്നവൻ
വിചാരിച്ചു
എന്തൊരു
വിഡ്ഢിത്തമാണിത്.
പാറയ്ക്കു താഴെ
പണിയെടുക്കുന്നവനെ
നോക്കി
പാറപ്പുറത്തുകിടന്ന്
ആകാശം നോക്കുന്നവനും
വിചാരിച്ചു
എന്തൊരു
വിഡ്ഢിത്തമാണിത്.

രണ്ട് ആഖ്യാനങ്ങൾ, രണ്ട് ജീവിതവീക്ഷണങ്ങൾ ഇവിടെ ഏറ്റുമുട്ടുന്നുണ്ട്. ഒന്ന് മാനം നോക്കികളുടേതാണെങ്കിൽ മറ്റൊന്ന് മനുഷ്യരെ

നോക്കുന്നവരുടേതാണ്. ഒന്നാമത്തേത് കാല്പനികതയാണെങ്കിൽ രണ്ടാമത്തേത് റിയലിസം. ദർശനങ്ങളുടെ ലോകത്ത് ഇവയുടെ ഏറ്റു മുട്ടലുകൾ ഇന്നും ഒരു പഴങ്കഥയായി തുടരുന്നുണ്ടെങ്കിലും മാനം നോക്കിനോക്കിയാണ് മനുഷ്യരെ നോക്കുകയെന്നതും മനുഷ്യരെ നോക്കി നോക്കിയാണ് മാനത്തെ കാണുകയുമെന്നുമുള്ള ഇവയ്ക്കിട യിലെ വൈരുദ്ധ്യാത്മകതകളെ സൗന്ദര്യശാസ്ത്രം ഏറെക്കുറെ പരിഹ രിച്ചു കഴിഞ്ഞു. ആ ജ്ഞാനലോകമാകാം രണ്ടും വിശ്ലിഷ്ടമാണെന്ന തീർപ്പിൽ കവിയെ എത്തിക്കുന്നത്.

ഈ വിധം കവിത സാധാരണ ജീവിതത്തിന്റെ തത്ത്വവിചാരങ്ങളി ലാണ് വേരാഴ്ത്തി നിൽക്കുന്നത്.

പട്ടുമെത്തയും മൺപാതയും

സമകാലിക മലയാളകവിതയ്ക്ക് ഇന്ന് രണ്ട് മുഖങ്ങളുണ്ട്. നവീനവും പ്രതിരോധാത്മകവുമായ ജീവസ്സറ്റ ഒരു മുഖവും, വൃത്തനിഷ്ഠവും പഴഞ്ചനുമായ പ്രകാശമറ്റ മറ്റൊരു ജീർണമുഖവും. ഒരു കാലിൽ കുതിക്കുമ്പോൾ മറുകാലിൽ അത് പിൻനടക്കുന്നു. ഒന്ന് വർത്തമാനത്തിലേക്കും ഭാവിയിലേയ്ക്കുമായുമ്പോൾ മറ്റേത് ഭൂതകാലത്തിന്റെ പൂതലിപ്പുകളിലേയ്ക്ക് ചായുന്നു. ഒന്നിൽ അതിരുലോകവും അവർണതയും തിളച്ചുമറിയുമ്പോൾ മറ്റേതിൽ പുഴുവരിക്കുന്ന സവർണതയുടെ പഴക്കം മണക്കുന്നു.

ഭൂതകാല ഭാവുകത്വത്തിന്റെ മച്ചകങ്ങളിൽ നിന്നും പുറത്തുകടക്കാതെ കൊന്തയും മന്ത്രവുമായി കഴിഞ്ഞുകൂട്ടുന്ന മലയാള കവിതയുടെ പഴഞ്ചൻ മുഖം ഇപ്പോൾ പ്രഭാവർമ്മയിൽ തെളിയുന്നുണ്ട്. കവിതയെ ചന്ദനനാഴി കൊണ്ട് അളന്നെടുക്കുന്ന ഈ വരേണ്യ ഭാവുകത്വത്തിന് മലയാളത്തിൽ ഇന്നും പ്രഭാപൂരമുണ്ട്. നമ്മുടെ കലാസങ്കല്പങ്ങളെയും സംവേദനശീലങ്ങളെയും നവീനമാക്കാൻ ഏറെ കലഹിച്ചിരുന്ന ഒരു തത്ത്വസംഹിത ഉൾവഹിക്കുന്നൊരാൾക്ക് ഇങ്ങനെ ഭൂതകാല ബിംബാവലികളിൽ മാത്രം അഭിരമിക്കാൻ എങ്ങനെ കഴിയുന്നു എന്നത് അത്ഭുതാവഹമാണ്. മലയാളി കൊണ്ടു നടക്കുന്ന പുരോഗമനത്തിന്റെ പ്രച്ഛന്ന മുഖം കൂടിയാണിതെന്ന് പറയാതെ വയ്യ.

പ്രഭാവർമ്മയുടെ ദേവസ്മിതം എന്ന കവിത (മാതൃഭൂമി ആഴ്ചപ്പതിപ്പ് 2021 സെപ്റ്റംബർ 05-11) യാണ് ഇങ്ങനെ ആലോചിക്കാൻ പ്രേരിപ്പിക്കുന്നത്. 'ചന്ദനനാഴി' മുതൽ 'ദേവസ്മിതം' വരെ എത്തിനിൽക്കുമ്പോൾ

എത്ര സവർണവും ജീർണവുമായ കവിതാസ്വരൂപവും കല്പനകളുമാണ് അദ്ദേഹം ഉപയോഗിച്ചുകൊണ്ടിരിക്കുന്നത് എന്ന് ബോധ്യമാവും. അക്കിത്തവും ഒളപ്പമണ്ണയും പോലും പുതിയ കാലത്തിന്റെ കവിതകൾ എഴുതിയിട്ടുണ്ടെന്നിരിക്കെ അവരുപേക്ഷിച്ച മൺമറഞ്ഞ ഒരു ഭാഷയെയും കാവ്യസ്വരൂപത്തെയും ഇപ്പോഴും കാത്തുപോരുന്നത് താൻ ചവിട്ടി നിൽക്കുന്ന സവർണജീവിതത്തിന്റെ മനുഷ്യവിരുദ്ധതയെ തിരിച്ചറിയാൻ കഴിയാത്തതുകൊണ്ടു കൂടിയാണ്. മണിമച്ചകത്തു നിന്നും മലയപ്പുലയനിലേക്ക് പണ്ടെങ്ങോ കുതറി കുതിച്ചുപോയ മലയാളകവിതയെ മണിയറയുടെ സ്നിഗ്ധതയിലേയ്ക്ക് തിരികെ പൂട്ടിയിടുന്ന ജനവിരുദ്ധമായ കാവ്യപരിശ്രമമാണിത്.

ഇന്നലെവരെ ആവിഷ്കരിക്കപ്പെട്ട മനുഷ്യ ബന്ധങ്ങൾക്കകത്തോ, അനുഭൂതി ലോകങ്ങൾക്കകത്തോനിന്നല്ല ഇന്നത്തെ കവി അനുഭവങ്ങളെ ആവിഷ്കരിക്കുന്നത്. "ഇന്നതു പുതിയ വിജ്ഞാന ചക്രവാളങ്ങളുടെയും അനുഭൂതി മണ്ഡലങ്ങളുടെയും വികാസത്താൽ സങ്കീർണമായിത്തീർന്നിരിക്കുന്നു. വിജ്ഞാനവികാസത്തിലും ജീവിത രംഗങ്ങളുടെ വൈചിത്ര്യ- വൈപുല്യങ്ങളാലും സങ്കീർണമായിത്തീർന്നിട്ടുള്ള ആധുനിക ലോകത്തിന്റെ മനസ്സാക്ഷിയായി മാറാൻ കഴിയാത്ത, പട്ടുമെത്തയിലായാലും പഴം പായയിലായാലും കുത്തിയിരുന്നു മുറുക്കി കഥ പറയുന്നവരെ ഉത്തിഷ്ഠമാന പ്രതിഭന്മാരായെണ്ണുക വിഷമമാണ്" (എം. എൻ വിജയൻ).

പട്ടുമെത്തയിൽ കിടന്ന് സഹധർമ്മിണിയെയും പൈതലിനെയും നോക്കുന്ന വെൺമണിക്കാഴ്ച്ചയിൽ നിന്ന് കുതിറി നിന്നാണ് മലയാളകവിത അവർണ്ണവും ജീവസ്സുറ്റതുമായ മറ്റൊരു ജീവിതത്തിന്റെ തീക്ഷണമായ ആവിഷ്ക്കാരങ്ങളെ കുഴച്ചെടുത്തത്. ആ നിലയിൽ മലയാളകവിത സമരോത്സുകമായി താണ്ടിയ പതിറ്റാണ്ടുകളുടെ കാവ്യവഴികളെ മുഴവൻ അങ്ങേയറ്റം പരിഹസിക്കുന്നതാണ് പ്രഭാവർമ്മയുടെ ആഖ്യാനരീതി. ഇവിടെ അദ്ദേഹത്തിന്റെ കാവ്യസ്വരൂപവും ബിംബാവലികളും പഴമയുടെ ദുർഗന്ധവാഹിനിയായി മാറുന്നു. വേതിട്ടു കുളി, നീരണിരാവ്, ഏലകർപ്പൂരാതി ചിതറും മണം, നാല്പാമരവും ലവംഗവും കലരും കാച്ചെണ്ണ തൻഗന്ധം, മച്ചകത്തൊരു രാവിൻ മംഗലയാമം, എന്നു തുടങ്ങി പെണ്ണിനെ മൃദു ലതയും പുരുഷനെ കരുത്തുറ്റ തരുനിരയുമായെണ്ണുന്ന കാളിദാസഭാവനയെ പോലും അദ്ദേഹം പുനരാനയിക്കുന്നു. വൈലോപ്പിള്ളിയുടെ ഊഞ്ഞാലിലാടുന്ന കാല്പനികതയുടെ നവ്യലോകം ഇവിടെ പഴകിപ്പുളിച്ച ഒരു ഭാവുകത്വത്തിന്റെ പുനരായനമായാണ് പരിണമിക്കുന്നത്.

ആനുഭവികപരവും
അനുഭൂതിപരവുമായ യാഥാർത്ഥ്യം

കവിതയോട് പ്രതിബദ്ധനായിരിക്കുക എന്നത് കവിയുടെ പ്രഥമകർത്തവ്യമാണ്. ഉടന്തടിക്കവികളിൽ നിന്ന് യഥാർത്ഥ കവികൾ വേറിട്ടു നിൽക്കുന്നത് ഈ പ്രതിബദ്ധതമൂലമാണ്. ഈ വിധം കവിതയോട് അങ്ങേയറ്റം പ്രതിജ്ഞാബദ്ധനായ എഴുത്തുകാരനാണ് പി.എ നാസിമുദ്ദീൻ. അദ്ദേഹത്തിന്റെ പോലീസുകാരനായ പിതാവിന് എന്ന കവിത (ഭാഷാപോഷിണി 2021 സെപ്റ്റംബർ) കവിയെയും കാവൽക്കാരനെയും വ്യത്യസ്തമായ അളവുകോലിൽ അടയാളപ്പെടുത്തുന്നു.

അധികാരവും ഭാവനയും ഏറ്റുമുട്ടുന്ന ഒരു വാഗ്ബിന്ദുവിൽ നിന്നാണ് കവിത ജനിക്കുന്നത്. അധികാരവും കവിതയും പിതാവും പുത്രനുമായി പിളർന്നാടുന്നു. അധികാരത്തിന്റെ ഈടുവെയ്പ്പുകളെല്ലാം ഭാവനയുടെ ശവപ്പറമ്പായി മാറുന്നു. ചില നേരങ്ങളിൽ അധികാരം കവിതയുടെ പുല്ലാങ്കുഴലായി പരിണമിക്കുന്നു." ഞാൻ ലാത്തിയെ/ സ്നേഹത്താലും/ വാത്സല്യത്താലും/ തഴുകി, തഴുകി/ പുല്ലാങ്കുഴലാക്കി/ ബൂട്ടുകളെ/ പനിനീർ പൂക്കളും" എന്നു പറയുമ്പോൾ അധികാരത്തിന്റെ ചവിട്ടടികളെപ്പോലും പൂവാക്കി മാറ്റുന്ന മാന്ത്രിക വിദ്യയായി കവിത മാറുന്നു. അധികാരം ആളുകളെ മർദ്ദിച്ചമെരുക്കുമ്പോൾ കവിത അവരെ എല്ലാ തടവുകളിൽ നിന്നും വിമോചിപ്പിച്ച് സ്വതന്ത്രരാക്കുന്നു. സ്നേഹത്തിന്റെയും കാരുണ്യത്തിന്റെയും അനന്ത ലോകത്തിലേക്ക് അവരെ പറപ്പിക്കുന്നു.

ബൗദ്ധികതയുടെ എഴുത്തുകളല്ല നാസിമുദ്ദീന്റേത്. ഉപരിപ്ലവമായ കാല്പനികതയോ അതിനെതിർദിശയിൽ സഞ്ചരിക്കുന്ന ജീവസ്സറ്റ അകാല്പനികതയോ അല്ല. വേറൊരു ജ്ഞാനാനുഭവങ്ങളാണ് നാസിമുദ്ദീന് കവിതകൾ.

സാൽവദോർ ദാലിയുടെ സർറിയലിസ്റ്റിക് ചിത്രത്തെ അനുസ്മരിപ്പിക്കുന്നതാണ് മധു.ബിയുടെ അഫ്ഗാൻ എന്ന കവിത (Truecopy Webzines 23 August 2021 packet 39) പ്രത്യക്ഷ യാഥാർത്ഥ്യം മാത്രം അവതരിപ്പിച്ചുകൊണ്ട് ആനുഭവികമായ മറുയാഥാർത്ഥ്യലോകത്തെ ആവിഷ്കരിക്കാൻ കഴിയില്ല എന്നതുകൊണ്ടാവാം അപരിചിതമായ പ്രതീകങ്ങളിലേയ്ക്കും അലൗകികമായ ബിംബകല്പനകളിലേക്കും കവികൾ പ്രവേശിക്കുന്നത്. അതാവട്ടെ അമൂർത്തമായ നമ്മുടെ അനുഭവങ്ങൾക്ക് വൈകാരികമൂർത്തതയും പകരുന്നു.

ഇവിടെ മധു.ബിയുടെ കവിത മൂന്ന് അനുഭവങ്ങളെ രണ്ടടരുകളായി ചിത്രീകരിക്കുകയാണ്. ഒന്നും രണ്ടും ഭാഗങ്ങളിൽ ഒരു പ്രത്യക്ഷ

യാഥാർത്ഥ്യവും മൂന്നാം ഭാഗത്ത് ഒരു അതീതയാഥാർത്ഥ്യവും എന്ന മട്ടിലാണ് ആവിഷ്കൃതമായിരിക്കുന്നത്. ഒന്നാമത്തെ ഭാഗത്ത് സ്വച്ഛവും ശാന്തവുമായ ഒരു നാട്ടിൻപുറം, രണ്ടാം ഭാഗം നാഗരികമായ താല്പര്യങ്ങളിൽ അധിനിവേശിക്കപ്പെടുന്ന അതേസ്ഥലം, മൂന്നാമത്തെ ഭാഗത്താണ് സർറിയലിസ്റ്റിക്കായ ഒരു പ്രതീകവൽക്കരണം വഴി കവി ഭീഭത്സമായ ഒരു ഉന്നത യാഥാർത്ഥ്യ (super realism) ത്തെ അനുഭവലോകത്തേക്ക് കൊണ്ടുവരുന്നത്.

"പഞ്ചായത്തിനെയും സ്കൂളിനെയും/ വേർതിരിക്കുന്ന മതിലിൽ/ പകൽ സ്കൂൾ കുട്ടികളുടെയും/ വൈകിട്ട് കള്ളുകുടിയൻമാരുടെയും/ മൂത്രമണമേറ്റ്/ അമീബയുടെ ചിത്രം പോലെ" മുഷിഞ്ഞൊട്ടിക്കിടക്കുന്ന ഗ്രാമത്തിന്റെ ഭൂപടം. അതിലവിടവിടെയായി പഞ്ചായത്താപ്പീസ്, വില്ലേജാപ്പീസ്, ഏലാപ്പീസ്, കറന്റാപ്പീസ്, ഇസ്കൂള്, പലചരക്കുകടകൾ, വാഴത്തോട്ടങ്ങൾ, പാടം, പുഴ, കുന്ന്, പ്രണയം, വഴക്ക്, കൂട്ട് എല്ലാം ചിതറിക്കിടക്കുന്നു. രാവിലെ കുന്നിൽ സൂര്യനുദിക്കുമ്പോൾ ഉണരുകയും വൈകിട്ട് ചന്ദ്രനുദിക്കുന്നതു വരെ ജീവിക്കുകയും ചെയ്യുന്നു. നിലാവ് കണ്ട് പിണങ്ങിയും പ്രേമിച്ചും സുഖജീവിതം നയിക്കുന്ന ഗ്രാമീണർ. അസ്വാതന്ത്ര്യമെന്തെന്നറിയാത്ത അവർക്ക് സ്വാതന്ത്ര്യ ദിനാഘോഷങ്ങൾ അധികമുണ്ടായിരുന്നില്ല. അങ്ങനെയിരിക്കെയാണ് നഗരത്തിൽ നിന്നും അവധിക്കുവന്ന ജോണേട്ടൻ ഇത്തവണത്തെ സ്വാതന്ത്ര്യ ദിനാഘോഷങ്ങൾ ഗംഭീരമാക്കണമെന്ന് പറഞ്ഞു വരുന്നത്. ആഘോഷങ്ങൾക്കൊടുവിലാണ് അവർക്ക് ഓരോരുത്തർക്കായി അവരുടെ അംഗങ്ങൾ നഷ്ടപ്പെടുന്നതറിയുന്നത്. ആദ്യം വില്ലേജിലെ തോമസ് സാറിന്റെ വെളുത്തു തുടുത്ത വിരലുകളാണ്നഷ്ടപ്പെട്ടത്. പിന്നീട് പഞ്ചായത്താപ്പീസിലെ രാമേട്ടന്റെ കറുത്ത മറുകുള്ള കൈയ്യുകൾ കാണാതായി, പിന്നെ ഹമീദ്ക്കയുടെ കാലുകൾ, തെറി വാക്കു തുപ്പുന്ന കരുണാകരമേനോൻ മാഷിന്റെ നാവുകൾ. വൈകുന്നേരമാകുമ്പോഴേക്കും കൈകൾ, കാലുകൾ, നാവുകൾ, ലിംഗങ്ങൾ എന്നിവ നഷ്ടപ്പെട്ടവരുടെ എണ്ണം കൂടിക്കൂടി വന്നു. അന്ന് രാത്രി നാട്ടുകാരുടെ നഷ്ടപ്പെട്ട അവയവങ്ങളെല്ലാംകൂടി ഒരുമിച്ചുചേർന്ന ഒരു ഭീകര സത്വം പ്രത്യക്ഷപ്പെടുന്നു. അത് നിലാവെളിച്ചം മറച്ച്, പാടത്തെ കതിരിൻമേൽ പതിച്ച നിലാവ് ചവച്ച് ഇരുട്ട് തുപ്പി പ്രത്യക്ഷപ്പെട്ടു. അത് പല കൈകൾ കൊണ്ട് പലതരം ആംഗ്യങ്ങൾ കാട്ടി. പലനാവുകൊണ്ട് പലഭാഷയിലലറി. പല ലിംഗങ്ങൾ കുലച്ച് പലകാലുകൾ കൊണ്ട് അത് അതിവേഗത്തിൽ കുന്നിറങ്ങി വന്നു. അതിന്റെ രതിമൂർഛയിൽ ആ ഗ്രാമം വലിയൊരു

യോനിയായി, അതിന്റെ സുരതാ വേഗങ്ങളിൽ ഒരു ഗ്രാമമാകെ മുറിഞ്ഞു. യാഥാർത്ഥ്യത്തെ വെളിവാക്കാൻ കവി ഒരു അതിയാഥാർത്ഥ്യ(meta realism)ത്തെ ഉപയോഗിക്കുമ്പോൾ യാഥാർത്ഥ്യം ഒരു ഭീകരസത്വ മായി നമുക്കു മുമ്പിൽ വന്നു നിൽക്കുന്നു. അതിർത്തികൾക്കപ്പുറമുള്ള അഫ്ഗാൻ ഒരു ഭീകരസത്വമായി ഒരു നിഴലായി നമുക്ക് മുന്നിലുണ്ട്. കവിതയിൽ അഫ്ഗാൻ ഒരു രാജ്യത്തിന്റെ പേരല്ല. പ്രാകൃതത്വത്തി ന്റെയും മതഭീകരതയുടെയും വിളിപ്പേരു മാത്രമാണ്. അത് ചിലപ്പോൾ ഭാരതം തന്നെയുമാവാം. ഒരു കരിനിഴൽ നമുക്കുമേലെയും ഇരുൾ പരത്തുന്നുണ്ട്.

പ്രകൃതിയായി ഭവിക്കുമ്പോൾ

ഞാൻ തന്നെയാണ് പ്രകൃതി ഞാൻ തന്നെയാണ് മനുഷ്യനും എന്ന സങ്കല്പത്തിന് ഭാരതീയ ദർശനത്തോളം പഴക്കം കാണും. എന്നാൽ ഞാൻ മനുഷ്യൻ, ഞാൻ അജയ്യൻ എനിക്കു പുറത്താണ് പ്രകൃതി എന്ന സങ്കല്പം ആധുനികതയോടെ പ്രബലമാവുന്നുണ്ട്. പ്രപഞ്ചഗോപുരവാ തിൽ തുറന്ന് അവനെത്തിയത് പ്രകൃതിക്കു മേലെ അധീശത്വം സ്ഥാപി ക്കാനായിരുന്നു. മനുഷ്യന്റെ ഈ അജയ്യതാസങ്കല്പം തിരോഭവിക്കുന്നത് പിൽക്കാല ആധുനികതയോടെയാണ്. വിശേഷിച്ചും റേച്ചൽ കഴ്സൺ ന്റെ നിശ്ശബ്ദ വസന്തം (silence spring) എന്ന കൃതി വന്നതോടെ. പ്രകൃതിയെ സംബന്ധിച്ചും പരിസ്ഥിതിയെ സംബന്ധിച്ചും പുതിയ അവബോധം അതിനുശേഷം രൂപപ്പെട്ടുകയുണ്ടായി. അതിന് പലവിധ കൈവഴികൾ ഉണ്ടായിരുന്നു. അതിലൊന്ന് പ്രകൃതിയും മനുഷ്യനും തമ്മി ലുള്ള ഇണക്കത്തെക്കുറിച്ചുള്ളതാണ്. മറ്റൊന്ന് പ്രകൃതിയും മനുഷ്യനുമെ ന്ന അപരത്വത്തെ നിരാകരിക്കുന്നതാണ്. വേറെയുമുണ്ട് ആശയങ്ങൾ അതാവട്ടെ മനുഷ്യനെ പ്രകൃതിയുമായി ആത്മീയമായി ഇണക്കിച്ചേർ ക്കുന്നദർശനമാണ്. ആധുനികാനന്തരം പ്രകൃതിയുമായി ബന്ധപ്പെട്ട് ഇത്തരം ചിന്താധാരകൾ പല കൈവഴികളായി സന്നിഹിതമാവുന്നു ണ്ട്. പൊതുവെ ആധുനികതയുടെ നിഷേധമായാണ് ഇവയോരോന്നും പ്രവർത്തിച്ചു പോന്നത്. ആ നിലയിൽ അത് മൂലധനവിരുദ്ധവും മുത ലാളിത്ത വികസനവിരുദ്ധവുമാണ്. ഈയൊരു ഭൗതികാസ്പദത്തിന്റെ അനുഭൂതി ലോകം പലമട്ടിൽ സാഹിത്യത്തിൽ ഉൾച്ചേർന്നു കിടപ്പുണ്ട്.

സമകാലീന മലയാളകവിത പ്രകൃതി വർണനയിൽ നിന്ന് പാരി സ്ഥിതികമായ അവബോധം നേടിയിട്ട് കാൽ നൂറ്റാണ്ടെങ്കിലുമായിക്കാ ണും. മുകളിൽ സൂചിപ്പിച്ച പോലെ പലവിധ പാരിസ്ഥിതിക സൗന്ദര്യ

ധാരകൾ പുതിയകാവ്യാനുഭവത്തിൽ സജീവമാണ്. ഇവിടെയാണ് ബിജ്ജു റോക്കിയുടെ എന്നെ ഞാൻ കാണുംവിധം എന്ന കവിത (Truecopy Webzines 23 August 2021 packet 39) പ്രത്യേകം ശ്രദ്ധിക്കപ്പെട്ടുന്നത്. "നീല വിണ്ടലമെന്നൊരൊറ്റ മേൽപ്പുരയുള്ള/ വീടത്രേ ലോകം; കെടാവിളക്കോ വിശ്വ പ്രേമം" (പി. കുഞ്ഞിരാമൻ നായർ) എന്ന മട്ടിൽ നന്മനിറഞ്ഞ മനുഷ്യന്റെ പ്രകൃതിയുമായുള്ള ഇണക്കത്തെക്കുറിച്ചല്ല റോക്കിയുടെ കവിത. പ്രകൃതി ഞാനാനാണ്, ഞാനാണ് പ്രകൃതിയും എന്ന അദ്വൈതഭാവമാണ് ഇവിടെ നമുക്കു കാണാൻ കഴിയുന്നത്.

കണ്ണാടിക്കു മുമ്പിൽ
തുണിയില്ലാതെ
ഞാൻ
എന്നെ നോക്കി നിൽക്കുന്നു.
ഉടുവലുകൾ അഴിച്ചു വെച്ച്
കുളിച്ചു കയറിയപ്പോൾ

കുപ്പായം കാണാതെ പോയ കിളി. പിന്നീട് അയാൾക്ക് തന്റെ ശരീരത്തിൽ കാണേണ്ടി വരുന്നത് ഉറയൊഴിച്ച പാമ്പിനെ, ഏതോ പൂച്ച നടന്നു പോയ പാട്, നീണ്ട മരച്ചില്ലയിലേക്ക് തലയുയർത്തി രോമക്കാട്ടിൽ ഒറ്റയ്ക്കു മേയുന്ന ജിറാഫിനെ, തോടിറങ്ങും ആമയെ. പ്രകൃതി ബിജ്ജുറോക്കിയെ തങ്ങളുടെ വിഭവങ്ങൾകൊണ്ട് കവിത എഴുതിക്കുകയല്ല. കവി പ്രകൃതിയായി ഭവിക്കുകയാണ്. പ്രകൃതിക്കു വേണ്ടിയുള്ള എഴുത്തല്ല പ്രകൃതിയായിത്തീരുന്ന എഴുത്താണിത്.

സ്നേഹത്തെ അമൂർത്തമായ ബിംബങ്ങളിലൂടെ ആവിഷ്കരിക്കുകയാണ് ആദിൽ മഠത്തിൽ ശലഭാത്മൻ എന്ന കവിത (ചന്ദ്രിക ആഴ്ചപ്പതിപ്പ് 2021 ആഗസ്റ്റ് 28)യിൽ. പ്രണയം ഏറ്റവും മനോഹരമായ ഒരു ആത്മീയാനുഭൂതിയാണ്. ഓരോ നിമിഷത്തിലും പൊടിയുന്ന ഓരോ നിശ്വാസത്തിലും പൊഴിയുന്ന ഒരു ആത്മാനുഭൂതി. പ്രണയത്തെ സാമൂഹികമായ ഒരു വ്യവഹാര ലോകമായല്ല കവി കാണുന്നത്, രണ്ടാളും ഏറ്റവും സൂക്ഷ്മമായിവിനിമയം ചെയ്യുന്ന ഒരു ആത്മീയ അനുഭൂതിയാണ്. പ്രണയത്തിന്റെ സാമൂഹികതയുടെ അവസാനത്തെ തുള്ളിയും തേവിക്കളഞ്ഞ് ആത്മീയതയെ കാച്ചിക്കുറുക്കിയെടുക്കുകയാണ് കവി. ഈ സൗന്ദര്യാനുഭൂതിയെ അത്രമേൽ പേലവമായ ഒരനുഭവമായി ചിത്രീകരിക്കുന്നു.

ഞാനൊരു മരമല്ല
പാതവക്കത്തിലേക്കേന്തി നോക്കും

വെയിലേറ്റം ചെഞ്ചോരപ്പവായ്
പൂത്തുനിൽക്കും നിന്നെ മുത്തും.

ജീർണ്ണഭാഷയുടെ തിരുശേഷിപ്പുകൾ

മലയാള കവിതയിൽ ഉടന്തടിക്കവികൾ ധാരാളമുണ്ട്. സംസാരഭാഷ കൊണ്ട് ഒരു വരിക്കു താഴെ മറ്റൊരുവരി മുറിച്ചെഴുതി മുറിച്ചെഴുതി എളു പ്പവഴിയിൽ ക്രിയചെയ്യുന്ന കവിവരർ. വായനക്കാർ എന്തെങ്കിലും കണ്ടു ത്തെട്ടെ എന്ന ഭാവമാണവർക്ക്. മറ്റൊരു കൂട്ടരുണ്ട് കടുത്ത പ്രാസനിഷ്ഠ യിലും വൃത്ത പരിപാലനത്തിലും മുഴുകുന്നവരാണവർ. ശ്വാസം വിട്ടാലും പ്രാസം വിടാൻ പാടില്ല എന്നാണ് അവരുടെ വിശ്വാസം. വൃത്തത്തെ നിരസിക്കുന്നതാണ് പുതിയ കവിതയുടെ ബലഹീനത എന്നെണ്ണുന്ന ഇവർ വൃത്തഭംഗം വരാതെ മന്ദാക്രാന്തയിലും മരഭനയയയിലും കവി തയിലുടനീളം ഇഴയുന്നു. മലയാളകവിതയെ ഒരു വാതരോഗിയാക്കി മാറ്റുന്നു. സമകാലിക കവിതയുടെ ദൗർബല്യത്തിന്റെയും ജീർണതക ളുടെയും രണ്ട് മുഖമാണിത്. ഈ രണ്ടു രീതികളെയും തിരസ്കരിച്ചുകൊ ണ്ടേ കവിതയ്ക്ക് മുന്നേറാൻ കഴിയൂ. വൃത്തവും പ്രാസവും കെട്ടിപ്പിടിച്ച് കരയുന്ന കവിപുംഗവൻമാരെ/ പുംഗവതികളെ ആനുകാലികങ്ങളിൽ നിരനിരയായി നമുക്ക് കാണാൻ കഴിയും. സ്തംഭിച്ചു പോയ ഈ സംവേ ദനശീലം കൊണ്ട് മലയാള കവിതയ്ക്ക് ഏതായാലും വിശേഷിച്ച് നേട്ട മൊന്നുമില്ല. പിൻകാൽ കൊണ്ടുള്ള ഈ നൃത്തം കാണാൻ ഒരു ന്യൂ നപക്ഷം പ്രേക്ഷകരുണ്ട് എന്നതാണ് സങ്കടകരം. കെ.വി.രാമകൃഷ്ണ ന്റെ പാതിവെന്ത ശവം (മാതൃഭൂമി ആഴ്ചപ്പതിപ്പ് 2021 സെപ്റ്റംബർ 06-11) മേലൂർ വാസുദേവന്റെ പുസ്തകം (മാതൃഭൂമി ആഴ്ചപ്പതിപ്പ് 2021 സെപ്റ്റംബർ 06-11) ആര്യാംബികയുടെ നീയെന്ന ഉയരം (ഭാഷാപോഷിണി 2021 സെപ്റ്റംബർ) ഇന്ദിര അശോകിന്റെ അഭിനവ രാമായണം (ഭാഷാപോഷിണി 2021 സെപ്റ്റംബർ) എന്നീ കവിതകൾ ഈ വിധം പഴഞ്ചൻ ആഖ്യാനരീതികളെ പുതിയ കാവ്യ സ്ഥലികളിലേ ക്ക് ആനയിക്കുന്നവയാണ്.

ഇന്ത്യൻ ചത്ത ശവമല്ലോ
ഗംഗയിൽ പൊങ്ങിയൊഴുകുന്നു
കത്തിയടങ്ങുന്നതിൻ മുൻപേ
പൊക്കിയൊഴുക്കിലെറിഞ്ഞത്രേ

എന്ന് എത്ര ചത്ത ഭാഷയിലാണ് കവി പറഞ്ഞുവെക്കുന്നത്. ഇന്ത്യൻ രാഷ്ട്രീയ രംഗം ഇത്രയും മൃതമായില്ല. തിളയ്ക്കുന്ന ഇന്ത്യൻ രാഷ്ട്രീയ

അവസ്ഥകളെ ജീവനോടെ ആഖ്യാനം ചെയ്യാൻ ഈ കവിതയ്ക്കൊട്ട് ആവുന്നമില്ല. ആധുനികതയുടെ പോലും ഭാവമണ്ഡലത്തെ പിൻപറ്റാനാകാത്ത പരാജിത കവിതയാണ് പാതിവെന്ത ശവം.

മേലൂർ വാസുദേവന്റെ 'പുസ്തകവും' ജീർണഭാഷയുടെ തിരുശേഷിപ്പാണ്. "എത്രവായിക്കിലും തീരെ മടുക്കില്ലീ/പുസ്തകം. ജീവിത പുസ്തകം..." എന്ന് ആരംഭിക്കുന്ന കവിത വായിച്ച തുടങ്ങുമ്പോൾ തന്നെ മടുത്തു തുടങ്ങുന്നു.

ആര്യാംബികയുടെ നീയെന്ന ഉയരം എന്ന കവിത വൃത്തവും പ്രാസവും ഒപ്പിക്കാനുള്ള യത്നത്തിൻ ജീവിതത്തിന്റെ ഉൾത്തുടിപ്പുകൾ ചോർന്നു പോയ വിരസമായ ഭാഷാ കേളിയായി മാറുന്നു

നിന്നെക്കുറിക്കുവതെങ്ങനെയോ?! നിന്റെ
മിന്നിൻ മുന കൊണ്ടേ ഞാനെഴുതി.
മിന്നലിന്നൂർജം നിറഞ്ഞ നക്ഷത്രങ്ങ_
ളങ്ങനെ യക്ഷരക്കൂട്ടങ്ങളായ്

ഇങ്ങനെ വെറുതെ മഷി പുരണ്ടിരിക്കുന്നുവെന്നല്ലാതെ ജീവിതത്തിന്റെ ഒഴുക്കോ പിടച്ചിലോ തുടിപ്പോ അനുഭവിക്കാൻ കഴിയാതെ പോകുന്നു. ആധുനികതയുടെ ഭാവ പരിണാമത്തിന്റെ പതിറ്റാണ്ടുകൾ ഒഴുകിപ്പോയിട്ടും ഇപ്പോഴും കെട്ടിക്കിടക്കുന്ന ഇറവെള്ളമായിത്തീരുന്നു ഇത്തരം കവിതകൾ. ഇനിയും നവീകരിക്കാത്ത സംവേദനശീലം കൊണ്ട് എഴുതപ്പെട്ട കവിതയാണ് ഇന്ദിര അശോകിന്റെ അഭിനവ രാമായണം. രാമായണത്തിലെ സീതയെ തിരുത്തിയെഴുതാൻ നടത്തുന്ന ശ്രമം വിഫലമാവുന്നത് ഭൂതകാല ഭാഷകൊണ്ടും ആഖ്യാനരീതികൊണ്ടുമാണ്.

ഇഹത്തിനർത്ഥരാഹിത്യം തെളിഞ്ഞു വരുന്നേരം
ക്ഷണിച്ച പരം, സർവം മടുത്താൽ പോരുയെന്ന്
പത്തിരുപതിൽ നിത്യം വായിച്ച രാമായണം
കത്തുന്നു,...

സ്ത്രൈണ ജീവിതത്തിന്റെ വേർപടർപ്പാണ് ഭാഗ്യസരിത ശിവ പ്രസാദിന്റെ വാക (Wtp live.in 1 September/issue 70). സ്ത്രൈണതയുടെ സ്ഥിരം പ്രതിനിധാന രൂപകങ്ങളിൽ നിന്ന് മാറിനിന്ന് വാകമരത്തെ പ്രതീകവൽക്കരിക്കുകയാണ് കവി. മുല്ലവള്ളിയും ചെമ്പനീർച്ചെടിയും പ്രതിനിധാനമാകുന്ന ഒരു ഭാവലോകത്താണ് വാക വേരാഴ്ത്തി നിൽക്കുന്നത്. "മറിഞ്ഞു വീണില്ല.. പകരം;/ഭൂഗർഭത്തിൽ കാലുകൾ നീട്ടിയിറക്കി/ചോര കുത്തിയൊഴുകുന്ന മരമായി/നെടുങ്ങനെയങ്ങു നിന്നു."

ഒറ്റയ്ക്ക് നിൽക്കുന്ന മരമാണ് ഉലഞ്ഞാടുന്ന വള്ളിപ്പടർപ്പല്ലിത്. സ്വൊയമ്പൻ മനുഷ്യനാടകങ്ങളെ മാറ്റിയെഴുതിക്കൊഴപ്പിക്കുന്നുണ്ടിത്.

വാകപ്പൂക്കളെ പ്രണയകവിതകളിൽ
ചിത്രണം ചെയ്യപ്പെട്ടുമ്പോൾ
അവൾ ചില്ലതല്ലിച്ചിരിക്കും...
പരിഹാസത്തോടെ അവൾ
നെഞ്ചുകീറി കുറേ ചോരപൂവുകളെ പൊഴിച്ചിടും..
ഹൃദയമണികളെന്ന ആരൊക്കെ
"പറഞ്ഞാലും....
അവൾക്കതു
പ്രതിഷേധത്തിന്റെ
മാംസത്തുണ്ടുകളാണ്...!

സ്ത്രൈണതയുടെ പുരുഷമാതൃകകളെ ലംഘിക്കാനുള്ള ധീരമായ ശ്രമമാണ് ഭാഗ്യ സരിത ശിവപ്രസാദിന്റെ വാക. ഇക്കോ ഫെമിനിസത്തിന്റെ(Eco feminism) ഭാവലോകം ഈ കവിതയിൽ സാന്ദ്രമായി നിൽക്കുന്നു.

ഇങ്ങനെ പാരമ്പര്യത്തെ ലംഘിച്ചും പാരമ്പര്യത്തെ പുനരാനയിച്ചും കടന്നുപോകുന്നുണ്ട് സമകാലിക മലയാള കവിത. ഒന്ന് പട്ടുമെത്തയിൽ ശയിക്കുമ്പോൾ മറ്റേത് മൺപാതയിലൂടെ ചരിക്കുന്നു.

പല നിറങ്ങളിൽ പൂക്കുന്ന വസന്തം

കവിത ഒരു രഹസ്യോദ്യാനമല്ല, പരസ്യമാക്കപ്പെട്ട വെളിമ്പുറവുമല്ല. ഓരോ അനുഭവങ്ങളുടെയും അനേകകോശങ്ങളിൽ അനന്തമായ സൗന്ദര്യാതിശയങ്ങൾ തുന്നിച്ചേർക്കുന്ന അനന്യമായ അനുഭൂതിയുടെ വിസ്മയ പ്രപഞ്ചമാണത്. അത് രാഷ്ട്രീയം കൊണ്ട് കലുഷക്കടലിൽ തിരയിളക്കും. കാരുണ്യം കൊണ്ട് കണ്ണീരിനെ ഉണക്കും. പ്രപഞ്ചത്തിന്റെ ആദിനാദങ്ങളിൽ വിലയിക്കും. അനാദിവരെ ആരുമില്ലാത്തവർക്ക് കൂട്ടിരിക്കും. ഭൂതകാലം കൊണ്ട് സ്വപ്നം കാണും. ഭാവിയുടെ പൂക്കളിറുക്കും. പല നിറങ്ങളിൽ പൂക്കുന്ന വസന്തത്തെ വിളിച്ചുണർത്തും.

സാമാന്യ ജീവിതത്തിനകത്ത് ഒളിഞ്ഞു തിളയ്ക്കുന്ന രാഷ്ട്രീയ ശബ്ദങ്ങളാണ് ഒ.പി സുരേഷിന്റെ കവിതകൾ. തൊണ്ണൂറുകൾക്ക് ശേഷം കുഴഞ്ഞുമറിഞ്ഞ മലയാളി ജീവിതത്തിന്റെ ഉൾക്കയങ്ങളിൽ നിന്നുയരുന്ന പ്രത്യയശാസ്ത്ര പ്രതിധ്വനികളാൽ ഒപിഎസ്സിന്റെ കവിത സമരതീക്ഷ്ണ വഴികളിൽ നമ്മെ തപിപ്പിക്കുകയും മഞ്ഞുറഞ്ഞ ആലസ്യം കൊണ്ട് അടയാളപ്പെട്ട മലയാളിയുടെ ശീതജീവിതത്തെ ഉഷ്ണക്കാറ്റാൽ എല്ലുലയ്ക്കുകയും ചെയ്യുന്നു.

കവിയുടെ സ്മരണകളിൽ വർത്തമാനത്തിലില്ലാത്ത ഒരു ജീവിതം തിളച്ചു മറിയുന്നുണ്ട്. അദ്ദേഹത്തിന്റെ 'പകലെഴുത്ത്' (ദേശാഭിമാനി വാരിക 12/09/2021) താൻ പിന്നിട്ട ജീവിതത്തിന്റെ വഴികളുടെ ആത്മകവിതയായി മാറുന്നു. വർത്തമാനം ഔപചാരികവും അധികാരോൻമുഖവുമായ ജീവിതംകൊണ്ട് ക്ഷുബ്ധമായ വാക്കുകളെയെല്ലാം നിശ്ചലമാക്കുന്ന

കാലത്ത് ഒരാൾക്ക് തന്റെ ഭൂതകാലത്തിന്റെ ഓർമ്മകളെ നിശ്ശബ്ദം വെടിവെച്ചിടുന്ന തോക്കുമായി വേട്ടയ്ക്കിറങ്ങേണ്ടി വരുന്നു.

പോയകാലത്തിന്റെ ധമനികളിൽ
ചീറിപ്പാഞ്ഞൊഴുകിയ ധീരതകൾ
തലമുറകളുടെ മൗനമൗഢ്യങ്ങളെ
ഇളക്കിമറിച്ച ഇടിനാദങ്ങൾ
പല നിറങ്ങളിൽ പൂത്തവസന്തത്തിന്റെ
പരാഗവാഹകരാം
സുഗന്ധോദ്യാനങ്ങൾ.

ഓർമ്മ പുസ്തകങ്ങളുടെ താളുകളിൽ നിന്ന് എത്ര ചീന്തിയെറിഞ്ഞാലും ചീറിയടുക്കുന്ന വീറായി ആ ഭൂതകാലം അയാളിൽ ഇപ്പോഴും ആളിക്കത്തുന്നുണ്ട്.

അച്ഛനും അച്ഛച്ഛനും മരാശാരിമാരായിരുന്നു. ഏതിലും കാറ്റിനും തള്ളിത്തുറക്കാവുന്ന ഒരു കൂരയിൽ കരിമ്പാറകൾ കോട്ടതീർത്ത കുന്നിൻ മുകളിലായിരുന്നു ജീവിതം. അവിടെ പാമ്പുകളും പറവകളും സഹജീവികളായി ഉണ്ടായിരുന്നു. കൂടെ തിയ്യരും കൊല്ലരും മാപ്പിളമാരും. മതിലുകളില്ലാതെ പുലർന്ന നേരും നെറികളും. മരങ്ങളും ജീവികളും പലതരം മനുഷ്യരും ഒരുമിച്ച് പുലർന്ന ഭൂതകാലത്തിന്റെ മോഹചിത്രം ഇവിടെ ചുരുളഴിയുന്നു. മലയാള രാജ്യത്തിനായി പൊരുതിയ മനുഷ്യവീര്യത്തിന്റെ പച്ച രക്തം തിളച്ചതിന്റെ സ്മരണകൾ ബാല്യകാലത്തിന്റെ ഇരമ്പങ്ങളിൽ കവിതയിൽ കേൾക്കാൻ കഴിയുന്നുണ്ട്. തീയാളുന്ന ഒരു ഭൂതസ്മരണ തണുത്തുറഞ്ഞ് കട്ടയായ രാഷ്ട്രീയ ജീവിതത്തിന്റെ വിമർശം കൂടിയായിത്തീരുന്നു.

സ്മരണകൾ ഇങ്ങനെയാണ് എപ്പോഴും അത് രണ്ട് കാലങ്ങളെ പിളർത്തി നിർത്തും. വർത്തമാനത്തെയും ഭൂതത്തെയും. പി സുധാകരന്റെ ജാതിപ്പേ(>)രിൽ (പാഠഭേദം സപ്റ്റംബർ 2021) നമുക്കിത് കാണാൻ കഴിയുന്നുണ്ട്. മാനവികത ഉരുവം കൊള്ളുന്ന ഒരു സ്ഥലലോകത്തെയും മാനവികത തുരുമ്പെടുക്കുന്ന വർത്തമാനകാലത്തെയും ഒരു വിദ്യാലയ പ്രരൂപം കൊണ്ട് ആഖ്യാനം ചെയ്യാൻ ശ്രമിക്കുന്നു.

ഇക്കൊല്ലം റിട്ടയറായ ബിജു
അടുത്തൂൺ പറ്റി പിരിഞ്ഞതിന്റെ
ഏകാന്തത മാറിയപ്പോൾ വിളിച്ചിരുന്നു.
ഡാ, നമ്മുടെ സ്കൂളിലിപ്പോൾ
മാഷൻമാരൊക്കെ ചെറുപ്പക്കാരാണ്

കുട്ടികളൊക്കെ വൃദ്ധരും
ഗോകുൽ മേനോൻ, മാധവ് നമ്പീശൻ
പാർവതി നായർ, സ്മിത നമ്പ്യാർ

വിദ്യാലയം എന്ന രൂപകത്തെ കേരളം എന്ന് മാറ്റി വായിച്ചാൽ തെളിഞ്ഞുവരും കേരളീയ ജീവിതത്തിന്റെ ഭൂതവർത്തമാനങ്ങൾ. അപമാനമായിത്തീരുന്ന ഈ സാംസ്കാരികാവസ്ഥയെ കല്പനകൾ കൊണ്ട് മറച്ചുവെയ്ക്കാതെ, ഒരു തുറന്ന ഗദ്യം കൊണ്ട് ആവിഷ്ക്കരിക്കുകയാണ് കവി. മലയാളിയുടെ ജീവൻ പിടയുന്ന ഈ ഗദ്യത്തിൽ തുളുമ്പുന്നുണ്ട് ഭാവിയുടെ കവിത.

കവിയുടെ പരാജയവും കവിതയുടെ വിജയവും

പ്രകൃതിയുടെ അപാരതയെ, അതിന്റെ അലൗകമായ സൗന്ദര്യ വിലോലഭാവങ്ങളെ വാക്കുകൾകൊണ്ടു വെളിപ്പെടുത്തുക അസാധ്യമാണ്. അപ്പോഴാണ് ഭാഷ എത്ര തുഛമാണെന്ന് നാം തിരിച്ചറിയുക. പ്രകൃതിയുടെ രൗദ്രത, അതിന്റെ സ്നിഗ്ധത, സമന്വിതമായ ഉൺമഭാവം എല്ലാം വാക്കുകളെ കവിഞ്ഞ് നിൽക്കുന്നവയാണ്. അതുകൊണ്ടാണ് പ്രകൃതിയുടെ സൗന്ദര്യാനുഭൂതിയെ കവിതയിൽനിറയെ നിറച്ച 'പി' ക്കു പോലും വ്യാമുഗ്ധമായ അതിന്റെ ആശ്ചര്യത്തിനു മുമ്പിൽ "...മറന്നെനിക്ക് കേറിപ്പറ്റാൻ കതക് തുറക്കുമോ വിളക്കു കൊളുത്തുമോ" എന്ന് പരിതപിക്കേണ്ടി വരുന്നത്.

അസീം താന്നിമൂടിന്റെ കടൽ, കാട്, ആകാശം എന്ന കവിത (മാതൃഭൂമി ആഴ്ചപ്പതിപ്പ് 2021 സെപ്റ്റംബർ 12-18) യിലുമുണ്ട് പ്രകൃതിയുടെ സൗന്ദര്യാത്മകമായൊരു ഉൺമയെ വാക്കിലാവിഷ്ക്കരിക്കാനുള്ള ക്ലേശം.

കാണുന്ന പുറന്തോടല്ല ലോകം. അതിനകത്താണ് സൗന്ദര്യാത്മകമായ ഉൺമ. അത് ആവിഷ്ക്കരിക്കാൻ വിശ്വപ്രേമം തന്നെ വേണം. ചരാചരങ്ങളോട് മനുഷ്യർക്ക് അടങ്ങാത്ത പ്രണയമുണ്ടെങ്കിൽ മാത്രമേ പ്രകൃതിയുടെ പൊരുൾ പിളർന്ന് വരികയുള്ളൂ. ജീവന്റെ പൊരുളും മുളച്ചുപൊന്തുന്നത് അടങ്ങാത്ത സ്നേഹക്കടലിൽ നിന്നു തന്നെയാണ്.

" കടലു വ്യക്തത, കാടു സുവ്യക്തത,
അകലെയെങ്കിലും വാനിടം കൃത്യത,
പ്രണയമോ ചെടിപ്പുള്ളവ..."

എന്ന് അറിയുന്നത് അറിവേയല്ല. ഈ അറിവിന്റെ മൂടുപടം അഴിച്ചു മാറ്റുമ്പോൾ കാണാം അനന്തമനന്തമായി നിൽക്കുന്ന സൗന്ദര്യത്തിന്റെ

അടരടരുകൾ. ഓരോന്നും വിടർത്തി നിർത്തുമ്പോൾ കാണാം ഓരോ അടരിലും ഒളിഞ്ഞു കിടക്കും അനേകകോടി മുഗ്ധ കോശങ്ങൾ. അതിനെ നമുക്ക് അറിയാൻ കഴിയണമെങ്കിൽ കൺനോട്ടത്തിന്റെ വട്ടത്തിൽ നിന്നും ആത്മക്കാഴ്ചയുടെ അനുഭൂതിയിലേക്ക് ആഴ്ന്നാഴ്ന്നിറങ്ങണം. അതൊരു വിഫലമായ ശ്രമമാവാം. എങ്കിലും കവി തുടരെ തുടരെ ശ്രമിക്കുന്നത് ഈ വിഫലതയെ ആവിഷ്കരിക്കാൻ തന്നെയാവണം. അതുകൊണ്ടാണ്

കടലിനെക്കൂടിയാണ്
കവിതയിൽ
കരുതുവാൻ ഞാൻ
ശ്രമിച്ച തോൽക്കുന്നത്.

എന്ന് പറയുന്നത് കവികളുടെ പരാജയവും കവിതയുടെ വിജയവുമായി മാറുന്നു.

അസ്വാതന്ത്ര്യത്തിന്റെ ആത്മസ്വരൂപവും ഉടൽ രൂപവുമാണ് താനെന്ന് ഓരോ സ്ത്രീയും തിരിച്ചറിയപ്പെടുന്നു. അത് സ്വാതന്ത്ര്യത്തിന്റെ പക്ഷിക്കാലങ്ങളിലേയ്ക്ക് അവരെ കൊണ്ടുപോകുന്നു. ഇ.എം. സുരജയുടെ കൂടെന്നോ പക്ഷിയെന്നോ എന്ന കവിത (മാതൃഭൂമി ആഴ്ചപ്പതിപ്പ് 2021 സെപ്റ്റംബർ 12-18) ഈ സ്വാതന്ത്ര്യത്തിന്റെയും അസ്വാതന്ത്ര്യത്തിന്റെയും സ്ത്രൈണ ലോകത്തെ പുറത്തെടുക്കാൻ ഉദ്യമിക്കുന്ന കവിതയാണ്.

ഒരിക്കൽ പക്ഷിയായിരുന്ന ഓർമ്മ
ഇപ്പോൾ കൂടായി മാറുകയാണ്
അഴികളോരോന്നും
സ്ഥാനത്ത് സ്വയം വന്നിരിക്കുന്നു.

ചിറകുകളുണ്ടായിട്ടും പറക്കാത്തവളേ എന്ന് സ്വയം തോന്നുന്ന നേരങ്ങളിലൂടാവണം ഒരോ പെണ്ണും കടന്നു പോകുന്നത്. അകത്തുള്ള കവിതകൾ കൊണ്ട് പറക്കുകയും പുറത്തുള്ള കടമകൾ കൊണ്ട് അടയിരിക്കുകയും ചെയ്യുന്ന പക്ഷിയും കൂടുമായി ഒരേ സമയം പരിണമിക്കുന്നതിന്റെ അസ്വസ്ഥത ഒരസ്തിത്വമായി മാറിയ പെൺജീവിതം. വസ്ത്രം തന്നെ ശരീരമായിത്തീരുന്ന മാതിരി പക്ഷിയാണോ ഞാൻ കൂടാണോയെന്ന് പറയാൻ കഴിയാത്ത അവസ്ഥ ഏറെ ധ്വന്യാത്മകമായി പറയാൻ ഇ.എം. സുരജയ്ക്ക് കഴിഞ്ഞിരിക്കുന്നു.

മോഹലോകത്തിലേയ്ക്കുള്ള ഒരുസ്വപ്ന സഞ്ചാരമായും ഗതകാല സ്മരണകളുടെ ഉൾഖനികളിലേയ്ക്കുള്ള ഒരു വിപദയാത്രയായും ഓണം

മലയാളിയുടെ ജീവിതത്തിൽ തങ്ങിനിൽക്കുന്ന പരിമള ഗന്ധമാണ്. വി.എം ഗിരിജയുടെ 'പരിമള ഭരണി' (മാധ്യമം ആഴ്ച്ചപ്പതിപ്പ് 2021 സെപ്റ്റംബർ 06) ഈ ഗതകാല സൗഭഗത്തെ സൗന്ദര്യവും സുഗന്ധവും പൂശി അവതരിപ്പിക്കുന്നു. പിന്നിട്ടുപോയ അറുപത് സംവത്സരങ്ങളിൽ ഓണമിട്ട പൂക്കളസ്മരണകളാണ് കവിത.

പരിമള ഭരണി തുറക്കാനെത്തി
പലവുരുവോണക്കാലം
അറിയില്ലാരുടെ വിരലുകൾ തൊട്ടു
അറുപതു കുറിയൻ ഹൃദയം.

അങ്ങനെ തുടങ്ങി നൈതികവും താത്വികവുമായ വിചാര ലോകങ്ങളുടെ ജാലകങ്ങൾ കവിത തുറന്നുവെക്കുന്നു. സമത്വത്തെക്കുറിച്ചുള്ളവയൊക്കെയും പാഴ്മോഹങ്ങൾ മാത്രമാകുന്നുവോ എന്ന് ഉൽകണ്ഠപ്പെടുന്നു. ഇങ്ങനെ ഉൾക്കനമുള്ളവയൊക്കെയും ഓണക്കാലത്ത് ഉദിച്ചു പൊന്തുമെന്ന സത്യം കവിക്കു മാത്രമേ അറിയൂ. ആ മട്ടിൽ സാമൂഹ്യ ജീവിതത്തിനു മേൽ കവിയുടെ സൗന്ദര്യാത്മകമായ ഒരു അധികാരക്കാഴ്ച്ചയെ കവിത അറിയാതെ അടയാളപ്പെടുത്തുന്നു.

വർണ്ണങ്ങളുടേതാണോണമെങ്കിലും അത് തുറന്നിടുന്ന വിവർണവും അവർണവുമായ ചിത്രമാണ് കവിതയെ വ്യത്യസ്തമാക്കുന്നത്

പരിമള ഭരണികൾ തുറന്നു വെച്ചു
പലവുരുവോണക്കാലം
കുമ്പിൾ പച്ചയിൽ നിറഞ്ഞു ചിതറി
നിരവധി വർണ സുഗന്ധം
അറുപതു കൊല്ലം കടന്നു പോയോ!
ചുളി യാത്തോമൽ വിരലാൽ
ഇറുത്തു കൂട്ടുകയാണെല്ലോ ഞാൻ
ഇഷ്ടപ്പെട്ട മണങ്ങൾ.

അങ്ങനെ കവിതയിൽ കോരി നിറയ്ക്കുന്നുണ്ട് നിറങ്ങളും ഗന്ധങ്ങളും നിറഞ്ഞ ഓർമ്മ പൂക്കളങ്ങൾ.

ഒന്നായും പലതായും

കണ്ടുകണ്ടാണ് കടലുകൾ ഇത്രയും വലുതായത്, പുഴകൾ ഇതിഹാസങ്ങളായി മാറിയത് എന്ന കവിവാക്യം കൊണ്ട് അടയാളപ്പെട്ടതാണ് പതിറ്റാണ്ടുകൾക്കു മുമ്പേ മലയാളിയുടെ ജീവിതം. ലോകം കാഴ്ചയുടെ കോയ്മയിലമരുന്നത് മുതൽ മലയാളി കണ്ടു കണ്ടങ്ങിരിക്കുന്നവരായിക്കഴിഞ്ഞിരുന്നു. കോവിഡ് ലോകം കണ്ണിന്റേതു മാത്രമാക്കി. ഒന്നും

ഉരിയാടേണ്ടതില്ലാത്ത കണ്ടിരിക്കുക മാത്രമേ വേണ്ടൂ എന്ന സർവയലൻസിന്റെ ഒരു അധികാര ഭാഷ കോവിഡ് മാസ്ക് ചെയ്യപ്പെട്ടിട്ടുണ്ട്. ഈ കൺലോകത്തെയാണ് കല്പറ്റ നാരായണൻ നേത്രോത്സവം എന്ന കവിത (Truecopy webzines 30 August 2021 packet 40) യിൽ പുറത്തെടുക്കുന്നത്. “എങ്ങനെയുണ്ട്?” എന്ന സാധാരണ ചോദ്യത്തിന് “ഓ, കണ്ടിരിക്കാം” എന്ന സരളമായ ഉത്തരമാണ് പൊതുവെ പറയുന്നത്. ഇന്ന് മലയാളി കണ്ണുകൾകൊണ്ട് കാണുന്നേയുള്ളൂ, കണ്ണുകളേ കാണുന്നുള്ളൂ. മറ്റവയവങ്ങളൊക്കെയും കാഴ്ച്ചയുടെ ഒറ്റ അവയവത്തിലേക്ക് ചുരുക്കിവെച്ചതു പോലെ. കണ്ണിന്റെ ലോകം വന്നിരിക്കുന്നു, കണ്ണിനു മാത്രമായുള്ള ഒരു നൂതനലോകം.

മർത്ത്യന്റെ മിഴികൾക്കിത്ര
മിഴിവുണ്ടെന്നറിയാൻ
കോവിഡ് വരേണ്ടി വന്നു
മാസ്കിനു മീതെ
കണ്ണുകളുടെ സ്വാതന്ത്ര്യ ദിനങ്ങൾ
കണ്ണിന്റെ കാലം തെളിഞ്ഞുവോ.

പണ്ടേ തെളിഞ്ഞതെങ്കിലും ഈ രോഗകാലം അതു മാത്രമായി നമ്മുടെ അനുഭവങ്ങളെ ചുരുക്കി നിർത്തി. മുഖം വിടരുന്നത്, വാടുന്നത്, മ്ലാനവദനമാകുന്നത് എല്ലാം കണ്ണുകൊണ്ട് മുഖം നടത്തുന്ന ഒരു കൺകെട്ട് വിദ്യയായി മാറിയിട്ടുണ്ട്. സമ്മതത്തിനും വിസമ്മതത്തിനും കണ്ണാണ് നമ്മുടെ ആയുധം. അകം തെളിയുമ്പോഴും അകക്കണ്ണ് എന്നേ നമ്മൾ പറയൂ. കണ്ണിലെപ്പോഴും കത്തിജ്വലിക്കുമുൾക്കണ്ണ് വേണം എന്ന ആഹ്വാനം പുറംകാഴ്ചയിൽ അഭിരമിക്കുന്ന കണ്ണിനെതിരെ നിലനിൽക്കുന്ന പ്രതിരോധത്തിന്റെ കാഴ്ചപ്പുറമാണ്. അതുകൊണ്ട് മനുഷ്യ പ്രതാപത്തിന്റെ മഹത്തരമായ അടയാളം കണ്ണു തന്നെ എന്ന യാഥാർത്ഥ്യത്തിലാണ് നാം എത്തിച്ചേരുന്നത്.

യന്ത്രമനുഷ്യന് കണ്ണു കിട്ടും വരെ
ഭൂമിയിൽ മർത്ത്യ പ്രതാപത്തിനെതിരില്ല.

പ്രപഞ്ചത്തിന്റെ അദ്വയഭാവം അറിയാൻ ഭാരതീയ ദർശനങ്ങളിലേയ്ക്ക് കുടി പാർക്കേണ്ടതില്ല. ശങ്കരാചാര്യരുടെയോ നാരായണ ഗുരുദേവന്റെയോ ദാർശനിക സമസ്യകളിലേയ്ക്ക് ഊളിയിട്ട് പോകേണ്ടതുമില്ല. രണ്ടല്ല എന്ന ദൃഷ്ടാന്തത്തിന് ഒരു കരീല പക്ഷി സാക്ഷിയാവും. ഈ ലളിതസാരമാണ് ദുർഗാപ്രസാദിന്റെ രണ്ടല്ല എന്ന കവിത (Wtp live.in 8 September/ issue 71)

വലിയതെന്നു തോന്നുന്നതെല്ലാം ഈ അനുഭൂതിയിൽ ചെറിയതായിത്തീരുന്നു.

കരിയിലപ്പക്കി
ഒരെണ്ണം മാത്രം
പലതായിമാറുന്ന
തന്ത്രശാലി.

ഒന്നിൽ തന്നെ പല പൊടിപ്പുകളുണ്ടാകുന്നു. ഒരു കടലിൽ നിന്നും അനേകം നീർത്തുള്ളികളെന്ന പോലെയുള്ള ഒരു ലോക സത്യത്തെ നിത്യജീവിതക്കാഴ്ചയുടെ മറുനോട്ടങ്ങൾക്കൊണ്ട് അടയാളപ്പെടുത്തുകയാണ്. ഇവിടെ കവിത പ്രകൃതിയുടെ അടിസ്ഥാന ഭാവവുമായി പകർന്നാട്ടം നടത്തുകയാണ്.

വ്യത്യസ്തമെന്നു
തോന്നുന്നതെല്ലാം
ഒറ്റയാണെന്ന
പ്രപഞ്ചസത്യം
വീട്ടു വളപ്പിൽ
പറന്നിറങ്ങി
കാട്ടുകയാണ്
കരിലപ്പക്കി.

ദർശനങ്ങൾക്ക് കവിത നൽകുന്ന പക്ഷി സാക്ഷ്യം കവിതയെ പ്രകൃതിയുടെ ഭാഷ എഴുതിക്കുന്നു.

ജീവിതാവസ്ഥകളെ സൗന്ദര്യാനുഭവമാക്കലാണ് കവിത. കേവലമായ മുഗ്ധ സങ്കല്പങ്ങളായല്ല അത് പ്രവർത്തിക്കുന്നത്. ചരിത്രത്തിന്റെ അസ്തിവാരങ്ങളിൽ നിന്ന് വേരു പൊട്ടി വിടരുന്ന പുഷ്പങ്ങളാണവ. നിമിഷ വേഗങ്ങളുടെ ചിതറലുകളായി ജീവിതത്തിന്റെ സാതത്യത്തെ കവിത വെളിപ്പെടുത്തുന്നു.

ഓരോ നിമിഷവും കഴിഞ്ഞു പോയല്ലോ എന്ന വേദനയും കഴിയുന്നില്ലല്ലോ എന്ന ഉൽകണ്ഠയിലും കഴിഞ്ഞാലെന്തു ചെയ്യുമെന്ന ആകാംക്ഷയിലും തപിക്കുന്നുണ്ട് ചരിത്രത്തിന്റെ അസ്തിവേരുകൾ.

കഴിഞ്ഞുപോയല്ലോയെന്ന
സങ്കടം ചുമന്ന്
ഇരുട്ടിലേക്ക് നടക്കുന്നു, ദിവസം.
കഴിഞ്ഞുപോവല്ലേ-
യെന്ന വെമ്പലിന്റെ പൂ

മണത്തിരിക്കുന്ന ആളുകൾ
ഇത്ര പെട്ടന്നെന്തിനാ-
യെന്നൊരു വിചാരത്തിര
നുരഞ്ഞുവരും ചിലപ്പോൾ.
തീരല്ലേയെന്ന
അലർച്ചയും പിടിച്ച്
പിന്നാലെയോട്ടം.

നിമിഷങ്ങളുടെ ഈ ആവേഗങ്ങളിലാണ് മനുഷ്യ ജന്മത്തിന്റെ നൈരന്തര്യം. കഴിയൽ എന്ന രഗില സജിയുടെ കവിത അങ്ങനെ (Wtplive.in 8 September/issue 71) മനുഷ്യാനുഭവങ്ങളുടെ ഈ വിധ സൗന്ദര്യ ലോകങ്ങളിലൂടെ സഞ്ചരിക്കുന്നു.

കവിത ഇങ്ങനെ ഒന്നായി നിൽക്കുമ്പോൾ തന്നെ പലതായി പുലരുന്ന അനുഭവങ്ങളുടെ വാഗ് ലോകമായി മാറുന്നു.

മുന്തിയ സന്ദർഭങ്ങൾ അല്ല മാത്രകൾ മാത്രം

മനുഷ്യജീവിതത്തിന്റെ സംഘർഷഭാവങ്ങൾ മുഴുവനും മുഴങ്ങി നിൽക്കുന്ന സാഹിതീയലോകമാണ് കവിത. മനുഷ്യനും പ്രകൃതിയും തമ്മിലും മനുഷ്യനും മനുഷ്യനും തമ്മിലും ഏർപ്പെട്ടു നിൽക്കുന്ന ദ്വന്ദ്വാത്മകതയെ ചിലപ്പോൾ സമന്വിതമായ ഒരു ഭാവപ്പകർച്ചയിലേക്ക് പകർത്തി എഴുതുക കൂടി കവിതയുടെ കർമ്മമായിത്തീരാറുണ്ട്. ആ നിലയിൽ സമകാലിക കവിത സംഘർഷങ്ങളുടെയും സമന്വയങ്ങളുടേതുമായ ഒരു ഭാവാത്മകമായിത്തീരുന്നു.

ദൃശ്യതയും അദൃശ്യതയും ഉണർവും നിദ്രയും ശബ്ദവും നിശ്ശബ്ദതയും തിരക്കും ശാന്തതയും എല്ലാം സങ്കലിതമായ ഒരു സാകല്യലോകമാണ് നഗരം എന്ന് നാം മനസ്സിലാക്കാറില്ല. അത് നാട്യങ്ങളുടെ മാത്രം നടനരംഗമായാണ് ധരിച്ചു പോരുന്നത്. ശബ്ദങ്ങളുടെയും വെളിച്ചങ്ങളുടെയും കാഴ്ചയുടെയും നിറങ്ങളുടെയും അമിതപ്രവാഹംകൂടിയാണത്.

എന്തൊരു വെട്ടം ചുറ്റും ! കണ്ണുകൾ പൊട്ടുന്നു.
എന്തൊരിരമ്പം ചുറ്റും ! കാതുകളടയുന്നു.
നിരനിരയായ് നിൽക്കും കൂറ്റൻ കൂടുകളിൽ
കമ്പികളിൽ കാലുകളിൽ കത്തും കണ്ണുകൾ
തീരാദുര കൊണ്ടു തിളങ്ങുന്നു. (കക്കാട്)

ഈ ആരോപിത സങ്കല്പത്തിന് എതിരാണ് എ.ജെ മുഹമ്മദ് ഷഫീറിന്റെ 'ഉറങ്ങുന്ന നദികളുടെ നഗരം' (മാതൃഭൂമി ആഴ്ചപ്പതിപ്പ്

2021 സെപ്റ്റംബർ 19-25). നഗരം യാന്ത്രികമായ ചലനവേഗങ്ങളുടേത് മാത്രമല്ലെന്നും നിശ്ശബ്ദമാക്കപ്പെട്ട നിശ്ചലതയുടേതു കൂടിയാണെന്നും അയാൾ മനസ്സിലാക്കുന്നു. നഗരത്തിലെ ഒരു കെട്ടിടത്തിൽ ഉറങ്ങുന്ന തിനാൽ അത്രമേൽ നിശ്ചലമായാണ് അയാൾക്ക് അത് അനുഭവപ്പെ ടുന്നത്. ദൃശ്യതയുടേതാണ് നഗരം. പലതരം കെട്ടിടങ്ങൾ, പല വലിപ്പ ത്തിലുള്ളവ, വിസ്മയകരമായ പല നിറങ്ങളിലുള്ള വസ്തുക്കളാൽ അലങ്ക രിച്ച ഒരു കാഴ്ച്ച ബംഗ്ലാവാണ് നഗരം. എന്നാൽ ആ ദൃശ്യതയുടെ മറു പുറത്തുണ്ട് നഗരത്തിന് ഒരദൃശ്യത.

ഈ നഗരം നിശ്ചലമാണ്
അതിനുള്ളിലെ എന്റെ വിലാസം
അദൃശ്യമാണ്.
എനിക്ക് കത്തുമായി വരുന്ന പോസ്റ്റുമാന്
ഒരിക്കലും
എന്നെ കണ്ടെത്താനാവില്ല.
ഈ നഗരം അദൃശ്യമാണ്.
അദൃശ്യതയിലെ അദൃശ്യതയായി
ഇരുളിൽ
നിദ്രയുടെ നദിയൊഴുകുന്നു.

പ്രകാശപൂരിതമെങ്കിലും ഇരുൾ നിറഞ്ഞ ഒരു ഗുഹാമുഖം നഗരം ഒളിപ്പിച്ചുവെക്കുന്നുണ്ട്. സമൃദ്ധിയുടെ നഗരത്തിൽ ദൈന്യതയുടെ നദി യൊഴുകുന്നുണ്ട്. ളുവാലകൾ വിൽക്കുന്ന ബാലികയുടെ ശബ്ദത്തിനായ് അതുകൊണ്ടുതന്നെ അയാൾ കാതോർക്കുന്നു. ഗ്രാമത്തിന്റെ നൈർമ ല്യങ്ങളെ നഗരം എപ്പോഴും തൊട്ടുണർത്തുന്നു. കരിമ്പിൻ പാടങ്ങളിൽ വീശുന്ന കാറ്റിനായി ഓരോരുത്തരും മുഖമുയർത്തുന്നു. അവിടെ മഞ്ഞു കട്ടകൾ തിളങ്ങുന്ന പുഞ്ചിരി തിരയുന്നു. അങ്ങനെ നഗരത്തിന്റെ ഉള്ളറ കളിൽ ഓരോന്നിലും ഓരോ നഗരവാസിയും നഷ്ടപ്പെട്ടുപോയ തന്നെ തിരയുകയാണ്. അവരുടെ നഷ്ടങ്ങളെല്ലാം മറവു ചെയ്ത ശവകുടീരമാണ് നഗരം.

എന്നെ തിരക്കി
എന്നോ ഞാനെത്തിച്ചേർന്ന
ഈ നഗരത്തിൽ
നിങ്ങൾ ഓരോരുത്തരുടെയും
കളിപ്പറമ്പുകളും
ശവകുടീരങ്ങളുമുണ്ട്.

എന്ന ഒരു വിധി തീർപ്പിലേയ്ക്ക് കവി എത്തുന്നു.

നാനാജഗന്മനോ രമ്യഭാഷ

ജൈവികമായ ഒരു സത്തയാണ് മനുഷ്യർക്കുള്ളത് എന്ന സത്യം അധികമാരും അറിയാറില്ല. ഉപഭോഗതൃഷ്ണകളിൽ ആ ജീവരഹസ്യം മറയ്ക്കപ്പെട്ടതും ആരും ഗൗനിക്കാറേയില്ല. ഹാ! സുഖങ്ങൾ തൻ ജാലം എന്ന് ഭൗതികാസക്തികളിൽ മുങ്ങി അവർ പുലർന്നു പോരുന്നു. ആത്മീയമായ അനുഭവരസത്തിൽ മനുഷ്യരും ചരാചരങ്ങളും ഒന്നായി വിലയിക്കുന്നു. ഈ വിലയനത്തെയാണ് യഥാർത്ഥത്തിൽ കവിത കണ്ടെത്തുന്നത്. അല്ലെങ്കിൽ ഈ ഒന്നായിത്തീരലാണ് കവിത. മുറിച്ചു മാറ്റുന്നതിനെയൊക്കെ അത് വിളക്കിചേർക്കുന്നു. ഇങ്ങനെ രണ്ടായ നിന്നെയിഹ ഒന്നെന്നു കണ്ടുളവിലുണ്ടായ ഒരു പ്രഹ്ലാദമാണ് പി.ടി ബിനുവിന്റെ പക്ഷികളുടെയും മരങ്ങളുടെയും ഇടയിൽ താമസിക്കുന്നു എന്ന കവിത (മാധ്യമം ആഴ്ചപ്പതിപ്പ് 2021 സപ്തംബർ 20).

ആധുനികതയ്ക്കു ശേഷമുള്ള പ്രകൃതി പരിചരണത്തിന്റെ മാതൃകകൾ പുതു കവിതകളിൽ ധാരാളമായി ചിതറി നിൽക്കുന്നുണ്ട്. അതെല്ലാം വ്യാവസായിക സങ്കല്പങ്ങൾ ശിഥിലമാക്കിയെറിഞ്ഞ പ്രകൃതിയുടെ ജീവസാന്നിധ്യത്തെക്കുറിച്ചുള്ള അനുഭവ സ്പർശങ്ങൾ തന്നെയായിരുന്നു.

പ്രകൃതിയെ അന്യംനിർത്തിയുള്ള അറിവിനെയാണ് നാം ഇന്ന് ശാസ്ത്ര-യുക്തി കൊണ്ട് പഠിച്ചെടുക്കുന്നത്.

പ്രകൃതിയെ കീഴടക്കുക എന്നത് മനുഷ്യനു കിട്ടിയ അവകാശമാണെന്നും പ്രകൃതിയെ അടിയറവു പറയിക്കുന്നതിലൂടെ മാത്രമേ പ്രകൃതിയെ നമുക്ക് കീഴ്പ്പെടുത്താൻ കഴിയൂ എന്നും അന്തിമമായ വിചിന്തനത്തിൽ മനുഷ്യനാണ് ഈ ലോകത്തിന്റെ കേന്ദ്രമെന്നും മനുഷ്യനെ എടുത്തു മാറ്റിയാൽ പ്രപഞ്ചം യാതൊരു ഉദ്ദേശ്യവും ലക്ഷ്യവുമില്ലാതെ വലയുമെന്നും ഫ്രാൻസിസ് ബേക്കനെ പോലുള്ള, റെനെ ദക്കാർത്തയെ പോലുള്ള ആധുനിക ചിന്തകർ സങ്കല്പിച്ചു പോന്നു. ഈ മനുഷ്യ കേന്ദ്രീകൃതമായ വ്യാവസായിക സങ്കല്പങ്ങൾക്കെതിരാണ് പിൽക്കാല പ്രകൃതിബോധം.

പ്രകൃതി തനിക്കുള്ളിലുള്ള ഒന്നായിക്കാണുന്നതാണ് പുതിയ ഭാവനയുടെ പരിസരം. അങ്ങനെയാണ് പക്ഷികളോടും മരങ്ങളോടും പുഴകളോടും സംസാരിക്കുന്നവരെ അയാൾ കണ്ടുമുട്ടുന്നത്. ഇത് യഥാർത്ഥത്തിൽ അപരഭാഷണമല്ല ആത്മഭാഷണം തന്നെയാകുന്നു.

വേരുകൾ ഇഴഞ്ഞു നിൽക്കുന്ന തറയിൽ
വനശാഖികളിലേയ്ക്ക് കൈ വിരിച്ച്

അയാൾ നിൽക്കുന്നു.
തുടിച്ചപ്പോൾ അയാളിൽ നിന്ന്
പക്ഷികൾ പറന്നു പോയി.
മരങ്ങളോട് സംസാരിക്കുന്ന ആളും ഇങ്ങനെ തന്നെ.
അയാളുടെ ശിരസ്സ് പുവരശ്
മുഖം ഇലഞ്ഞി
കണ്ണുകൾ കുവളം
കൈകൾ ഞാവൽ
കാലുകൾ മഹാഗണി
ഹൃദയം അരയാൽ

പ്രകൃതി ഉള്ളിലോ പുറത്തോ? ഭൗതികമായ അറിവ് അയാളെ പ്രകൃതിയുടെ താളത്തിൽ നിന്നും തെന്നിക്കുന്നു."നീ പോയ് പഠിച്ചു വരുമ്പോഴേക്കും/നിങ്ങളന്യോന്യം മറന്നിരിക്കും/പോയി നാമിത്തിരിവ്യാകരണം/വായിലാക്കീട്ടു വരുന്ന മന്ദം/ നാവിൽ നിന്നപ്പോഴേ പോയ്ക്കഴിഞ്ഞു നാനാ ജഗൻ മനോരമ്യ ഭാഷ" (ഇടശ്ശേരി). എന്നിങ്ങനെ കൈമോശം വന്നുപോയ നാനാ ജഗൻ മനോരമ്യ ഭാഷയെ തിരിച്ചു കൈവശപ്പെടുത്താനുള്ള പുതിയ മനുഷ്യന്റെ ഉദ്യമം കൂടിയായിത്തീരുന്നു പുതിയ കവിത. അതുകൊണ്ട്

നക്ഷത്രങ്ങളുടെ ഭാഷ
പർവതങ്ങളുടെ ഭാഷ
ചിത്രശലഭങ്ങളുടെ ഭാഷ
കാറ്റിന്റെ ഭാഷ
സമുദ്രങ്ങളുടെ ഭാഷ

എല്ലാം പഠിക്കുന്നുണ്ട് അയാൾ. നദിയുടെ ആകാശത്ത് നഗ്നനായപ്പോൾ ജലമായി അയാൾ ഒഴുകിപ്പോകുന്നതായി അനുഭവിക്കുന്നു.

പുസ്തകങ്ങൾ തുറക്കുന്ന അന്യാദൃശമായ ഒരു ലോകമുണ്ട്. അത് അനന്തമായി നിൽക്കുന്ന മനുഷ്യാനുഭവങ്ങളുടെയും അതിരുകളില്ലാത്ത അറിവുകളുടേതുമാണ്. ഓരോ വാക്കും അപരാനുഭവങ്ങളെ ആത്മാനുഭവങ്ങളാക്കി മാറ്റുന്നു. ഓരോ വായനയും അന്യജീവനുതകി സ്വജീവിതം ധന്യമാക്കുന്ന സാംസ്കാരിക പ്രവർത്തനങ്ങൾ കൂടിയായി മാറുന്നു. അത് ധ്യാനാത്മകമായ ഒരനുഭവത്തെ കൂടി തുറന്നിടുന്നുണ്ട്. ആ നിലയിൽ പുസ്തകങ്ങൾ ജ്ഞാനോദയത്തിന്റെ ഗഹ്വരങ്ങൾ കൂടിയാണ്. ആ ഗുഹാലോകത്തിന്റെ ഉള്ളറകൾ തേടുകയാണ് സൂസൻ ജോഷിയുടെ ഉള്ളറകൾ എന്ന കവിത (എഴുത്ത് സെപ്റ്റംബർ 2021).

ഒരാൾ ഏതോ ഒരു സെക്കന്റ് ഹാന്റ് പുസ്തകങ്ങൾ വിൽക്കുന്ന കടയിലെത്തുന്നു. പുസ്തക വിൽപ്പനക്കാരൻ ഒരോരോ പുസ്തകങ്ങളുടെ അടുക്കുകളെ പരിചയപ്പെടുത്തുന്നു. മഹത്തുക്കളുടെയും അസാധാരണക്കാരായ സാധാരണക്കാരുടെയും ആത്മകഥകൾ, ആത്മാവ് തൊട്ടെഴുതിയ പ്രണയ പുസ്തകങ്ങൾ, സഞ്ചാരാനുഭവങ്ങൾ കവിഞ്ഞ യാത്രാ വിവരണങ്ങൾ, ദിനങ്ങളെ ദീപ്തമാക്കുന്ന ശുഭ ചിന്താഗ്രന്ഥങ്ങൾ. ഇവയിലേതേതു സ്വന്തമാക്കുമെന്ന് അസ്വസ്ഥപെട്ടു നിൽക്കവേ വിസ്മയപ്പെടുത്തുന്ന ഒരു മായികാലോകത്തിലെത്തുകയാണ് അവൾ.

ഒരു വിരൽ സ്പർശംകൊണ്ട് വിമോചിതരാവുന്ന അഹല്യമാരെ, വിസ്മയ നഗരങ്ങളിലേയ്ക്ക് എത്തിക്കുന്ന മുയൽ മാളങ്ങളെ, കുറ്റൻ ചിതൽ പുറ്റിനരികിലൂടെ കരിയിലകൾക്കിടയിലൂടെ നടന്നു നടന്നു ചെല്ലുമ്പോൾ കണ്ടെത്തുന്ന വനദേവതമാരെ, മഹാമനുഷ്യരെ, അവരുടെ ചിത്ര ലിഖിതങ്ങളെ എല്ലാം കണ്ടെത്താനാകുമോ എന്ന വിസമയത്തിൽ വിലയിക്കുന്നു.

തുരുമ്പിച്ച തുടങ്ങിയ താക്കോലുതിരിച്ച് തുറക്കുമ്പോൾ ഒരു അക്ഷരക്കാട് തെളിഞ്ഞു വരുന്നു

ഇടതിങ്ങിയ വൻമരങ്ങൾക്കൊപ്പം
തണലും കുളിരുമുള്ള പകലന്തികൾ പാർക്കുന്ന
കാടകം
അവിടെ മഴ നനയാം
മണ്ണിലിരിക്കാം
കളിക്കാം കിടക്കാം
വസന്തം മണക്കാം.

പുസ്തകക്കടയിൽ നിന്ന് തിരിച്ചു നടന്നപ്പോൾ വാക്കിന്റെ കാട് അവളോടൊപ്പം പോരുന്നു.

ജീവിത നൈരന്തര്യത്തിന്റെ അനുസ്യൂതിയിൽ പ്രപഞ്ചത്തിന്റെ നിലയ്ക്കാത്ത ചലനവേഗങ്ങളിൽ ഏത് മനുഷ്യാനുഭവവും എത്രയോ നിസ്സാരമായിത്തീരുന്നുണ്ടാവാം. രണ്ടു പേർ ചുംബിക്കുമ്പോൾ ലോകം മാറുകയോ രണ്ടുപേർ എതിരിടുമ്പോൾ ലോകം പിൻവാങ്ങുകയോ ചെയ്യുന്നില്ല. നിരന്തരമായ പ്രവാഹമാണത്. ആർക്കും തടയാനാവാത്ത അനവരതമായ ഒഴുക്ക്.

ജീവിതത്തിന്റെ ആസക്തികളും പ്രതിസന്ധികളും എത്രയോ നിസ്സാരമായ ഒരു കാഴ്ചയായാണ് കടന്നു പോകുന്നത്.

നോക്കൂ, തൊട്ടപ്പുറത്തെ
മുൾവേലിക്കൽ
ഇതൊന്നുമറിയാതൊരു
ഒരു കുഞ്ഞു പൂവ് നിൽക്കുന്നു.

സിന്ധു കെ.വിയുടെ ആരാണ് കാറ്റിന് പെണ്ണുങ്ങളുടെ പേരിട്ടത് എന്ന കവിത (Wtplive.in 8 September issue/71)യ്ക്കകത്ത് ഈ അനുസ്യൂതിക്കു മുമ്പിൽ കുഞ്ഞു പൂവിനെ പോലെ നിർമ്മമമായി നിൽക്കുന്ന മനുഷ്യരെ കാണാം.

ചിലപ്പോൾ ഈ ഉദാസീനത തീവ്രമായ ജീവിതാസക്തികളിൽ നിന്നാവണം. മനുഷ്യരുടെ ഓരോ വേർപിരിയലുകളും ഉണ്ടാക്കുന്ന മുറിവുകളിൽ നിന്നാവണം. തീവ്രവിചാരങ്ങളുടെ വിപരീത ലോകമാണ് നിർമ്മമത. അതുകൊണ്ടു തന്നെ ആ നിർമ്മമതയ്ക്കകത്ത് നുരയുന്നത് ജീവിതത്തോടും പ്രപഞ്ചത്തോടുമുള്ള അടങ്ങാത്ത ആസക്തി തന്നെയാവും "എന്തുവന്നാലും എനിക്കാസ്വദിക്കണം മുന്തിരിച്ചാറുപോലുള്ളൊരീ ജീവിതം" എന്ന ആസക്തിയുടെ ആഖ്യാനങ്ങൾ കഴിഞ്ഞതിനാലാവണം സിന്ധു കെ.വി വിരക്തിയുടെ ഭാഷ സ്വീകരിക്കുന്നത്.

ജീവിതത്തിന്റെ അനായാസതയെ അതിന്റെ ലാളിത്യത്തെ മനോഹരമായി ആഖ്യാനപ്പെടുത്തുന്നു.

നോക്കൂ,

എത്ര അനായാസമായാണ് അവർക്കിടയിലൂടെ ഒരു കാറ്റ് വന്നു പോകുന്നത്

എങ്ങും തടയില്ല

പാലുചുരത്തുന്ന മുലഞെട്ടിലേക്ക് കുഞ്ഞുവാ പിളർന്നു പോവും പോലെ

ജീവിതം ഇങ്ങനെ എതിലേയും ഇറങ്ങിപ്പോവും

ആരാണതിന് തടയിടുന്നത്

ഒഴുക്കു വെള്ളം കെട്ടിനിൽക്കും പോലെ

ചില നേരങ്ങൾ.

ഒരു കാറ്റു മതി.

ഒരു ചെറിയ കാറ്റ്.

ഈ നിസ്സാരത ജീവിതത്തെ മുഗ്ധമായിക്കാണാൻ നമ്മെ പ്രേരിപ്പിക്കുന്നുണ്ട്.

കാഴ്ചയുടെ വിചിത്ര ചിത്രങ്ങൾ

ജീവിതത്തിരയിളക്കത്തിൽ അനർഘമായ നിമിഷങ്ങളുണ്ട്. ചില മുന്തിയ സന്ദർഭങ്ങൾ, ചിലപ്പോൾ അത് വെറും മാത്രകൾ മാത്രമാകും. കാഴ്ച, കാഴ്ച, കാഴ്ച്ചയാണ് ചുറ്റും. കണ്ടു കണ്ടിരിക്കവേ ഉള്ളിൽ സൂക്ഷിക്കുന്ന ചിത്രങ്ങൾ അനവധിയായുണ്ടാകുന്നില്ല. ഏതോ ഒരു പൂവ്, ഏതോ ഒരു ദേശം, ഏതോ ഒരു മുഖം, വാടാതെ മറയാതെ ഉള്ളിൽ എപ്പോഴും ഉണർന്നു നിൽക്കും. ഈ അനുഭൂതിക്കെന്താണ് കാരണം? അകാരണമായ ഒരു സൗന്ദര്യാനുഭവം. ഒരു വണ്ടിയിൽ ദൂരെയൊരിട ത്തേയ്ക്ക് പോകുമ്പോൾ എന്ന ബാബു സക്കറിയയുടെ കവിത (മാധ്യമം ആഴ്ചപ്പതിപ്പ് 2021 സെപ്റ്റംബർ 20)യിൽ ഈ അനവദ്യ നിമിഷങ്ങ ളുടെ പൊരുൾ തിരയുകയാണ്.

ഏതെങ്കിലുമൊരു മരം ഏറെ ഭംഗിയുള്ളതായ് തോന്നും
ആ മരത്തോടധികമായ സ്നേഹം തോന്നും
ആ മരം പിഴുതുകൊണ്ടു പോയ്
വീടിന്റെ മുന്നിലായ് നടും
ഒരു മുറ്റത്തെ മിന്നലായ്
ഓടിക്കളിക്കുമൊരു കുട്ടിയെ കാണും
ആ കുട്ടിയെ ഒരിക്കലും
മറക്കുകയില്ലെന്നു വിചാരിച്ചു പോകും
ഒരു വാകക്കൂട്ടം പൂത്തു നിൽക്കുന്ന-
തൊരിടത്തു കാണാം
എന്റെ മഞ്ഞേ
എന്റെ ചോപ്പേ
എന്നങ്ങു നിറനിറയും
അവിടെ നിന്നെല്ലാം നമ്മൾ കടന്നു പോകും.

അനവരതമായൊഴുകുന്ന അനുഭൂതിയുടെ ഒരു നദിയാണ് ജീവിതം. അതിൽ തങ്ങി നിൽക്കുന്ന നിമിഷങ്ങൾക്ക് എന്തോ ഒരു അനന്യത കാഴ്ച്ചക്കാർക്ക് അനുഭവപ്പെടുന്നു. വെറുതെ മനസ്സലഞ്ഞ് ഒഴുകുമ്പോൾ തടയും ചില ചിത്രങ്ങൾ, ചില മാത്രകൾ, നിമിഷങ്ങൾ. ഉടക്കി നിൽക്കു ന്നത് ഒരു പരസ്യപ്പലകയാവാം. “യേശുവിന്റെ രക്തം” എന്ന് തുടങ്ങുന്ന വാചകം വായിച്ചു തുടങ്ങുമ്പോഴേയ്ക്കും വണ്ടി കടന്നു പോയ് അത് മറഞ്ഞി രിക്കും. പക്ഷേ രക്തം ബാക്കിയാവും. മനസ്സ് ആ രക്തത്തിൽ മുങ്ങിനിൽ ക്കും. എന്താണ് കാരണം എന്നറിയാത്ത ഒരു ഉടക്കി നിൽക്കൽ. ഇങ്ങനെ നിമിഷങ്ങളെ ഗൗനിക്കാതെ മനുഷ്യർ ഒഴുകിപ്പരക്കുമ്പോഴും

നിമിഷങ്ങളിൽ തങ്ങിനിൽക്കുന്ന ജീവിത നിമിഷങ്ങൾ കൂടിയുണ്ടാകുന്നു എന്നതാണ് ജീവിത സന്ദർഭങ്ങളുടെ വൈരുദ്ധ്യാത്മകബന്ധം. ഈ വിരുദ്ധാംശങ്ങളിൽ നിന്നാണ് കവിത ജനിക്കുന്നതും. ഒരു തോന്നലിനെ അവിടെ ഉപേക്ഷിച്ചു പോകുമ്പോൾ ആ തോന്നൽ മാത്രം ബാക്കിയാവുന്ന മാസ്മരികത. കവിത ആ വിസ്മയത്തെക്കൂടി ആവിഷ്കരിക്കുന്നു.

കവിക്കു കാമിക്ക് കൃഷിവലന്
കരൾക്കൊരാഹ്ലാദരസം വളർത്തി
ആവിർഭവിപ്പൂ നവ നീലമേഘം
അഹോ കറുപ്പിൻ കമനീയ ഭാവം

(വൈലോപ്പിള്ളി)

എന്നിങ്ങനെ മഴയെക്കുറിച്ചുള്ള പലവിധ ഭാവനകളും കവികൾക്ക് സ്വന്തം. കേവല സൗന്ദര്യത്തിനപ്പുറത്ത് മഴ നൽകുന്ന ദൈന്യതയുടെ ലോകാനുഭവങ്ങളുണ്ട്. മധ്യവർഗ സുഖാനുഭവങ്ങൾക്ക് അത് മുട്ടോളമുള്ള ഭൂതകാലക്കുളിരാകും. മഴയെ നോക്കിക്കാണുന്ന മുഗ്ധ ലാവണ്യങ്ങൾക്കപ്പുറത്ത് ജീവിത ചുമരിലൂടെ ചോർന്നൊലിക്കുന്നൊരു മഴയുണ്ട്, തുളവീണ മേൽക്കൂരയിലൂടെപ്പെയ്തിറങ്ങുന്ന ദുരിതങ്ങളുടെ പെരുമഴ. മലയാള കവിത മഴക്കവിതകളായി സമാഹരിച്ചതിലൊന്നും കാണാത്ത ഒരു ജീവിതാനുഭവം. അത് ആസ്വാദനത്തിന്റെ മഴയല്ല അനുഭവങ്ങളിൽ മുങ്ങി നിൽക്കുന്ന ഒരു ദുരിത ലോകമാണ്. അതാണ് ലിഖിതദാസിന്റെ വിഷയം മഴയോർമ്മ എന്ന കവിത (Truecopy webzines13 September 2021).

മഴയോർമ്മയിൽ മുണ്ടഴിച്ചു പിഴിഞ്ഞു വീശിക്കുടഞ്ഞ് അരയിൽ കെട്ടി കാറ്റത്ത് ഉണങ്ങാനിരിക്കുന്ന അപ്പനെ കാണുന്നു. നിന്റപ്പന് ഒരേ പോലത്തെ കൊറേ പച്ച ബനിയനുണ്ടല്ലോ എന്ന ശ്രുതി മോളുടെ ശബ്ദം കാതിൽ മുഴങ്ങുന്നു. വെള്ളം കുടിച്ച് വയറുവീർത്ത അഞ്ചാറു മുരിക്കു കൊള്ളികൊണ്ട് കേറിവരുന്ന അമ്മയെ കാണുന്നു. പെയിന്റു ബക്കറ്റ് കയ്യുള്ളതൊന്ന്, ഇല്ലാത്തത് രണ്ട്, മീൻ ചട്ടി ഒന്ന്, ചക്കയരക്കോണ്ട് മൂടൊട്ടിച്ച കുടിവെള്ളപാത്രം ഒന്ന്, മൂന്ന് കറിപ്പാത്രങ്ങൾ, ഒക്കെയും അസ്ബറ്റോസ് ഷീറ്റിന്റെ വിടവുകൾക്ക് ചോടെയിരുന്ന് നനഞ്ഞു വിറച്ച് പല്ലുകുട്ടിയിടിക്കുന്നത് കാണുന്നു. "ഇനി നമ്മക്ക് ഒറ്റനേരം വെശന്നാമതി" യെടീന്ന് പറഞ്ഞ അപ്പന്റെ കുറ്റിപ്പെൻസ കൊണ്ട്പോയ ജോസിനെ ഓർക്കുന്നു. അങ്ങനെ മഴയോർമ്മയുടെ ചോട്ടിലിരുന്ന് അവൾക്ക് പനിച്ചു. കണ്ണുന്നങ്ങനെ പെയ്ത് പെയ്ത് ഒരു പ്രളയമായിത്തീർന്നു.

ശോകമാണ് ഇപ്പോഴും ശ്ലോകത്തിൽ അലയടിച്ചു നിൽക്കുന്നത്. ജീവിതത്തിന്റെ വ്യാമുഗ്ധമായ മാത്രകളെക്കാൾ വ്യാകുലമായ നിമിഷങ്ങളെയാണ് കവിത കണ്ടെത്തുക. അതാവട്ടെ ദുഃഖത്തിൽ മാഴ്കാനാവില്ല. പ്രസാദാത്മകമായ ഒരു ജീവിതത്തിനു വേണ്ടിയുള്ള ഈടുവെയ്പ്പുകൾ തന്നെയാവും. അമലുവിന്റെ സങ്കടങ്ങളുടെ റൂട്ടുമാപ്പിൽ (Wtplive.in 15 September/issue 72) നമ്മളതു കാണുന്നു.

ഒരു മെലിഞ്ഞ പെൺകുട്ടി ബസ്സിറങ്ങി നടന്നു വരുമ്പോൾ, കാപ്പിപ്പൂമണം പരക്കുമ്പോൾ, അയൽ വീടിന്റെ മതിലിൽ ഒരു പൂച്ചവെയിൽ കായുന്നത് കാണുമ്പോൾ, തേയിലത്തോട്ടങ്ങൾക്കിടയിൽ അടുക്കിവെച്ച ലയങ്ങൾ കാണുമ്പോൾ അവസാനം

ആശുപത്രി മണങ്ങളിലും
മരണവീട്ടിലെ ചന്ദനത്തിരിഗന്ധത്തിലും
തങ്ങിനിൽക്കാതെ സങ്കടം
ഐസ്ക്രീംകഴിക്കുന്നൊരു കുട്ടിയെ
നോക്കിനിൽക്കുന്നതിനിടെ
എന്നെ അന്വേഷിച്ചു വരുന്നു

ഇങ്ങനെ മുഗ്ധനിമിഷങ്ങൾ മുഴുവനും ദുഃഖനിമിഷങ്ങളായി തിരയടിക്കുന്നു. വൈകാരിക മൂർഛയോ തീവ്രതയോ ഇല്ലാതെ കവി ഈ അനുഭവത്തെ ആവിഷ്കരിച്ചിരിക്കുന്നു.

സമകാലിക കവിത ആ നിലയിൽ വൈവിധ്യപൂർണമായ ഭാവലോകങ്ങളുടെ സാക്ഷാത്കാരത്തിനായ് യത്നിച്ചുകൊണ്ടേയിരിക്കുന്നു. അത് ചിലപ്പോൾ മുന്തിയ സന്ദർഭങ്ങളോ ചിലപ്പോൾ മാത്രകൾ മാത്രമോ ആവാം.

പുതുമയുടെ പുതുമകൾ

വൈയക്തികമായ പുളകങ്ങളല്ല പുതുമകൾ. നിലനിൽക്കുന്ന ഭാവുകത്വത്തിന്റെ നിഷേധമാകുമ്പോൾ പോലും ഇതുവരെയില്ലാത്ത പുതിയവയുടെ കൂട്ടിച്ചേർക്കലുകൾ കൂടിയാണത്. ഈവിധം തൊണ്ണൂറുകളിൽ സമാരംഭിച്ച കാവ്യനവീകരണങ്ങൾക്ക് എന്തെല്ലാം പരിണാമ ഭേദങ്ങളാണ് സംഭവിച്ചത് എന്ന അന്വേഷണത്തിന് പ്രസക്തിയുണ്ട് എന്നു തോന്നുന്നു.

ഉത്തരാധുനികമായി പിറവികൊണ്ട മലയാള കാവ്യഭാവുകത്വത്തെ പുതുമൊഴിവഴികൾ എന്ന് ആദ്യം ആലേഖനം ചെയ്തത് ആറ്റൂർ രവിവർമ്മയായിരുന്നു (1999). സൂക്ഷ്മ ജീവിതാനുഭവങ്ങളിലും ദാർശനിക നിരാസങ്ങളിലും പ്രാദേശീയമായ അനുഭവലോകങ്ങളിലും തനിമാനുഭൂതിയിലുമായി ചിതറിനിന്ന ഒരു ഭാവലോകത്തെയാണ് പുതുമൊഴിവഴികൾ വിടർത്തി നിർത്തിയത്. എങ്കിലും ആവിർഭാവ സംവേദന ശൈലികൾ മറികടന്ന് വലിയ വലിയ തിരയിളക്കങ്ങളായി അവ പിന്നീട് പരിണമിക്കുകയുണ്ടായി. ആ ഭാവുകത്വത്തിന്റെ ഒടുങ്ങാതിരയിളക്കൾക്കിടയിലും പല പല പുതിയപ്രവണതകളും ചെറുതരികളായി വന്നു ഭവിക്കുന്നുണ്ട്. പുതുമൊഴിവഴികൾക്കു ശേഷം പുതുപുത്തൻ മൊഴിമുദ്രകൾ.

ഏതൊരു പുതിയ പ്രവണതയും പൂർവകാലത്തിന്റെ ഇടർച്ചകളിലും തുടർച്ചകളുടെ ഇഴയൊഴുക്കുകളെ പൂർണ്ണമായും അറുത്തുമാറ്റുന്നില്ല. "വൃത്തങ്ങളെ പൊട്ടിച്ച് പുതിയ ചൊൽവടിവുകൾ നുറ്റെടുക്കൽ, ഗദ്യ ശക്തിയെ ഖനിച്ചെടുക്കൽ, ഏറ്റവും ഗൗരവപ്പെട്ടതിനെയെന്ന പോലെ ലഘുവായതിനെയും കവിതയിലേക്കു ചേർക്കൽ" (കെ സി

നാരായണൻ) എന്നിങ്ങനെ ഉത്തരാധുനിക കവിതകളുടെ പൊതുപ്രണതകളായി കണ്ടെടുത്ത ഭാവലോകത്തിന്റെ സാർവത്രികമായ ഒരതിവ്യാപനമാണ് ഇപ്പോഴത്തെ കവിതകളുടെ പൊതുസ്വഭാവം എന്നു തോന്നിയിട്ടുണ്ട്.

മാനകഭാഷയിൽ നിന്ന് ജീവത്തായ വാമൊഴിയിലേയ്ക്ക് അത് പൂർണ്ണമായും ചുവടുമാറുന്നു. തന്നിലേയ്ക്കും തന്റെ പരിസരങ്ങളിലേയ്ക്കും ഉറ്റുനോക്കുന്ന കാഴ്ചയുടെ ഏങ്കോണിപ്പുകൾ മാത്രമായി ചിലപ്പോൾ പരിമിതപ്പെട്ടുപോകുന്നു. സാമൂഹിക പരതയിൽ നിന്ന് രാഷ്ട്രീയ സൂചനകളുള്ള ആത്മരതിയായി ഒടുങ്ങിത്തീരുന്നു. അനാവശ്യമായ വാക്കിൻക്കൂട്ടുസ്സുകൾ സൃഷ്ടിച്ച് വായനയിൽ ദുർഗ്രഹത നിറയ്ക്കാൻ ശ്രമിക്കുന്നു. അത്രമേൽ ആത്മനിഷ്ഠമാവുന്നതിനാൽ കവിക്കല്ലാതെ അപരന് സംവേദനം ക്ലിഷ്ടമാവുന്നു. ഇങ്ങനെ മിശ്രിതാനുഭവങ്ങളാണ് പുതുമുദ്രകൾ പ്രദാനം ചെയ്യുന്നത്. ഇതിനിടയിൽ അശോകൻ മറയൂർ, സുകുമാരൻ ചാലിഗദ്ധ, ധന്യ വേങ്ങച്ചേരി മുതലായവരുടെ ഗോത്രാനുഭവങ്ങൾ കൂടി പുതുമൊഴിയുടെ ഗാത്രമായിത്തീരുന്നുമുണ്ട്.

ഫ്രേയ രതീഷ് (മൂത്രപ്പക്കി), ശബരിഗിരിജ രാജൻ (എടപ്പെരയപ്പപ്പൻ), അഭിരാമി എസ്.ആർ (മരിയ ലൂർദിന്റെ കവിതകൾ) കാർത്തിക്. കെ (വിരിച്ചിട്ടപായിൽ ഒരു പ്രാർത്ഥന) അഭിരാം. എസ് (രണ്ടു കവിതകൾ) ദീഷ്ണ സുരേഷ് (നാലു മണിപ്പൂക്കൾ നേരം തെറ്റി പൂക്കുന്നവരല്ല) അമൃത കേളകം (അനുയാത്ര). എന്നിവ ഈവിധം ശ്രദ്ധേയമായിത്തീരുന്നു.

ഗോത്രീയമായ ഒരു അനുഭവലോകം പുതിയ കവിതയുടെ ഏറ്റവും പ്രധാനമായ ഒരു ആവിഷ്ക്കാരമായി മാറുന്നുണ്ട്. മധ്യവർഗാനുഭൂതിയിൽ നിന്നുള്ള കുതറലും അതിൽ നിന്നു പുറത്തു കടക്കാനുള്ള തീവ്രമായ ശ്രമങ്ങളുമാണിതെങ്കിലും വംശീയ (Ethnical)മായ അടയാളങ്ങൾ ആവിഷ്ക്കരിക്കൽ മാത്രമായി കവിത എവിടെയോ പരിമിതപ്പെട്ടു പോകുന്നതുപോലെ.

"പറമ്പായ പറമ്പൊക്കെ/ ചൂറീം/ ഒറ്റയേറിന് ഉച്ചിലാം മണ്ടക്ക്/ നിക്കണെ/ കർപ്പൂരാങ്ങേം/ അറുപ്പോത്തീം/ പറിങ്ങാണ്ടീം/ എറിഞ്ഞിട്ടും കാലം മുതൽക്കേ/ അമ്മേടപ്പന് പല്ലുകളുണ്ടായിരുന്നില്ല." (ഫ്രേയ രതീഷ്) എന്നിങ്ങനെ പുതിയ ചൊൽവടിവുകളുടെ ഏറ്റെടുക്കലായി ആരംഭിച്ച കാവ്യ പ്രവണതകൾ എങ്ങനെയാണ് ഒരു പ്രത്യേക മനുഷ്യജീവിതത്തിന്റെ അനുഭവം മാത്രമായി പരിമിതപ്പെടുന്നത് എന്ന് നാം കാണുന്നു. ഈ ജീവിതാവിഷ്ക്കാരം പുതിയതു തന്നെ, പക്ഷേ കവിതയുടെ

പുതിയ പ്രവണത അതുമാത്രമായി ഒതുങ്ങി പോകുന്നതിന്റെ ഉൽക ണ്ഠകൾ പങ്കുവെയ്ക്കാതിരിക്കാൻ കഴിയില്ല.

"എടയരപ്പപ്പന്റെ കാലത്താണ്,/ഭൂമി വകഞ്ഞു തെളിച്ചെടുത്തത്./ ചീനിയും കാച്ചിലും നടാൻ,/ കെളച്ച മറിച്ചചെമ്മണ്ണ്,/ നെലന്തല്ലിവാല്വ കൊണ്ട്/പുലിയടിച്ചുറപ്പിച്ചിരുന്ന രാത്രികൾ./ ഒച്ചയനക്കങ്ങളില്ലാത്ത കാപ്പിക്കുറ്റപ്പിൽ/ രണ്ടു കറുത്ത സൂര്യൻ." (ശബരിഗിരിജ രാജൻ) എന്നി ങ്ങനെ മധ്യവർഗ ഭാവുകത്വത്തിൽ നിന്ന് മാറ്റി നിർത്തപ്പെട്ട ജീവിതാ നുഭവങ്ങൾ കവിതയായ് തെഴുക്കുകയാണ് ഭാവുകത്വപരമായ ഒരു പരി മിതപ്പെടൽ ഇവിടെയുമുണ്ട്. അരിച്ചരിച്ചെടുത്ത ഗദ്യഭാഷയിൽ മാത്ര മല്ല പതിഞ്ഞു പതിഞ്ഞെത്തുന്ന പദ്യവടിവിലും മലയാളത്തിന്റെ ഈ പുതുമ ആവിഷ്കരിക്കപ്പെടുന്നുണ്ട്. "ചെമ്പരത്തി മേഘവും കലം പൊട്ടി പ്പൂക്കളും/ കണ്ണ് കെട്ടിക്കളിക്കുന്ന കലമ്പലുകൾക്ക്/ കാതു കൂർപ്പിച്ച്/ തലമുറകളുടെ കൊതുമ്പുവെള്ളം/ ഞാനായത്തിൽ തുഴയും" (അമൃത കേളകം)എന്ന ആത്മവിശ്വാസം പ്രകടിപ്പിക്കുമ്പോഴും അനേകായിര മായി അനന്യമായിക്കിടക്കുന്ന മനുഷ്യാനുഭൂതികളുടെ ആവിഷ്കാരമാ വേണ്ട മലയാള കവിത ഏതെങ്കിലും ഒറ്റപ്പെട്ട ഭാഷാവിഷ്കാരങ്ങളിലേ യ്ക്കോ ജീവിതാവസ്ഥകളിലേയ്ക്കോ മാത്രമായി ചുവടുറപ്പിക്കുന്നത് അഭില ഷണീയമായിത്തീരുന്നില്ല.

കവിതയെ ആയുധമായി കണക്കാക്കിപ്പോരുന്ന ഉപകരണവാ ദത്തെ നിഷേധിക്കുന്ന ഉത്തരാധുനിക കവിതയുടെ തുടർച്ചയിൽ തന്നെയാണ് പുതുമുദ്രകളും എന്ന് നമുക്ക് കാണാൻ കഴിയുന്നുണ്ട്.

> മുരണ്ടു ചാടിയൊരു നായക്കു നേരെ
> എടുത്ത കല്ലായിരുന്ന ഇന്നലത്തെ
> കവിത, അതു ചെത്തി കൂർപ്പിക്കുകിൽ തെളിഞ്ഞു കിട്ടും
> രണ്ട് ഇന്നലെയുടെ കവിത
>
> (അഭിരാം എസ്).

അപരർക്ക് പെട്ടന്ന് സംവേദനം സാധ്യമാവാത്ത കുനുകുനുത്ത അക്ഷരങ്ങളിൽ ഉറുമ്പരിക്കുന്നതു പോലെയാണെഴുത്ത്. വള്ളികളും പുള്ളികളും ചുനപ്പും ചന്ദ്രക്കലയും ചോനനുറുമ്പുകൾ അരിച്ചെടുത്തു കഴിഞ്ഞാൽ ബാക്കി വരുന്ന ചിഹ്നം തെറ്റിയ ചില അക്ഷരങ്ങളി ലാണ് (അഭിരാമി എസ്.ആർ) മലയാളത്തിന്റെ പുതിയ പുതുമകൾ കവിതകളെ വെളിപ്പെടുത്തുന്നത്.

സർഗാത്മകതയെ സ്തുതിക്കുന്ന ആധുനികതയ്ക്ക് എതിർദിശയിൽ തന്നെ അവനിലയുറപ്പിക്കുന്നത്. "അലസ തേ... നീയെന്റെ/ ശ്വാസമായ്

കഴിഞ്ഞോളൂ/ ചാവിന്റെ മുഹൂർത്തത്തിൽ/ ഈയെന്നെക്കളഞ്ഞോളൂ" എന്ന കാർത്തിക്. കെയുടെ വിരിച്ചിട്ടപായയിൽ കിടന്ന് ഒരു പ്രാർത്ഥന എന്ന കവിത ഇതിനു തെളിവു നൽകുന്നു.

ഭാഷയുടെ ക്ലേശങ്ങൾ

കവിതയെ അതിന്റെ നിഗൂഢമായ ആഖ്യാന മട്ടുകളിൽ നിന്നും വേർപെടുത്തിയെടുക്കുന്ന കവിയാണ് ശ്രീകുമാർ കരിയാട്. ധ്യാനിച്ചിരിക്കുമ്പോഴല്ല പാലു വാങ്ങാൻ പോകുമ്പോഴുള്ള അദ്ധ്വാനത്തിൽ നിന്നുപോലുമാണ് കവിതയുയിർക്കുന്നതെന്ന് തീർത്തും അകാല്പനികമായി പറയാൻ കഴിഞ്ഞ കവിയാണ് അദ്ദേഹം. "പാലു വാങ്ങിക്കുവാൻ/ പോകുമ്പോഴാണെന്റെ/ നീണ്ട കവിതകളൊക്കെയും മാനസ-/ ത്താളുകൾ തോറുമെഴുതി/ വെട്ടുന്നതും/ നീളെത്തിരുത്തി ശരിയാക്കിടുന്നതും" (പാലു വാങ്ങാൻ പോകുമ്പോൾ) എന്നിങ്ങനെ എഴുത്തിനെ നിത്യജീവിത വ്യവഹാരത്തിന്റെ സൗന്ദര്യാവിഷ്കാരമായി കാണാൻ ശ്രമിക്കുന്ന കവിയാണയാൾ. അദ്ദേഹത്തിന്റെ 'എഴുത്തു' എന്ന കവിത (മാതൃഭൂമി ആഴ്ചപ്പതിപ്പ് 2021 ഒക്ടോബർ 03-09) ചരിത്രപരമായും സൗന്ദര്യാത്മകമായ ഒരനുഭൂതി ലോകമായും എഴുത്തിനെ സമീപിക്കുന്നു. ഭാഷ, കവിത, പ്രണയം ഇവ പരസ്പരം ഇഴപാകി നിൽക്കുന്ന വേർപ്പെടുത്തിയെടുക്കാൻ കഴിയാത്ത ഒരാവിഷ്കാരലോകമായി അയാൾ മാറ്റുന്നുണ്ട്.

മനുഷ്യഭാവങ്ങളുടെ അനേക സ്ഥലികളിലായി വിതറി വീണു കിടക്കുന്ന അനുഭവങ്ങളെ എങ്ങനെയാണ് ഭാഷ പലവിതാനങ്ങളിൽ ഉരുവപ്പെടുത്തിയെടുക്കുന്നത്. ഇലകളിലായാലും ഓലകളിലായാലും കടലാസിലായാലും തിരയിലായാലും മനസ്സിന്റെ പദജാലങ്ങളെ തുറക്കുന്നതാണെഴുത്ത്. അതു തന്നെയാണ് കവിതയും പ്രണയവും. അതിനായുള്ള ഒരു പ്രാർത്ഥന പല കവികളും നടത്തുന്നുണ്ട്. കാരണം അനുഭവങ്ങളുടെ അനന്യതയ്ക്കനുസരിച്ച് മനുഷ്യർക്ക് ഭാഷയില്ല. അമ്പതോ അമ്പത്തിയൊന്നോ അക്ഷരങ്ങൾക്കൊണ്ടാണ് മലയാളി പരശതം അനന്യമോഹങ്ങളെ മെനഞ്ഞെടുക്കുന്നത്. അന്നേരം കവികൾ വാക്കുകൾക്കുവേണ്ടി ദാഹിച്ചു പോവുന്നു.

> മഴ പോൽ പെയ്തിടട്ടെ വനചന്ദ്രികയായി_
> യുതിരും നിൻവാക്യങ്ങൾ, കോമകൾ,
> ഫുൾസ്റ്റോപ്പുകൾ.

എന്ന അർത്ഥന മനുഷ്യാനുഭൂതിയും ഭാഷയും തമ്മിൽ നിലനിൽക്കുന്ന വൈരുദ്ധ്യാത്മകമായ ബന്ധങ്ങളിലേയ്ക്കാണ് അർത്ഥവത്തായി വിരൽ ചൂണ്ടുന്നത്.

ഭാഷയുടെ സാമാന്യ മേനിയിൽ കാടക ജീവിതത്തെ ആഖ്യാനം ചെയ്യാൻ കഴിയില്ല. കാട് അനേകം കാഴ്ചകളുടേതും അതേക്കാൾ വലിയ ശബ്ദങ്ങളുടേതുമാകുന്നു. ആ കാഴ്ചകളും ഒച്ചയും പറ്റിയ ഭാഷ മലയാളത്തിൽ പരിമിതമാണ്. കാരണം മലയാള ഭാഷ മധ്യവർഗമായ മലയാളിയുടെ ജീവിത നിവൃത്തിയുടെ വ്യവഹാര ലോകമാണ്. ഭാഷയിൽ കാടക ജീവിതത്തെ ആവിഷ്കരിക്കാനുള്ള ക്ലേശമാണ് സുകുമാരൻ ചാലിഗദ്ധയുടെ മരിച്ച കിളിയുടെ മണം എന്ന കവിത (മാതൃഭൂമി ആഴ്ചപ്പതിപ്പ് 2021 ഒക്ടോബർ 03- 09)

എന്റെ കണ്ണുകളെ
ഓരോ മരത്തിലും
നട്ടുവെച്ചായിരുന്നു
ഭാഷകൾ മറക്കുന്ന കാടിന്
ഞാനെന്റെ ഭാഷ പഠിപ്പിക്കുവാൻ
തുടങ്ങിയത്.

നാട്ടുപൂക്കളുടെ പേരും നാട്ടുമരത്തിന്റെ വേഷവും നാട്ടുമരത്തിന്റെ ഗന്ധവും ഭാഷയ്ക്ക് അപ്പോഴേക്കും അന്യമായിത്തീർന്നിരുന്നു. അതുകൊണ്ട് ശബ്ദം കൊണ്ടേ അത് ആവിഷ്കരിക്കാൻ കഴിയുന്നുള്ളൂ. ആ ശബ്ദവും ഭാഷയ്ക്ക് അന്യം. "ക്ർ ർ ർ ർ ടൈ ശ്പ്ഡും". ഇതിൽ ഒരു ദീനത തുളച്ചു പായുന്നുണ്ട്. പരിഷ്കൃത ലോകത്തിനന്യമായ ഈ ഒച്ചയും ദൃശ്യവും ഭാഷയിൽ ശ്രമപ്പെട്ട് ആവിഷ്കരിക്കുകയാണ് സുകുമാരൻ ചാലിഗദ്ധ.

കവി തന്റെ ഭാഷയിലെ കല്ലക്ഷരങ്ങളെ അടുക്കി വെക്കാൻ ശ്രമിക്കുന്നുണ്ട്. അപ്പോഴേക്കും കാട് അത് പെറുക്കിയെടുത്ത് വേരുകൾക്ക് മുകളിൽ പൊത്തിവെച്ചു കഴിയുന്നുണ്ട്. പിന്നെ തന്റെ ഭാഷയിലെ മണ്ണെല്ലാം കുടഞ്ഞു കളഞ്ഞാലോ എന്നു നോക്കുന്നുണ്ട്. അപ്പോഴേക്കും കാടതെല്ലാം ചുമന്ന് വെയ്ക്കുന്നുണ്ട്. അത് ഒരു കിളിയുടെ ജഡത്തെ മൂടിവെക്കുന്നു.

തന്റെ കയ്യിലെ ഇത്തിരി ഭാഷയും കാടിന്റെ അഗാധവും വന്യവുമായ ആനുഭവിക ലോകവും പരസ്പരം വൈരുദ്ധ്യത്തിലാവുന്നത് കവി അറിയുന്നു. പക്ഷേ പതുക്കെ പതുക്കെ കാടിന്റെ ഭാഷയിലേയ്ക്ക് തന്റെ ഭാഷയെ പരിവർത്തിപ്പിക്കാൻ യത്നിക്കുന്നു. " മരിച്ച കിളിയുടെ മണം

എന്റെ ഭാഷയിലേക്ക് കടക്കുന്നു" അങ്ങനെ ഭാഷ പുതിയ ജീവനെ, ജീവിതത്തെ ആദേശം ചെയ്യുന്നു ജീവത്തായ ഭാഷയുമായി പുതിയ കവിത ജനിക്കുന്നു.

മഹത്വത്തിന്റെ വിപരീതാർത്ഥം

അപരനു വേണ്ടിയുള്ള കരുതലാണ് യഥാർത്ഥത്തിൽ ഭാഷ. മറ്റുള്ളവർക്ക് വേണ്ടി ജീവിക്കുമ്പോഴാണ് ഭാഷ അതിന്റെ ജൈവ ശക്തിയിലേയ്ക്ക് മടങ്ങിവരുന്നത്. ഇവിടെ വർഗീസ് ആന്റണിയുടെ പരാ- ജയശ്രീലാളിതം എന്ന കവിത (സമകാലിക മലയാളം 2021 സെപ്റ്റംബർ 20) മറ്റുള്ളവർക്കായി കത്തിയെരിഞ്ഞ് അണഞ്ഞുപോയ ഒരു സൂര്യനെക്കുറിച്ചാണ്. ഓർമ്മകളിൽ അയാളിന്ന് ശ്യാമസൂര്യനായിത്തീർന്നിട്ടുണ്ടെങ്കിലും ചരിത്രങ്ങളിൽ നിന്ന് ഓരങ്ങളിലേയ്ക്ക് പിഴുതെറിയപെട്ടിട്ടുണ്ടെങ്കിലും അയാൾ ജീവിതത്തിന്റെ കെട്ടുപോകാത്ത ഒരു കനലിനെ അവശേഷിപ്പിച്ചിട്ടുണ്ട്. കുഞ്ഞിപ്പാലു ഇളയപ്പനെ അനുസ്മരിച്ചു കൊണ്ടാണ് ലോകത്തിലെ മുഴുവൻ അപരർക്കുവേണ്ടിയും ജ്വലിച്ച് പൊലിഞ്ഞു പോയ ജീവിതത്തെ കവി സ്മരിക്കുന്നത്.

പട്ടിണി കിടക്കുന്നവരെ ഊട്ടി
പലപ്പോഴും പട്ടിണിയായി.
മറ്റുള്ളവർക്കും ധരിക്കണമെല്ലോ എന്നു ധരിച്ച്
നാമമാത്രമായി ധരിച്ചു
ചിലപ്പോൾ തെറ്റിദ്ധരിച്ചു.
എല്ലാവർക്കും പാർക്കണമെന്ന്
പാർത്തു പാർത്ത് പാർപ്പിടമില്ലാത്തവനുമായി
നാട്ടുകാർക്കെല്ലാം ഉപജീവനം വേണമെന്ന
കടുംപിടുത്തം കൊണ്ട്
കടം കൊടുക്കുന്നവരെ ഉപജീവിക്കേണ്ടി വന്നു.
ജീവിതം അപകടത്തിലായി
കട്ടുകോളം കടം കടലോളമായി.

മറ്റുള്ളവർക്ക് വെളിച്ചം നൽകുകയെന്നാൽ സ്വയം ഉരുകി ഇല്ലാതായിത്തീരുകയാണെന്ന സത്യമാണ് കുഞ്ഞിപ്പാലു ഇളയപ്പൻ തെളിയിക്കുന്നത്. അപരനു വേണ്ടി അഹർനിശം പ്രയത്നം ചെയ്യുക എന്നതാണ് കൃപാലുക്കളുടെ ലക്ഷണം. ചരിത്രത്തിൽ അത്രയൊന്നും രേഖപ്പെടുത്താത്ത ജീവിതത്തെ ആഖ്യാനം ചെയ്ത് മഹത്വത്തിന് വിപരീതാർത്ഥങ്ങൾ നിർമ്മിക്കുകയാണ് കവി. ഒരേ പദങ്ങളുടെ വിരുദ്ധാർത്ഥങ്ങളെ

പുറത്തെടുത്ത് കുഞ്ഞിപ്പാലു ഇളയപ്പന്റെ അപര ജീവിതത്തെ ആഖ്യാനം ചെയ്യുന്നത് ശ്രദ്ധേയമായിത്തീരുന്നു.

ജീവിതം ചിലർക്ക് വേദനകൾ കൊണ്ട് വരയ്ക്കുന്ന ചിത്രങ്ങളാണ്. എല്ലാ കാഴ്ചയിലും അവർക്ക് കണ്ണീരിറ്റും. ചിരിക്കുന്ന മുഖങ്ങളൊന്നും അവരൊരിടത്തും കാണുന്നേയില്ല. പ്രകൃതിക്ക് ചിരിയുണ്ടോ? മനുഷ്യർ ചിരിക്കാറുണ്ടോ?. നഷ്ടപ്പെടലുകൾ മാത്രമുള്ളൊരു സമുദായമായിപ്പോയല്ലോ മനുഷ്യർ എന്നു തോന്നുന്നത് ഇത്തരം കാഴ്ചകൾക്കു മുമ്പിലാണ്. ഒരു കണ്ണീർ കണത്തിൽ ആയിരം സൗരമണ്ഡലങ്ങൾ ജ്വലിപ്പിച്ചെടുക്കാൻ അവർക്കു കഴിഞ്ഞെന്നുവരില്ല. ഇങ്ങനെ വേദന തിന്നുന്ന നിമിഷങ്ങൾക്കൊണ്ട് എം ആർ രേണുകുമാർ മാഞ്ഞുപോകുന്ന മനുഷ്യ ചിത്രങ്ങൾ പകർത്തിവെയ്ക്കുകയാണ് മാഞ്ഞു പോകുന്നു എന്ന കവിത (മാധ്യമം ആഴ്ചപ്പതിപ്പ് 2021 ഒക്ടോബർ 4)യിൽ.

വൈകാരികത ഊറ്റിക്കളഞ്ഞ ഒരു ഭാഷകൊണ്ടാണ് രേണുകുമാർ നമ്മളിൽ തീവ്രമായ വാക്കിളക്കങ്ങൾ സൃഷ്ടിക്കുന്നത്.

പാഞ്ഞു പോകുന്ന മേഘങ്ങൾ, മഴയിൽ ഒറ്റയ്ക്കിരിക്കുന്ന മരം, കുട്ടിയോടൊത്ത് പുല്ല് തിന്നാൻ പോയ തള്ളയാട് കുട്ടിയില്ലാതെ തിരിച്ചു വരുന്നു. ഇങ്ങനെ ഏകാന്തവും ലോപവുമായ ചിത്രങ്ങൾ ആദ്യമേ അവതരിപ്പിക്കുന്നു

ഒടിയുമ്പോഴും
ചില്ലയിലിരുന്ന്
ഒരു കിളി പാടുന്നു.
ഇരിക്കുന്ന
തിട്ടയിലേയ്ക്ക്
ഒരു വറ്റു പൊക്കാൻ
ഉറുമ്പ് പാടുപെടുന്നു
ഒരൊറ്റത്തുള്ളിയാലേ
മഹാപ്രളയം
എന്തെന്നറിയുന്നു.

കൊമ്പൊടിഞ്ഞ കിളി, വറ്റു പൊക്കുന്ന ഉറുമ്പ് മുതൽ നിസ്സഹായതയുടെ പ്രതിബിംബങ്ങൾ കവിതയിൽ അനവധിയായുണ്ട്. മഴയത്ത് നനയാത്ത, ഇടികേട്ടു നടുങ്ങാത്ത, മിന്നലിൽ കരിയാത്ത ഒരാൾ കവിതയിലൂടെ നടന്നുപോകുന്നുണ്ട്. ഓടയിലൂടെ ഒഴുകി വരുന്ന ഒരു ടെഡിബിയറിന് തല തോർത്തിക്കൊടുക്കുന്ന തെരുവിലെ പെൺകുട്ടി. വീടില്ലാത്ത ഒരപ്പനും മോനും മുറ്റത്ത് ഈർക്കിലി കൊണ്ടു വരച്ചിട്ട മോഹവീട്ടിൽ

ഉരുണ്ടു വീഴുന്നു. അതു മാഞ്ഞു പോകുന്നു. അതോ മായ്ച്ചു കളഞ്ഞതോ?. അങ്ങനെ ചരിത്രത്തിനു മുമ്പിൽ തുറന്നിട്ട ഒരു ചോദ്യമായി എം ആർ രേണുകുമാറിന്റെ കവിത മാറുന്നുണ്ട്.

വ്യവസ്ഥയും ജൈവലോകവും

വശ്യവും വിഭ്രാത്മകവുമായ സ്ത്രൈണതയുടെ കാമമോഹങ്ങൾ പൂത പ്പാട്ടു മുതൽ നമുക്ക് പരിചയമുള്ളതാണ്. പൂതലിച്ച സ്ത്രൈണതയാണ് പൂതം എന്ന നിർവചനങ്ങൾകൊണ്ട് പൂതപ്പാട്ടിനെ അളന്നെടുക്കാ മെങ്കിൽ പൂതലിച്ച പൂതത്തിനപ്പുറത്ത് പൂത്തുനിൽക്കുന്ന ഒരു കാമനാ രൂപത്തെ കാട്ടിത്തരികയാണ് ആദിത്ത് കൃഷ്ണ ചെമ്പത്തിന്റെ പാലപ്പൂ വിന്റെ മണമുള്ള ചോര എന്ന കവിത (Wtp live.in 29th September/ issue 74). നമ്മെ ചൂഴ്ന്നുനിൽക്കുന്ന വിഭ്രാത്മകമായ ഒരു ലോകമുണ്ട്. ഹിംസയും സ്നേഹവും കാമവും ഭാവനയും രതിയും വിരതിയും എല്ലാംകൂടി കുഴച്ചെടുത്ത ഒരു ലൗകിക ജീവിതം. ഈ ജീവിതമാകെത്തന്നെയാകു ന്നു ഇവിടെ യക്ഷി. അടങ്ങാത്ത ലൗകിക കാമനകളുടേതാണ് മനുഷ്യ ജീവിതം.

ഇപ്പോഴും പാലകൾക്ക്
യക്ഷിയുടെ മണമാണ്
അമ്പലങ്ങളിൽ കോറിയിട്ട
പെൺ
ചിത്രങ്ങളുടെ
വടിവാണ്

ആൺനോട്ടങ്ങൾക്കൊണ്ട് അളന്നെടുക്കുന്നതാണ് നമ്മുടെ കാമ നാദാഹങ്ങളൊക്കെയും. ഒരു ഭാവനാ ലോകമായല്ല സമഷ്ടിയുടെ ഉൺമയായി തന്നെ നിലീനമായി നിലനിൽക്കുന്നുണ്ടത്. ആൺ ദാഹത്തോടെ ഇരിക്കുന്ന യക്ഷിയാണ് നമ്മുടെ കാമനകളിൽ നൃത്തം വെക്കുന്നത്. സ്ത്രൈണതയ്ക്കു മുമ്പിൽ ഹിംസാത്മകമാകുന്ന ആൺ ഭാവം തന്നെയാണ് സ്ത്രൈണതക്കു മുമ്പിൽ അനുസരണയുള്ള പട്ടിക്കുട്ടിയാ ക്കുന്നതും. കാമം ഹിംസയും അനുസരണയുമാവുന്നു.

യക്ഷിപ്പാട്ടുകൾ പാടുന്ന
ഒരു ഗായിക
വഴിയിൽ വെച്ച് പാടിയതാണ്,
പാലപ്പൂവിന്റെ മണ-
മുള്ള ചോര തെറിച്ചാൽ

ഇരുട്ടിൽ ഉടുമുണ്ടഴിക്കുന്ന
ആണുങ്ങൾ
പട്ടിക്കുഞ്ഞുങ്ങളാകും
കുട്ടിച്ചിരിച്ചിരിക്കും

സന്ധ്യയ്ക്ക്, പകലിന്, നട്ടുച്ചസൂര്യന് ഒക്കെയും തേച്ചു വെച്ചിരിക്കുന്ന ചായം യക്ഷിയുടേതുതന്നെ. അതിനു പുറത്താകുന്നില്ല ഒരു ഉൺമയും. സ്നേഹവും വാത്സല്യവും ക്രൗര്യവും കാമവും എല്ലാമതുതന്നെ. സ്ത്രൈണതയുടെ ബലതന്ത്രങ്ങളിലാണ് മനുഷ്യ ജീവിതത്തിന്റെ പാർപ്പ്, പൂക്കൽ, പച്ചപ്പ്.

ജീവിതത്തിന്റെ അനശ്വര ചിത്രങ്ങൾ പ്രണയത്തിലാണ് നാം കൊത്തിയെടുക്കാറുള്ളത്. ദാമ്പത്യം അതിനെ വ്യവസ്ഥാപിതമായ അധികാര ബന്ധമാക്കി പരിവർത്തിക്കും. ഒരർത്ഥത്തിൽ ലൈഫ് വേൾഡും സിസ്റ്റവും നമ്മിലുള്ള വൈരുദ്ധ്യങ്ങളാണ് പ്രണയവും ദാമ്പത്യവും തമ്മിലുള്ള അകലം. സ്നേഹ ബന്ധത്തിന്റെ എല്ലാ ജൈവിക വ്യവഹാരങ്ങളെയും അരിച്ചെടുത്ത സാമൂഹ്യ ജീവിതത്തിനാവശ്യമായത് മാത്രം അവശേഷിപ്പിക്കുന്ന പ്രകൃതി ചോദനയുടെ എതിർനിൽക്കുന്നതാണ് ദാമ്പത്യം. സൂക്ഷ്മാനുഭൂതികൾ ഊറ്റിക്കളഞ്ഞ സ്ഥൂലാനുഭവങ്ങളുടേതാണ് ദാമ്പത്യം. പ്രദീപ് രാമനാട്ടുകരയുടെ പല നക്ഷത്രങ്ങളുടെ വെളിച്ചത്തിൽ (മാധ്യമം ആഴ്ചപ്പതിപ്പ് 2021 ഒക്ടോബർ 4) നമുക്കത് കാണാൻ കഴിയുന്നു.

ഒരു പെണ്ണുമാത്രം
കൊത്തിയ ആണും
ഒരാണു മാത്രം
കൊത്തിയ പെണ്ണും
കണ്ടു പിടിക്കാത്ത
ആഴങ്ങളുടെ സമൃദ്ധിയാണ്

എന്ന ബോധോദയം സിസ്റ്റമായിത്തീർന്ന മനുഷ്യബന്ധങ്ങൾക്കെതിരെ ഉയർന്നു നിൽക്കുന്നതാണ്. പ്രണയത്തിന്റെ ജൈവിക സത്തയിൽ കയറ്റിറക്കങ്ങളുടെ അപൂർവരാഗങ്ങളിൽ അവൾ പെയ്തിറങ്ങിയ അനുഭൂതികളിലേക്ക് കുതിച്ചുകൊണ്ടു പോകും. ദാമ്പത്യം ഒരു പെണ്ണുകൊത്തിയ ആണും ഒരു ആണുകൊത്തിയ പെണ്ണുമായി ദ്രവിച്ചിരിക്കും.

ജീവിതത്തിന്റെ ചൈതന്യവും വിലോഭനീയവുമായ അനുഭവ ലോകങ്ങളെ മറച്ചതാര്? കവിത ഈ മറകൾക്കൊക്കെ തുളകൾ

വീഴ്ത്തുകയും മതിലുകൾക്കൊക്കെയും വിള്ളലുകൾ സൃഷ്ടിക്കുകയും ജീവിതത്തെ അതിന്റെ സ്വാഭാവികമായ രസനീരിലേക്ക് ക്ഷണിക്കുകയും ചെയ്യുന്നു. ആ നിലയിൽ പ്രദീപ് രാമനാട്ടുകരയുടെ പല നക്ഷത്രങ്ങളുടെ വെളിച്ചത്തിൽ എന്ന കവിതയിൽ നൈസർഗികതയുടെ താളഭ്രംശങ്ങളെക്കാണുന്നു. മണ്ണ്, കാറ്റ്, ആകാശം, നക്ഷത്രം എന്നിങ്ങനെയുള്ള പ്രകൃതിയുടെ ഇമേജുകളിലൂടെ കവി അത് സാധിച്ചെടുക്കുന്നു. സാമൂഹ്യ ജീവിതത്തിന്റെ വെളിച്ചം സ്നേഹ ബന്ധങ്ങളുടെ ഇരുട്ടറയായി അനുഭവിക്കുന്നു. "പലനക്ഷത്രങ്ങളുടെ/ വെളിച്ചത്തിൽ/നീ കാണുന്ന ഞാനും/ ഞാൻ കാണുന്ന നീയും/ നമ്മളുപേക്ഷിച്ച ഇരുട്ടിലാണ്/തിളങ്ങുന്നത്."

പ്രാകൃതത്വവും പരിഷ്കാരവും തമ്മിലുള്ള ഏറ്റുമുട്ടലുകളുടെ തുടർച്ചകളാണ് സാംസ്കാരിക ചരിത്രം എന്നതുകൊണ്ട് നാം അർത്ഥമാക്കുന്നത്. കാടത്വത്തിൽ നിന്ന് നാഗരികതയിലേയ്ക്കുള്ള മനുഷ്യവംശത്തിന്റെ ചുവടുമാറ്റത്തെ നാം സിവിലൈശേഷൻ (Civilization) എന്നു വിളിക്കുന്നു. എന്നാൽ നാഗരികത വിതച്ച ഹിംസാത്മകമായ മനുഷ്യബന്ധങ്ങൾക്കകത്തുന്നു നിന്ന് ഇന്നത്തെ മനുഷ്യർ തിരിഞ്ഞു നോക്കുന്നു. മണ്ണിൽ നിന്നും പ്രകൃതിയിൽ നിന്നും എന്തിന് മുഷ്യനിൽ നിന്നു പോലും നമ്മെ അകറ്റി നിർത്തിയ ഒന്നിനെയാണോ നാം പരിഷ്കാരം, സംസ്കാരം എന്നൊക്കെ വിളിച്ചു പോരുന്നത് എന്ന് തിരിച്ചറിയുകയാണ്. വ്യാവസായികാനന്തരം ഈ ചോദ്യം മനുഷ്യവംശത്തിൽ നിന്ന് ഉയർന്നു പൊങ്ങുന്നുണ്ട്. ആ ചോദ്യത്തിന്റെ കാവ്യാത്മകമായ ഉയിർപ്പാണ് രാജേഷ് ചിത്തിരയുടെ ക്ലേശം എന്ന കവിത (Truecopy Webzines 27 september 2021)

പുല്ലിൽ ഉപേക്ഷിക്കപ്പെട്ട ഒരു ഇരുമ്പ് തുണ്ട് തുരുമ്പെടുത്തുപോകുന്നു. ഇങ്ങനെ തുരുമ്പിച്ചുപോകുന്ന വേദനയിൽ നിന്നും തന്നെ രാകി രാകി മൂർച്ചപ്പെടുത്തുകയാണ് പിന്നീടത്. മൂർച്ചവന്ന ഇരുമ്പ് തുണ്ട് പിന്നെ അനവരതം തന്റെ പ്രവൃർത്തി ആരംഭിക്കുകയാണ്

"...രാകി രാകി രാകി രാകി/ഒരു നാൾ അത് തുരുമ്പിൽ നിന്ന്/ വേർപെട്ട്/സ്വയം വെളിപ്പെട്ടു./ആഹ്ലാദ ചിത്തനായ ഇരുമ്പ്/തനിക്കുചുറ്റുമുള്ള/പുൽച്ചെടികളിൽ/നൃത്തം വെയ്ക്കാൻ തുടങ്ങി/ഇരുമ്പിന്റെ മൂർച്ചയിൽ/പുൽനാമ്പുകൾ നിലവിളിയോടെ/മുറിഞ്ഞു വീണു/ ഇരുമ്പിനിപ്പോൾ/ഒരു നാരങ്ങയെ മുറിക്കാനാകും/ഒരു മാട്ടിൻകുട്ടിയെ/ ബലി കൊടുക്കാനാകും/ഒരു സഹോദരനെ കൊല്ലാനാകും/ഒരു മരത്തിന്റെ ജീവനെടുക്കാനാവും/ ഒരു കൂട്ടം മനുഷ്യരുടെ ചോര വീഴ്ത്താനാവും"

ഇങ്ങനെ മണ്ണ് പുതഞ്ഞ് നിന്ന ഇരുമ്പ് തുണ്ട് തുരുമ്പിനെ മാറ്റി തെളിഞ്ഞു വന്നപ്പോൾ സംഭവിച്ചതാവട്ടെ ഏറ്റവും ഹിംസാത്മകമായ പ്രവൃത്തികളിൽ ഏർപ്പെടുക എന്നതാണ്. മണ്ണും പുല്ലും മരങ്ങളുമൊക്കെ യായി ഏകീഭൂതമായിക്കഴിഞ്ഞ കാലത്തിൽ നിന്നും തന്റെ സഹവർ ത്തിത്വത്തിന്റെ ഭാഷ കൈമോശം വരികയും ഹിംസയുടെയും സംഹാ രാത്മകതയുടെയുടെയും പ്രയോജനാത്മകമായ കേവല ജീവിതത്തിലേ ക്ക് അത് തെന്നി മാറുന്നു. മനുഷ്യചരിത്രത്തിൽ ആധുനികവൽക്കരണം നടത്തിയ ഹിംസാത്മകമായ വികസന പരിപ്രേക്ഷ്യങ്ങളെ വിചാരണ ചെയ്യുന്നുണ്ട് ഈ വിധം ക്ലേശം എന്ന കവിത.

കാണാൻ തിളക്കവും പ്രയോജനാപേക്ഷയുള്ള ഒരു ഉപകരണ യുക്തിയിലാണ് നവീന വികസന മാതൃകകൾ അംഗീകരിക്കപ്പെ ട്ടുന്നത്. മിക്കവാറും ശാസ്ത്രത്തിന്റെ യുക്തിയിലാണ് ഈ ഹിംസക ളൊക്കെയും ന്യായീകരിച്ചു പോന്നത്. “ശാസ്ത്രം മനുഷ്യൻ നടത്തിയ ഏറ്റവും ക്രൂരമായ യുദ്ധങ്ങളിലൊന്നാണ്. ഭൂമിയിലെ ധാതുക്കൾക്കെ തിരായി, ആകാശത്തിനെതിരായി എലികൾക്കും സാധുക്കളായ മുയ ലുകൾക്കും എതിരായി...” (ഒ വി വിജയൻ) എന്ന തിരിച്ചറിവിലേക്ക് മനു ഷ്യരാശി പതുക്കെ പതുക്കെ നടന്നടുത്തുക്കൊണ്ടിരിക്കുന്നു. ശാസ്ത്രത്തി ന്റെയും സാങ്കേതിക വിദ്യകളുടെയും സൗകര്യങ്ങളിൽ നഷ്ടപ്പെട്ടു പോയ സമ്യക് ഭാവത്തെ നാം വേണ്ടത്ര തിരിച്ചറിഞ്ഞിട്ടില്ല. അതിരുകളില്ലാത്ത വികസന മാതൃകകളിൽ നിന്ന് ഇന്ന് മനുഷ്യവംശം തിരിഞ്ഞു നോക്കു ന്നുണ്ട്. ആ തിരിഞ്ഞുനോട്ടത്തിന്റെ കൂർത്ത ലോഹച്ചീളുകൾ മണ്ണിനെ പുതഞ്ഞു നിൽക്കുന്നുണ്ട് ഇവിടെ. ഒരു തിരിച്ചുവരവ് ഏറെ ക്ലേശകര മെങ്കിലും.

ഇങ്ങനെ തൊണ്ണൂറുകൾ മുതൽ അലയടിക്കുന്ന പുതിയ ഭാവന അതിന്റെ തന്നെ പരിമിതികളിൽ തടസ്സപ്പെട്ടും പുതിയ സാധ്യതകളി ലേക്ക് വഴിവിട്ട് സഞ്ചരിച്ചും മലയാളികളുടെ ജീവിതത്തിന്റെ വിമർശന വും ആവിഷ്ക്കാരവുമായി ഇപ്പോഴും ഒഴുകിപ്പരക്കുന്നു.

ആത്മാപരങ്ങളുടെ അനന്ത സംവാദം

കവിത ആരുടേതാണ് എന്ന ചോദ്യത്തിന് അത് കവിയുടേതാണ് എന്ന് ഉത്തരം പറയാൻ നമുക്ക് അധികം ബുദ്ധിമുട്ടേണ്ടതില്ല. കവിയും വായനക്കാരും ഭാഷകൊണ്ട് നിർവഹിക്കുന്ന ഒരു പ്രവൃത്തിയാണ് കവിത എന്നുവരുമ്പോൾ അത് അല്പം സങ്കീർണ്ണമായിത്തീരുന്നു. കാരണം കവി ഉപയോഗിക്കുന്ന ഭാഷ കവിയുടേത് മാത്രമല്ല. കവിയെ പോലെ വായനക്കാർക്കും അവകാശപ്പെട്ട ഒരു പൊതുസ്വത്താണ് ഭാഷ. അതാവട്ടെ ഒരു പ്രതിനിധാനവുമല്ല. ഭാഷാവൃത്തി അപരനു വേണ്ടിയുള്ളതാണ്. അപരനുമായി വക്താവ് ഏർപ്പെടുന്ന ഉടമ്പടിയാണത്. ആ നിലയിൽ കവിത ആത്മമായിരിക്കുമ്പോൾ തന്നെ അപരമായി പിരിയുന്നു. കവി എഴുതിക്കൊണ്ടിരിക്കുന്ന ഓരോ വേളയിലും കവിത അപരത്വവുമായി വിനിമയത്തിൽ ഏർപ്പെട്ടുകൊണ്ടിരിക്കും. ആ നിലയിൽ കവിതയിലെ ഭാഷയെയും അത് ഉൾവഹിക്കുന്ന ഭാവനയെയും ഇഴപിരിച്ചും ചേർത്തും സമീപിക്കാനുള്ള ശ്രമം പ്രസക്തമാണെന്നു തോന്നുന്നു.

ഭാവനയും യാഥാർത്ഥ്യവും കുഴമറിയുന്നൊരു കർമ്മമണ്ഡലമാണ് ജീവിതം. വെറും ഭാവനാശാലിത്തം കൊണ്ടുമാത്രമോ,യാഥാർത്ഥ്യത്തിന്റെ സാമാന്യ നിർവഹണത്താലോ മുളപ്പിച്ചെടുക്കാൻ കഴിയുന്നതല്ല മനുഷ്യ ജീവിതത്തിന്റെ പൊടിപ്പുകൾ. ഭാവനയുൾച്ചേർന്ന യാഥാർത്ഥ്യമാണ് ജീവിതയാഥാർത്ഥ്യം എന്നു പറയുന്നതാവും കൂടുതൽ ശരി.

കവികൾ ഇതുതിരിച്ചറിയുന്നവരാവണം, അതുകൊണ്ടാണ് കെട്ടജീവിതവും കാവ്യജീവിതവും ഉൾച്ചേരുന്ന ഒരു യാഥാർത്ഥ്യസ്ഥലിയായി അവർ ജീവിതത്തെ സങ്കല്പിച്ചു പോരുന്നത്.

കുട്ടികളാണ് മനുഷ്യരിൽ വെച്ച് ഏറ്റവും ഭാവനാശാലികൾ. കാഴ്ചയുടെ ഇത്തിരിവട്ടം മാത്രം മതിയാകും അവർക്ക് കൗതുകഭാവനയുടെ വിപുലലോകങ്ങൾ പണിയാൻ. കടലാസ് തുണ്ടും മൺകട്ടയും ചിരട്ടയും അവർ ഭാവനയിൽ കളിപ്പാട്ടങ്ങളാക്കി മാറ്റുന്നു. തങ്ങളുടെ യാഥാർത്ഥ്യത്തെ അവർ ഭാവനകൊണ്ട് നെയ്തെടുത്ത് അതിൽ പുലരുന്നു.

"ഈ വല്ലിയിൽ നിന്ന് ചെമ്മേ പൂക്കൾ പോകുന്നിതാ പറന്നമ്മേ" എന്ന ബാല്യഭാവനയെ തെറ്റി എന്നു തിരുത്തുന്നത് അമ്മയുടെ മുതിർന്ന യാഥാർത്ഥ്യലോകമാണ്. സൗന്ദര്യാത്മകമായ ഒരനുഭൂതി ലോകത്തെ എത്ര ക്രൂരമായാണ് ആ അമ്മ ഹനിച്ചു കളയുന്നത്? പൂമ്പാറ്റകളെ പൂക്കളാക്കി മാറ്റുന്ന ഈ വിദ്യ കവിയായ കുട്ടിക്കു മാത്രം അവകാശപ്പെട്ടതാണ്. നാം കരുതുന്നത് മലരൊളി തിരളും മധുചന്ദ്രികയിൽ മഴവിൽക്കൊടിയുടെ മുനമുക്കി എഴുതുന്നതാണ് കവിഭാവന എന്നാണ്. പക്ഷേ ഓരോ കവിയും

അവളിലൂടെ നടക്കുവാൻ
മെല്ലെനെ പഠിക്കുമ്പോൾ
വീഴുമോ എന്ന വിറയൽ

ഒളിച്ചുവെയ്ക്കുന്നവരാണ്. ബാല്യ ലോകത്തിന്റെ ഭാവനയിൽ കാലുറയ്ക്കാത്ത കുട്ടികളാണ് കവികൾ. വളരെ അർത്ഥഗർഭമായി വീരാൻകുട്ടി ഈ വിധം കവിയുടെയും കുഞ്ഞുങ്ങളുടെയും ഭാവനയെ ചേർത്തുവെച്ച് കാവ്യഭാവനയെ വിശകലനം ചെയ്യുന്നു. ഭൂമിയിലല്ലാത്ത എന്ന കവിത (മാതൃഭൂമി ആഴ്ചപ്പതിപ്പ് 2021 ഒക്ടോബർ 10-16) യിൽ ഏറ്റവും അനുഭൂതിദായകവും സൗന്ദര്യാത്മകവുമായാണ് അദ്ദേഹം അത് നിർവഹിക്കുന്നത്.

പുതിയ കവികൾ ഭാവനകൾക്ക് അതിരുകൾ തീർത്ത് യാഥാർത്ഥ്യത്തിലേയ്ക്ക് എത്താൻ ശ്രമിക്കുന്നവരാണ്. " ആകാശത്തിനു നേരേയുള്ള/ ജാലകം ഇളക്കിമാറ്റി/അവിടെ ഒരു ചുവരിനെ/ എന്നന്നേയ്ക്കുമായി" വെക്കാൻ അവർ ശ്രമിച്ചുകൊണ്ടിരിക്കുന്നു. കാരണം കവിത ഇന്ന് മാനം നോക്കികളുടേതല്ല. മനം നോക്കികളുടേതും അല്ല. അത് യാഥാർത്ഥ്യത്തെ അധികം കലർപ്പുകളില്ലാതെ ആവിഷ്കരിക്കാൻ ശ്രമിക്കുന്നവരുടേതാണ്. പക്ഷേ കുഞ്ഞുങ്ങൾ അങ്ങനെയല്ല. അവർ എപ്പോഴും ഭാവനയിലാണ്. ഭൂമിയിൽ അവർക്ക് പാദങ്ങൾ ഉറയ്ക്കുന്നേയില്ല.

കുഞ്ഞുമോൾക്ക് ഭൂമിയിലേ
ഉറയ്ക്കാത്തുള്ളു പാദങ്ങൾ
അതിനാൽ കണ്ണു തെറ്റിയാൽ
ആകാശത്തിലാണവൾ.

കവിത്വത്തെ കുഞ്ഞുങ്ങൾ കടമെടുത്തിരിക്കുന്നു. അതു കൊണ്ടാവാം അവരുടെ ഭാവനാ ലോകത്തെ ആവിഷ്കരിക്കത്തക്ക ഭാഷ തങ്ങൾക്കില്ല ല്ലോ എന്ന നിസ്സഹായത കവികൾ പുലർത്തുന്നത് "അവളിലൂടെ നടക്കു വാൻ/മെല്ലെനെ പഠിക്കുമ്പോൾ/ വീഴുമോ എന്ന വിറയൽ/ ഒളിച്ചുവെ ക്കുന്നു ഭാഷ" തീർച്ചയായും ഇത് കവിയുടെ ഭാഷ തന്നെ.

യാഥാർത്ഥ്യത്തെ അവതരിപ്പിക്കാൻ കവിക്ക് തന്റെ കയ്യിൽ ഇപ്പോഴും പഴയ ഭാഷയേയുള്ളു. തുരുമ്പിച്ച വാക്കുകൾക്കു മേലെ അയാൾ ചായം തേച്ചു നടക്കുകയാണിന്നും. കവിതയും ഭാവനയും തമ്മി ലുള്ള പാരസ്പര്യങ്ങളെ അതിന്റെ വൈരുദ്ധ്യാത്മകമായ ബന്ധങ്ങളെ ആവുന്നത്ര സരളമായി ആവിഷ്കരിക്കാനാണ് കവി ശ്രമിക്കുന്നത്. ആ അർത്ഥത്തിൽ ഇതിൽ മകളും കവിതയും ഒന്നു തന്നെയായി മാറുന്നു ണ്ട്. എത്ര യാഥാർത്ഥ്യത്തിലേയ്ക്ക് ഇറങ്ങിയാലും കവിതാമകൾക്ക് ഭാവ നയിലൂടെ നീന്താനേ കഴിയൂ.

....അങ്ങനെ
അവളെ ഭൂമിയിലേക്ക്
മടക്കിക്കൊണ്ടു പോരുന്നു
ഉറങ്ങുമ്പോൾ അവളെ നോക്കാൻ
രാത്രിയെ തന്നെ വെയ്ക്കുന്നു.
അപ്പോഴും അവളുടെ
സ്വപ്നത്തിൽ വരുന്നത്
അമ്പിളിയുടെ ബാത്ത് ടബ്,
തുമ്പിച്ചിറകിൻ കുപ്പായം,
സോപ്പു പതയുടെ കുന്നുകൾ
ഒപ്പം കളിക്കുവാൻ
അവളെക്കാൾ
ഇളപ്പമുള്ള
ഒരു ദൈവം

ഭാവനയുടെ ലോകത്തെ നാം എത്ര കൊട്ടിയടച്ചാലും കവിതയ്ക്ക്, മകളെപ്പോലെ ഭാവനയിലാണ് ജീവിതം.

വാക്കിന്റെ ഞൊറിയിട്ട്

യാഥാർത്ഥ്യങ്ങളെ ചിത്രീകരിക്കാൻ കവികൾ ഇന്ന് അലങ്കാരങ്ങൾ തുന്നിച്ചേർക്കുന്നില്ല. ഒരു തയ്യൽ തൊഴിലാളിയെപ്പോലെ വാക്കിന്റെ ഞൊറികളെ വീഴ്ത്തുന്നേയുള്ളൂ. പി രാമൻ കാവ്യവൃത്തിയുടെ ക്ലേശത്തെയും അതിന്റെ പുതുമകളെയും അതീവ ഹൃദ്യമായി അങ്ങേയറ്റത്തെ ജീവിത ബന്ധിയായി അവതരിപ്പിക്കുന്നു ഞൊറികൾ എന്ന കവിത (ഭാഷാപോഷിണി 2021 ഒക്ടോബർ)യിൽ.

കവിതയെ നിഗൂഢവും ധ്യാനാത്മകവുമായ ഒരു പ്രവൃത്തിയായി കാണുന്നവരല്ല ആധുനികതയ്ക്കുശേഷം വന്ന കവികൾ. പായനെയ്യുന്ന, പല കൈവേലകൾ ചെയ്യുന്ന, പഴയ പുള്ളുവനെ പുതിയ തലമുറയിലുള്ളവർ തിരിച്ചുപിടിക്കുകയായിരുന്നു. ആ നിലയിൽ കവിതയെ കൈത്തൊഴിലുമായി ബന്ധിപ്പിച്ച് ധ്യാനത്തിൽ നിന്നും പുറത്തെടുത്ത് അധ്വാനത്തിലേക്ക് തുന്നിച്ചേർക്കുകയാണ് പി.രാമൻ. കവിത പൂർണമായും ചേർക്കുന്നു.

“അകത്തെ മുറിയിൽ നിന്നും/ തയ്യൽ മെഷീന്റെ ഈരടി/ കാലെഴുതുമീരടി/ നിശ്ശബ്ദത/ വീണ്ടും ഈരടി/ നിശ്ശബ്ദതയ്ക്കു ശേഷം/ ഒരു വാക്ക്/ ഒന്നേയൊന്ന്/ പിന്നെ നീണ്ട/ നിശ്ശബ്ദത/ തുടർന്ന്/ ഒരാറടി/ അതു കഴിഞ്ഞുള്ള നിശ്ശബ്ദതയ്ക്കു ശേഷം/ ഒറ്റയടിക്കൊരു പത്തടി/ പിന്നൊരനക്കവും/ കേൾക്കാതായപ്പോൾ/ അകത്തെ മുറിയിലേക്ക് പാളി നോക്കി/ തയ്യൽ മെഷീന്റെ സൂചിത്തുളയിൽ/ നൂലോടിക്കും മെലിഞ്ഞ കൈ/ വിരൽത്തുമ്പോളം/ കൂർത്തെത്തുന്ന/ നേർത്ത ചുണ്ട്/ തയ്ച്ചു തീരാറായ/ പാവാട/ ഒഴുകുന്നു/ഞൊറിയിട്ട് “

പുതിയ കവികൾ കവിതയെ വരേണ്യമായ ഒരു പദവിയിൽ ഇരുത്തുന്നേയില്ല. താനൊരു തൊഴിലാളിയാണെന്നു പറയുക, തൊഴിലുകളെല്ലാം കവിതകളാണല്ലോ എന്നു കണ്ടെത്തുക, കവിതകളെല്ലാം തൊഴിലുകളാണെന്നു നിരീക്ഷിക്കുക, തൊഴിലിനെയും കവിതയെയും തൊഴിലാളികളെയും സൗന്ദര്യാത്മകമായി സാത്മീകരിച്ച് കാവ്യവൃത്തിയെ സാധാരണ വൃത്തിയായി ‘തരംതാഴ്ത്തുക’യാണ് പുതിയ കവികൾ. എസ് ജോസഫ് പറയുന്നുണ്ട് “നാമെല്ലാം എത്ര സാധാരണക്കാരാണ് അല്ലേ?/ സാധാരണമായ കാര്യങ്ങൾ ചെയ്യാൻ ശ്രമിക്കുന്നു./ താങ്കൾ ഒരു വണ്ടിയോടിക്കുന്നു/അല്ലെങ്കിൽ ലോണെടുത്ത് ഒരു കട തുടങ്ങുന്നു./ പരീക്ഷ ജയിക്കുന്നു പാട്ടു പാടുന്നു/ ഞാൻ കവിതകൾ എഴുതാൻ ശ്രമിക്കുന്നു” (ഈ വരികൾക്കിടയിൽ). കവിതയെഴുത്തിനെ എല്ലാതരം നിഗൂഢതകളിൽ നിന്നും പുറത്തെടുക്കുകയാണ് കവി.

വണ്ടിയോടിക്കുന്നതു പോലെ, ലോണെടുത്ത് കട തുടങ്ങുന്നതു പോലെ, പരീക്ഷ ജയിക്കുന്നതു പോലെ, ജീവിതത്തിലെ തീർത്തും സാധാരണ മായ വൃത്തിമാത്രമായി കവിതയെഴുത്തിനെയും കവിതയെയും സമീപിക്കുന്നു. ഇവിടെ പി.രാമനും സാധാരണമായ കൈത്തൊഴിലിനെയും കവിതയെയും ചേർത്തുവെച്ച് കവിതയെ കൈത്തൊഴിലാക്കുകയും കൈത്തൊഴിലിനെ മനോഹരകവിതയാക്കി മാറ്റുകയും ചെയ്യുന്നു.

തയ്യലിന്റെ സൗന്ദര്യം തന്നെയാണ് കവിതയെഴുത്തിനും ഉള്ളത്. ആദ്യം ഒരു ഈരടി പിന്നെ നിശബ്ദതയ്ക്കുശേഷം വീണ്ടും ഈരടി പിന്നെ വീണ്ടും നിശ്ശബ്ദത. അതു കഴിഞ്ഞ് ആറടിയും ഒറ്റയടിക്കൊരു പത്തടിയും. ഞൊറിയിട്ട പാവാട റെഡി. തയ്യൽത്തൊഴിലാളി കാണിക്കുന്ന അതേ സൂക്ഷ്മത കവിതയെഴുത്തിൽ കവിയും പുലർത്തുന്നു. വാക്കിന്റെ ഞൊറിയിട്ട് കവിതയും തയ്യാറാവുന്നു. ഏതോ നഗ്നതയെ ഈ കവിതകൾ മറയ്ക്കുന്നുണ്ടാവും. അതിനേക്കാൾ വലിയൊരു സൗന്ദര്യം പകരുന്നുണ്ടാവും.

റൊളാംഗ് ബർത്തിന്റെ കർത്താവിന്റെ അന്ത്യം (The death of the author) എന്ന വായനാ വിചാരത്തെ വായനയുടെ ജനാധിപത്യസ്ഥലിയിൽ നിർത്തി അംഗീകരിക്കുക കവികൾക്കിപ്പോഴും സാധ്യമാവുന്നില്ല. അവരിപ്പോഴും കർത്തൃത്ത്വത്തിന്റെ ദൈവിക സാന്നിധ്യമായി പുലരാൻ ആഗ്രഹിക്കുന്നു. ആ ആഗ്രഹം കുറ്റകരമല്ല. "കൊല്ലു ഈ പട്ടിയെ അയാൾ ഒരു നിരൂപകനാണ്" എന്ന ഗഥേയുടെ വിധികല്പിതമായ ആജ്ഞകൾ കവികളിൽ ഇപ്പോഴും ആന്തരികമായി മുഴങ്ങുന്നുണ്ടാവാം.

കവിത പാവനവും, വായന/ വിമർശം വിമലവും എന്ന ദ്വന്ദ്വത്തെ തന്നെ താലോലിക്കാനാവും കവികൾക്ക് പണ്ടെന്നപോലെ ഇപ്പോഴും ഇഷ്ടം. കവികൾ അലിവുള്ളവരും വിമർശകർ കലിതുള്ളുന്നവരും എന്നാണ് പൊതുവെ കരുതിപ്പോരുന്നത്. കവിതയെ പ്രഥമ പൗരയും/ പൗരനും വായനയെ രണ്ടാം തരം പൗരയും/ പൗരനുമായി കാണുന്ന ജനാധിപത്യവിരുദ്ധവും വരേണ്യവുമായ എഴുത്തു സങ്കല്പങ്ങളിൽ നിന്നും പുതിയ തലമുറയിലെ കവികളും മുക്തരാവുന്നില്ല എന്നുണ്ടോ? എഴുത്തും വായനയും നിർമ്മിക്കുന്ന വിഭിന്നമായ പാഠങ്ങളെ സംബന്ധിച്ച സൈദ്ധാന്തികവും സൗന്ദര്യാത്മകവുമായ അന്വേഷണങ്ങൾ അവരിന്നും അറിയാതെ പോകുന്നോ? എന്നാൽ ക്ഷുദ്രമായ വായനാ രീതിഭേദങ്ങൾ നമ്മുടെ നിരൂപണ രംഗങ്ങളെ അങ്ങേയറ്റം വ്യവസ്ഥാപിതവും അധികാരോൻമുഖവുമാക്കി മാറ്റുന്നു എന്ന മറുസത്യം നമുക്കു മറക്കാവതുമല്ല.

അപ്പോഴും ഒരു സത്യം മുറ്റി നിൽക്കുന്നുണ്ട്, വാക്ക് കവിയുടെ സ്വകാര്യ സ്വത്തല്ല. അത് വായനക്കാരന്റെ/കാരിയുടെ കൂടി പൊതുസ്വത്താണ്. കവിയെത്തേടിയുള്ള തീർത്ഥാടനമല്ല കാവ്യവായന. വാക്കിലൂടെയുള്ള ജീവിതത്തിന്റെ സൗന്ദര്യാത്മകമായ പൊരുളന്വേഷണമാണത്.

ഷീജ വക്കത്തിന്റെ കാവ്യഗുണ്ട എന്ന കവിത (മാതൃഭൂമി ആഴ്ച്ചപ്പതിപ്പ് 2021 ഒക്ടോബർ 17- 23) യാണ് ഇത്തരമൊരു വിചാരത്തിന്റെ ആമുഖം കുറിക്കുന്നത്. പുതുകവിതയുടെ ഇളമുറയിലെ ഏറ്റവും ശ്രദ്ധേയ കവിയാണ് ഷീജ വക്കം. അവരുടെ കല്പനകൾ വാക്കിന്റെ മായാമുദ്രകൾ പതിപ്പിക്കുന്നത് വിസ്മയത്തോടെ മാത്രമേ നമുക്കു നോക്കി നിൽക്കാൻ കഴിയൂ. "തരളമായ് പൂമൊട്ടതിർക്കുന്ന പ്ലാവിന്റെ മുകളിൽ നിന്നിത്തിളിൻ കൈക്കുടന്ന" എന്ന് സർഗാത്മകതയുടെ ശാദ്വലതയെ ഇത്രയും സൗന്ദര്യാത്മകമായി പുതുകവികളിൽ ആര് വരച്ചുവെക്കും? കവിത തുറന്നുവെക്കുന്ന സൗന്ദര്യലഹരിയിൽ എതുതരം വായനക്കാരും ആമഗ്നമാകും.

അലകടൽ, ഞെട്ടോടിറുത്തു വെച്ചാലതിൻ
തിരയിതൾ തുള്ളി മാറ്റുന്നതാളം
ധമനിയിൽ തുള്ളിക്കുതിച്ചു പായുന്ന
കാട്ടരുവിയിൽ വെള്ളം നിറഞ്ഞതാളം

എന്നിങ്ങനെ വാക്കിന്റെ സ്നിഗ്ധത പകരുന്നതിനിടയിൽ കവിത പുലർത്തുന്ന ചില വൈജ്ഞാനിക നിലപാടുകൾ വിചാരണ അർഹിക്കുന്നുണ്ട് എന്നു തോന്നുന്നു.

കവി നിഷ്കളങ്ക/ൻ, നിരൂപകർ കല്മഷ/ൻ എന്ന ദ്വന്ദ്വം തീർത്ത് കവിയെയും വായനക്കാരേയും രണ്ടറ്റത്ത് നിർത്തുന്നുണ്ട് കവിത.

കവി കുഞ്ഞാടും നിരൂപകൻ അറവുകാരനും എന്ന സങ്കല്പത്തെയാണ് കവിത താലോലിക്കുന്നത്. ഭാഷയുടെ സൗന്ദര്യലഹരിയെക്കടഞ്ഞെടുത്ത് കവിത വായിക്കുമ്പോൾ ഈ ദ്വന്ദ്വസങ്കല്പനങ്ങൾ പ്രശ്നവൽക്കരിക്കപ്പെടുന്നതു പോലെ.

കവിയെ സംബന്ധിച്ച് കവിത വെറും തോന്നലുകൾ മാത്രമാണെന്നും വിശേഷിച്ച് വേറെ ഉൾപ്രേരണകളോ വലിയ വലിയ ലക്ഷ്യങ്ങളോയില്ലാത്ത നിഷ്കളങ്കവും നൈസർഗികവുമായ ഭാഷാവൃത്തി മാത്രമാണെന്നുമുള്ള നിലപാടാണ് ഷീജാ വക്കത്തിന്റെ കവിത പുലർത്തുന്നത്.

പ്ലാവില കണ്ട് അതു കടിക്കാൻ ഇളവെയിലിൽ തുള്ളിക്കളിക്കുന്ന നിഷ്കളങ്കനായ ആട്ടിൻകുട്ടിയാണ് കവിത. തോന്നലല്ലാതെ മറ്റൊരു നിയമവും അതിനില്ല. മഴ വീണ നീർച്ചാലൊഴുക്കുപോൽ ഭാഷതൻ

തെളിനീരു ദാഹിച്ച് അലയുക മാത്രമാണത്. പക്ഷേ നിരൂപക/ൻ അതി നെതിർദിശയിൽ നിലയുറപ്പിച്ച വില്ലനാണ്. അയാൾ ഒരു ഗുണ്ടയായി ഈ എഴുത്തിന്റെ സ്വാഭാവികതയോ സർഗാത്മകതയോ സൗന്ദ ര്യമോ തിരിച്ചറിയാതെ ഇളവെയിലിൽ കെട്ടു പൊട്ടിച്ച് തുള്ളിക്കളി ക്കുന്ന കുഞ്ഞാടിനെ ഒട്ടും അലിവില്ലാതെ രക്തമിറ്റുന്ന അറവുകത്തിയു മായി മാംസ ദാഹത്തോടെ നോക്കി നിൽക്കുകയാണ്. സിദ്ധാന്തത്തി ന്റെ മുളവേലി കെട്ടി നിയമാവലിക്കൊത്തു കാലനക്കാൻ മാത്രമാണ് അയാൾപഠിപ്പിക്കുന്നത്. കവിതയുടെ കുഞ്ഞാടുകളെ തെളിക്കുന്ന ഇടയ പ്രമാണിയായി ഞെളിഞ്ഞു നടക്കുന്നു. പിന്നെ ക്രൂരമായ തന്റെ വൃത്തി ആരംഭിക്കുന്നു.

> അരയിൽ നിന്നൂരും കഠാരിയാൽ പാവമെൻ
> ഹൃദയതാളത്തെയരിഞ്ഞു വീഴ്ത്തി,
> അരുതുമേലാലെന്നു കണ്ണു ചോപ്പിക്കുന്നു
> ....
> മണലാകെയിത്തിളിൻ പൂക്കൾ പിടയ്ക്കുന്നു
> പലതായറുത്തിട്ട കാവ്യമാംസം.
> ലഘു വെണ്ണി ഗുരുവെണ്ണിയതു തൂക്കിനോക്കുന്നു
> പരമാധികാരിയായി കാവ്യഗുണ്ട.

നിഷ്കളങ്കയും/നും, നിരപരാധിയും നിഷ്കൽമഷയും/നുമായ പാവം ആ ശ്രമമൃഗത്തെ ക്രൂരമായി കൊലചെയ്യുന്ന ഈ നിരൂപക ഗുണ്ടയ്ക്ക് ഇരട്ട ജീവപര്യന്തം പോലും മതിയാവുകയില്ല. കൊലക്കയർ തന്നെ വേണം. എന്നാലേ കാവ്യലോകത്ത് ശാന്തിയും സമാധാനവും ഉണ്ടാവൂ. "അപാരേ കാവ്യസംസാരേ കവി രേവ പ്രജാപതി".റാൻ.

വേദനയും വിഷാദവും കുഴച്ചെടുക്കുന്ന പ്രസാദാത്മകത

ആഹ്വാനങ്ങളും താക്കീതുകളും കുടഞ്ഞെറിഞ്ഞകാലത്തി ന്റെ പേരാണ് പുതിയ ഭാവുകത്വം. "കുഴി വെട്ടി മൂടുക വേദനകൾ/ കുതികൊൾക ശക്തിയിലേയ്ക്കു നമ്മൾ" (ഇടശ്ശേരി) "പകലിന്റെ കണ്ണുകൾ മാന്തിപ്പൊളിക്കിൻ" (കടമ്മനിട്ട) "കുനിഞ്ഞ മനുഷ്യരുടെ മുതുകിൽ/ സവാരി ചെയ്യുന്നവർ നെഞ്ചുകീറിപ്പിടഞ്ഞു ചാകുമെന്ന്/ ഞാൻ പ്രവചിക്കുന്നു" (സച്ചിദാനന്ദൻ) എന്നിങ്ങനെ പ്രഖ്യാപനങ്ങളും ആഹ്വാനങ്ങളും ഉപേക്ഷിച്ച് പ്രതിരോധത്തിന്റെ പുതുവഴി തേടുന്നതാണ് ഇന്നത്തെ കവിത. പക്ഷേ ഇവിടെ ഒരു പുതിയകവി പുതിയ ആഹ്വാ നവുമായി വന്നിരിക്കുകയാണ്. പുതിയ കാലത്തിന്റെ വിമർശനമായി,

പരിഹാസമായി ഹരിശങ്കരനശോകൻ എന്ന കവി. അദ്ദേഹത്തിന്റെ 'ഇതാ ഒരു ആഹ്വാനം' എന്ന കവിത (പാഠഭേദം ഒക്ടോബർ 2021) യിൽ.

മലയാളികൾ ജീവിച്ചുകൊണ്ടിരിക്കുന്ന സമൃദ്ധിയുടെയും സന്തുഷ്ടി യുടെ മറുപുറം തേടുകയാണ് അയാൾ. സാങ്കേതിക വിദ്യകളുടെ ധാരാ ളിത്തവും ഭൗതികസൗകര്യങ്ങളുടെ പെരുപ്പവും സൃഷ്ടിച്ച മലയാളിയുടെ ജീവിതത്തിൽ നിന്ന് വിഷാദത്തിന്റെയും ദുഃഖത്തിന്റെയും അവസാന ത്തെ നിഴൽ പോലും അഴിഞ്ഞുപോയി. ലഹരിപിടിക്കുന്ന വേദനയും തീരാത്ത ദുഃഖങ്ങളും ആവിഷ്കരിച്ച മലയാളിയുടെ ജീവിതത്തിൽ ഇന്ന് സൗകര്യങ്ങളുടെ തിരയിളക്കങ്ങൾ മാത്രമേ അവശേഷിക്കുന്നുള്ളൂ. നമ്മുടെ ആവിഷ്കാരങ്ങളെ മുഴുവൻ അനശ്വര ഗാനങ്ങളാക്കി മാറ്റിയത് ഒടുങ്ങാത്ത ഈ ദുഃഖരവിയായിരുന്നു. ഇന്ന് സൗകര്യങ്ങൾ തിമിർക്കു ന്ന മനോഹര സൗധമാണ് മലയാളിയുടെ മധ്യവർഗ ജീവിതം. ഭൗതിക ബഹുലതകളിൽ ആത്മീയമായ ശൂന്യതയെ അവർ അറിയുന്നേയില്ല. ഈ അന്തസ്സാരശൂന്യതയിലേക്കാണ് ഹരിശങ്കരനശോകൻ ഒളിപാർ ക്കുന്നത്.

> സന്തുഷ്ടരായ സുഹൃത്തുക്കളേ,
> ദുഃഖിക്കണമെങ്കിൽ ദുഃഖിക്കു
> ദുരിതങ്ങളെ കാത്തിരിക്കാതെ
> ദുഃഖിക്കണമെങ്കിൽ ദുഃഖിക്കു.
> സന്തോഷത്തിന്റെ വിരുന്നു മുറികളിൽ നിന്നും
> നിങ്ങളെ പ്രലോഭിപ്പിക്കുന്നൊരു
> ദുഃഖത്തെയെങ്കിലും കണ്ടെത്തുന്നത് ഒരു ബുദ്ധിമുട്ടാവില്ല
> ദുഃഖവുമായൊരു നേർത്ത കാല്പനിക ബന്ധം
> നെയ്തെടുക്കുന്നതും ഒരു ബുദ്ധിമുട്ടാവില്ല.

ദുഃഖവുമായി നമുക്ക് നേരത്തെയുള്ള ശക്തമായ ബന്ധമാണ് മലയാ ളത്തിലെ കാല്പനിക പ്രസ്ഥാനം എന്ന് പേരിട്ടു വിളിക്കുന്നത് തന്നെയും.

"കണ്ണിൽ കണ്ണീർ നിറച്ചിട്ടുകമിടറി വിട്ടും വീർപ്പുകൊണ്ടാശ്രുമിന്നി-ട്ടെ ണ്ണിപ്രാപഞ്ചികക്കോളടിയുടെ നടുവിൽപ്പെട്ടു വല്ലാതെ മുങ്ങി" (നാലപ്പാ ട്ട് നാരായണ മേനോൻ) നിൽക്കുന്ന മലയാളി ജീവിതം കാല്പനികത യിലാണ് ആരംഭിക്കുന്നത്. ആ കാവ്യജീവിതം എ അയ്യപ്പൻ വരെയെ ങ്കിലും തിരയൊടുങ്ങാതെ നിലനിന്നു. വേദനയും വിഷാദവും കുഴച്ചെടു ത്ത പ്രസാദാത്മകത, സൗകര്യങ്ങൾക്കും സമൃദ്ധികൾക്കും വഴിമാറി. അതിനിടയിൽ ചോർന്നുപോയ വേദനകളും വിഷാദങ്ങളുമായിരുന്നു ജീവിതത്തെ വിമോഹനമായ സ്വപ്നങ്ങൾ കാണാൻ പ്രേരിപ്പിച്ചത്. ആ

സ്വപ്നങ്ങളെ മുഴുവൻ മൂലധനം ലോണും പണവും തന്ന് തിരിച്ചു വാങ്ങി. ഈ യാഥാർത്ഥ്യം ഒരു കാവ്യാനുഭൂതിയായി പകരുകയാണ് ഇതാ ഒരു ആഹ്വാനം എന്ന കവിത. "...ദുഃഖിക്കുന്നതിലൊരു ബുദ്ധിമുട്ടും ആരും വിചാരിക്കേണ്ടതില്ല, വെറുതെ നാണമില്ലാതെ ദുഃഖിക്കുക, ദുഃഖിച്ച് ദുഃഖിച്ച് ദുഃഖിതരാവുക."

സാമൂഹികതയറ്റുപോയ, വലിയ ഭൗതികമായ ആഡംബരങ്ങളിൽ അഭിരമിച്ചിരുന്ന മനുഷ്യജൻമങ്ങളുടെ അവശേഷിപ്പുകൾ എന്താവാം. ജീവിതം ഭൗതികമായ ആനന്ദമാണെന്നും അല്ല, ആന്തരികമായ ആത്മാഹ്ലാദമാണെന്നും രണ്ടു സമീപനങ്ങൾ സജീവമാണ്. ഭൗതികമായ ധാരാളിത്തവും ആമീയമായ ശൂന്യതയും നമ്മുടെ വർത്തമാനകാലത്തെ ജീവിതത്തിന്റെ ഉൺമയായിത്തീരുന്നു. ഈയൊരു ദാർശനികതയ്ക്ക് മുമ്പിൽ നിന്നുകൊണ്ടാണ് സെബാസ്റ്റ്യന്റെ അവനവൻ എന്ന കവിത (ഭാഷാപോഷിണി 2021 ഒക്ടോബർ) നമ്മോടു സംസാരിക്കുന്നത്. സാമൂഹികത എന്നത് ഒരു വ്യക്തി സത്തയല്ല മറിച്ച് നിരന്തരമായ ഉൾച്ചേരലുകളിലൂടെ ആയിത്തീരുന്ന ഒന്നാണ്.

കാടുകയറിയ വീട്.
നിലംപൊത്താറായ മതിലിനെ
വള്ളിച്ചെടികൾ പൊതിഞ്ഞു താങ്ങി പിടിച്ചിരുന്നു.
തുരുമ്പിച്ചു ദ്രവിച്ച പടിവാതിലിൽ ഇങ്ങനെ
'പട്ടിയുണ്ട് സൂക്ഷിക്കുക'

ഈയൊരു കാഴ്ചയ്ക്കു മുമ്പിലാണ് ഒരു മനുഷ്യൻ സ്തംഭിച്ചു നിന്നു പോകുന്നത്. അവനവനായി ജീവിച്ചു മറഞ്ഞു പോകുന്നതിന്റെ ഭീകരവും ലജ്ജാവിവശവുമാക്കേണ്ട ഒരു ചിത്രമാണിത്. ഒടുവിൽ ഞാനൊറ്റയാകുന്നു എന്ന അങ്ങേയറ്റം വേദനിപ്പിക്കുന്ന ആത്മനൊമ്പരങ്ങളുടെ നാടല്ല ഇപ്പോൾ കേരളം "സ്വന്തം കാര്യം സിന്ദാബാദ്" എന്ന വിളികൾ ഉൾമുഴങ്ങുന്ന മഹിത ഗൃഹങ്ങളാണ്. ഈ വർത്തമാനകേരളത്തിന്റെ തിരുമുറ്റത്തു നിന്ന് അഭിമാനമൊട്ടുമില്ലാതെ നിൽക്കുകയാണ് അയാൾ.

ഇവിടെ പാർത്തിരുന്നവരെല്ലാം എവിടെയായിരിക്കും
പൊടിമണ്ണിൽ അലിഞ്ഞു ചേർന്നിരിക്കുമോ?

ആ അപമാനവും ഉൽകണ്ഠയും അയാളെ ഒരു കാവൽപ്പട്ടിയാക്കുന്നു. ഈ നിശ്ശൂന്യതയ്ക്കു നേരെ അയാൾ ഉറക്കെ കുരച്ചു തുടങ്ങുന്നു.

കവിത ഇങ്ങനെ ഒരു സാമൂഹികമായ ഉൺമയുടെ അനിവാര്യതയിൽ നിന്നും ജന്മമെടുക്കുന്നതാണ്. അതുകൊണ്ടുതന്നെ അത് ആത്മവും അപരവുമായി വിനിമയത്തിൽ ഏർപ്പെട്ട് നമ്മുടെ ആത്മീയ ശൂന്യതകളിൽ നിരന്തരം പ്രവർത്തിച്ചുകൊണ്ടിരിക്കുന്നു.

മാന്യതയും വന്യതയും

മാന്യതയുടെ വിപരീതമാണ് നമുക്ക് വന്യത. പക്ഷേ കവികൾക്കത് വാക്കുകൾ സാന്ദ്രീകരിച്ചുനിൽക്കുന്ന നിസർഗ ഭാവനയുടെ നിർഝരിയാണത്. മാന്യനാകാത്ത മനുഷ്യന്റെ പച്ച കവി ജീവിതത്തിന്റെ പച്ചപ്പുകൾ തേടിയാണ് അലയുന്നത്. മാന്യതയിൽ യഥാർത്ഥത്തിൽ കവിതയില്ല. മാന്യതവെടിയുമ്പോൾ അയാൾ ജീവിതത്തിന്റെ വെളിമ്പുകളിലേയ്ക്ക് അലയുന്നു. പരിവേഷങ്ങൾ നഷ്ടപ്പെട്ടുന്നൊരാളാണ് കവി. ഋഷിയല്ലയാൾ. പുതിയ കവിത മാന്യതയെ അപ്പാടെ വെടിഞ്ഞ വാഗ്ലോകമാണ്. ഭാവുകത്വ പരിണാമത്തിന്റെ ഈ ദിശകളിലൂടെയാണ് സമകാലിക കവികൾ സഞ്ചരിക്കുന്നത്.

ഉത്തരാധുനിക കവിതയുടെ തനിമ (Identity) തേടലായിരുന്നു ടി.പി രാജീവിന്റെ രാഷ്ട്രതന്ത്രം എന്ന കവിത.

കവിതയിൽ
മയക്കുമരുന്ന്
ഒളിച്ചു കടത്തിയതിന്
അയ്യപ്പപ്പണിക്കരെ
മൻഹട്ടണിലെ കോടതി
തൂക്കിക്കൊന്നു.
വാക്കുകളുടെ കാട്ടിൽ
ഒളിവിലിരിക്കുമ്പോൾ
ആറ്റൂർ രവിവർമ്മയുടെ മാറാപ്പിൽ
ഒരു ടൈംബോംബു പൊട്ടി

ഈ വിധം ആധുനികതയുടെ തിരുശേഷിപ്പുകളോട് പുതിയ ഭാവന രാഷ്ട്രീയമായും ഘടനാപരമായും എപ്രകാരം വിയോജിച്ചു നിൽക്കുന്നു വെന്നു പറയാനാണ് അദ്ദേഹം ശ്രമിച്ചത്. ഇന്ന് ആ ഭാവനയും മാഞ്ഞ് മറ്റൊരു ഭാവപ്പകർച്ചയുടെ സംക്രമണദശയിലെത്തിനിൽക്കുകയാണ്. ഇപ്പോൾ കവിത രാഷ്ട്രീയ നിരപേക്ഷമല്ല. അലങ്കാരങ്ങളോ ചമൽക്കാരങ്ങളോ ഉപേക്ഷിച്ച് നഗ്നമായി മാത്രം നിൽക്കാൻ തിടുക്കം കാണിക്കുന്നുമില്ല. ഇതുവരെയുള്ള എല്ലാറ്റിനെയും പുതിയ അനുഭൂതിയിൽ വിലയിപ്പിച്ച് കൂട്ടുചേർത്ത് നിർത്താനുള്ള യത്നത്തിലാണ് മുഴുകുന്നത്.

ഈ വിധം സമകാലിക കാവ്യപ്പുതുമകളെ അരിച്ചെടുത്തെഴുതിയതാണ് കവിതയെക്കുറിച്ചെട്ടുകവിതകൾ എന്ന ശ്രീജിത്ത് വർമ്മ യുടെ കവിത (Truecopy Webzines 25th October 2021) ആധുനികതയും തുടർന്ന് ഉത്തരാധുനികതയുടെ ആദ്യഘട്ടങ്ങളും കൊണ്ടാടിയ വൃത്താലങ്കാര വിരോധം സമകാലിക പുതുകവിതകൾക്കില്ല. ചമൽക്കാര ബന്ധുരമായി മനോഹരമായ കവിതകൾ ഇന്ന് അവരിൽ നിന്നും പിറവി കൊള്ളുന്നു. ആധുനികതയുടെ ആവർത്തനവിരസത കവിതയുടെ അന്ത്യത്തെക്കുറിച്ചുള്ള ചർച്ചകൾക്ക് തുടക്കം കുറിച്ചിരുന്നു. അതിപ്പോഴും മുഴങ്ങുന്നുണ്ടെങ്കിലും നമ്മെ ആശ്ചര്യപ്പെടുത്തുകയും ഉണർത്തുകയും പ്രലോഭിപ്പിക്കുകയും ചെയ്യുന്ന പുതിയ കവിതകൾ ഉണ്ടാവുന്നു. എല്ലാതരം വ്യവസ്ഥാപിതത്വങ്ങൾക്കും എതിരാണ് ഇന്നത്തെ കവിത. അതു കൊണ്ടു തന്നെ അത് കവിയരങ്ങിൽ നിന്നു പോലും ബഹിഷ്കൃതമാവുന്നു.

അങ്ങനെയൊക്കെയാണെങ്കിലും കവിതയുടെ ആഴങ്ങൾ തേടുന്നവരെ പുതിയ ഭാവന ചിലപ്പോൾ നിരാശപ്പെടുത്തുന്നോ എന്ന ഉൽകണ്ഠയുമുണ്ട്.

ആഴം കുറഞ്ഞ കവിതയിൽ
വായനക്കിറങ്ങിയ ഒരാൾ
ഇടയ്ക്കു വെച്ച് കവിതയുപേക്ഷിച്ച്
നടന്നാണ് മറുകര പറ്റിയത്.

ആർക്കും വിശപ്പടക്കാൻ പാകത്തിൽ രസം കുഴച്ചുവെച്ച ഭക്ഷണമോ, ആർക്കും കുടിച്ചു വറ്റിക്കാൻ പാകത്തിൽ അനുഭൂതി പകർന്നുനുരയുന്ന പാനീയമോ അല്ല കവിത.

രുചിയുള്ളൊരു കവിതയുണ്ട്
എഴുന്നേറ്റ വായനക്കാരൻ
പുറത്തിറങ്ങി ലോകത്തെ
ആർദ്രതയോടെ നോക്കി.

ഇങ്ങനെ അനുഭൂതിയുടെ വിശപ്പാറ്റി കവിത മനസ്സിൽ അനുകമ്പ നിറയ്ക്കുന്നു. വേറെ ചില നേരങ്ങളിൽ ചിതറിത്തെറിച്ചു പോയവരുടെ വാക്കടക്കങ്ങളുടെ അടയാളവാക്യമാവുന്നു. നിസ്വരുടെ പെരുമ്പറമുഴക്കങ്ങളാവുന്നു. മനുഷ്യരല്ലാത്തതിന്റെയൊക്കെയും പ്രണയഗീതങ്ങളാവുന്നു. ചെറുതെങ്കിലും ചെറുത്തു നിൽപ്പുകളുടെ മുദ്രാഗീതങ്ങളാകുന്നു. കവിത സമീപസ്ഥമായ ഭൂതകാലത്തിൽ നിന്നും പലവിധത്തിലും കുതറി നിൽക്കുന്നു. അത് അടയാളപ്പെടുത്തുന്ന കവിതയെക്കുറിച്ചുള്ള എട്ടു കവിതകൾ.

നാട്ടിൻപുറത്തിന്റെ ഒരു ക്ലിക്ക്

നാട്ടിൻപുറത്തെ വിഴുങ്ങുന്ന നഗരം ഒരു രൂപകമായും ജീവിതാനുഭവമായും മാറിയിട്ട് പതിറ്റാണ്ടുകളായി. അതു കൊണ്ടുതന്നെ മലയാള ഭാവനയ്ക്കും അത് പുതുതല്ല. "അമ്പപേരാറേനീ മാറിപ്പോമോ ആകുലമായൊരഴുക്കു ചാലായി" എന്ന ഉൽകണ്ഠ "ചുമരിലൊരു ചിത്രമുറങ്ങുന്നു അതിൽ കാണാം വയലുകൾ പറക്കുന്ന വെളിരുകൾ" (എസ് ജോസഫ്) എന്ന സ്വാഭാവിക കാഴ്ചകൾക്ക് വഴിമാറി. വിശുദ്ധ ഗ്രാമം കളങ്കിത നഗരം എന്ന വിരുദ്ധ ദ്വന്ദ്വങ്ങൾ നമ്മുടെ അനുഭവലോകത്തെ ഇന്നും മഥിച്ചുകൊണ്ടിരിക്കുന്നു. ധൂമിലവും യന്ത്രവൽകൃതവുമായ ഒരു ലോകം വരുന്നുണ്ടെന്നും അപ്പോഴും ഗ്രാമത്തോടുള്ള മമതയും മണവും ബാക്കിയാക്കണം എന്നുമുള്ള കാവ്യ പ്രതീക്ഷകൾക്ക് ഇന്നും മങ്ങലേറ്റിട്ടില്ല. "നമ്മുടെ കുരുമുളകുവള്ളിയല്ലേ പോകു ഞാറ്റുവേലയെ കൊണ്ടുപോകാൻ അവർക്കാവില്ലല്ലോ" എന്ന ശുഭകാമന, നമ്മുടെ പ്രകൃതി പ്രതിഭാസങ്ങളുടെ ധന്യതയിലായിരുന്നു വേരാഴ്ത്തി നിന്നിരുന്നതെങ്കിൽ മൂലധനം അതും കവർന്നെടുക്കപ്പെടുന്നുവെന്ന ബോധ്യങ്ങൾ വർത്തമാനത്തിന്റെ ആധിയായി നിറയുന്നു. ആ ഉൽകണ്ഠയും ഭീതിയും കാവ്യാനുഭൂതിയായി പങ്കുവെയ്ക്കുകയാണ് സരിത മോഹനൻ ഭാമ പട്ടണം തിരുവടികൾ എന്ന കവിത (മാതൃഭൂമി ആഴ്ചപ്പതിപ്പ് 2021 ഒക്ടോബർ 24-30)യിൽ.

അവരൊണ്ടേയ്
നീലവാനം പൊതിഞ്ഞ്
പൊക്കണത്തിലാക്കി
കൊണ്ടോയി.
അവരൊണ്ടേയ്
മഴവില്ല് കടിച്ചു
പല്ലു കുത്തിയാക്കി
കൊണ്ടോയി.

ഇങ്ങനെ ഗ്രാമത്തിന്റേത് മാത്രമെന്നു തോന്നുന്ന തൻമയുടെ അനുഭവങ്ങളെല്ലാം നഗരം തട്ടിപ്പറിക്കുന്നു. അക്കിത്തത്തിന്റെ 'അട്ടുത്തുണ്' എന്ന കവിതയ്ക്കകത്ത് നഗരം വിരുന്നു വന്ന് കവിയോട് ചോദിക്കുന്നുണ്ട്, ഗ്രാമത്തിന്റെ മട്ടുപ്പൻ വൈചിത്ര്യരാഹിത്യത്തിൽ നീയെങ്ങനെയാണ് ജീവിക്കുന്നത് എന്ന് അപ്പോൾ കവി നൽകുന്ന ഉത്തരം "ഞാൻ മുക്കുറ്റിപ്പൂവിന്റെ കരളിൽ തുടിപ്പോലുന്ന അഞ്ചിതളുകൾ നോക്കിയാണ് നിൽക്കുന്നത്," "മുറ്റത്തെ നിലപ്പനപ്പൂവിന്റെ ആറിതൾ ആസ്വദിച്ചാണിരിക്കുന്നത്". ഏറ്റവും നിസ്സാരമായതിലാണ് നാട്ടിൻ പുറത്തിന്റെ സാരമായ ധന്യത എന്നു വരുന്നു. ആ വിധം നമ്മുടെ നാട്ടിൻപുറത്തു നിന്നും മാഞ്ഞു പോകുന്ന അനുഭവ ലോകങ്ങളെന്തെല്ലാമാണെന്ന് പട്ടണം തിരുവടികൾ വായിക്കുമ്പോൾ നമ്മുടെ മുന്നിൽ നിരനിരയായി വരിനിരക്കുന്നു.

പായൽ പൊയ്ക, കരിമൂർഖൻ ഇണ പൂകും മണം, തേൻ കൂട്, ഞാറ്റുവേലയുടെ നീർച്ചാട്ടം, ചെകിടൻ പാറയുടെ നെഞ്ചുരുക്ക്, ചെമല മണ്ണിന്റെ മണം അങ്ങനെ അങ്ങനെ ഗ്രാമത്തെ ഗ്രാമമാക്കി നിർത്തുന്നതൊക്കെയും കവർന്നെടുക്കപ്പെടുന്നു. എല്ലാം സൗകര്യങ്ങളുടെ പേരിൽ ന്യായീകരിക്കപ്പെടുകയും ചെയ്യുന്നു.

നഗരം വാമനനെപ്പോലെയാണെത്തുന്നത്. ഒരു മൂന്നടി ചോദിക്കും മൂപ്പാരും അളന്നെടുക്കും. സൗകര്യങ്ങൾ വാഗ്ദാനം ചെയ്ത് നമ്മുടെ സൗന്ദര്യങ്ങളെല്ലാം കവർന്നുകൊണ്ടു പോകുന്നത് നാമറിയുന്നേയില്ല.

ഏതോകാര്യം മലയാളലോകരെ വിളിച്ച് അറിയിക്കുന്ന മട്ടിലുള്ള നാട്ടിൻ പുറത്തിന്റെ ഒരു കൂക്ക് കവിതയിൽ മുഴങ്ങുന്നു.

മാഞ്ഞു പോകുന്ന പച്ചയെക്കുറിച്ചുള്ള ഉത്ക്കണ്ഠക്കവിതകൾക്കപ്പുറത്ത് തെഴുത്തു നിൽക്കുന്ന പച്ചപ്പിന്റെ മറ്റൊരു കാവ്യലോകവും ഇപ്പോഴും തളിർത്തു നിൽപ്പുണ്ട്. അക്ബറിന്റെ ഈറ്റക്കോൽപ്പാട്ട് (Wtp live.in 20th October/issue 77) മാഞ്ഞു പോകാത്ത കാടക സൗന്ദര്യമാകുന്നു. വ്യാവസായികതയുടെ ദുരമൂത്ത താല്പര്യങ്ങൾ എത്ര ഊറ്റിയെടുത്തിട്ടും വ്യാമുഗ്ധമായ വന്യത മാഞ്ഞു പോയില്ല. മനുഷ്യന്റെ ഹൃദയതാളമായി അത് ചുരന്നു നിൽക്കുന്നു.

ഈറ്റയില മേഞ്ഞ വീട്ടിൽ കാറ്റ് താളമിടുമ്പോൾ പൊഴിയുന്ന ഗാനധാരയെ ഏറ്റവും അനായാസമായും സൗന്ദര്യാത്മകമായും ആവിഷ്ക്കരിക്കുന്നു.

കാട്ടിലാകെ പുതഞ്ഞു നീർന്ന കോടവെൺചേല
മാറ്റിനോക്കി മരക്കൈകൾ പിറുപിറുക്കുന്നു.
ഇലവുകൊമ്പിൽ പൂവിടുന്ന ചോപ്പെട്ടുത്തല്ലോ,

സാന്ധ്യസൂര്യൻ മലയിറങ്ങി താണു മുങ്ങുന്നു.
വെള്ളില, ച്ചെറ്റ ചിരി മുളച്ച ചോലയോരത്ത്,
കാട്ടരുവി പാഞ്ഞൊഴുകി മാഞ്ഞു പോയല്ലോ.

കാട് പ്രാകൃതത്ത്വത്തിന്റെ ജന്മസ്ഥലമായാണ് അടയാളപ്പെടുത്ത പ്പെടുന്നത്. സൗന്ദര്യത്തിന്റെ ഒരു അപരലോകമായാണത് കണക്കാക്കിപ്പോരുന്നത്. സ്നേഹത്തിന്റെ വിപരീത ലോകം. ഹിംസ, മൃഗീയത, കാട്ടാളത്തം, വന്യത എന്നിവയെല്ലാം പര്യായമായ മാനുഷ്യകതയുടെ എതിർ ലോകത്തെ ഗാനധാരയുടെ ഒരു സൗന്ദര്യ ലോകമായി കവി അടയാളപ്പെടുത്തുന്നു. മനുഷ്യന്റ അപരലോകമായ പ്രകൃതി മനഷ്യലോകമായി തന്നെ ഇവിടെ ഭവിക്കുന്നു. ഒരു കാറ്റിന്റെ താളത്തിൽ കവിത മൂളുന്നു. അതിൽ മാനുഷികതയുടെ അപരിചിതമായ ലോകം പിറവി കൊള്ളുന്നു.

കാറ്റിന്റെ മൂളൽ, ഈറ്റയുടെ പാട്ട്, ഇരുപൂളിൻ താളം, പുതഞ്ഞു നിന്ന കോടവെൺ ചേല, ചോപ്പെട്ടുത്ത സാന്ധ്യ സൂര്യൻ, കാട്ടെരുക്കിൻ ചുണ്ട് ഇങ്ങനെ മനഷ്യരുടെ സൗന്ദര്യ ലോകം തന്നെയാണ് കവിതയിൽ കാടിന്റെ ജീവലോകവും. അതു മാത്രമല്ല പരിഷ്കൃതമനുഷ്യരുടെ കപട ലോകമല്ലിത്, സാധാരണ മനുഷ്യരുടെ നൈസർഗിക ലോകമാണ്. ഇവിടെ പ്രകൃതിക്ക് ഒരു സർഗാത്മകർത്തൃത്ത്വം സംജാതമാവുന്നു.

സത്യം സങ്കലിത സ്വത്വം

പ്രകൃതിയ്ക്ക് സൗന്ദര്യമെന്നതുപോലെ സംഹാരാത്മകതയുമുണ്ട്. അതിന് സ്ത്രൈണമായ ഒരു ഭാവപ്പകർച്ച കൂടി കൈവരുമ്പോൾ കവിത ബഹുസ്വരമാകുന്നു. സൗന്ദര്യവും ചടുലവുമായ ചുവടുവെയ്പുകളുമുള്ള ഒരു കാട്ടു മയിലിനെപ്പോലെ പീലി വിരിച്ചാടുന്നു. സിന്ധു കെ.വിയുടെ ജലയാനം എന്ന കവിത (മാധ്യമം ആഴ്ചപ്പതിപ്പ് 2021 ഒക്ടോബർ 18) യിൽ നമ്മൾ ആ വന്യതയുടെ സൗന്ദര്യമാണറി യുന്നത്.

പ്രകൃതിയുടെ ഭിന്നഭാവങ്ങൾ കവിതയുടെ വിതാനത്തിൽ തെളിഞ്ഞു തുളുമ്പുന്നു. അതിൽ സ്ത്രൈണമായ ഒരു പാരിസ്ഥിതികാവബോധം പ്രതിബിംബിക്കുന്നു.

അക്കാണും മലമേലെല്ലാം ചേലിൽക്കാണും
വെയിലാളും നേരത്തെല്ലാം തെളിനീരാകും
ചേലോടെ കുന്നിറങ്ങിക്കൂട്ടുപോരും
കുന്നിൻ ചെരുവിലെ കാട്ടുപെണ്ണ്
താഴെ, തണ്ണീർത്തടം പോലെ
പടർന്ന പെണ്ണ്.

അവൾക്ക് പേരുകൾ പലതാണ്. ബാവിലി, നെയ്യാറ്, രാമച്ചിത്തോട്, ചാമച്ചിത്തോട്, ചീങ്കണ്ണി പുഴ, കാഞ്ഞിരപ്പുഴ, ആറളം പുഴ, മുണ്ടേരിപ്പുഴ ഇങ്ങനെ പല പേരുകളിൽ അവൾ കുന്നിറങ്ങിവരുന്നു. മോഹം കെടുത്തിയും ദാഹം കൊളുത്തിയും അവൾ ഒഴുകുന്നു. അറബിക്കടലോളം കഥയുള്ള അവൾക്ക് ഒരു അറബിക്കഥയും ഉണ്ട്.

സ്നിഗ്ധമായ ഈ ജലയാനം സംഹാരരുദ്രമായ ഇളകിയാട്ടമായി പരിണമിച്ചൊഴുകുന്നതിന്റെ മനോഹരചിത്രമാണ് അടുത്ത ഘട്ടത്തിൽ ആവിഷ്കരിക്കപ്പെടുന്നത്. കാവ്യബിംബങ്ങൾക്കപ്പോൾ അതുവരെ കണ്ടതിനേക്കാൾ തുടിപ്പും മിഴിപ്പും സൗന്ദര്യവും വരുന്നതു പോലെ. "കാട്ടുവൻമരം പൂതലിച്ചതിൻ കൊമ്പടർത്തുമ്പോൾ/ പച്ചിലക്കാടിടയ്ക്ക് ചോപ്പണിഞ്ഞുല്ലസിക്കുമ്പോൾ/ ദൂരെയേതൊരു പൂമരം അല്ല, സൂര്യനെത്തുമ്പോൾ/ കാട്ടിലെക്കിളി കേട്ടതല്ലാത്ത പാട്ടു മൂളുമ്പോൾ/ കാട്ടു പൊയ്കകൾതേക്കിലപ്പച്ചയേറ്റിനിൽക്കുമ്പോൾ/ കാടിറങ്ങി വരുന്നൊരാന കൂട്ടമെന്നതു പോൽ/ ചൂളിയാടിയുലഞ്ഞു പൊന്ത പരപ്പിലാകുന്നു." ഇവിടെ ജലയാനം ഭാഷയുടെയും കല്പനകളുടെയും നടനയാനമായി മാറുന്നു. ഈ ശീതധാരയിൽ മനുഷ്യരും മൃഗങ്ങളും ഒറ്റയുയിരായ ചില്ലപോലെ മാറിത്തീരുന്നു. അവിടെ അവർ വേറെ വേറെയല്ലാതെ. എന്നാലും ജീവിത ധൃതിയിൽ കഴിഞ്ഞുകൂട്ടുന്നവർ ഇതെല്ലാം ഞൊടിയിടയിൽ വിസ്മരിച്ച് ഓർമ്മയറ്റ മൃഗങ്ങളായിത്തീരുന്നു. അതിൻഖേദമായി കവിതയൊഴുകുന്നു.

നദികൾ നമുക്ക് സ്ത്രീലിംഗങ്ങളാണ്. കുളിരും കൊണ്ടു കുണുങ്ങി നടക്കുന്ന മലയാളി പെണ്ണ് പെരിയാറു മാത്രമല്ല കേരളത്തിലെ പുഴകളാകെ തന്നെയുമാണ്. പുഴയുടെ ഒഴുക്കും വടിവിയന്ന അതിന്റെ അഴകുമാകാം നദികളെ നാരികളാക്കി മാറ്റുന്നത്. നദികളുടെ ശാന്തത ഇപ്പോൾ അസ്വസ്ഥഭരിതമായ കലക്കങ്ങളായി മാറുന്നുണ്ട്. അപ്പോൾ നാം അതിന് ഏതുലിംഗ പദവി നൽകും? പക്ഷേ 'പ്രളയ നദിയുമൊരു പെണ്ണാണ്' (പാഠഭേദം ഒക്ടോബർ 2021) എന്ന് മീരാബെന്ന് നിസ്സംശയമായും അറിയാം. സൗമ്യവതിയായ ഗ്രാമീണ വനിത സംഹാരരുദ്രയായ ഒരു തെരുവു പെണ്ണായോ? എന്തായാലും പ്രളയനദിയും ഒരു പെണ്ണാണ്.

ആദ്യകാല നൃത്തച്ചുവടുകൾ കണ്ടു രസിച്ചാണ് നാം അവളെ ദേവാംഗനയാക്കി മാറ്റിയത്. ആകാശം അടർത്തിയിട്ട സൂര്യചന്ദ്രൻ മാരെ പൊന്നുപോലെ സൂക്ഷിച്ചവളായിരുന്നു അവൾ, പ്രണയത്തിന്റെ ഉൾക്കടലുകളൊക്കെയും അവൾ ഒളിപ്പിച്ചുവച്ചു. മുക്കുവരെയും സഞ്ചാരികളെയും അവൾ സ്വീകരിച്ചു.

മുത്തുകളോടും പവിഴത്തിനോടും
കൂർത്ത പാറക്കെട്ടുകളോടും
കൂട്ടുകൂടി യൂക്കോടെ
പൊട്ടിച്ചിരിച്ച തെറിച്ചവൾ
കാലത്തിനൊപ്പം നടന്ന മട്ടത്തവർക്ക്
ദിശ പറഞ്ഞു കൊടുത്തവൾ
മഞ്ഞിനോടു സൗമ്യമായും
വേനലിനോടുഗ്രമായും
മഴയോടു താളം തുള്ളിയും
കുളിച്ച നടന്നവൾ

ഇന്നവൾ ഉഗ്രരൂപിണിയായി എന്ന് നമുക്കു തോന്നുന്നു. നിശ്ചല തടാകമെന്ന വിളിപ്പേരു വെടിഞ്ഞ് അവളിതാ സംഹാര താണ്ഡവമാടുന്നു. മാന്യയായവൾ വന്യതയെ പൂകുന്നു. ഈ ദ്വന്ദ്വഭാവം ഉണ്ട് എല്ലാറ്റിനും. സൗമ്യതയുടെ മറുപേരാണ് സമരോത്സുകത. രാഗം തന്നെയാവണം വൈരാഗ്യവും. സ്നേഹവ്യഗ്രമായതു തന്നെയാണ് നിഗ്രഹോൽസുകമായിത്തീരുന്നത്. തന്മയുടെ വിരുദ്ധഭാവങ്ങളാണത് പ്രളയ നദിയുമൊരു പെണ്ണാണ് എന്ന് കവി തിരിച്ചറിയുന്ന ഈ നേരം.

സമകാലിക കവിത ഇങ്ങനെ അപരലോകങ്ങളെ അനാച്ഛാദനം ചെയ്യുന്നു. സത്യം എന്നത് വൈരുദ്ധ്യങ്ങളുടെ സങ്കലിത സ്വത്വമാണെന്ന് നാം അപ്പോൾ മനസ്സിലാക്കുന്നു. മാന്യമായ നദിയൊഴുക്കായ അനുഭൂതി അപ്പോൾ വന്യമായ ഇളകിയാട്ടങ്ങളായി തുടിച്ചുതുള്ളുന്നു.

കവിതകൊണ്ട്
എന്തുണ്ട് പ്രയോജനം?

സാഹിത്യം കൊണ്ട് എന്താണ് പ്രയോജനം എന്ന ചോദ്യം നമ്മുടെ സാംസ്കാരികാന്തരീക്ഷത്തിലുറഞ്ഞു നിൽപ്പുണ്ട്. ഭൗതികനേട്ടങ്ങളെ മാത്രം ജീവിത പ്രയോജനമായെണ്ണുന്ന ഒരു മനോഭാവം ഏറെ പ്രബലമാണ്. മാങ്കനികളിൽ നിന്ന് മാമ്പൂവിലെത്തിച്ചേരാൻ ഇത്തിരിക്കാലം വേണ്ട കൗമാരബോധമാണ് മലയാളികളുടെ പൊതുബോധത്തെ കീഴ്പ്പെടുത്തിയിരിക്കുന്നത് എന്നു തോന്നുന്നു. ഇതിനിടയിലാണ് കവിതകൾകൊണ്ടെന്തു പ്രയോജനം എന്നുള്ള ചോദ്യവും ഉയരുന്നത്. എഴുത്തച്ഛനും നാരായണ ഗുരുവും ആശാനും പണ്ഡിറ്റ് കെ.പി കറുപ്പനുമെല്ലാം സാമൂഹികാവശ്യങ്ങൾക്കും പരിഷ്കരണ പ്രവർത്തനങ്ങൾക്കും ആധാരസ്വരൂപമായി സ്വീകരിച്ചു പോന്ന സൗന്ദര്യാത്മകമായ ആ കാവ്യലോകം ഇന്നെങ്ങനെ പ്രവർത്തിക്കുന്നു എന്നത് വളരെ പ്രധാനപ്പെട്ടതാണ്.

ആത്മാനുരാഗിത കൊണ്ട് അന്യരുമായി ഒരു തരത്തിലും സംവേദനം സാധ്യമാകാത്ത കവിതകൾ പെരുകിക്കൊണ്ടിരിക്കുന്നു. ഗദ്യകവിതകളെന്ന എളുപ്പവഴിയെ തിരസ്കരിക്കുവാനെന്ന മട്ടിൽ പാട്ട് ശീലങ്ങളെ അർത്ഥരഹിതമായി ആശ്രയിക്കുന്നു. ചിലപ്പോൾ ഭാഷയുടെ അതിനിഗൂഢമായ വഴികളിലൂടെ കവിത സഞ്ചരിക്കുന്നു. ഇത്തരം കവിതകൾകൊണ്ടെന്തു പ്രയോജനം എന്ന് ചോദിച്ചു പോകുന്ന നേരങ്ങളെക്കൂടിയാണ് മലയാള കവിതയുടെ വർത്തമാനം എന്ന് നാം പേരിട്ടു വിളിക്കുന്നത്.

കവിത എഴുതുമ്പോഴും അത് പ്രസിദ്ധീകരിച്ചുവരുമ്പോഴും കവിക്കുണ്ടാവുന്ന ആഹ്ലാദ പ്രഹർഷങ്ങൾക്കപ്പുറത്ത് കവിത എന്തു ചെയ്യുന്നു എന്ന ചോദ്യം പ്രസക്തമാണ്. ഭാവന ആശയക്കുഴപ്പമുണ്ടാക്കുന്ന പ്രതിനിധാനമെന്ന് ദെക്കാർത്തെ പറയുന്നുണ്ട്. ഈ ആശയക്കുഴപ്പങ്ങൾക്കപ്പുറത്ത് പുതിയ ഉദാത്തതകളെ സൃഷ്ടിക്കാനും ഉൽപ്പാദിപ്പിക്കാനും നിർമ്മിക്കാനും രൂപപ്പെടുത്താനുമുള്ള കലയുടെ സർഗശേഷിയെ അതിന്റെ രാഷ്ട്രീയ സാധ്യതകളെ നാം തിരിച്ചറിയേണ്ടതുണ്ട്.ആ നിലയിൽ സമകാലികമായ പല കവിതകളും ചെയ്യുന്ന പ്രവൃത്തിയെന്തെന്ന് ആലോചനാവിഷയമാണെന്നു തോന്നുന്നു.

പദ്മദാസിന്റെ കളി, നിഷാനാരായണന്റെ 'കാട്ടിൽ ഒറ്റയ്ക്കൊരു ഷെയ്ക്സ്പിയർ (മാതൃഭൂമി ആഴ്ചപ്പതിപ്പ് 2021 നവംബർ 07-13) അനിത വിശ്വത്തിന്റെ അകം (മാതൃഭൂമി ആഴ്ചപ്പതിപ്പ് 2021 നവംബർ 14-20) എന്നീ കവിതകൾ വായിക്കും നേരത്താണ് ഇങ്ങനെ ചില വിചാരങ്ങളിലൂടെ നാം കടന്നു പോവുക.

ഭാഷയെയും പ്രമേയത്തെയും പുതുക്കുകയും സമകാലികമാക്കുകയും ചെയ്യുക എന്നത് ഏതൊരു ജൈവ കവിയുടെയും ലക്ഷണങ്ങളാണ്. ഗദ്യകവിതയെ മറികടക്കാനുള്ള ത്വര പുതിയ പല പുതുകവികളും അത്യാവേശത്തോടെ ബോധപൂർവം പ്രകടിപ്പിച്ചു കാണുന്നുണ്ട്. അതാവട്ടെ പലരെയും പലപ്പോഴും പഴഞ്ചൻ ഈണത്തിലേക്കും പൂതലിച്ച ഭാവുകത്വത്തിലേയ്ക്കുമാണ് കൊണ്ടെത്തിക്കുന്നത്. ഇവിടെ പരാമർശിക്കുന്ന കവിതകൾ അത്രമേൽ പഴഞ്ചനാണെന്ന അർത്ഥത്തിലല്ല ഇതു പറയുന്നത്. എങ്കിലും ഇത്തരം കവിതകൾ കൊണ്ടെന്താണ് പ്രതീക്ഷിക്കുന്നത് എന്നചോദ്യം പ്രസക്തമായി അവശേഷിക്കുന്നുണ്ട്.

പത്മദാസിന്റെ കവിത നോക്കൂ. ഒരു കഥാ കവിതയാണത്. കവിത കൊണ്ട് കഥ പറയുന്നതൊന്നും തെറ്റല്ല. തന്റെ പൊക്കണത്തിൽ ഒരു കിളിയെയും കൊണ്ടു നടക്കുന്ന ദീനയായ ഒരു പെൺകുട്ടി, അവൾ കുട്ടികൾ ക്രിക്കറ്റ് കളിക്കുന്ന ബൗണ്ടറിക്ക് ഒരു മൂലയിലായി നിൽക്കുന്നു. സിക്സറടിച്ച കൃശഗാത്രനായ ഒരു ചെറുക്കന്റെ നേരെ നോക്കി അവൾ പറഞ്ഞു " പത്തു രൂപയ്ക്കീ കിളിക്കുഞ്ഞിനെത്തരാം ചേട്ടാ ഭക്ഷണം കഴിച്ചിട്ടൊത്തിരി നാളായ്പ്പോയീ" ആ കുട്ടിയാവട്ടെ തന്റെ പോക്കറ്റിൽ നിന്നും പത്തു രൂപായെടുത്ത് ആ കിളിക്കുഞ്ഞിനെ വാങ്ങി. ആ സമയം ആ പെൺകുട്ടിയുടെ മനംതെളിഞ്ഞു. പിന്നെയോ

സമയം പാഴാക്കാതെ
തെല്ലു മോമനിക്കാതെ

കിളിയെ പറത്തുന്നു,
നീല വാനിലേക്കവൻ

ഇവിടെ പണം കിട്ടിയ പെൺകുട്ടിക്ക് ഭക്ഷണം കഴിക്കാമെല്ലോ എന്ന സന്തോഷം. സ്വാതന്ത്ര്യം കിട്ടിയ പറവയ്ക്കാവട്ടെ നീലവാനിലേറി പ്പറക്കാലോ എന്ന വ്യാമോഹം. നന്മ ചെയ്ത മനസ്സിന്നുടയവനായ ആ കുട്ടിയ്ക്കാവട്ടെ തന്റെ കർമ്മസാഫല്യത്തിന്റെ നിറവ്. യഥാർത്ഥത്തിൽ സിക്സർ അടിച്ചതിനേക്കാൾ വലിയ ഹർഷോന്മാദം അവന്റെ ഹൃദന്ത ത്തിൽ മുഴങ്ങുന്നുണ്ടാവണം.

അവസാനത്തെ ഒരു സന്ദർഭത്തിൽ കവിതയുടെ ചില ഓളക്കു ത്തുകൾ തീർക്കുന്നതൊഴിച്ചാൽ 'കളി'യിൽ എന്തു കാര്യം എന്ന് വായ നക്കാർ ചോദിച്ചു പോകും. പുതിയ കാലത്തിന്റെ ജീവിതസമസ്യകളെ അനുഭൂതിപരമായി നിർദ്ധാരണം ചെയ്യുക എന്ന കവിതയുടെ പ്രാഥമിക കർത്തവ്യം നിർവഹിക്കാതെ ഒരു കവിത കടന്നുപോകുന്നതിലുള്ള ദുഃഖ മായിരിക്കും മിക്കവാറും വായനക്കാർക്ക് ഉണ്ടാവാൻ സാധ്യതയുള്ളത്. കവിയുടെ ആത്മാഹ്ലാദമാവില്ല വായനക്കാരുടെ സൗന്ദര്യാവശ്യങ്ങൾ എന്ന് കവികൾ ഓർക്കാതെ പോകുന്നതെന്തേ?

'കാട്ടിൽ ഒറ്റയ്ക്കൊരു ഷേക്സ്പിയർ' ഇരിക്കുമ്പോഴും ഭാഷയുടെ സംഗീതാത്മകതകൊണ്ട് കവിത ഏതോ കാടുകയറുന്നതുപോലെ. കവിതയും കാടും തമ്മിലുള്ള ബന്ധങ്ങളിലേയ്ക്കൊക്കെ നമുക്കു സഞ്ച രിക്കാം. ആദ്യത്തെക്കവി രത്നാകരനെന്ന കാട്ടാളനായിരുന്നുവെന്നും നളചരിതത്തിലെ അവതാരിക കാന്താരതാരകമായിരുന്നെന്നും കണ്ടെ ത്തുമ്പോൾ ഷെക്സ്പിയർ കാട്ടിലിരുന്ന് കണ്ടെത്തിയത് എന്തെന്ന് അന്വേഷിക്കുകയാവും വായനക്കാർ. വിവർത്തനങ്ങളെ ആത്മാംശ മാക്കുമ്പോൾ അനുഭൂതിയുടെ ഒരു അപരിചിത കവാടം തുറക്കുകയാ വാം നിഷാനാരായണന്റെ ലക്ഷ്യം. "പടർത്തുന്നു ഗീതം പ്രഹർഷം പ്രപഞ്ചം" എന്നല്ലാതെ മറ്റെന്തു പറയാൻ? കവിത എങ്ങനെ എഴുത ണമെന്നു പറയാൻ ഒരു വായനക്കാരനും അധികാരമുണ്ടാവില്ല. പക്ഷേ എഴുത്തധികാരത്തിന്റെ പ്രതിപക്ഷത്ത് നിലയുറപ്പിക്കാൻ മാത്രമെങ്കി ലും അയാൾക്ക് മൗലികാവകാശമുണ്ടാവണം. വായനാവകാശത്തെ എഴുത്തധികാരത്തിന് കീഴ്പ്പെടുത്തുന്ന രചനയുടെ മാമൂലുകളെ ധിക്ക രിക്കുമ്പോൾ മാത്രമേ നല്ല കവിതയെന്നും മോശം കവിതയെന്നുമുള്ള സാമാന്യ വേർതിരിവുകളെ നമുക്ക് മറികടക്കാൻ കഴിയൂ.

പാട്ടിൽ പൊലിഞ്ഞു പോകുന്ന കവിതയാണ് അനിത വിശ്വത്തിന്റെ 'അകം'. ഗദ്യത്തെ മറികടക്കാനുള്ള അത്യാവേശത്തിൽ ചലച്ചിത്ര ഗാന മായിത്തീരാനുള്ള ഉൽസാഹമാണ് കവിതയ്ക്കുള്ളത്.

കാടലിഞ്ഞിരിക്കുന്നതിന്റെ ജീവിതാനന്ദത്തിനു നടുവിലും ഒരു തീഞ്ഞരമ്പോടുന്നത് കവി കാണുന്നുണ്ട്. എങ്കിലും പദലയങ്ങളുടെ സ്വരതാളങ്ങളിൽ മുഴുകി അനുഭൂതിരഹിതമായി കവിത ഒഴുകിപ്പോകുന്നു. പാട്ടിൽ നിന്നും കവിതയൂറ്റിയൂറ്റിയെടുക്കുമ്പോളത് ജീവിതത്തിന്റെ ചാറാകും. വീര്യമുള്ള ആ ചാറാകുന്നു കവിത. സുഖാനുഭൂതി പകരുന്ന പാനീയമല്ലത്. പുതിയ കാഴ്ചയും ഉൾക്കാഴ്ചയും നൽകുന്ന വാഗ്‌ലോകമാണ്. പദ്യത്തിന്റെ കൊമ്പിലേറിയുള്ള ഊഞ്ഞാൽപ്പാട്ടല്ല കവിത. മനുഷ്യരുടെ നെഞ്ചകത്തിന്റെ ഉൾ മുഴക്കമാകുമത്.

നീലനീലമടക്കുകൾ തിരശീലയാക്കുമ്പോൾ
രാവുവന്നു മയപ്പെടുത്തിയതെത്ര നോവാണ്.
കെട്ടു വിട്ടകലാൻ മടിക്കുകിലെന്നിളങ്കാടേ,
വട്ടെഴുത്തു നിറഞ്ഞ ചുമരാസ്ഥീരുമെൻ നെഞ്ചം.
ഇടനെഞ്ചിൽ തുടിക്കട്ടെ കവിതകൾ.

നേരിട്ടുപറയുന്ന വാക്ക്
നേരല്ലാതെയാവുന്നതിന്റെ പോക്ക്

വീണ്ടും വീണ്ടും വായിച്ച് പൊരുളറിയാതെ കുഴങ്ങുന്ന കവിതകളുമുണ്ട്. പാട്ടിന്റെ വഴിയിലല്ലാത്തതിനാൽ നാം പലവഴി നടന്ന് കുഴയും. മോഹനകൃഷ്ണൻ കാലടിയുടെ അത്തരമൊരു കവിതയെക്കുറിച്ച് പറയാനാണ് ഇവിടെ ശ്രമിക്കുന്നത്. നമ്മുടെ മനസ്സിലെ ബാലഭാവനയെ തൊട്ടുണർത്തുന്ന കവിയാണ് മോഹനകൃഷ്ണൻ കാലടി. ദാർശനികമായ മാനങ്ങൾ നൽകുന്ന കവിതകളും കുറവല്ല. പാലൈസ് മുതൽ നമ്മളുതുനുകരുന്നു. നിഗൂഢതയുടെ പുറന്തോടിൽ പൊതിഞ്ഞുവെച്ച കവിതയും അദ്ദേഹത്തിന്റേതായുണ്ട്. ആത്മനിഷ്ഠമായ ഒരനുഭവലോകത്തു നിന്നാണ് ഓരോ എഴുത്തുകാരും തങ്ങളുടെ എഴുത്തിന്റെ പ്രേരണകൾ കണ്ടെത്തുന്നത്. പക്ഷേ ഓരോ വൈയക്തികമായ അനുഭവലോകങ്ങൾക്കും ഒരു സാമൂഹികതലം ഉണ്ടെന്നിരിക്കെയാണ് അത് വായനക്കാരുമായി സംവേദനത്തിൽ ഏർപ്പെടുന്നത്. അത്രമേൽ ആത്മനിഷ്ഠമായി ആവിഷ്കരിക്കപ്പെടുന്ന ചില താൽക്കാലികാനുഭവങ്ങളുടെ പുറമ്പോക്കിലാവും ചിലപ്പോൾ വായനക്കാർ എത്തിപ്പെടുന്നത്. അത് എഴുത്തുകാരുടെയോ വായനക്കാരുടെയോ കുറ്റമായിത്തീരേണ്ടതില്ല. വായനക്കാരെക്കണ്ടല്ല എഴുതേണ്ടതെങ്കിലും അപരർക്കുവേണ്ടിയാണ് ഓരോ വാക്കും എന്നു നാം ഓർക്കണം. ഇത്രയും സൂചിപ്പിക്കേണ്ടി വന്നത് മോഹനകൃഷ്ണൻ കാലടിയുടെ കരകൾ കരച്ചിലുകൾ എന്ന കവിത (മാധ്യമം ആഴ്ചപ്പതിപ്പ് 2021 നവംബർ 8) യുടെ വായനാനുഭവം കൊണ്ടാണ്.

രണ്ടു കരകളെ ബന്ധിപ്പിക്കുന്ന കടത്തുകാരന്റെ ആത്മസംഘർഷത്തിന്റെ കവിതയാണത്. നിശ്ശബ്ദഭാഷണം കൊണ്ട് സംവേദനം അസാദ്ധ്യമായിത്തീരുന്നു.

കടത്തു തോണി പറഞ്ഞു
അങ്ങോട്ടും ഇങ്ങോട്ടും
സുഖവിവരങ്ങളന്വേഷിച്ച്
ഞാൻ തളർന്നു പോയി സഖാക്കളേ-
ഇനി നിങ്ങൾക്ക് പറയാനുള്ളത്
നിങ്ങൾ തന്നെ നേരിട്ട് പറഞ്ഞു കൊള്ളിൻ

പിന്നീട് നേരിട്ടുള്ള പറച്ചിലിനാണ് നാം കാതോർക്കുന്നതെങ്കിൽ നമുക്ക് തെറ്റി. നേരിട്ടൊന്നും പറയുന്നില്ല എന്നു മാത്രമല്ല പറയുന്നതൊന്നും നേരുമല്ല എന്നു തോന്നും.

അങ്ങനെ അവശേഷിച്ച ഇരുകരകളെ ചിത്രീകരിക്കുന്നതു നോക്കൂ

ഇറങ്ങി നടക്കാൻ വന്ന ഘോഷയാത്രകൾ
പ്രിയപ്പെട്ടതെന്തോ എടുക്കാൻ മറന്നെന്ന്
വിലപിച്ച് മടങ്ങുമ്പോൾ,
നീന്തൽ പഠിക്കാൻ വന്ന ഒഴിവു ദിനങ്ങളെ
സന്ധ്യാവന്ദനത്തിനു വന്ന യാഗശാലകൾ
വിചിത്ര മൃഗങ്ങളാക്കി മാറ്റി
ആട്ടിത്തെളിച്ചു കൊണ്ടുപോകുമ്പോൾ,
മന്ത്രവാദിനിയെ കൊന്ന് നാടുവിടുന്ന ദുർമൂർത്തികൾ
പൊന്തയിലൊളിപ്പിച്ച നിധികൾ വീണ്ടെടുക്കാൻ
വരിനിൽക്കുമ്പോൾ,
വെളിക്കിരിക്കാൻ വരുന്ന
റോബോട്ടുകൾ
പുതിയ മേച്ചിൽപ്പുറങ്ങളുടെ ഭൂപടം തിരയുമ്പോൾ
വല്ല മാറ്റവുമുണ്ടോ എന്നറിയാൻ
വല്ലപ്പോഴും ഒരു കാറ്റ് വന്നെത്തിനോക്കിയാലായി.
മണലിൽ കാലുരച്ച്
ഒച്ചയനക്കിയാലായി

ഇത്രയും വായിച്ച് കരയുടെ അല്ല കവിതയുടെ ഭാഷയറിയാതെ നാം ഒരു കരയായി നൂറ്റാണ്ടുകൾ ബാക്കിവെച്ചുപോയ ഭാഷയുടെ അപൂർണതയ്ക്കു മുമ്പിൽ പരസ്പരം തനിച്ചായിത്തീരുന്നു. കവിത സംവദിക്കുന്നില്ലല്ലോ എന്ന കരച്ചിലുകൾ കരയ്ക്ക് പിടിച്ച് തടവിലിട്ട പിടച്ചിലുകളായി മാറുന്നു. രാപ്പകലുകൾ ടാഗചെയ്ത് കവിത കരകളെപ്പോലെ ബാക്കിയാവുന്നു.

ജ്ഞാനോദയത്തിന്റെ മൗനം

നാട്ടിൻപുറം ഒരു ഭൂഭാഗമല്ലാതെ ജീവിത സ്വത്വമായി മലയാളത്തിൽ ആവിഷ്കരിക്കുന്ന കവിയാണ് നന്ദനൻ മുള്ളമ്പത്ത്. മുടിക്കൽപുഴ, കോമാങ്ങ എന്നീ സമാഹാരങ്ങളിലൂടെ നാട്ടിൻ പുറത്തിന്റെ തുടിക്കുന്ന ജീവിത സത്യത്തെ തീവ്രമായ സ്പർശിനികളായി കവിതയിൽ അയാൾ ആവിഷ്കരിച്ചു പോരുന്നു. കേവലമായ നൻമകളുടെ സമൃദ്ധിയല്ല നന്ദനന് സ്വന്തം നാട്. അത് വഞ്ചന കൂടി ചൂഴ്ന്നു നിൽക്കുന്ന നാട്യങ്ങളൊന്നുമില്ലാത്ത മനുഷ്യപ്പച്ചയുടെ ജീവൽലോകം തന്നെയാണ്. സാധാരണ മനുഷ്യരിൽ അമർന്നിരിക്കുന്ന രാഷ്ട്രീയവും ഫിലോസഫിയും നന്ദനന്റെ വാക്കിൽ നിലീനമായിരിക്കുന്നു. അദ്ദേഹത്തിന്റെ റാബിയ (മാധ്യമം ആഴ്ചപ്പതിപ്പ് 2021 നവംബർ 8) എന്ന കവിത മറ്റു കവിതകളെ പോലെ നാടിന്റെ സ്വത്വത്തെ മാത്രം രേഖപ്പെടുത്താൻ ശ്രമിക്കുന്ന കവിതയല്ല. സത്യാന്വേഷണത്തിന്റെ പെൺപേരാണ് റാബിയ. ആശാന്റെ നളിനിയിൽ നിന്നും മുന്നോട്ടു നടക്കുന്നവളാണവൾ. ഇതിനർത്ഥം നന്ദനൻ മുള്ളമ്പത്ത് ആശാനും മേലെയാണ് എന്നല്ല. മറിച്ച് നളിനി നടന്നു തീർന്ന വഴികളിൽ നിന്ന് മുന്നോട്ടു നടക്കുന്നവളാണ്. “എന്റെയേകധനമങ്ങെന്റെ ഭോഗമങ്ങെന്റെ മോക്ഷവും” എന്ന് ചൊല്ലി ദിവാകരന്റെ മാറിടത്തിൽ മോക്ഷം പ്രാപിക്കുന്ന നളിനിക്കപ്പുറത്ത് പ്രിയപ്പെട്ടവന് തന്റെ സ്നേഹോപഹാരം നൽകി നാടുവിട്ടു പോകുന്നവളാണ്. വീടുപേക്ഷിച്ചു പോകുന്ന സിദ്ധാർത്ഥൻ ബുദ്ധനാകുന്നതു പോലെ വീടുവിട്ടു പോകുന്ന റാബിയ വായനക്കാരിൽ ഒരു ബോധിവൃക്ഷം നടുന്നുണ്ട്. ബോധോദയത്തിന്റെ ഒരു പെൺപാഠം.

ആർത്തനാദങ്ങൾക്കപ്പുറത്ത് നിശ്ശബ്ദതയാണ് റാബിയയുടെ ആവിഷ്കാരം. ജ്ഞാനോദയത്തിന്റെ ഒരു മൗനം അവളിൽ ചൂഴ്ന്നു നിൽക്കുന്നുണ്ട്.

കടുത്ത വേനൽ ദിവസം
ഞങ്ങൾ നിന്ന
ശബ്ദം നിറഞ്ഞ ആ വഴിയിലെ
ഉരുകുന്ന ചൂടിനുമപ്പുറം
ദൂരെക്കാണുന്ന
വേറൊരു പാതയുടെ
തുടക്കത്തിലേയ്ക്ക് നോക്കി
റാബിയ പറഞ്ഞു
നമുക്കാവഴി പോകാം
അവിടെ ഒച്ചയുണ്ടാവില്ല

അധികം ആർക്കും പരിചയമില്ലാത്ത ജ്ഞാനത്തിന്റെ നിശബ്ദ വഴിയിലൂടെയാണ് റാബിയയുടെ സഞ്ചാരം. അതാവട്ടെ നളിനി ഉപേക്ഷിച്ചിടത്തു നിന്നുള്ള ഒരു പെൺവഴി കൂടിയാണ്. ആ നിശബ്ദത അവിടെ ഇപ്പോഴും ലയിച്ചിരിക്കുന്നു എന്ന് കവിക്ക് തോന്നുന്നുണ്ട്. എവിടെയോ കേട്ട, പകരുവാനാവാത്ത ഒരഗാധഗാനമായ് കവി അതിന് പേരിടുന്നു. റാബിയ. അഥവാ ജ്ഞാനസ്നേഹത്തിന്റെ നിശ്ശബ്ദത.

സ്ത്രൈണതയുടെ പലവിധ ആവിഷ്ക്കാരങ്ങൾക്കൊണ്ട് ശ്രദ്ധേയമാണ് സമകാലിക കവിത. ആദ്യമാദ്യം പുരുഷന്റെ നോട്ടങ്ങളിലായിരുന്നു പെണ്ണ്. പിന്നെ പിന്നെ സ്ത്രീത്വം തങ്ങളുടെ സ്വത്വത്തെ തിരിച്ചറിയുകയായിരുന്നു. പൂമുഖവാതിൽക്കൽ സ്നേഹം വിടർത്തുന്ന പൂന്തിങ്കളല്ല ഭാര്യയെന്നും ലേബർറൂം വേദനയുടെ കൂടി ഒരു പുഴയാണെന്നും തിരിച്ചറിയുകയും സ്ത്രൈണതയുടെ ആരോപിതമായ ഉദാത്തതയിൽ നിന്നും അവൾ പതുക്കെ പതുക്കെ പുറത്തു കടക്കുകയുമായിരുന്നു. ഈ പുറത്തു കടക്കലും തിരസ്ക്കാരവുമാണ് അയാളുടെ വീട് എന്ന കവിത (Wtp live. in 3d November 2021) യിൽ ഐഷ ഹഷ്ന ആവിഷ്ക്കരിക്കുന്നത്.

അവളെ അയാളായിരുന്നു ഉപേക്ഷിച്ചിരുന്നതെങ്കിൽ ഇപ്പോൾ അവൾ അയാളെ ഉപേക്ഷിച്ചു തുടങ്ങിയിരിക്കുന്നു. അവൾ അയാളുടെ വെളിച്ചത്തിൽ തിളങ്ങുന്ന ഒരു ഉപഗ്രഹമല്ല. അവളിപ്പോൾ സ്വയം പ്രകാശിക്കുന്ന ഒരു കുഞ്ഞു സൂര്യനാണ്. അവൾക്ക് തനിക്ക് ചുറ്റിലും പ്രകാശം ചൊരിയണം. തന്റെ കുടുസ്സുകളെ, തടസ്സങ്ങളെ നീക്കണം. അവന്റെ വീട് അസ്വാതന്ത്ര്യത്തിന്റെ ഇരുണ്ട ഇടനാഴികളാണെന്ന് അവൾ മനസ്സിലാക്കുന്നു. സ്വകാര്യതകൾ ഒളിപ്പിക്കാനില്ലാത്ത നിലക്കണ്ണാടികളാണ് ചുറ്റും. താൻ നഷ്ടപ്പെട്ടു പോകുന്ന ഒരിടമാണ് ഭർതൃഗൃഹമെന്ന തിരിച്ചറിവ് അവളെ സ്വാതന്ത്ര്യ മോഹങ്ങളുടെ ശാദ്വല സ്ഥലികളിലേയ്ക്ക് പറത്തിക്കുന്നു.

നാലാമത്തവൾ പറഞ്ഞു
അയാൾ വീടിന്റെ ഒരു മുറി
എപ്പോഴും പൂട്ടിയിട്ടു.
ഞാനതിന്റെ പൂട്ട് തുറക്കാൻ ശ്രമിച്ചുകൊണ്ടിരുന്നു.
കയ്യിലെ താക്കോൽ തീർന്നു
പൂട്ട് തുറന്നില്ല
ഞാൻ നിരാശയോടെ മടങ്ങി.
അഞ്ചാമത്തവൾ പറഞ്ഞു
വാതിലുകളും ജനലുകളും

ഇല്ലാത്ത ഇരുട്ട് വീടായിരുന്നു.
വായു കടക്കാത്ത വീട്ടിലിരുന്നു
ശ്വാസംകിട്ടാതെ ഞാൻ നിലവിളിച്ചോടി.

ഇതുവരെ ശാശ്വതവും ഉദാത്തവുമായിക്കരുതിപ്പോന്ന ഈ ഇരുട്ടിനെയും നിശ്ശബ്ദതകളെയുമാണ് തടവറയായി സ്ത്രീകൾ ഇന്ന് തിരിച്ചറിയുന്നത്. അതിന്റെ വെളിച്ചത്തിന്റെ വാങ്മൂപമായി ഈ കവിത മാറുന്നു.

യഥാർത്ഥത്തിൽ കാലത്തിന്റെ സ്ഥലിക ബിംബങ്ങളാണ് കവിത. കാലത്തെ സൗന്ദര്യാത്മകമായി നിർദ്ധാരണം ചെയ്യാൻ കഴിയുമ്പോഴേ കവിത പ്രവർത്തിച്ചു തുടങ്ങുന്നുള്ളൂ.

വാക്കേ... വാക്കേ...
കുടിവിടെ

സ്മരണകളുടെ തുടരുകളാണ് കാല്പനികതയുടെ അപരഭാഗം. വാക്കുകൾ ഭൂതത്തിലേയ്ക്ക് ചേക്കേറുമ്പോൾ ഭാവനകൾ ഗൃഹാതുരമായിത്തീരും. അതിന്നും മലയാള കവിതയുടെ വഴി തന്നെ. ഓർമ്മകൾ എപ്പോഴും തിളങ്ങും. ചിലപ്പോൾ തിളച്ച മറിയും. വാക്കിന്റെ നാനാവഴികളിലൂടെ കവിതകൾ ഇന്നു സഞ്ചരിക്കുന്നു. അതിൽ നനുനനുത്ത ഓർമ്മച്ചിത്രങ്ങളുണ്ട്. തുടുതുടുത്ത വികാര വിവശതകളുണ്ട്. ചൊകചൊകയുള്ള പ്രതിരോധധ്വനികളുണ്ട്, വിഷാദമധുരമായ മോഹനകാവ്യങ്ങളുണ്ട്, ബിംബാവലികളുടെ നടന രംഗങ്ങളുണ്ട്. ആ വിധം സമകാലിക കവിത ബഹുസ്വരതകളുടെ കേളീരംഗമാണ്.

പൊട്ടിപ്പോയ സ്നേഹബന്ധത്തിന്റെ നൂലിഴകൾ സ്മരണയിലൂടെ പേർത്തും പേർത്തും തുന്നിച്ചേർക്കുകയാവും ഓരോ അനുരാഗിയും ജീവന്റെ അന്ത്യനാൾവരെ. വിഫലമായിപ്പോയ ആ സുന്ദരനിമിഷങ്ങളെ കനവിൽ ആറ്റിയാറ്റിയെടുത്ത് അവർ കാലം കുടിച്ചു തീർക്കുന്നു. സ്നേഹത്തിന്റെ മുൾമുനയിൽ കോർത്തു പോകാത്ത ജീവിതമാർക്കാണുള്ളത്? യാഥാർത്ഥ്യമായിത്തീർന്നതല്ല, വിഫലമായിപ്പോയതാണ് പേലവമായ ചിന്താതന്തുക്കൾക്കൊണ്ട് കോർത്ത് കോർത്ത് കെട്ടുക. ആ സ്മരണയിൽ ആർദ്രമായിത്തീരും വാർദ്ധക്യത്തിന്റെ വിവശതകൾ പോലും. ബാല്യത്തിലോ കൗമാരത്തിലോ യൗവനത്തിലോ ഉന്മാദത്തിലാഴ്ത്തിയ ആ ഊഷ്മള നിമിഷം, വിറയാർന്ന നീൾവിരലുകളും തുടിച്ചു തുടിച്ചു നിന്ന ചെറുകാമനകളും സ്വപ്നത്തിൽ ഇപ്പോഴും കോരിത്തരിപ്പിക്കുന്നുണ്ടാകും.

അവന്റെ നീൾ വിരലുകൾ വീഞ്ഞു പോലെ പതയു
മ്പോൾ
ചെറുമുല തുടിക്കുന്ന തുള്ളിടുന്ന തരിക്കുന്നു.
ഇനി ഇനി ഇനിയും എന്നുടൽ പൊന്തിയുയരുന്നു....
താമരത്തണ്ടു പോലെ,ന്നാൽ ഉരുക്കിലും ഉരുക്കായ-
തേതോ തന്നു, വിരലുകൾ തപ്പിത്തപ്പി തിരയുന്നു
പരസ്പരം തൊട്ട് തൊട്ട് ചേർന്നിരുന്നു, ചൂടു പൊന്തി,
പിരിഞ്ഞു, വീട്ടിലേക്കോടി, കരൾ തേനാൽ കനപ്പെട്ടു.

എത്ര മനോഹരമായാണ് ജീവിത സായാഹ്നത്തിലും പിടയ്ക്കുന്ന ആ സ്നേഹക്കിനാവിനെ വി.എം.ഗിരിജ ആവിഷ്കരിക്കുന്നത് (അന്ത്യാഭിലാഷം, മാതൃഭൂമി ആഴ്ചപ്പതിപ്പ് 2021 നവംബർ 21)

ബാല്യത്തിന്റെ തുടുത്ത സ്മരണകളാണ് വാർദ്ധക്യത്തോളം ചെന്നെത്തി ചൈതന്യം പകരുന്നത്. ഒമ്പതിൽ പഠിക്കുന്ന ചെറുപാവാടക്കാരത്തി പത്താം ക്ലാസിൽ വന്ന നീല പാന്റുകാരനിൽ അനുരക്തയാവുകയാണ്. അവനുമായി സംഗമിക്കുന്നത് സ്വപ്നത്തിൽ ദർശിക്കുന്നു. ആ സ്നിഗ്ധ സന്ദർഭം മായാതെ ഉള്ളിൽ ഒരു കിനാത്തരിയായി മിന്നുന്നു. എന്നാൽ ജീവിതം വേറെയേതോ വഴിച്ചാലുകൾക്കീറി സഞ്ചരിക്കുന്നു.

മിന്നുകൊണ്ട് കോട്ട കെട്ടി പൊന്നുകൊണ്ട് വേലി കെട്ടി ജീവിച്ചു വന്ന നാളിലും പൂർത്തിയാകാത്ത ആ സമാഗത്തിന്റെ മാസ്മരിക ഗന്ധം അവളുടെ മനസ്സിനെ ആവേശിക്കുന്നു.

കൊതിയുണ്ട്... കൊതിയുണ്ട്... പറയാൻ ഞാൻ കുതി
ക്കുന്നു
ആ മകരമഞ്ഞിൽ പൂത്തമാവിൽ ചുറ്റും മുല്ലവള്ളി-
യാകുവാനും ഇരുട്ടിന്റെ തേൻപശയിൽ ഇഴുകാനും
ദൂരെ മഹാനഗരത്തിൽ മോടിയുള്ള ഹോസ്പിറ്റലിൽ
തവിട്ടു കണ്ണുള്ള, കന്യാമുലയൊരാൾ കൊതിക്കുന്നു.
മാമ്പൂ മണം മുല്ലപ്പൂവിൽ അലിയിച്ച രാത്രി വീഞ്ഞു
തേനൊഴിച്ചു തന്ന ചുണ്ടും കവിൾക്കുമ്പും തിരയുന്നു.

അസംതൃപ്തമായിപ്പോയ സ്നേഹ കാമനയുടെ ബാക്കിപത്രമായി വി എം ഗിരിജയുടെ 'അന്ത്യാഭിലാഷം' പ്രവർത്തിക്കുന്നു. അപക്വമെന്ന് അപഹസിക്കുന്ന കാലത്തിന്റെ ജീവിതാനുഭവങ്ങളാണ് തീ വെളിച്ചം വീഴ്ത്തി എന്നും തിളങ്ങിക്കൊണ്ടിരിക്കുക. വ്യവസ്ഥപ്പെട്ട് ജീവിച്ച കാലത്തിന്റെ വൈരസ്യങ്ങൾക്കു നടുവിലും മാറ്റു പോകാതെ അപക്വതയുടെ മിന്നലാട്ടങ്ങൾ എത്ര സുന്ദരമാണ്? ഒന്നിൽ നാം ജീവിച്ചു തീർക്കുന്നു. മറ്റേതിൽ ജീവിതം തുളുമ്പുന്നു.

താഴോട്ട് താഴോട്ട് ഒഴുകട്ടെ മേൽമേൽ

മേലോട്ടുയരുന്ന കണ്ണുകളും താഴോട്ട് പതിക്കുന്ന നോട്ടങ്ങളും ഉണ്ട്. ഒന്ന് ദൈവത്തിന്റെ പരമപഥത്തിലേയ്ക്കെങ്കിൽ മറ്റേത് അവശതയുടെ മനുഷ്യാവസ്ഥകളിലേയ്ക്കായിരിക്കും. യഥാർത്ഥത്തിൽ മുകളിലേയ്ക്ക് നോക്കിയാൽ അല്ല താഴോട്ട് നോക്കിയാൽ തന്നെയാണ് ദൈവത്തെ കാണുക.

കരിനിലമുഴുമകർഷകരോടും
വർഷം മുഴുവൻ വഴിനന്നാക്കാൻ
പെരിയ കരിങ്കൽ പാറനുറുക്കി നുറുക്കി
യൊരുക്കും പണിയാളരൊടും
എരിവെയിലത്തും പെരുമഴയത്തും
ചേർന്നമരുന്നു ദൈവം
മണ്ണാർന്നിരു കൈകളിലും

എന്ന് ടാഗോർ പറയുന്നതതുകൊണ്ടാണ്.

ദൃഷ്ടികൾ താഴോട്ടുതാഴോട്ടൊഴുകട്ടെ മേൻമേൽ എന്ന് മനുഷ്യ സ്നേഹികൾ പാടുന്നുണ്ട്. ഒറ്റപ്പെടലിൽ നിന്നാവാം വിഷാദ സാന്ദ്രമായ വീണ്ടുവിചാരങ്ങളിലേയ്ക്ക് മനുഷ്യ മനസ്സുയരുന്നത്. “ഒടുവിൽ ഞാൻ ഒറ്റയാകുന്നു “ എന്ന വിലാപം അസ്വസ്ഥ ജനകമാണെങ്കിൽ അതൊരാത്മ നിർവൃതിയായി, നിറവായിത്തീരുന്ന നിമിഷങ്ങളും മനുഷ്യർക്ക് കുറവല്ല. ഒറ്റയ്ക്കുള്ള ഇരിപ്പ്, ഒറ്റയ്ക്കുള്ള നടത്തം, ഒറ്റയ്ക്കുള്ള ട്രെയിൻ യാത്രകൾ എല്ലാറ്റിലുമുണ്ടാകും ഉള്ളുണർത്തുന്ന ജീവിതത്തുടിപ്പുകൾ. മിസ്രിയ ചന്ദ്രോത്തിന്റെ ‘ട്രെയിൻ യാത്രയിൽ ‘ (True copy Webzines 22nd November packet 52) നമുക്കത് അനുഭവിക്കാൻ കഴിയുന്നു.

മരണത്തിന്റെ ഗന്ധമുള്ള സ്നേഹത്തെക്കുറിച്ചാണ് അവർ ട്രെയിൽ യാത്രയിൽ വായിക്കാൻ ആഗ്രഹിക്കുന്നത്. മഴമൂടിയ അന്തരീക്ഷം അവരെ വേദന തിന്നുന്ന സ്ത്രീരൂപമാക്കി മാറ്റുന്നു. മനസ്സാകെ ദുഃഖാർദ്രമാവുന്നു. ട്രെയിൻ മുന്നോട്ടു നീങ്ങുമ്പോൾ അവർ പിന്നിലായിത്തീരുന്ന അനേകരെ കാണുന്നു. ഈ നേരം അവർക്ക് ഒറ്റയായിത്തീരുക എന്നത് ജീവന്റെ തെളിവുകൾ നൽകുന്ന അത്യാഹ്ലാദ നിമിഷങ്ങളായിത്തീരുന്നു.

ഒറ്റയായിപ്പോവുക എന്നത്
ഒരു കണക്കിന് മനോഹരമായ
കാര്യമത്രേ.
ഒറ്റക്കായിപ്പോകുമ്പോൾ നമ്മൾ

ട്രെയിൻ പാളത്തിനപ്പുറമുള്ള വീടുകൾ
കാണുന്നു.
കുട്ടികളെ കാണുന്നു
അവർ കൈ വീശുന്നു
നമ്മൾ തിരിച്ചും കൈ വീശുന്നു
അവർ നമ്മളെ ഒറ്റയ്ക്കാക്കി പിന്നോട്ട്...:
പിന്നോട്ടോടുന്നു
നമ്മൾ അവരെ ഒറ്റയ്ക്കാക്കി
മുന്നോട്ടോടുന്നു

ഈ സമയം അവരുടെ ദൈന്യതയുടെ ചിത്രമാണ് യാത്രക്കാരിൽ ഉദിക്കുക. അതിൽ ചിലരെ ചേർത്തു നിർത്തണമെന്ന് കരുതും. ലോകം എത്രമാത്രം ദന്തുരമാണെന്ന ചിന്ത അന്നേരം ഉയിരെടുക്കും. ഒപ്പം ജീവിതത്തെക്കുറിച്ചുള്ള നിരാശയും. ഹാ! മനുഷ്യൻ എത്ര സുന്ദരമായ പദം എന്നല്ല, "മർത്യ ജൻമത്തേക്കാൾ ദയനീയമായി മറ്റെന്തൊന്നുള്ളൂ പാരിൽ" എന്ന ജ്ഞാന ദർശനത്തിലേയ്ക്കാണ് നാം എത്തിച്ചേരുക.

ഒരു സാധാരണ ദൃശ്യത്തിൽ തത്ത്വജ്ഞാനത്തിന്റെ അംശങ്ങൾ കലർത്തി വായനക്കാരിൽ കവിതയെ ഉയിരെടുപ്പിക്കാനുള്ള ഉറപ്പ് ഈ കവിത നേടുന്നുണ്ട്. എങ്കിലും കവിതയെഴുത്തിന്റെ ബാലാരിഷ്ടതകൾ പിന്നിട്ടില്ല എന്നു തോന്നു. തീവ്രമായ ജീവിതാനുഭവങ്ങളിലൂടെ കടന്നു വന്ന് ഭാഷ കുറേക്കൂടി ജീവത്താകുമ്പോൾ കവിതയ്ക്ക് ആനുഭവികമായ ഒരു തീവ്രത കൈവരും.

ജീവിതോത്സവങ്ങൾക്ക് നടുവിലും ഉള്ളിൽ തിളയ്ക്കുന്ന തീക്കുണ്ഡവുമായി നടക്കുന്ന അനേകരുണ്ടാവും. ആഹ്ലാദാരവങ്ങൾക്കിടയിൽ അപരർ ഈ ഉൾവേവലുകൾ അറിയുന്നേയില്ല. ജീവിതത്തിന്റെ വിരുദ്ധാവസ്ഥകളിൽ ആന്തോളനമാടുന്ന മനുഷ്യജന്മങ്ങളെ ആമോദത്തിമർപ്പുകൾക്കിടയിൽ ആരറിയാൻ? ഈ മാനുഷികമായ സത്യത്തിന്റെ ഭാവനാലോകമാണ് പീരുലപണ്ടക എന്ന ധന്യ എം.ഡിയുടെ കവിത (സമകാലിക മലയാളം 2021 നവംബർ 22). നാട്ടുൽസവത്തിന്റെ പശ്ചാത്തലത്തിൽ പറയാൻ കഴിയുന്ന ഒരു ജീവിത സത്യത്തെ പീരുലപണ്ടക എന്ന ആന്ധ്രയിലെ ഒരു ഗ്രാമോത്സവത്തിന്റെ പശ്ചാത്തലത്തിലാണ് ആവിഷ്ക്കരിച്ചിരിക്കുന്നത്.

ഊരുത്സവം നടക്കുന്ന ഒരു ആഷാഢമാസ രാത്രി. തണുത്ത മണ്ണിൻ മൈതാനത്തിന്റെ നടുവിൽ പട്ടമരങ്ങൾ കൊത്തി തീക്കൊളുത്തി കനലാറ്റി ഒരാൾ ഇരിക്കുന്നു. അതിന്റെ ചുട്ടുനീറ്റലുണ്ടയാൾക്കുള്ളിൽ.

ഇരുട്ടിൻ തിരയടിക്കുന്ന ചോളപ്പാടങ്ങൾക്കുമൊപ്പം വെള്ളിവെളിച്ചം വീശുന്നുണ്ട്. പക്ഷേ അയാളുടെ ഉള്ളിൽ ആളുന്നത് മറ്റൊരു തീയായിരുന്നു. ഉത്സവാഘോഷങ്ങൾ കൊട്ടിത്തകർക്കുന്നു, തപ്പതാളങ്ങൾ പെരുകുന്നു. അതിനിടയിലൊരാൾ നോവുപോലെ ഷഹനായ് ചിതറിക്കുന്നു. ഉള്ളിലാറാതൊന്നു ചുമക്കുന്നുണ്ടയാൾ. ഓരോ പാട്ടിന്റെ താളത്തിലും വേദനയുടെ നീറ്റലുകൾ അയാളിൽ പെരുകിക്കൊണ്ടിരിക്കുന്നു.

അയാളുടെ കയ്യിൽ നിന്നും
അന്നേരം താളം തെന്നി
അവളുടെ മൂക്കുത്തിയാൽ
അയാളുടെ നെഞ്ചിടിപ്പുകൾ
നിരതെറ്റിയ പല്ലിൽ
വാടിയ ചുണ്ടിൽ
അവളാകെ
മിന്നും വാൾ വീശുമോർമ്മകൾ

അവളോടൊപ്പം പങ്കിട്ടെടുത്ത സ്മരണകൾ അന്നേരം തീജ്വാലയായ് ജ്വലിക്കുന്നു. അവളോടൊട്ടിയ നേരം. എന്നാൽ ആ ഓർമ്മകളെല്ലാം ഒടുക്കി മറ്റൊരാളായ് ജീവിക്കണം എന്നയാൾ കരുതുന്നു. തന്നിലെ കാമുകനെ അയാൾ ഭഗ്നമാക്കുന്നു. പ്രാണൻ ചത്ത അയാളുടെ ശരീരം അവളുടെ മൂക്കുത്തിയിൽ ഒട്ടിക്കിടക്കുന്നു.

നിലാവിനുവേണ്ടിയുള്ള പോർക്കളം

മനുഷ്യ ജീവിതത്തിന്റെ കാണാലോകങ്ങളെ പുറത്തെടുക്കാനുള്ള തീവ്രശ്രമമാണ് കവിത നിർവഹിക്കുന്നത്. മലയാളിക്ക് പരിചയമില്ലാത്ത ഒരു പശ്ചാത്തലത്തിലാണ് കവിത നടക്കുന്നതെങ്കിലും മനുഷ്യഭാവങ്ങൾക്കെവിടെയും സമാനതകൾ കാണാം. ആ നിലയിൽ ശ്രദ്ധേയമാണ് ധന്യ എംഡിയുടെ പീരുലപണ്ടക.

ആഖ്യാന മട്ടുകൊണ്ട് പെട്ടെന്ന് ശ്രദ്ധയിലേയ്ക്കെത്തുന്ന കവിതയാണ് രാജീവ് പുലിയൂരിന്റെ ന്യൂ കാറൽസ്മാൻ ചരിതം (മാധ്യമം ആഴ്ചപ്പതിപ്പ് 202 1 നവംബർ 29). പഴയ കാലത്തെ പ്രസിദ്ധമായ ചവിട്ടു നാടകമായിരുന്ന കാറൽസ്മാൻ ചരിതം. വിദ്വാനും കവിയും നടനുമായിരുന്ന കൊച്ചിക്കാരൻ വറീച്ചനുണ്ണാവി രചിച്ച ഈ ചവിട്ടുനാടകം എ.ഡി. എട്ടാം ശതകത്തിൽ ഫ്രാൻസിൽ ജീവിച്ചിരുന്ന വിശുദ്ധ റോമൻ ചക്രവർത്തി കാറൽസ്മാൻ എമ്പ്രദോരും അദ്ദേഹത്തിന്റെ പാതിരിമാരും

കൂടി തുർക്കികളെ തോൽപ്പിച്ച് ക്രിസ്തുമതാവലംബികളാക്കിയതാണ് ഇതിവൃത്തം. ധാരാളം യുദ്ധ വർണ്ണനകളുടെയും പ്രണയരംഗങ്ങളുടെയും പാതാളപര്യടനങ്ങളുടെയും ധീരകൃത്യങ്ങളുടെയും അത്ഭുതസംഭവങ്ങളുടെയും വിവരണങ്ങൾ ഉൾച്ചേർന്ന് കിടക്കുന്ന ഈ ചവിട്ടു നാടകത്തിന്റെ പുതിയ കാവ്യാഖ്യാനമാണ് രാജീവ് പുലിയൂരിന്റെ കവിത. കാറൽസ്മാൻ ചരിതം അഞ്ച് ഭാഗങ്ങളേ ഉള്ളൂവെങ്കിൽ രാജീവിന്റെ ന്യൂ കാറൽസ്മാൻ ചരിതം പതിനെട്ട് ഭാഗങ്ങളുണ്ട്. ഇവിടെ നടക്കുന്ന യുദ്ധം പുതിയ വികസന രീതികളിൽ നിന്നും അതിന്റെ മൂലധന താല്പര്യങ്ങളിൽ നിന്നും ദേശത്തെ തിരിച്ചുപിടിക്കാനാണ്. വെളിച്ചത്തിനു വേണ്ടിയുള്ള യുദ്ധമല്ലിത്. നിലാവിനു വേണ്ടിയുള്ള പോർക്കളമാണ് കവിത ഒരുക്കുന്നത്.

"എങ്ങും പുകഴ്ചിറൈന്ത പൊങ്കും പ്രാം സൈനികരിൽ തുങ്കനായ് വാഴ്കിതെന്റെ തങ്ക മുടിയരചൻ" എന്ന് പലകയിൽ ആഞ്ഞുചവിട്ടി താളങ്ങൾക്കൂട്ടി മറിഞ്ഞ് ഉറയുന്നതിന്റെ ആരവം നവ വികസനത്തിനെതിരെയുള്ള പടയോട്ടത്തിന്റെ വരവാണ് അറിയിക്കുന്നത്. കേരളത്തിന്റെ തനിമയിൽ, നിലാവിന്റെ തെളിമയിൽ, അതിന്റെ സൗരഭത്തിൽ ജീവിക്കാനാണ് അയാൾ ഇഷ്ടപ്പെടുന്നത്.

ഒരു ഭാഗത്ത് നിറഞ്ഞ ഗ്രാമീണതയുടെ ചിത്രങ്ങൾ. മേക്കാമോതിരം ധരിച്ച പെണ്ണുങ്ങൾ കായലിനു നടുവിലൂടെ തോണിയിൽ നിലാവിൽ പോകുന്നു. അതിന്റെ ശബ്ദം, പിന്നീട് അവരുടെ അടക്കിപ്പിടിച്ച ഒച്ചകളും കേൾക്കാം. ഇത്ര പെട്ടെന്ന് നേരം വെളുത്തോ? അയാൾ ആശ്ചര്യപ്പെട്ടു. തെങ്ങിൻ തടങ്ങളിൽ കാക്കകൾ, പ്രാവുകൾ, കോഴികൾ, രണ്ടു മൂന്നു പട്ടികൾ, പശുക്കൾ ഇവയൊക്കെ നിറഞ്ഞിരിക്കുന്നു. എന്നാൽ കടവത്ത് അതേ നേരം മറ്റൊരു കാര്യം നടക്കുന്നുണ്ടായിരുന്നു. അതെന്താണെന്നോ? ദൂരെ ഒരു കണ്ടെയ്നർ ലോറി ചെട്ടി ഭാഗത്തേയ്ക്ക് തിരിയുകയാണ്. അത് ഒടിച്ചിട്ടും വളഞ്ഞ് കിടന്ന വഴിയിൽ ചരിഞ്ഞു കിടന്ന വഴിയിൽ ചരിഞ്ഞു കിടന്ന ഒരു പോസ്റ്റിന്റെ അറ്റത്ത് തട്ടി. ആ കണ്ടെയ്നർ ലോറിയിൽ ഏഴുപേരുടെ തൊപ്പികൾ, പത്തു മുപ്പതു പടയാളികൾക്കുള്ള പടച്ചട്ടകൾ, തോടകൾ, വാളുകൾ, തോൾവളകൾ, ആഭരണങ്ങൾ, കാൽച്ചട്ടകൾ... നിലാവിൽ കായലിന്റെ നടുവിലൂടെയുള്ള റോഡിലൂടെ കണ്ടെയ്നർ ലോറികൾ പോവുകയാണ്.

ഒരു ഭാഗത്ത് നിലാവിലുലാവുന്ന ഗ്രാമീണ സൗരഭം. മറുതലയിൽ നിരനിരയായ് ഒഴുകുന്ന നഗര ഭീകരത. പൊക്കാളിപ്പാടത്തിനു നടുവിലൂടെ ഹൈവേ. ഗ്രാമം വളർന്ന് വളർന്ന് എങ്ങോട്ടോ പോകുന്നതുപോലെ. ഈ രണ്ടവസ്ഥകളെ, മലയാളിയുടെ ജീവിതം അകപ്പെട്ട

വിരുദ്ധാവസ്ഥകളെ ചവിട്ടു നാടകത്തിന്റെ മട്ടിൽ ആഖ്യാനം ചെയ്യുമ്പോൾ ന്യൂ കാറൽമാൻസ് ചരിതം പുതുഭാവന എങ്ങനെയാണ് പാരമ്പര്യവുമായി ചേർന്ന് പ്രതിരോധമായിത്തീരുന്നത് എന്ന് നമുക്ക് മനസ്സിലാകും.

സ്ത്രൈണാവസ്ഥകളുടെ വൈഭിന്യമാർന്ന ആവിഷ്കാരം കൂടിയാണ് മലയാള കാവ്യചരിത്രം. ആദ്യമാദ്യം പുരുഷൻമാരുടെ കണ്ണിലൂടെ അവർ സ്ത്രീകളെ നോക്കി. പിന്നെ പിന്നെ സ്ത്രീകൾ തന്നെ അവരെ വീണ്ടെടുക്കാൻ തുടങ്ങി. അപ്പോൾ ചരിത്രത്തിന്റെയും വർത്തമാനത്തിന്റെയും ചിത്രമാകെ മാറിമറിഞ്ഞു. പെണ്ണുങ്ങളുടെ ഇതുവരെ കാണാത്ത ഛായാപടങ്ങൾ തെളിഞ്ഞു തെളിഞ്ഞു വന്നു. ശരീര സൗന്ദര്യത്തിനപ്പുറത്ത് സ്വത്വത്തെ കണ്ടെത്താനുള്ള ശ്രമങ്ങളാണ് നടന്നത്. സ്വന്തമായി മുറിയും ഭാഷയുമില്ലാത്ത സ്ത്രൈണതയെ വർജീനിയാ വുൾഫും സ്ത്രൈണതയെന്ന സാംസ്കാരിക സ്വത്വത്തെ സിമോങ് ദി ബുവറും കാട്ടിത്തരുന്നുണ്ട്. അത് മലയാളിയുടെ സാംസ്കാരികാവബോധത്തിൽ വലിയ കോളിളക്കങ്ങളാണ് സൃഷ്ടിച്ചത്.

"മുറികളെല്ലാം തൂത്തുവാരി അരികറി ഞാൻ വെച്ചു/അരിയ കൂടപ്പിറപ്പുകളെ പരിചരിച്ചു പോന്നു/ അവരിറങ്ങി പോയി ഞാനുമവശതയിൽ വീണു" എന്ന് മലയാളിപ്പെണ്ണിന്റെ അടുക്കള ലോകത്തെ പതിറ്റാണ്ടുകൾക്കു മുമ്പ് വൈലോപ്പിള്ളി ആവിഷ്കരിച്ചിരുന്നു. അകത്ത് കാളിയും പുറത്ത് ദാസിയുമായി പിളരുന്ന പെണ്ണവസ്ഥകളെ പലപാട് വർത്തമാനവും ചിത്രീകരിച്ചു. ഇവിടെ സന്ധ്യ ഇ യുടെ ഒമ്പത് പെണ്ണുങ്ങൾ ക്രിക്കറ്റ് കളിക്കുന്നു എന്ന കവിത (മാതൃഭൂമി ആഴ്ചപ്പതിപ്പ് 2021 നവംബർ 28- ഡിസംബർ 04) യിൽ അടുക്കളയിലകപ്പെട്ട പെണ്ണനുഭവങ്ങളെയല്ല അരങ്ങത്ത് അപമാനിക്കപ്പെടുന്ന സ്ത്രൈണതയെയാണ് ആവിഷ്കരിക്കുന്നത്.

കിടപ്പറയിലെ കളികളൊഴിച്ച് യഥാർത്ഥത്തിൽ സ്ത്രീകൾക്ക് കളികളുണ്ടോ? വീട്ടിലെ കാര്യങ്ങൾക്കപ്പുറത്ത് അവൾക്കെന്തു കളി? ഇനി കളികളുണ്ടെങ്കിലോ, ഏതു കളിയിലും അവളെ വീട് പിൻതുടർന്നു കൊണ്ടേയിരിക്കും. പതിനൊന്ന് പേര് കളിക്കേണ്ടിടത്ത് ഒമ്പത് പേര് കളിക്കിറങ്ങേണ്ടിവരും "തൊടക്കത്തീ പേരുകൊട്ടുക്കുമ്പം/ പതിനൊന്നുമുണ്ടാര്ന്ന്/ വിമാനത്തീ കേരണേനു തൊട്ടു മുമ്പാ/ ഒര്ത്തീടെ വീട് ഓടിവന്ന് കാലേ ചുറ്റീന്നും പറഞ്ഞേച്ച്/ അവളിട്ടേച്ചു പോയത്/ കരച്ചലും പിഴച്ചു മാര്ന്ന്/ അപ്പഴാ ഞങ്ങള് പത്ത് പേര് മതീന്ന് വെച്ചത് "സ്ത്രീയെ സംബന്ധിച്ച് വീട് അസ്വാതന്ത്ര്യത്തിന്റെ ശീതീകരണ സ്ഥലമാണ്.

സുരക്ഷിതത്ത്വത്തേക്കാൾ അസ്വാതന്ത്ര്യത്തിന്റെ മുള്ളുകളെ മുളപ്പിക്കുന്ന താണ് അവർക്ക് വീടുകൾ. "ഗ്രൗണ്ടിലെറങ്ങാൻ നേരവാ മറ്റൊര്ത്തീടെ വീടവളെ/ മൊഴി ചൊല്ലാ മ്പോണെന്ന ഫീഷണി വന്നത് " ഇങ്ങനെ ഒരു ഭാഗത്ത് അകപ്പെടുത്തിയും മറുഭാഗത്ത് പുറന്തള്ളിയും പെണ്ണിനെ അസ്ഥിരപ്പെടുത്തുന്നുണ്ട് വീടുകൾ.

പുറത്തിറങ്ങുന്ന നേരത്ത് അവൾക്കു മുമ്പിൽ ഒരു കടല് നിവർത്തി വെയ്ക്കും ആൺ സമൂഹം. അതൊക്കെ കുടിച്ചു കുടിച്ചു വറ്റിക്കണം. അതു കഴിഞ്ഞാലോ ഒരഗ്നിപർവതത്തെ എങ്ങാണ്ടോന്നോ പൊഴക്കി വഴി കൊണ്ടു വെയ്ക്കും. അതിനെ അവർ ഉടുത്തതോണ്ടാറ്റി കെടുത്തിക്കളയും. പിന്നെ വിഷപ്പാമ്പുകളെ വിടും. എന്നാൽ അതിനെ നല്ല വാക്ക് പറഞ്ഞ് പറഞ്ഞയക്കും. അതും കഴിഞ്ഞ് തീയിൽ ചാടി ചാരിത്ര്യം തെളിയിക്കാൻ പറയും. എളുപ്പത്തിൽ അതും ചെയ്തു തീർക്കും. എല്ലാം കഴിഞ്ഞു വേണം ജീവിതത്തിന്റെ കളിക്കളത്തിലിറങ്ങാൻ. ഇറങ്ങിക്കഴിഞ്ഞാലോ, ഈ പുറം ലോകം തങ്ങളുടേതല്ലെന്ന് അവർക്ക് തോന്നും. ആൺ കടകൾ ആൺ സഞ്ചാരങ്ങൾ ആൺ വാഹനങ്ങൾ " ബാൽക്കണി നെറച്ചും ജനോണ്ടാരുന്നേലും കൂടെയാരുമില്ലാത്ത കുട്ടാര്ന്ന്" പിന്നെ പിന്നെ പല പല വിളികളായി ആക്ഷേപങ്ങളായി.

ഒന്നും കണ്ടില്ല കേട്ടില്ല എന്ന മട്ടിൽ നിന്ന് കളിച്ച് കളിച്ച് ചിലപ്പോൾ ജയിക്കും. ഒരിക്ക ജയിച്ചകളീടെ ഓർമ്മകള് മതിയാവും വല്ലാണ്ട് വെഷമം വരുമ്പോൾ ഒന്ന് ചാരി നിൽക്കാൻ, ഒന്ന് കെട്ടിപ്പിടിക്കാൻ. "പുറപ്പെട്ടേടത്തു തന്നെയാണ് ആയിരം കാതമവൾ നടന്നിട്ടും".

നോവുതിന്നുന്ന വാക്കിന്റെ പക്ഷി

ആത്മാനുഭവങ്ങളെ ആത്മീയമായ അനുഭൂതികളാക്കി മാറ്റുമ്പോൾ വാക്കുകൾ തികഞ്ഞ സൗന്ദര്യ സ്വരൂപമായി മാറും, അനുഭവങ്ങൾ അനന്തബിംബങ്ങളായി നൃത്തം വെയ്ക്കും, ചടുലമായതൊക്കെയും ധ്യാനലീനമായി തുടിക്കും. മലയാളത്തിൽ കവിതയെ ഇങ്ങനെ പരിചരിക്കുന്ന അധികം പേരുണ്ടാവില്ല. പി കുഞ്ഞിരാമൻ നായരിൽ, ആർ രാമചന്ദ്രനിൽ ഒക്കെ പരിചയപ്പെട്ട വാക്കിന്റെ സൗന്ദര്യലീലയെ ഇപ്പോൾ നമുക്ക് അതീവലീനമായി കാണാൻ കഴിയുന്നത് കെ.ടി സൂപ്പിയിലാണ്. അദ്ദേഹത്തിന്റെ വാക്കുകൾ "വിടർന്ന് വിടർന്ന് ആകാശങ്ങളിലേയ്ക്കും ഇഴഞ്ഞിഴഞ്ഞ് ഭൂമിയിലേയ്ക്കും ബുദ്ധനോളം വളരും". ഏഴു നിറങ്ങളിൽ ഒരു രാത്രി എന്ന തന്റെ കവിത (മാതൃഭൂമി ആഴ്ചപ്പതിപ്പ് 2021 നവംബർ 28- ഡിസംബർ 04) യിൽ വാക്കിന്റെ ആത്മീയമായ സഞ്ചാരമാണ്

അദ്ദേഹം നടത്തുന്നത്. ചില നേരങ്ങളിൽ അത് രാഷ്ട്രീയ മുഴക്കങ്ങളായി പരിണമിക്കുകയും ചെയ്യും.

ഒരു രാത്രിയുടെ ഏഴു നിറങ്ങളെ കവി ആവിഷ്കരിക്കുന്നു.

സന്ധ്യയുടെ കവാടത്തിലൂടെ
രാത്രിയിലേയ്ക്ക് പറക്കാൻ
ഇനിയുമുണ്ടാകാം മണ്ണിൽ
അനേകം ചിത്രശലഭങ്ങൾ
വാക്കുകൾക്ക് വല്ലപ്പോഴുമേ
പക്ഷികൾ ചിറകുകൾ നൽകാറുള്ളൂ.

കവിയെ സംബന്ധിച്ച് സ്വാതന്ത്ര്യത്തിന്റെ പക്ഷികളാണ് വാക്കുകൾ. ചിറകു നീർത്തുവാനാവാതെ തൊണ്ടയിൽ പിടയുകയാണൊരേകാന്തരോദനം എന്ന് ബാലചന്ദ്രൻ ചുള്ളിക്കാട് പറയുമ്പോഴും വാക്കുകൾ പക്ഷികളായി പറക്കുക തന്നെയാണ്. “വാക്കേ വാക്കേ കൂടെവിടെ” എന്ന് എം ഗോവിന്ദൻ ചോദിക്കുന്നുണ്ട്. ചേക്കയില്ലാതുഴലുന്ന ഒരു പറവയെ കവി വാക്കിൽ കാണുന്നു. കാക്കയ്ക്കു മാത്രം പോര കൂട്, വാക്കിനും വേണം. കൂടുകൾ വിട്ടു പറക്കുന്ന വാക്കിനെ ചൊല്ലിയാണ് കെ.ടി സൂപ്പി സ്വപ്നം കാണുന്നത്. ഇരുട്ടിലേയ്ക്ക് പറക്കുന്ന ചിത്രശലഭങ്ങളല്ലവ. വെളിച്ചത്തിലേയ്ക്ക് കുതിക്കുന്ന ചിറകുകളാണ്.

വെളിച്ചവും ഇരുട്ടും എന്ന ദ്വന്ദ്വത്തെ കാവ്യാത്മകമായി പലബിംബങ്ങളായി പൊലിപ്പിച്ചെടുക്കാൻ കവിക്ക് കഴിയുന്നുണ്ട്. “ഇനിയും തെളിയാത്ത/ ദൂരങ്ങളിൽ/പിന്നെയും നീ കാണുന്ന/ കറുപ്പിലാണ്/ ജീവിതത്തിന്റെ/ അക്ഷരങ്ങൾ/ മരണത്തിന്റെയും”(അക്ഷരം) എന്ന് പണ്ടേ കണ്ടെത്തിയ കവിയാണ് അദ്ദേഹം. വായിച്ചു മതിയാകാതെ ഇരുണ്ടു പോയ ആകാശങ്ങളിൽ, കോടമഞ്ഞുകാണുന്ന കറുത്ത വിധവയിൽ, വെളുപ്പിലും കറുപ്പിലുമായി തിരക്കു കൂട്ടുന്ന മഴമേഘങ്ങളിൽ, മണ്ണിൽ വീഴുന്ന ആകാശക്കീറിൽ, കടലിൽ മുങ്ങിപ്പോയ രാത്രിയിൽ എല്ലാം അയാൾക്ക് കാണാം ജീവിതവും മരണവും ഇരുളും വെളിച്ചവും തമ്മിൽ നടത്തുന്ന ഒളിച്ചുകളി.

മുറിപ്പെടുത്തുന്ന അക്ഷരങ്ങളിൽ മുള്ളുകൾ നിറഞ്ഞ ഒരു കൊടുംവനമുണ്ടെന്ന് അയാൾ മനസ്സിലാക്കുന്നു. സ്വാതന്ത്ര്യത്തിന്റെ ലോകത്തെ വാക്കുകൾ കൊണ്ട് എത്ര തന്നെ ആവിഷ്കരിച്ചാലും മതിയാവുകയില്ല. വെളുപ്പിലും കറുപ്പിലും തിരക്കു കൂട്ടുന്ന വാക്കുകളാണ് കവിതയായിപ്പെയ്യുന്ന മഴ. വേദനയുടെ മഹാകുന്നുകളിലേയ്ക്കാണ് കവിയുടെ വാക്കുകൾ സഞ്ചരിക്കുന്നത്. അങ്ങനെ നോവു തിന്നുന്ന വാക്കിന്റെ പക്ഷിയായി കവി മാറുന്നു.

ഉറുമ്പുകളും പക്ഷികളുമാണ് വാക്കിൽ നിറയുന്നത്. ആകാശത്തെ ക്കുറിച്ചല്ല മണ്ണിൽവീണ വിഹായസ്സാണ് അയാൾക്ക് കവിതകളായിപ്പി റക്കുന്നത്. കടലിൽ മുങ്ങിപ്പോയ നിലാവെളിച്ചവും. ഈ വിധം ആത്മാ വിന്റെ ഉള്ളറകളുമായി സംസാരിക്കുന്ന വാക്കുകളാണ് ഏഴു നിറങ്ങ ളിൽ ഒരു രാത്രി.

ഇങ്ങനെ കവിത പലവിതാനങ്ങളിൽ പല ലോകങ്ങളിലൂടെ സഞ്ച രിക്കുന്നു. ഉറുമ്പിനെപ്പോലെ മണ്ണിലൂടെ, പറവയെപ്പോലെ ആകാശത്തി ലൂടെ, മനുഷ്യരെപ്പോലെ സങ്കല്പത്തിലൂടെ.

വൻകരയും മൺതരിയും

ചരിത്രവസ്തുതകളിൽ നിന്നല്ല, സ്വന്തം അനുഭവസ്ഥലികളിൽ നിന്നാണ് പുതുകവിത അവശ്യാവശ്യമായ എല്ലുകൾ ശേഖരിക്കുന്നത്. അതുകൊണ്ടു തന്നെ വലിയ വലിയ ചരിത്രാനുഭവങ്ങളോട് അതെപ്പോഴും പരാങ്മുഖമായി നിൽക്കുകയും ചെയ്യും. ഭാരതമെന്ന് പേർകേട്ടാൽ അഭിമാനപൂരിതമാവുകയോ കേരളമെന്ന് കേട്ടാൽ ചോര തിളയ്ക്കുകയോ ചെയ്യുന്നില്ല അവയ്ക്കിപ്പോൾ. "ഉണരിനുണരിനുള്ളിലാത്മ ശക്തി/ പ്രണയമെഴും സഹജാതരേ ത്വരിപ്പിൻ/ രണപടഹമടിച്ചു ജാതി രക്ഷ-/സ്സണ വൊരിടങ്ങളിലൊക്കെയെത്തി നേർപ്പിൻ" (ആശാൻ) എന്നാഹ്വാനം ചെയ്യാനും ഇന്നത്തെ കവിത തയ്യാറല്ല.

ഭാരതപ്പുഴയോ പമ്പാനദിയോ പേരാറോ പെരിയാറോ അവയുടെ പ്രചോദനത്തിന്റെ ഉറവിടമേയല്ല. മുടിക്കൽപ്പുഴയും നരമ്പനക്കുളവുമാവണം അവയുടെ ആവാസകേന്ദ്രം. അതുകൊണ്ടാണ് പുതു കവിതയെ ഒരു വിഭാഗം കവികളും വായനക്കാരും പരിസര കവിതയെന്നും ചുറ്റുപാടിന്റെ കവിതയെന്നുമൊക്കെ പേരിട്ട് വിളിച്ചു പോരുന്നത്. "ദൂരക്കാഴ്ചയവൾക്കില്ലെന്നാൽ കാണാം കാൽക്കീഴിൽ/ ഓരോ മൺതരി പോലുമവൾക്കതി സൂക്ഷ്മം തറമുഴുവൻ" (പി പി രാമചന്ദ്രൻ) എന്ന് പുതിയ ഭാവുകത്വത്തെ നേരത്തെ അടയാളപ്പെടുത്തിയതാണ്.

എന്നാൽ സമീപകാലത്തായി കവിതയിൽ ചരിത്രത്തിന്റെയും ദേശീയതയുടെയും മതേതരത്വത്തിന്റെയും മുദ്രകളും മുഴക്കങ്ങളും വീണ്ടും

വീണ്ടും കണ്ടും കേട്ടും തുടങ്ങുകയായി. നേരത്തെ ഉപേക്ഷിച്ചതിനെ വീണ്ടെടുക്കാനുള്ള പുതിയൊരു ശ്രമത്തിലാവാം സമകാലിക കാവ്യ ചേതന എന്നു തോന്നുന്നു.

എം പി അനസ് ഈ ദിശയിൽ പുതു ഭാവനയിൽ ഇടപെട്ടുകൊണ്ടിരിക്കുന്ന കവിയാണ്. അദ്ദേഹത്തിന്റെ അയ്യങ്കാളി മാല കവിതയെ ചരിത്രവൽക്കരിക്കുന്ന വലിയൊരു ശ്രമമായിരുന്നു. ഇപ്പോഴിതാ വാഗൺ ട്രാജഡിയുടെ ചരിത്രത്തിൽനിന്നുള്ള ചൂളം വിളിയുമായി അദ്ദേഹം വീണ്ടും വന്നെത്തിയിരിക്കുന്നു. വാഗൺ കൂട്ടക്കൊല (True copy Webzines 03 December 2021).

കവിയുടെ അഭിപ്രായത്തിൽ ചരിത്രം വിസ്മരിക്കപ്പെടേണ്ട ഒന്നല്ല. തന്റെ കാലത്തെ വീണ്ടും വീണ്ടും ചരിത്രവൽക്കരിക്കേണ്ടതിന്റെ ആവശ്യകതയാണ് ആഴത്തിൽ അയാൾ തിരിച്ചറിയുന്നത്. വിശേഷിച്ചും ചോര കൊണ്ടു ചാലിച്ച സമരചരിത്രം

നൂറ്റാണ്ടാം തീവണ്ടി
ഓടിക്കുതിക്കുമേ
കാറ്റുള്ള കാലമാ
ചരിതം തുടരുമേ

എന്ന നിലപാടാണ് ചരിത്രത്തെ സംബന്ധിച്ച് കവിപുലർത്തിപ്പോരുന്നത്. പ്രതിരോധത്തിന്റെ ആ മാപ്പിള വീര്യത്തെ എല്ലാ തീവ്രതയോടെയും ആവിഷ്ക്കരിക്കാൻ ശ്രമിക്കുന്നുണ്ട്. മാപ്പിളപ്പാട്ടിന്റെ ഒരു ചൊൽവടിവ് സ്വീകരിക്കുന്നതോടെ സ്വത്വപരമായ ഒരു ഉണർവ്വു കൂടി കവിതയ്ക്ക് കൈവരുന്നു.

നാടിന്റെ മോചന
പൂതിപ്പെരുത്താരെ
സമരത്തിൻ വീരിതം
നാട്ടിൽപ്പുലർന്നതേ
റൂഹതെടുക്കുവാൻ
മലബാറിൻ ദേശത്തും
കൊടുമയായപരാധം
കാട്ടിയെ വെള്ളക്കാർ

ഈവിധം സ്വാതന്ത്ര്യ സമരത്തെ ഇപ്പോഴും അനുഭവവേദ്യമാക്കാൻ ശ്രമിക്കുന്നു. ചരിത്രത്തിന്റെയും പാട്ടിന്റെയും ഈടുവെയ്പുകളെയെല്ലാം നവീനമായ ഒരാഖ്യാനരീതിയോടെ കാത്തുപോരുന്നു.

ഭൂതകാലത്തിൻ കദനതന്തുക്കൾ

സ്മരണകൾക്കെപ്പോഴും കദനത്തിന്റെ മധുരമുണ്ടാകും. ദാരിദ്ര്യവും അനാഥത്വവും നഷ്ടപ്പെടലുകളുമെല്ലാം ചവിട്ടിക്കുഴച്ച ഒരു ബാല്യകാല പ്പെരുവഴിയിലൂടെയാവും ഇന്നത്തെ മലയാളിയുടെ ജീവിത യാത്രക ളുടെ വഴികളധികവും. സാധാരണ മനുഷ്യരിൽ സ്മരണകൾ മാത്രമായി പതിഞ്ഞു പോയ നിശ്ശബ്ദ വേദനകൾ കവികൾ അരച്ചരച്ച് തങ്ങളുടെ കാവ്യാനുഭൂതികളാക്കി പരുവപ്പെടുത്തും. സമകാലിക കവിതയുടെ ഒരാ വിഷ്ക്കാരലോകം സ്മരണകളുടെ ഇത്തരം ഹരിത സ്ഥലികളത്രേ.

ഭൂതകാലത്തിന്റെ വേദനകളിൽ ഏറ്റവും കൊടിയ വേദന ദാരിദ്ര്യം മാത്രമാവാൻ തരമില്ല. ദാരിദ്ര്യം ഒരു കാലത്തിന്റെ കറയടയാളമാണെ ങ്കിൽ അനാഥത്വവും കൂടിക്കലരുന്ന ദാരിദ്ര്യം എത്രയോ അസഹ്യമായി രിക്കും. ബാല്യകാലത്തെ ഏറ്റവും വലിയ പീഡാനുഭവമാക്കുന്നത് ദാരി ദ്ര്യത്തിൽ മുങ്ങിയ ഈ അനാഥത്വമാണ്. അപ്പോഴാണ് ഒരു യത്തീമി ന്റെ ജീവിതം നമ്മെ കരളലിയിപ്പിക്കുന്നത്, കണ്ണീരണിയിപ്പിക്കുന്നത്.

തന്റെ ഉമ്മ മോന്തിമയങ്ങുന്ന നേരത്ത് പെരുങ്കാട്ടിലൂടെ തേങ്ങാ ച്ചോറിൽ പൂത്താലവുമേന്തി ആകാശച്ചെരിവിലൂടെ ഒരു നിലാച്ചിരി യായി വന്നെത്തുമെന്ന് ഒരു യത്തീം എന്നും സ്വപ്നം കാണും. അവന്റെ/ അവളുടെ കണ്ണിൽ പ്രകൃതി ഉമ്മയും ബാപ്പയുമായി രൂപംമാറും. ദാരി ദ്ര്യത്തിൽ ചാലിച്ചെഴുതിയ ഈ അനാഥത്വത്തെ യൂസഫ് നടുവണ്ണൂർ കാവ്യാനുഭവമാക്കി മാറ്റുന്നു യത്തീം എന്ന കവിത (മാധ്യമം ആഴ്ചപ്പ തിപ്പ് 2021 ഡിസംബർ 6) യിലൂടെ.

പെരുങ്കാട്ടിൽ പൂതേടിപോയവർ മടങ്ങി വരില്ലെന്ന് യത്തീമറി യുന്നില്ല. ഏതോ പ്രത്യാശയിൽ ഓരോ ദിവസവും അവർ തങ്ങളുടെ ജീവിതം ഉരുക്കഴിക്കുന്നു. കാത്തിരിപ്പിൽ കരിതേച്ച കോലായിത്തൂമ്പ ത്ത് വിളർത്തു നിൽക്കും എന്നും. "വെള്ള്യായ്ച്ചപ്പള്ളിക്ക് ബാവ വരും മോനേ" എന്ന ആശ്വാസം കഴിച്ച് കഴിഞ്ഞു കൂടും എപ്പോഴും.

കരി പിടിച്ചെത്തുന്ന മേഘരാത്രികൾ
കൊള്ളിയാൻ മിന്നി ഒച്ചയുണ്ടാക്കും
മേഘക്കീറിൽ പൂണ്ടുപോയ
ഒറ്റ നക്ഷത്രത്തെ ആരും കാണില്ല
കെട്ടുപോകുന്ന ആ മിന്നാമിന്നി
പൊട്ടി വിടരുന്ന ആ വെള്ളിവെളിച്ചത്തിൽ
ചിറകു കരിഞ്ഞു വീഴും

അനാഥത്വത്തിന്റെ ദൈന്യതയെയും അനുഭവലോകത്തെയും പ്രകൃതിയുടെ കാഴ്ചലോകവുമായി ചേർത്തുനിർത്തി നവ്യഭാവങ്ങൾ രചിക്കാൻ കവി ശ്രമിക്കുന്നു. പ്രകൃതി, പുരുഷൻ എന്ന വിരുദ്ധ ദ്വന്ദ്വങ്ങളെ പ്രകൃതിയുടെ മാനുഷികഭാവം കൊണ്ടു തന്നെ പരിഹരിക്കുന്ന ആധുനികതാവിരുദ്ധമായ ഒരു കല്പനാവിരുത് ഈ കവി പ്രകടിപ്പിക്കുന്നുണ്ട്. അതാവട്ടെ അനാഥത്വത്തെ ഏതോ തരത്തിൽ പ്രകൃതിയുടെ സനാതനഭാവമാക്കി മാറ്റുകയും ചെയ്യുന്നു.

ബാല്യത്തിൽ നിന്ന് വേദനയുടെ ഒരസ്ഥി ഊരിയെടുക്കുക കവികൾ നിത്യം ചെയ്യുന്നതെങ്കിലും അനന്യത കൊണ്ട് അനുഭവിപ്പിക്കുക ഏറെ ശ്രമകരമാണ്. അനുഭവവും ഭാഷയും കൂടിക്കലരുമ്പോഴാണ് അനുവാചകരുടെ അനുഭൂതി ലോകങ്ങളെ ഇളക്കിമറിക്കുന്നത്. കുപ്പായമിടാതെ കൂടെയോടിയ മുറ്റം, കരിപിടിച്ചെത്തുന്ന മേഘ രാത്രികൾ, മേഘക്കീറിൽ പൂണ്ടു പോയ ഒറ്റ നക്ഷത്രം, കെട്ടുപോകുന്ന മിന്നാമിന്നി എന്നിങ്ങനെയുള്ള രൂപകങ്ങളിലൂടെ ഹൃദ്യവും സമർത്ഥവുമായി യത്തീമിന്റെ ദൈന്യ ബിംബത്തെ നിർമ്മിച്ചെടുക്കുന്നു യൂസഫ് നടുവണ്ണൂർ.

സാമുദായികമായതിനെയൊക്കെയും സാമൂഹികമാക്കുന്നതാണ് കലയും സാഹിത്യവും. അങ്ങനെയാവുമ്പോഴും തീച്ചാമുണ്ഡി തെയ്യത്തെ കേരളീയ അനുഷ്ഠാന കലയാക്കുമ്പോൾ തന്നെ കുത്തുറാത്തീബിനെ ഇസ്ലാമികാചാരമായി മാത്രം പരിചരിക്കാനുള്ള ഒരു പ്രവണത ഇപ്പോഴും മലയാളിയുടെ മനസ്സിൽ തിടംവെച്ചു നിൽപ്പുണ്ട്. ആ വിഭജിതമായ ബോധത്തെ നല്ലമനുഷ്യർ മറികടക്കും. രക്തചാമുണ്ഡിയെപ്പോലെ, തീ ചാമുണ്ഡിയെപ്പോലെ കേരളീയമായ അനുഷ്ഠാനപാരമ്പര്യമായി അവരതിനെ ഉയർത്തിപ്പിടിക്കും. കവിയാവട്ടെ അതിന്റെ അനുഭൂതിയെ സാമുദായികപ്പുറത്ത് സൗന്ദര്യാത്മകമാക്കി മാറ്റും. വിഭജിതമാക്കുന്ന ഇരുട്ടിനെ വകഞ്ഞുമാറ്റി വെളിച്ചത്തിന്റെ കുമ്പാരത്തിൽ മലയാളിയുടെ കലാസ്വത്വത്തെ അവർ തിരിച്ചറിയും. ഡി അനിൽകുമാറിന്റെ 'റാത്തീബ്' (ദേശാഭിമാനി വാരിക 12 ഡിസംബർ 2021) ഈ വിധം കുത്ത് റാത്തീബിനെ സാമൂഹികാനുഭൂതിയാക്കി മാറ്റുന്നു. അതിന്റെ സൗന്ദര്യ ലോകത്തെ വിടർത്തിക്കാണിക്കുന്നു. പ്രാകൃതമെന്നെണ്ണുന്നതിനെ സർഗാത്മകം എന്നാക്കി തിരുത്തി എഴുതുന്നു.

ഒരാൾ ചിത്രം വരയ്ക്കുകയാണ്
കത്തികൊണ്ട്
ചോര മുറിച്ചൊഴുകി
അയാളുടെ ഉടലിൽ തന്നെ

കാഴ്ചക്കാരും
ക്യാൻവാസും.
ക്യാൻവാസിൽ
ചോര പടർന്ന്
മണ്ണിനെ ചുവപ്പിക്കും.

ത്യാഗത്തിന്റെ ശിക്ഷണം ഭോഗത്തിന്റെ കാഴ്ചപ്പണ്ടങ്ങളായ് മാറുന്ന നേരമാണെങ്കിലും ചോരനൽകി കാത്തു പോരുന്ന ഒരു കലാരൂപത്തിന്റെ വീര്യത്തെ കവിതയിൽ കുടിയിരുത്തുന്നു. ശരീരമെന്ന ക്യാൻവാസ് പതുക്കെ മാജിക്പീഠമായും സർക്കസ് കൂടാരമായും മാറുന്നു. രാത്രി കെട്ട് പകലിന്റെ വെള്ളപ്പൊടി എല്ലാറ്റിനെയും മായ്ക്കുന്നു. കലാകാരന്റെ വേദന മായാം, പക്ഷേ പ്രേക്ഷകരുടെ ആന്തലുകൾ മാഞ്ഞിട്ടുണ്ടാവില്ല അന്നേരം കവിത അനുഭവിച്ച വായനക്കാരുടെയും.

ഞാനികൾ

കവിതയിൽ അനാവശ്യമായി വരുത്തുന്ന ദുർഗ്രഹത കവിതയെ ജനങ്ങളിൽനിന്ന് അകറ്റുന്നു. ലബ്ധപ്രതിഷ്ഠരായവർ മുതൽ എഴുതിത്തുടങ്ങുന്നവർ വരെ അനുഭവവേദ്യമല്ലാത്ത കല്പനകളും ബിംബങ്ങളും കൊണ്ട് കവിത കുത്തിനിറയ്ക്കുന്നുണ്ട്. അങ്ങേയറ്റം ആത്മനിഷ്ഠതയോടെ കവിത എഴുതുന്നവർക്കുമാത്രമേ ഇങ്ങനെ സാധിക്കുകയുള്ളൂ. അങ്ങേയറ്റം വൈയക്തികമായി അനുഭവിച്ച ഒന്നിനെ അലങ്കാരങ്ങളും ബിംബാവലികളും തുന്നിച്ചേർത്ത് ചിത്രീകരിക്കുമ്പോൾ വായനക്കാർക്ക് അപ്പുരയുടെ ചുറ്റും മണ്ടി നടക്കുകയല്ലാതെ മറ്റൊരു മാർഗവുമില്ലാതെ വരുന്നു. ആനുകാലികങ്ങളിൽ എത്രയെങ്കിലും കവിതകളെ നമുക്ക് ഈ ഗണത്തിൽ ഉൾപ്പെടുത്താൻ കഴിയും. എഴുത്തുകാരന്റെ വ്യാഖ്യാനസൂചിക കൂടി ഇത്തരക്കാർ കവിതയ്ക്കുതാഴെ സൂചിപ്പിക്കുന്നത് നന്നാവും.

മോൻസി ജോസഫിന്റെ നിന്നെ ഞാൻ കാണിച്ച തരാം എന്ന കവിത (മാധ്യമം ആഴ്ചപ്പതിപ്പ് 2021 ഡിസംബർ 13) വായിച്ചപ്പോഴാണ് ഇങ്ങനെ കുറിക്കാൻ തോന്നിയത്. എന്താണ് അയാൾ കവിതയിലൂടെ കാണിച്ചുതരാൻ ഉദ്ദേശിക്കുന്നത്? ഇത്രയും ഗൂഢമായിപ്പറയേണ്ടതാണോ മനുഷ്യരുടെ പ്രശ്നങ്ങൾ? ഭാഷ തന്നെ പ്രതീകമാണെന്നിരിക്കെ അത്യധികമായി ബിംബാവലികൾ നിരത്തിവെയ്ക്കുന്നത് കവിതയെ വായനക്കാർക്ക് പൂർണമായും അപ്രാപ്യമാക്കും. ആ ദുർഗതിയാണ് ഇന്ന് പല കവിതകൾക്കും സംഭവിച്ചിരിക്കുന്നത്. എഴുത്തുകാരന്റെ ആത്മാങ്കുരങ്ങൾ കണ്ടെത്തി വേണം കവിത മനസ്സിലാക്കാൻ. കവിത

പോകുന്നതിങ്ങനെ, അജ്ഞാതനായ ഒരാളുടെ പിന്നാലെ നടക്കുന്നു മറ്റൊരാൾ.

ആൾ ഒന്നനങ്ങി
അയാൾ അങ്ങോട്ടു പോവുകയാണ്
ആളെ മനസ്സിലായോ
ആരാണയാൾ
ഉവ്വ്, ഞാൻ കണ്ടിട്ടുണ്ട്
ലൈബ്രറിയിൽ നിന്ന് ബീച്ചിലേയ്ക്ക് പോവുമ്പോൾ
അല്ലെങ്കിൽ തിരിച്ചു വരുമ്പോൾ
അവിടെയും ഇവിടെയും
വേറെ എവിടെ വരെച്ചെല്ലാം
പോക്കും വരവും
വരവും പോക്കും
ആരോ കെട്ടിവലിക്കുന്ന കൈയും കാലും

പിന്നീട് ഈ അപരിചതനെ പിന്നാലെ നടക്കുകയാണയാൾ. അയാളുടെ നടത്തം പ്രത്യേക താളത്തിലാണ്. ഒരുമാതിരി ചാടിച്ചാടി കുന്തിച്ചു കുന്തിച്ചു ഏതോ പുൽച്ചാടിയെ പിടിക്കാൻ പോകുന്നതു പോലെ. അയാളുടെ പിന്നാലെയുള്ള നടത്തം മറ്റെ അയാൾ ഉപേക്ഷിക്കുന്നില്ല. പെട്ടെന്ന് അയാൾ തല ചെരിച്ചു നോക്കി പിന്നാലെ വന്നവനോടു ചോദിക്കുന്നു " എന്താടോ " പിന്നീട് തുരുതുരാ അടി വീണു. രണ്ടു പേരും അങ്ങോട്ടും ഇങ്ങോട്ടും അടിയോടടി. ഞായറാഴ്ച പള്ളി കഴിഞ്ഞു വരുന്നൊരാൾ ഇതു കണ്ട് ചോദിച്ചു എന്താ ഒറ്റയ്ക്ക് നിന്ന് അടിക്കുന്നത്?

ഒറ്റയ്ക്കാ, ഞാൻ കിതപ്പോടെ ചോദിച്ചു
ഒരടി കൊടുത്താലോ?
വേണ്ടെന്നു വെച്ചു.

കവിത വായിച്ചു കഴിഞ്ഞാൽ വായനക്കാർക്ക് തോന്നുന്നതാവാം കവിതയിലെ ആ മനുഷ്യനും പറഞ്ഞിട്ടുണ്ടാവുക. "ഒരടികൊടുത്താലോ?/ വേണ്ടെന്നു വെച്ചു".

മലയാളികൾ എങ്ങനെയാണ് 'ഞാനി'കളായി മാറിയതെന്നത് നമ്മുടെ ആഴത്തിലുള്ള വർത്തമാനത്തിന്റെ അനുഭവലോകം തന്നെയാണ്. നീ ആരെയാണ് കൂടുതൽ സ്നേഹിക്കുന്നത് എന്ന് മലയാളിയോട് ചോദിച്ചാൽ എന്നെ തന്നെ എന്നതായിരിക്കും ഉത്തരം. അഭിമാനമായ ആത്മബോധം അങ്ങേയറ്റം പ്രതിലോമമായ അഹംബോധമായി പരിണമിച്ചത് എങ്ങനെ എന്നത് ഏറെ കൗതുകമുള്ള ജീവിതക്കാഴ്ചതന്നെ. ആത്മബോധം മലയാളിയിൽ പിന്നീട് ആത്മരതിയായി പൂത്തുനിറയുന്നുണ്ട്.

ഏറ്റവുമിഷ്ടം?
എന്നെ തന്നെ
അതു കഴിഞ്ഞാൽ
അതു
കഴിയുന്നില്ലല്ലോ?

എന്നിങ്ങനെ കെ ജി എസ് ഈ അവസ്ഥയെ പതിറ്റാണ്ടുകൾക്കു മുമ്പേ അടയാളപ്പെടുത്തുന്നു. അങ്ങേയറ്റം ആത്മരതിയിലകപ്പെട്ട മലയാളി വ്യക്തിത്വത്തെ പരിഹസിക്കുന്ന കവിതയാണ് പി എൻ ഗോപീകൃഷ്ണന്റെ അഭ്യർത്ഥന (മാതൃഭൂമി ആഴ്ചപ്പതിപ്പ് 2021 ഡിസംബർ 12-18).

അന്യന്റെ വാക്കുകൾ എന്ന സർഗാത്മകതയിൽ നിന്നും ഞാനെന്ന സംഗീതം എന്നതിലേയ്ക്കുള്ള ദൂരം ചെറുതല്ല. നമ്മൾ കൊയ്യുന്നവയലുകൾ മായുകയും ഞാനെന്ന പച്ചകളായി മാറുകയും ചെയ്തു. ഇത് മലയാളിയുടെ പുരോഗമന ജീവിതം താണ്ടിയ വഴികളല്ല ഉപേക്ഷിച്ച വഴിത്താരകളാണ്.

എന്നെ ആരോഗ്യവാനാക്കാൻ നടത്തുന്ന പ്രവർത്തനങ്ങൾ, പോസ്റ്റിട്ട് പോസ്റ്റിട്ട് മാതൃഭാഷയെ ഞാൻഭാഷയാക്കാൻ നടത്തുന്ന പരിശ്രമങ്ങൾ, എനിക്കുവേണ്ടി മാത്രം വാദിച്ച് വാദിച്ച് ഐക്യരാഷ്ട്ര സഭയെ ഇന്ത്യയുടെ മൂത്രപ്പുരയാക്കാൻ ശേഷിയുള്ളവനാണ് ഈ ഞാൻ. ആ എന്നെ കണ്ട് കണ്ട് മാർക്സിന് പോലും 'ചെ' എന്ന് തോന്നിക്കാണും. ഈ വിധം പൊള്ളയായിത്തീർന്ന ഞാനികളായി മാറിയ മലയാളികളെ നാം അഭ്യർത്ഥനയിൽ ഒന്നുകൂടി പരിചയപ്പെടുന്നു. ആവർത്തിക്കുന്ന ആഖ്യാനരീതി കൊണ്ട് ഗോപീകൃഷ്ണനും നരപെയ്യുന്നുവോ എന്നു തോന്നുന്ന നിമിഷങ്ങളിലൂടെ കവിതാവായന നമ്മെ കൊണ്ടുപോകുന്നുണ്ട്.

മലയാള കവിതയ്ക്ക് വിശേഷിച്ച് മൗലികമായ സംഭാവനകളൊന്നും നൽകാത്ത നിരവധി കവികൾ സജീവമായി എഴുത്തു തുടരുന്നുണ്ട്. പുരസ്കാരങ്ങളിൽ മെരുങ്ങിപ്പോയവരാണേറയും. അത്തരം ഒരു കവിയാണ് കണിമോൾ. കണിക്കൊന്ന, ആരൂഢം, കള്ളൻ, ഫുട്പാത്തിൽ ഒരുറുമ്പ്, ഉന്മാദികളുടെ പൂവ് എന്നിങ്ങനെ പ്രസിദ്ധീകരിച്ച പുസ്തകങ്ങൾക്കെല്ലാം പുരസ്കാരത്തിനർഹയാവുകയുണ്ടായി. എന്നാൽ ഭാഷയിലോ ആഖ്യാനസവിശേഷതയിലോ വിശേഷിച്ച് എന്തെങ്കിലും സംഭാവന ഈ കവിയുടേതായി മലയാളത്തിന് ലഭിച്ചിട്ടുണ്ട് എന്ന് തോന്നുന്നുമില്ല. അവരുടെ അന്യോന്യം എന്ന കവിത (മാതൃഭൂമി ആഴ്ചപ്പതിപ്പ് 202 1 ഡിസംബർ

05-11) ഒരു സജീവമായ വായനാനുഭവമൊന്നും പ്രദാനം ചെയ്യാതെ ഭാഷയുടെ പ്രത്യേകമായ ചേർത്തുവെയ്ക്കൽ കൊണ്ടു മാത്രം ശ്രദ്ധയാകർഷിക്കുന്ന കവിതയാണ്.

കടലും കരയും അതു കാണാനെത്തുന്ന മനുഷ്യരും തമ്മിലുള്ള അഭേദത്തിലൂന്നുന്നൊരു ദാർശനിക ശ്രമം കവിത ദുർബലമായെങ്കിലും നിർവഹിക്കുന്നുണ്ട്. നിരുപദ്രവപരമായി വാക്കിന്റെ കേളിയായി കവിതയെ പരിചരിക്കുന്നതിലാണ് ഇവർക്ക് താല്പര്യം.

തിരകളിൽ ജലത്തിന്റെ വിരഹ സിംഫണി
കറുത്ത തൊപ്പി വെച്ച സൂര്യന്റെ കോറിയോഗ്രഫി
ചെരുപ്പഴിച്ചപ്പോൾ
കരയ്ക്കും കടലിനുമിടയിലെ സുവർണ രേഖയിൽ
പാദപതനങ്ങളുടെ വേലിയേറ്റം

വാക്കുകളെയിങ്ങനെ ചേർത്തുവെച്ചാൽ ഉണ്ടാവാനിടയുള്ള അർത്ഥങ്ങളോട് എഴുത്തുകാരിക്ക് വിശേഷിച്ച് വലിയ ബാധ്യത കളൊന്നുമില്ലെന്നു തോന്നും. വ്യാഖ്യാന സാധ്യതകൾ വാക്കിനേറെയുള്ളതുകൊണ്ട് വായനക്കാർ "ആഹാ" എന്ന് ആഹ്ലാദം കൊള്ളും. അതിനപ്പുറത്തേയ്ക്കൊന്നും കവിതയും വായനക്കാരും തമ്മിൽ ഒരന്യോന്യവും സ്ഥാപിക്കാൻ കഴിയാതെ പോകുന്നു.

സ്ത്രൈണതയുടെ പരിമിതികൾ, അതിന്റെ അരുതായ്മകൾ, ആവിഷ്ക്കാര ലോകങ്ങൾ എല്ലാം ബഹുസ്വരമായി സംഭവിച്ചു കൊണ്ടിരിക്കുന്ന ഒരു വിതാനമാണ് സമകാലിക കവിതയുടേത്. സ്ത്രൈണ ജീവിതത്തിന്റെ സൂക്ഷ്മതകളിലേയ്ക്ക് ഓരോ പെണ്ണും ആത്മനിഷ്ഠമായി എത്ര തന്നെ ചുഴിഞ്ഞു നോക്കിയാലും അതിനെല്ലാം രാഷ്ട്രീയമായ ശബ്ദങ്ങൾ ഉണ്ടാകുന്നു എന്നത് ഏറെ ശ്രദ്ധേയമാണ്. അതാവട്ടെ പെണ്ണിനു മാത്രം കാണാൻ കഴിയുന്ന ഒരനുഭവ ലോകം മാത്രമല്ല താനും. ലിംഗവിഭജനത്തെ കവിഞ്ഞു നിൽക്കുന്ന ഒരു നീതിബോധത്തിന്റെ പേരാണ് ഇന്ന് സ്ത്രൈണത.

ജയ അബ്രഹാം എഴുതിയ ദ്വീപ്, സ്ത്രൈണതയുടെ ബഹുസ്വരാഖ്യാനത്തിൽ ഏറെ ശ്രദ്ധേയമായിത്തീരുന്ന കവിത (Wtp live in 1st December/issue 83) യാണ്. സ്ത്രൈണത എപ്പോഴും നഷ്ടപ്പെടലുകളുടെ ആവിഷ്ക്കാരമാണ്. അതുകൊണ്ടു തന്നെ അത് വീണ്ടെടുപ്പിന്റെ കൂടി പ്രവർത്തനമായിത്തീരുന്നു. നഷ്ടപ്പെട്ടുപോയ ആത്മബോധത്തിന്റെ തിരയലാണ് ഓരോ സ്ത്രീക്കും കവിതകൾ.

കാണാതെ പോയ
എന്തിനെയെങ്കിലും തേടുന്ന
സ്ത്രീയെ ഒന്നു നോക്കൂ
ഏകാഗ്രതയുടെ ഏക മുഖം.
വീടു മുഴുവൻ എല്ലാം മറന്ന്
അവൾ തേടിക്കൊണ്ടിരിക്കും
ഇന്നുവരെ കണ്ടെത്താത്ത
ഒരു വൻകര തേടുന്ന
നാവികന്റെ ഉൽസാഹം

സ്വന്തമായി മുറിയില്ലാത്തതിനെക്കുറിച് വെർജീനിയാ വുൾഫ് പറയുന്നുണ്ട്. ആ സ്വത്വം നഷ്ടപ്പെട്ടു പോയ സ്ത്രീയാണ് ഇവിടെയും മറ്റു പലതും തേടിക്കൊണ്ടിരിക്കുന്നത്. കാണാതെ പോയ ഒറ്റക്കമ്മൽ, മകളുടെ പുള്ളിയുടുപ്പിന്റെ നക്ഷത്രം കൊരുത്തൊരു ബട്ടൺ, ഇന്നലെ വാങ്ങിയ നീല കൈലേസ് എല്ലാം അവൾ അന്വേഷിക്കുന്നു. പക്ഷേ എന്നോ നഷ്ടപ്പെട്ടു പോയ തന്റെ സ്വത്വത്തെ കണ്ടെത്താൻ അവൾക്ക് കഴിയാതെ പോകുന്നു. "അവൾക്ക് അവളെ മാത്രം വീണ്ടെടുക്കാനാവാത്ത ഒരിരുണ്ട ദ്വീപായി നഷ്ടപ്പെട്ടുകൊണ്ടേയിരിക്കുന്നത്" അവൾ അറിയുന്നേയില്ല. ഈ നഷ്ടപ്പെട്ടുപോയതിനെയാണ് നാം സ്ത്രൈണസ്വത്വം എന്നു വിളിക്കുന്നത്.

സ്മരണയും സമരവും

കവിതയുടെ വഴി ജീവിതത്തിന്റെ വഴിയല്ല. കവിതയുടെ വഴിയില്യ ടെയാണ് ജീവിതവും ചരിത്രവും കടന്നുപോവുക. ഈ ബാധ്യത കവി ഏറ്റെടുക്കുന്നില്ലെങ്കിലും കാലം കവിതയ്ക്കു മേലെ ഈ കടമകൾ കയറ്റി വെയ്ക്കും. അത് കവിയെ കവിഞ്ഞു നിൽക്കുന്ന കവിതയുടെ ധർമ്മ മത്രേ.

ഭൂതകാലത്തിന്റെ സ്മരണയുടെ നറും നിലാവുകൾ പെയ്തിറങ്ങുന്ന ഒരു വർത്തമാന ജീവിതമുണ്ട് ഇന്ന് മലയാള കവിതയ്ക്ക്. കാല്പനികതയുടെ നനുനനുത്ത വാക്കാൽ അത് നമ്മുടെ ഹൃദയത്തിലേയ്ക്ക് ഒരു നീർച്ചാൽ വരയ്ക്കുന്നു.

വിടി ജയദേവന്റെ ഒരു സന്ദർശകയുടെ ഓർമ്മ (മാതൃഭൂമി ആഴ്ചപ്പ തിപ്പ് 2022 ഫെബ്രുവരി 06-12) സ്മരണകളിൽ ഉജ്ജീവിക്കാൻ കൊതി ക്കുന്ന മനുഷ്യരുടെ നിശ്വാസത്തിന്റെ സ്പർശമുള്ള കവിതയാണ്. പ്രണയമോ സൗഹാർദ്ദമോ വിരഹമോകൊണ്ട് ആ കവിത നമ്മുടെ ഉൾമനസ്സിലെവിടെയോ വേദനയുടെ ചുറ്റോളങ്ങൾ തീർക്കുന്നു.

സ്മരണയിൽ ഉലാവുന്ന ചിത്രമിതാണ്. പണ്ട് കൊല്ലങ്ങൾക്കും മുമ്പ് പെട്ടെന്നുച്ചയ്ക്കൊരുവൾ കവിയെ കാണാൻ വരുന്നു. ഒരു മഞ്ഞുകാല ത്തെ പകലിലായിരുന്നു അത്. അധികം പരിചയമില്ലാത്ത ഒരു മുഖമാ യിരുന്നു അവളുടേത്. ഇപ്പോൾ അവൾ തന്നെ കാണാൻ എന്തിനാണ് വന്നെത്തിയതെന്നും അറിയില്ല. പുഴത്തീരത്തിരുന്ന് പലതും പറഞ്ഞു. നേരം സന്ധ്യ കഴിഞ്ഞു. പ്രണയം, ആത്മീയത, മരണം എന്നിവയെ ക്കുറിച്ചൊക്കെ സംസാരിച്ചിരുന്നു. ഒരു സുന്ദര സംഭാഷണമായിരുന്നു അതെന്ന് ഇപ്പോഴും ഓർക്കുന്നു.

സൗഹൃദ സ്നേഹത്തിന്റെ
ഒപ്പരക്രിയാമൂല്യം
തുളുമ്പും ചിന്താമുക്ത-
മനസ്സിൻ വിഹാരങ്ങൾ

ആയി അത് കടന്നുപോയി. റെയിൽവേ സ്റ്റേഷനിൽ ചെന്നു യാത്ര യാക്കുമ്പോൾ മനസ്സ് വെറുതെ മാഴ്കുന്നു. കാരണമൊന്നുമില്ലാതെ കണ്ണൊന്നു നനഞ്ഞു. വാക്കൊന്നിടറി. എന്തിനായിരുന്നു അതെന്ന് ഓർത്തിട്ട് ഇപ്പോഴും ഉത്തരമില്ല. പക്ഷേ കവിക്ക് ഒരുത്തരമുണ്ട്. വാർദ്ധക്യത്തിന്റെ അവസാനയാമങ്ങളിൽ എത്തിയ തനിക്ക് അവൾ വന്ന് തന്റെ നെറ്റിയിൽ ഒന്നുകൈ വെച്ചെങ്കിൽ ഞാൻ കൃതാർത്ഥനായിത്തീരുമായിരുന്നു എന്ന്. ആ നിർവൃതിയിൽ അനായാസമായി ജീവിതം ശമിക്കുമായിരുന്നു എന്ന്.

ആർദ്രതയുടെ പശതേച്ച്പടുത്ത മനുഷ്യബന്ധങ്ങളുടെ സൗന്ദര്യലോകങ്ങളെ കവി ഓർത്തു പോകുന്നു. മനുഷ്യരുടെ സുന്ദര നിമിഷങ്ങൾ കൊണ്ട് മാത്രം നിർമ്മിച്ച ലോകങ്ങളെ കവി ഇവിടെ കണ്ടെടുക്കുന്നു.

വെള്ളത്താൽ ചുറ്റപ്പെട്ട ഭൂമിയാണ് ഓരോ പെണ്ണും, ചിലപ്പോൾ വെള്ളത്തിൽ അലിഞ്ഞുചേരുന്ന ഭൂമി കൂടിയാണ്. മരണം പ്രളയത്തിന്റെ രൂപത്തിലടുക്കും. പ്രളയം മരണത്തിന്റെ ഭാവത്തിലെത്തും. ശ്രീജിത പി.വിയുടെ പച്ചോമി (മാധ്യമം ആഴ്ചപ്പതിപ്പ് 2022 ജനുവരി 17-24) നമുക്ക് അധികം പരിചയമുള്ള ഒരു പെൺ പേരല്ല. ജീവിതത്തിന്റെ സങ്കീർണത മുറ്റി നിൽക്കുന്നൊരു ദളിത് ജീവിതമാണ വളുടേത്. വെള്ളത്തിൽ വിശാലമായ ഒന്നായിത്തീരലിൽ നിന്ന് അവൾ അകലങ്ങളിലേയ്ക്ക് ഒഴുകിയൊഴുകിപ്പോകുന്നു. പൂരിപ്പിക്കാൻ പാടുപെടുന്നൊരു സമസ്യയാണ് പച്ചോമി. എങ്കിലും അവൾക്ക്

എല്ലാ സ്ത്രീകളേയും പോലെ
ഒരു ജലാശയമുണ്ടായിരുന്നു.
സമാധാനത്തിലേയ്ക്കുള്ള ജലാശയം
മരണത്തിനു തൊട്ടു ശേഷവും
ജനനത്തിനു തൊട്ടു മുമ്പും
പച്ചോമിയിൽ പ്രളയമായിരുന്നു.

നാട്ടു നടപ്പുകൾ തെറ്റിക്കുന്നവളാണ് പച്ചോമി. കുത്തൊഴുക്കുകളിൽ അവളെ പ്രതിഷ്ഠിക്കുക പ്രയാസമായിരുന്നു. കട്ടിയേറിയ വെള്ളപ്പാത ഒഴുകിയും നീന്തിയുമല്ല കരയിലേതു പോലെ അള്ളിപ്പിടിച്ചു തന്നെ അവൾ മുന്നോട്ടു പോയി.

ലോകത്ത് പെണ്ണുങ്ങൾ മാത്രമേയുള്ളൂ എന്നു തോന്നും. ട്രാൻസ് ജെന്റേഴ്സിന്റെ സിനിമകളിൽ പെണ്ണുങ്ങളേ കാണൂ. വീട്ടിൽ പെണ്ണുങ്ങളും കുട്ടികളും മുത്തശ്ശിമാരുമേയുണ്ടാകൂ. വെള്ളമാണ് ജീവിക്കുന്ന സ്ത്രീകൾക്കും മരിച്ചു പോയ സ്ത്രീകൾക്കും ചുറ്റുമുണ്ടാവുക. "മരിച്ചവരുടെ നാട്ടിൽ പച്ചനിറത്തിൽ ചുറ്റും വെള്ളമാണ്" മരണത്തിലേയ്ക്കും അവർ വെള്ളത്തെ കൂടെ കൊണ്ടുപോകുന്നു. സ്വർഗത്തിലും അവർക്ക് കൂട്ട് മറ്റെന്ത്?

മരിച്ചു കഴിഞ്ഞും പാത്രം കഴുകുന്നവർ, അരി ആട്ടി മാറ്റിവെയ്ക്കുന്നവർ, കായ വെട്ടി അടുപ്പത്തു വെയ്ക്കുന്നവർ. അവരുടെ പര്യായമാണ് പെണ്ണ്. മരണം ഒരു സോഷ്യലിസ്റ്റാണെന്ന് ഓഷോ പറയുന്നുണ്ട് പക്ഷേ പെണ്ണുങ്ങളെ സംബന്ധിച്ച് മരണവും മോചനം നൽകുന്നില്ലല്ലോ എന്ന ഉൽകണ്ഠ ശ്രീജിത പി.വിയുടെ പച്ചോമി പങ്കുവെയ്ക്കുന്നു.

അധഃസ്ഥിതവും പാരിസ്ഥിതികവുമായ ഒരു ജീവിതക്കാഴ്ചയെ പച്ചോമി പ്രദാനം ചെയ്യുന്നു. മധ്യവർഗ പെൺമയുടെ സുഗ്രാഹ്യതയോ ആസ്വാദ്യതയോ ഇവിടെ നമ്മെത്തേടിയെത്തുന്നില്ല. സ്ത്രൈണതയുടെ ഇനിയും അടർത്തിയെടുത്തിട്ടില്ലാത്ത ഒരു അകമടരിനെ, അടിയൊഴുക്കിനെ പച്ചോമിയിൽ നമുക്കു കാണാൻ കഴിയുന്നു.

വട്ടത്തിലെഴുത്ത്

ആളെ വട്ടം കറക്കുക, ആളെ വട്ടത്തിലാക്കുക, വട്ടംചുറ്റിക്കുക എന്നിങ്ങനെ വട്ടവുമായി ബന്ധപ്പെട്ട ധാരാളം നാട്ടുമൊഴികൾ ഉണ്ട്. വട്ടം എന്നത് ബുദ്ധിമുട്ട് എന്ന പദത്തിന്റെ പര്യായമായാണ് ഉപയോഗിക്കുന്നത്. അയാളെന്നെ ചതുരത്തിലാക്കി എന്നാരും പറയാറില്ലല്ലോ? പക്ഷേ വട്ടത്തിന് സ്ത്രീകളുമായി അടുത്ത ബന്ധമാണുള്ളത്. വട്ടത്തിലാക്കൽ സ്ത്രീകളുടെ അസ്വാതന്ത്ര്യത്തിന്റെ മാത്രം പര്യായമായിത്തീരുന്നുണ്ട്. ഭാഗ്യസരിത ശിവപ്രസാദിന്റെ വട്ടം എന്ന കവിത (Wtp live in 26th january/ issue 91) പെണ്ണുങ്ങൾ എത്രമാത്രം വട്ടത്തിലായിത്തീരുന്നു എന്ന് കണ്ടെത്തുകയാണ്. രാവിലെ മുതൽ ഉറങ്ങുന്നതുവരെ സ്ത്രീകൾ വട്ടത്തിലാണ് വ്യവഹരിക്കുന്നത്. അത് അവരുടെ ജീവിതത്തെ വട്ടം കറക്കുകയും ചെയ്യുന്നു.

ഉറ്റുനോക്കിയിട്ടും
പാല് തിളച്ച് തൂവിപ്പോയി
പാൽക്കറ പൊതിഞ്ഞ
പാത്ര വട്ടത്തിലേയ്ക്കാണ്

കാലത്തിറങ്ങിയത്
പിന്നെയങ്ങോട്ടു വട്ടങ്ങളിൽ
നിന്ന് വട്ടങ്ങളിലൂടെയുള്ള
ചുറ്റിത്തിരിയലുകളായിരുന്നു.

വീടിന്റെ ചതുരത്തിൽ കുടുങ്ങിയ പെണ്ണ് ജീവിതത്തിൽ പിന്നെ പിന്നെ വട്ടത്തിൽ അകപ്പെടുന്നതിന്റെ ഒരു ചിത്രം കവി കാണിച്ചു തരുന്നത് ഏറെ കൗതുകകരമായിത്തോന്നും. ബക്കറ്റുവട്ടം, ഗ്ലാസ് പ്ലെയ്റ്റ് വട്ടം, മുളക്- മഞ്ഞൾ- മല്ലിയുപ്പ്- കുപ്പി വട്ടങ്ങൾ, ചട്ടി വട്ടം, കിണർ വട്ടം, കുടം വട്ടം, ഇങ്ങനെ വട്ടങ്ങൾക്കു മീതെ വട്ടങ്ങൾ ആ പാദചൂഢം മൂടി.

ചത്വരങ്ങൾക്കു നടുവിൽ വട്ടങ്ങൾ തീർക്കുന്നത് പെണ്ണിനു ചുറ്റുമായിരിക്കും. പാവാടയുടെ വട്ടംചുറ്റലുകൾ കൊണ്ട് അവൾ ആൺകുട്ടികളെ അകറ്റി നിർത്തുന്നു. ആളുകളെ വട്ടത്തിലാക്കുകയും വട്ടം കറക്കുകയും ചെയ്യുന്ന പെൺവഴി വട്ടത്തിലാക്കിയ ആൺകോയ്മയോടുള്ള പ്രതികാരമാവാം. നല്ല മട്ട(ഭംഗി)ത്തിലാവുമ്പോഴും നല്ലവട്ട (വൃത്തം) ത്തിലെഴുതിയ കവിതയല്ല ഇത്.

പുരുഷാധിപത്യത്തിന്റെ ഭയാനകമായ രൂപമാണ് പൗരോഹിത്യം അതിൽ ആൺകോയ്മ മാത്രമല്ല പ്രവർത്തിക്കുന്നത്. അടിയുറച്ചു പോയ പാരമ്പര്യ വിശ്വാസ പ്രമാണങ്ങൾ കൂടിയാണ്. അതുകൊണ്ടു തന്നെ പെൺമയുടെ ചെറുത്തു നിൽപ്പിന്റെ ഇന്നത്തെ അടയാളം ജീർണവും ഭയാനകവുമായ മതപൗരോഹിത്യത്തിനെതിരായിത്തീരുന്നു. ശ്രീലേഖയുടെ വിശുദ്ധപാപം എന്ന കവിത (Wtp live in 26th january/ issue 91) മതപൗരോഹിത്യത്തെ വിചാരണയ്ക്കെടുക്കുന്നു. തൃഷ്ണകളെ അടക്കിവെക്കുന്ന വ്യാജ സന്ന്യാസമെവിടെ? തൃഷ്ണകളെ മറികടക്കുന്ന യഥാർത്ഥ യോഗി എവിടെ?. കപടയതികൾ നാടുവാഴുമ്പോൾ അവർ ദൈവത്തിന്റെ ഭാഷയിൽ കീഴടക്കത്തിന്റെ കയ്യടക്കവുമായെത്തും.

നോക്കൂ
ഉൽപ്പാദനത്തിന്റെ ആയുധമാണിത്.
തേച്ചുമിനുക്കിക്കൊണ്ടിരുന്ന
ആയുധം ചൂണ്ടി അയാൾ
തെളിഞ്ഞിരുന്നു.
പേടിക്കാതെ ആരാധിക്കുക
ഇത് തീർച്ചയായും നിന്റെ
നിയോഗമാവുന്നു

ഈ വാഗ്ധോരണികൾ ഏതായാലും ദൈവത്തിന്റേതല്ല. പിശാചിന്റേതാവണം. ദൈവമിരിക്കേണ്ടിടങ്ങളിലെല്ലാം പിശാചുക്കൾ പാർപ്പുറപ്പിക്കുന്നു. അൾത്താരകളും ശ്രീകോവിലുകളിലും മിനാരങ്ങളിലും അവർ കൊടികുത്തി വാഴുന്നു. കൊടിയ പാപങ്ങളുടെ ആസ്ഥാനങ്ങളായി ആരാധനാലയങ്ങൾ പരിണമിക്കുന്നു. തീർച്ചയായും സ്ത്രൈണ കാവ്യചേതന ഇതിനെ ചോദ്യം ചെയ്യുക തന്നെ ചെയ്യും. അത് മാനവചേതനയെ അസ്വസ്ഥപ്പെടുത്താതിരിക്കില്ല.

എത്ര ഭീകരമാണ് അൾത്താരകളിലേയ്ക്കെത്തുന്ന രൂപം എന്ന് കവി പറയുന്നു.

ഇര പിടിക്കാൻ വന്ന ചെന്നായയുടെ
മുഖം എനിക്കോർമ്മ വന്നു
അൾത്താരയിൽ
ഞാൻ തനിച്ചായിരുന്നു
കർത്താവിന്റെ തിരുരൂപം അയാളുടെ
നെഞ്ചിൽ നിന്ന് എന്നിലേയ്ക്കിറങ്ങി
വന്നപ്പോൾ പൊങ്ങിപ്പോയ ഒച്ച
വലതു കരം കൊണ്ടയാൾ അടച്ചുവെച്ചു.

ആയുധങ്ങൾ മൂർച്ച കൂട്ടി അയാൾ അവളെ ആഴത്തിൽ വേദനിപ്പിച്ചു. അവൾക്ക് പ്രതിരോധിക്കാൻ കഴിയാതെ മതാധികാരത്തിന്റെ കോട്ട അയാൾ പണിതിരുന്നു. കവിതയിൽ അഭയയുടെ മുഖം തെളിയും സിസ്റ്റർ ലൂസി കുളപ്പുരയുടെ നിസ്സഹായത നിഴൽവീഴ്ത്തും. ആസക്തിയാൽ ബലികഴിക്കപ്പെട്ട ഭക്തരുടെ നിറംമങ്ങിയ മുഖഛായ കവിതയിലാകെ പരന്നിരിക്കും.

കാവ്യജീവിതവും ജീവിത കാവ്യവും

കവിതയിൽ മുളപൊട്ടുന്ന പുതിയ നാമ്പുകളെ കണ്ടെടുക്കാൻ മുഖ്യധാരാ പ്രസിദ്ധീകരണങ്ങൾക്ക് ഇന്ന് കെല്പില്ലാതെ വന്നിരിക്കുന്നു. സാംസ്കാരികാധികാരത്തിന്റെ ആധിപത്യ ഘടന ഇന്ന് പ്രവർത്തിക്കുന്നത് സമകാലിക മാധ്യമങ്ങളിലൂടെയാണ്. അതിനാലാണ് ഔദ്യോഗികമായ കാവ്യ ശീലുകൾക്കപ്പുറത്ത് മറ്റൊന്നും അംഗീകരിക്കപ്പെടാതെ പോകുന്നത്, തിരിച്ചറിയപ്പെടാതെ പോകുന്നത്. പുതുനാമ്പുകൾ മുഖ്യധാരയ്ക്കു പുറത്ത് ഇന്ന് തഴച്ചുവളരുന്നുണ്ട്. 2022 ജനുവരി 25-ൽ പുറത്തിറങ്ങിയ ഓല ഓൺലൈൻ മാസികയിൽ പ്രസിദ്ധീകരിച്ച നഫീസത്തുൽ മിസിരിയ എന്ന പത്താം ക്ലാസ്സുകാരിയുടെ മരിക്കാനുള്ള വഴി എന്ന കവിത പ്രത്യേകമായ ശ്രദ്ധ ആകർഷിച്ചു. ജീവിതത്തെ എത്ര വലിയ

ഉൾക്കാഴ്ചയോടും ദാർശനിക വീക്ഷണത്തോടുമാണ് ഈ കൊച്ചു കുട്ടി സമീപിക്കുന്നത് എന്നത് നമ്മെ അത്ഭുതപ്പെടുത്തും.

ജീവിതത്തിന്റെ സമസ്യകളെ തൊട്ടറിയാത്ത ഒരു കൊച്ചുമോൾക്ക് കാവ്യപരമായ ഉൾക്കാഴ്ചയിലൂടെ അത് ദർശനീയമായിത്തീരുന്നു. കവിതയുടെ ഈ കണ്ണുതന്നെയാണ് ഏറ്റവും വിലപ്പെട്ടത് എന്നു തോന്നും. സാധാരാണയുള്ള പുറംകാഴ്ചയിലൂടെയല്ല മിസ്രിയ ജീവിതത്തെയും മരണത്തെയും കാണുന്നത്.

മരിക്കാൻ എനിക്ക്
അനേകം വഴികളുണ്ട്.
കത്തുന്ന മെഴുകുതിരിയിൽ കയറി
അതിന്റെ തിളക്കത്തെ കെട്ടിപ്പിടിക്കാം
പക്ഷേ
ഒരുപാട് ചോദ്യങ്ങളുയർത്തുന്ന ആ തിരി
എന്റെ ശ്വാസം തട്ടി കെട്ടുപോയേക്കാം
മിനറൽ വാട്ടർ ബോട്ടിലെ
തുറിച്ചു നോക്കുന്ന വെള്ളത്തിൽ ചാടി ചാവാം
പക്ഷേ
അതിനു മുമ്പ് എന്റെ പാവം തൊണ്ട
അതു മുഴുവൻ കുടിച്ചു വറ്റിച്ചേക്കാം.

ഇങ്ങനെ മരിക്കാനുള്ള അനേകം വഴികൾ കവി കണ്ടെത്തുന്നുണ്ട്. തടിമേശയുടെ താക്കോലിൻ മുകളിൽ നിന്ന് താഴേക്കു ചാടാം, തിണ്ണയുടെ തുരുമ്പു തിന്ന ആണിയിൽ ഒരു ചാക്കുനൂൽ കെട്ടിതൂങ്ങി മരിക്കാം, വയസ്സായ ഫാനിന്റെ പ്രശ്ലോത്തരി പോലുള്ള കമ്പിക്കുള്ളിൽ പെട്ട് നരകിച്ചു ചാവാം, അടുക്കളക്കത്തിയുടെ പേപിടിക്കും മൂർച്ചക്ക് ഞരമ്പു കൊടുത്തു ചാകാം ഇങ്ങനെ എത്രയെത്ര മരണവഴികൾ. നിസ്സാരമെന്നു തോന്നുന്നത്. പക്ഷേ ജീവിതം ഇങ്ങനെ നിസ്സാരമല്ല.

അരണ്ട വെളിച്ചത്തിന്റെ ശ്വാസത്തിൽ കെട്ടുപോകാത്ത വെട്ടം പോലെ അത്രയും ശ്രമകരമാവുമത്. വാട്ടർ ബോട്ടിലെ വെള്ളത്തിനു വേണ്ടിയുള്ള തൊണ്ടയുടെ പിടച്ചിലാവും ജീവിതം. ഇങ്ങനെ നിസ്സാരമായ മരണത്തിനു മുമ്പിൽ കഠിനമായ ജീവിതത്തെ വരച്ചിടുന്നു. ജീവിതത്തിനും മരണത്തിനുമിടയ്ക്കുള്ള വൈരുദ്ധ്യത്തെ എത്ര അനായാസകരമാണ് മിസ്രിയ കാട്ടിത്തരുന്നത്. കല്പനകളെ അയത്നലളിതമായി ആവിഷ്കരിക്കാനുള്ള ഒരു വ്യുൽപ്പത്തി കൂടി ഈ മിടുക്കി ഇത്ര നേരത്തേ നേടിയിട്ടുണ്ട്. കവിത ഇവൾക്ക് സിദ്ധിയാണ്. ഭാവിയിലെ മലയാള കവിക്കൂട്ടങ്ങളിൽ തീർച്ചയായും ഈ കൊച്ചു മിടുക്കിക്ക് ഒരു പ്രൗഢ പീഠമുണ്ടാകും.

ഓരോ കാലടികൾക്കും അടിയിലുണ്ടാവും അനേകം ചോരപ്പാടുകൾ. മാനവരാശി യുഗങ്ങൾ താണ്ടുന്നത് ഈ ചോരച്ചമുദ്രകളെ തന്നെയാണ്. മനുഷ്യ ചരിത്രം നിണമണിഞ്ഞ കാൽപ്പാടുകളെ പിന്നിട്ട് മുന്നോട്ട് കുതിക്കുന്നു. ഈ രക്താങ്കനങ്ങളെ മറ്റൊരു തരത്തിൽ ആവിഷ്ക്കരിക്കാൻ ശ്രമിക്കുന്നുണ്ട് വി.എം അരവിന്ദാക്ഷൻ കാർന്നോരെ എന്ന കവിത (മാധ്യമം ആഴ്ച്ചപതിപ്പ് 2022 ജനുവരി 31 ഫെബ്രുവരി 07)യിലൂടെ.

ഇവിടെ ചരിത്രം ചുരത്തിന്റെ രൂപത്തിലാണ് സന്നിഹിതമാകുന്നത്. മാനവ ചരിത്രം സമതലഭൂവല്ല. വളവുകളും തിരിവുകളും ഇറക്കങ്ങളും കയറ്റങ്ങളുമുള്ള അതി സങ്കീർണമായ കാനനപാതയാണത്. അതിൽ മനുഷ്യരുടെ ചോരക്കറ മാത്രമല്ല പതിയുന്നത് തിര്യക്കുകളുടെ ജീവരക്തം കൂടിയാണ്. പുതിയ കവിയുടെ നോട്ടങ്ങൾ ചെന്നെത്തുക മനുഷ്യരിൽ മാത്രമല്ല മനസ്സിന്റെ ആകാശത്തിലും മണ്ണിരയിലും കൂടിയാവും.

കിതച്ച് കിതച്ച്
താണ്ടുന്ന
ഓരോ കൊട്ടുംവളവിലും
കൊടിയ ചോരച്ചതി മണം

കവി അറിയുന്നുണ്ട്. അതു മാത്രമല്ല. അടിതെറ്റുന്ന മലങ്കാറ്റിൻ ഞരമ്പുകൾ, പെൻഡുലമാടുന്ന മേഘപ്പാളികൾ, കാട്ടെരുക്ക് മെയ് എഴുതുന്ന നിലാചോല, രാക്കുത്തിരമ്പലിനൊപ്പം ഇരുളിൽ തെളിയും ചോരത്തുള്ളകൾ എല്ലാം യാത്രികർക്ക് താണ്ടേണ്ടിവരുന്നു. ഒപ്പം "ചപ്പിലത്തോട്ട നിന്ന്/ എങ്കള മണ്ണും മലയും തീണ്ടരുതെന്ന്/ ഒരു മണ്ണിരയലറും" യഥാർത്ഥത്തിൽ ആ അലർച്ചയിലാണ് പുതിയ ചേതന കലുങ്ങുന്നത്. മനുഷ്യരുടെ ചോരപ്പാടുകൾ കണ്ടു കണ്ട് സാധാരണ കാഴ്ചയായിത്തീർന്നിടത്താണ് മണ്ണിരയുടെ അലർച്ചയിൽ കവി കാതോർക്കുന്നത്. തീരെ ചെറിയ ഈ ഒച്ചകളിലാണ് കവി കാതുപതിച്ചു വെച്ചിരിക്കുന്നത്. തീരെ കാണാത്ത കാഴ്ചയിലാണ് കവി കണ്ണുനട്ടിരിക്കുന്നത്. മനുഷ്യചരിത്രം നിർമ്മിക്കുന്നതിൽ രക്തസാക്ഷികളാവേണ്ടി വരുന്ന മണ്ണിരകളും മേഘക്കീറുകളും ക്രുദ്ധനായ കരിമ്പാറയും കവിതയ്ക്ക് പുതിയ ഭാവം പകരുന്നുണ്ട്.

ജീവിതം പുതുക്കപ്പെടുന്നത് പുതിയ ഭാഷകൊണ്ടാണെന്ന് ഇന്ന് ഓരോ കവിതയും തെളിയിക്കുന്നുണ്ട്. കവികൾ യഥാർത്ഥത്തിൽ കവിതയെയല്ല നവീകരിക്കുന്നത്,നമ്മുടെ ജീവിതത്തെ തന്നെയാണ്. സ്മരണയായും വേറെ ചിലപ്പോൾ സമരമായും അത് കവിതയിൽ ഘനീഭവിക്കും.

കവിതയിലെ കവി
കവിയിലെ കവിത

കവി കണ്ടെത്തുന്നതല്ല കവിത. കവിതയിലൂടെ നാം കണ്ടുമുട്ടുന്ന ആളാണ് കവി. എങ്കിലും ശബ്ദമായും ദൃശ്യമായും തീക്ഷ്ണമായ അനുഭവലോകമായും കവി കവിതകളിൽ സന്നിഹിതമായിരിക്കും. നിറയെ പൂത്തു നിൽക്കുന്ന ഒരു പ്രരൂപമായി അയാൾ കവിതയിൽ പടർന്നു നിൽക്കും.

ശബ്ദാർത്ഥസഹിതമായ സൗന്ദര്യവാങ്മയമാകണം കവിതയെന്ന വിചാരത്തിൽ ഒത്തുതീർപ്പുകൾക്കൊട്ടും മുതിരാത്ത കവിയാണ് മാധവൻ പുറച്ചേരി. ഏതെങ്കിലും സാഹിത്യ പ്രസ്ഥാനത്തിന്റെ പ്രത്യക്ഷ ലക്ഷണങ്ങളെ തന്റെ കവിതയുടെ ആടയോ അടയാളങ്ങളോ ആയി അണിയാൻ ഒരിക്കലും കൂട്ടാക്കാത്ത ഈ കവി തന്റെ കാവ്യവൃത്തിയെ ഗൗരവമേറിയ സാംസ്കാരിക പ്രവർത്തനമായാണ് പരിചരിച്ചു പോരുന്നത്. മനുഷ്യരുടെ നിസ്വതയോടും പ്രകൃതിയുടെ ജൈവികതയോടും അതിരിലാക്കപ്പെടുന്നവരുടെ രാഷ്ട്രീയ ശബ്ദങ്ങളുടെ വിട്ടുവീഴ്ചയില്ലാത്ത വാക്കിന്റെ ദാർഢ്യമായി അയാൾ കവിതയെ മാറ്റുന്നു. അദ്ദേഹത്തിന്റെ ചേറുമരക്കിനാവ് എന്ന കവിത (മാതൃഭൂമി ആഴ്ചപ്പതിപ്പ് 2022 ഫെബ്രുവരി 20-26) ഈ വിധം ഏറെ ശ്രദ്ധേയമത്രേ.

ചേറുമരത്തെപ്പോലെ ഒറ്റത്തടിയായി നിൽക്കുന്നുണ്ട് കവിത. പരിഗണനയില്ലാതെയും പരിഹാസവചനങ്ങൾ കേട്ടും അവഗണനയുടെ മരുഭൂവിൽ ജീവിക്കുന്ന മുഴുവൻ മനുഷ്യരുടെയും രൂപകവിതാനമാണ്

മണ്ണിൽ വേരാഴ്ത്തി നിൽക്കുന്ന ചേറുമരം. അത് ചിലപ്പോൾ വെറും മനുഷ്യർ മാത്രമല്ല കവി കൂടിയാവും. സമൂഹത്തിന്റെ ചേറുമുഴുവൻ പേറി നിൽക്കുന്ന കവിമരം. കാകോളം കുടിച്ച് ലോകത്തെ കാത്ത ശിവൻ തന്നെയാവണം ഈ ചേറുമരം. സാധാരണ പൗരർക്കില്ലാത്ത ഒരു ഉത്തരവാദിത്തം ആയതിനാൽ കവികൾ സ്വയം നിർവഹിക്കുന്നുണ്ട്. കാളകൂടം ഭുജിച്ച ആദ്യത്തെ കവിയാണ് ശിവൻ എന്ന് എം എൻ വിജയൻ നിരീക്ഷിക്കുന്നത് അതുകൊണ്ടു കൂടിയാണ്. ചേറുമരത്തിൽ കിനാവ് കൂടി ചേക്കേറിയതോടെ ഭാവനയുടെ തൊഴിലാളികളായ കവികൾ തന്നെയാണ് ചേറുമരം എന്ന് നാം എളുപ്പം മനസ്സിലാക്കുന്നു.

തഴച്ചുവളരുമീ
വിഷവൃക്ഷത്തെയുടൻ
മുറിച്ചു മാറ്റിടേണം
ഉടമസ്ഥതയുള്ളോർ

എന്ന ആജ്ഞയോ ആക്ഷേപമോ ഓരോ കവിക്കുമുകളിലും മുഴങ്ങുന്നുണ്ട്. ലോകത്തിന്റെ വേദനകൾ മുഴവൻ ഒരു ചേറുമരം പോലെ പേറി നിൽക്കുന്നുണ്ടാവും ആ കവിവരൻ. ഇന്ന് ആക്ഷേപിക്കപ്പെട്ടുമെങ്കിലും നാളെ പുരസ്കരിക്കപ്പെടുന്ന കാലത്തിന്റെ പേരുകൂടിയാണ് കവി.

കാലാന്തരത്തിൽ കയ്പിൻ
രുചി മാറീടുന്നാളിൽ
മധുരിക്കാനുണ്ടാകും
പതിതർക്കവകാശം.

എന്നത് നിസ്തർക്കമായി ചരിത്രത്തിൽ തുടരും. ആ ചേറുമരം താൻ തന്നെയാണെന്നും തന്റെ വംശമാണെന്നും തിരിച്ചറിയുന്നുണ്ട് മാധവൻ പുറച്ചേരി.

വാങ്മയ ശബ്ദങ്ങൾ

സ്വരത്താൽ തിരിച്ചറിയപ്പെടുന്ന കവിതയെ നിശ്ശബ്ദ വാക്കാൽ അടയാളപ്പെടുന്നതായിത്തീരുന്നുണ്ട് ഇന്ന് പുതുവഴിക്കവിതകൾ. ആ നിശബ്ദ വാക്കു കൊണ്ട് ശബ്ദത്തെ തിരിച്ചു പിടിക്കുകയാണ് സച്ചിദാനന്ദൻ പുഴങ്കര മീൻ പിടിക്കാത്ത പൊൻമ എന്ന കവിത (മാധ്യമം ആഴ്ചപ്പതിപ്പ് 22 ഫെബ്രുവരി 14- 21) യിലൂടെ. കാക്കയുടെ ക്രാക്രാ, കാലികളുടെ ബ്ബേ, പച്ചിലക്കുടുക്കയുടെ കുർ, തിത്തിരിക്കിളികളുടെ ഹ്രീക്കൽ, മഴയുടെ ചറുപിറു എന്നിങ്ങനെ ശബ്ദങ്ങളാൽ മുഖരിതമാണ് കവിത.

വാങ്മയ ചിത്രങ്ങൾ തീർക്കുന്ന കരവിരുത് നമുക്ക് പരിചിതമാണെങ്കിലും വാങ്മയ ശബ്ദങ്ങൾ തീർക്കുന്ന കവിവിരുത് നമുക്കത്ര പരിചയമില്ല. അവിടെയാണ് സച്ചിദാനന്ദൻ പുഴങ്കരയുടെ മീൻ പിടിക്കാത്ത പൊൻമ ഒറ്റയ്ക്കിരിക്കുന്നത്. അതിൽ

പുഴ പുഴയ്ക്കുന്നു
മഴ മഴയ്ക്കുന്നു
വെയിൽക്കുന്നുവെയിൽ
കവിതയിൽ, കാറ്റിൽ
ചില ചിലയ്ക്കുന്നു-
ണ്ടൊരുപാട്ടു തത്ത
ക്കിളികൾ- ആറ്റകൾ-
മയിലുകൾ പീലി-
ച്ചകന്നു നിൽക്കുന്ന
വയലിൽ പൂച്ച വിൽ
പതുങ്ങി ഞ്യാവുന്നു.

ചിത്രങ്ങൾ അകന്നു നിൽക്കുകയും ശബ്ദങ്ങൾ ഇരമ്പി വരികയും ചെയ്യുന്നുണ്ട് കവിതയിൽ. ഈ ശബ്ദങ്ങളെയൊന്നും മറ്റൊരു രൂപകം കൊണ്ടോ ഉപമകൊണ്ടോ പകരം വെയ്ക്കാനും കവി മുതിരുന്നില്ല. നേരായ ഭാഷ കൊണ്ടേ നേരിനെ ആവിഷ്കരിക്കാൻ കഴിയൂ എന്ന് കരുതുന്നതുകൊണ്ടാവാം പുഴ പുഴയ്ക്കുന്നത്, മഴ മഴയ്ക്കുന്നത്. ഈവിധം ചിത്രസാധ്യതയ്ക്കപ്പുറത്ത് ശബ്ദസാധ്യതയെയാണ് കവി ഉപയോഗിക്കുന്നത്.

ശാസ്താംകോട്ട തെളിനീർക്കായലിൽ പരലിന്റെയൊപ്പം പറന്നു നീന്തുന്ന കയിലിനെ നോക്കിയിരിക്കുന്ന പൊന്മ കവിതന്നെയാവുന്നു. സ്വരത്താൽ നാം പ്രകൃതിയെ മാത്രമല്ല കവിയെയും തിരിച്ചറിയുന്നു.

വീട്ടുജോലികൾകൊണ്ട് ഒരു ദിവസത്തെ അളന്നെടുക്കുന്നവരാണ് സ്ത്രീകൾ. പലപ്പോഴും അവരൊരു വീട്ടുപകരണം തന്നെയാവും പാചകങ്ങൾക്കൊപ്പം വാചകവും വിളമ്പുന്ന ഒരു പ്രത്യേക വീട്ടുപകരണം. ഈ അകപ്പെട്ട ജീവിതത്തെ മറ്റൊരു വിധം ആവിഷ്കരിക്കുകയാണ് വിദ്യ പൂവഞ്ചേരി ഞെട്ടെവിടെ? വാലെവിടെ? എന്ന കവിത (മാധ്യമം ആഴ്ചപ്പതിപ്പ് 2022 ഫെബ്രുവരി 14- 21) യിലൂടെ.

നഷ്ടപ്പെടലുകളുടെ ലോകമാണ് അടുക്കളയിലുള്ളതെന്ന് തിരിച്ചറിയപ്പെട്ട പെണ്ണിന് പാചകം ഒരു കലയല്ല, കലി വരുന്ന ഒരു അനുഭവലോകമാണ്. ഞെട്ടും വാലും മാത്രമല്ല നടുക്കഷ്ണം പോലും നഷ്ടപ്പെടുന്ന ഒരു ഇടത്തിന്റെ പേരാണ് അവർക്ക് അടുക്കള.

അടുക്കളയിൽ നിന്ന് വഴുതിപ്പോകുന്ന മനുഷ്യത്വം തന്നെയാണ് രാവിലെ ഉപ്പേരിക്കുനുറുക്കുന്നതിനിടെ വഴുതിപ്പോയ നീണ്ടപയറിന്റെ അവസാനത്തിൽ നിന്നുള്ള വലിയ പയർക്കഷ്ണം.

ഒരാളെ സ്നേഹിക്കാൻ
കൈയിലവശേഷിച്ചിരുന്ന
യവസാനത്തെ കാരണവും
നഷ്ടപ്പെടുന്നതു പോലെയായിരുന്നു
ആ വഴുക്കൽ

ഉള്ളിയുടെ നെഞ്ചു തുളച്ചൊരു കൊള്ളിയാൻ മിന്നുന്നത് ഉള്ളിന്റെ ഉള്ള് തുളച്ചു പോകുന്നതു തന്നെയാണ്. ഈ നീറ്റലുകൾക്കിടയിൽ ദോശ കരിയുന്നു. അരി തിളച്ചുതൂവുന്നു, പൂച്ച കണ്ണുവെച്ചടുക്കളയിൽ കയറുന്നു, എട്ടുമണിച്ചായ എട്ടരക്കാവുന്നു, ഓഫീസിൽ വൈകിയെത്തുന്നു. ഫയലിലെ കണക്കുകൾ പയറു കഷ്ണങ്ങളെപ്പോലെ മുറിഞ്ഞ പയറിൻ മണികളെപ്പോലെ ചൂടായിക്കൊണ്ടിരിക്കുന്നു, വെയിലിന് കനലിൽ വേവുന്ന പയറിൻമണം. ആലാഹയിലെ പെൺമക്കളിലെ ആനിയും കോലാടിലെ പരിപ്പ് കരിഞ്ഞ മണം മാത്രമറിയുന്ന വീട്ടമ്മയും പതിറ്റാണ്ടുകൾ കഴിഞ്ഞിട്ടും ഇപ്പോഴും അടുക്കളയിൽ നിന്നും ഇറങ്ങിപ്പോയിട്ടില്ല. ചായങ്ങൾ മാറുന്നുവെന്നു മാത്രം മുഖം മാറുന്നേയില്ല ഇപ്പോഴും.

ഞരമ്പുകളിലേയ്ക്ക് ഇരുട്ട് കുതിച്ചു കയറി.
കിടക്കയിൽ
ആരോ കത്തികൊണ്ടു കൃത്യമായി നുറുക്കിയ
പയറു കഷണമായി ഉടൽ
ഞെട്ടെവിടെ?
വാലെവിടെ

നടുക്കഷ്ണങ്ങളെവിടെ? എന്ന് ഇന്നും ഉത്കണ്ഠപ്പെടുന്ന പെൺമയുടെ പേരാണ് വിദ്യപൂവഞ്ചേരിയുടെ കവിത. പച്ചക്കറി പോലെ തുണ്ടം തുണ്ടമായി മുറിക്കപ്പെടുന്ന പെൺജീവിതത്തിന്റെ പേരാണത്.

പെയ്തൊഴിയാതെ കാല്പനികത

കാല്പനികതയുടെ മറ്റൊരുപേര് കഴിഞ്ഞു പോയകാലം എന്നു കൂടിയാണ്. കവികളുടെ ഈ കാല്പനിക ഭാവങ്ങൾക്ക് ഇന്നും കുറവില്ല. കടും നിറങ്ങൾ ചേർത്ത് വരച്ച പഴയ സൗവർണ ഭൂതകാലം നിർമ്മമമായി എഴുതുന്നു എന്നതുമാത്രമാണ് ഇന്നത്തെ കവിതയുടെ സവിശേഷത. ഷംസുദ്ദീൻ കുട്ടോത്തിന്റെ ഉമ്മ എന്ന കവിത(True copy

Webzines 18 February 2022) ഉമ്മമാരെ കുറിച്ചുള്ള കാല്പനികമോഹത്തിന്റെ നനുനനുത്ത ചിത്രങ്ങളത്രേ.

പാത്തുമ്മ
ബീയ്യാത്തുമ്മ
ഖദീജുമ്മ
ഹാജരുമ്മ
എത്ര ഉമ്മകളായിരുന്നു
ഒരു കാലത്ത് നമ്മുടെ നാട്ടിൽ

ആ ഉമ്മമാരൊക്കെയും നാടുകടത്തപ്പെട്ടിരിക്കുന്നു. ഹൃദയനൈർമല്യത്തിന്റെ കൂടിപ്പേരായിരുന്നു അവർ. വേഷത്തിലും ഭാഷയിലും പെരുമാറ്റത്തിലും ഭക്ഷണത്തിലും അവർ തങ്ങളുടെ സ്വത്വങ്ങൾ കാത്തു പോന്നു. പക്ഷേ അവരുടെ സ്വത്വം അപരസ്വത്വങ്ങളെ അവമാനമായിക്കണ്ടിരുന്നില്ല. സാമൂഹ്യ ജീവിതത്തിന്റെ വൈവിധ്യം മാത്രമായിരുന്നു അത്.

കാതിൽ നിറയെയുള്ള അലിക്കത്തും തലയിൽ തട്ടം അടുക്കടുക്കായി മടക്കിവെച്ചതും തുണിയുണ്ടക്കുടുക്കുകളും ഉമ്മമാർക്ക് സ്വത്വമായിരുന്നു. അവരുടെ ഹൃദയ വിശാലത മുണ്ടിന്റെ കോന്തലയിൽ മടക്കിവെച്ച മൈതാനത്തു നമുക്കു കാണാം. ചെരിപ്പിടാതെ നടന്ന മൃദുലതയിൽ അവരുടെ ഭൂമീപരിചരണം നമുക്കനുഭവിക്കാം. അവരുടെ മന്തിരിച്ച് ഓതൽ ഒരു അന്ധവിശ്വാസമായിരുന്നില്ല, രോഗശാന്തിക്കുള്ള ഔഷധമായിരുന്നു. അവർ ഉണ്ടാക്കിയ ഒച്ചകൾ കിളികൾ പൂക്കളോടും പുഴകൾ ആകാശത്തോടുമെന്ന മട്ടിലായിരുന്നു. ഇന്നു നാമാഘോഷിക്കുന്ന ആധുനികതയുടെ യുക്തിക്കെതിരെയായിരുന്നു ഉമ്മമാരുടെ ജീവിതത്തിന്റെ നിലനിൽപ്. അവരും ഒരു ചുവന്ന പ്രഭാതത്തെ സ്വപ്നം കണ്ടിരുന്നു എന്നു തോന്നും

നിലാവിനെ വെറ്റിലയിൽ തേച്ച്
പല്ലില്ലാവായയിൽ ഒതുക്കി
എത്ര ആയാസരഹിതമായാണവർ
സ്വപ്നങ്ങളെ മുറുക്കിത്തുപ്പിയത്?

ആ അനായാസകരമായ ജീവിതമാണ് ഇന്ന് അനാഥമായത് എന്ന് 'ഉമ്മ' നമ്മെ ബോധ്യപ്പെടുത്തുന്നു.

ഭൂതമായാലും ഭാവിയായാലും ഒരു മോഹലോകത്തെക്കുറിച്ചുള്ള സ്വപ്നങ്ങളാണ് കവിഭാവനയുടെ ഉയിര്. അത് നഷ്ടഭൂതകാലമാകാം, നടക്കാത്ത ഭാവിയാവാം. ജിപ്സ പുതുപ്പണം ഒരു വിസ്മയലോകത്തെ ഗ്രാമീണ ജീവിതം കലർത്തി ആവിഷ്കരിക്കുന്നുണ്ട് മാന്ത്രികന്റെ ആട്ടിൻകുട്ടി എന്ന കവിത (Wtp live.in 2nd February 2022)യിലൂടെ.

ഗന്ധങ്ങൾകൊണ്ടും നിറങ്ങൾകൊണ്ടും കാഴ്ചകൊണ്ടും കവി ആദ്യം തന്നെ ഗ്രാമീണതയുടെ ഒരു നിറവ് നിർമ്മിക്കുന്നുണ്ട്.

പൂത്ത കാപ്പിച്ചെടികളുടെ
മണമുള്ള വീട്ടുമുറ്റത്ത്
കറുപ്പിൽ ഒരാട്ടിൻ കുട്ടി
കുന്നിൽ ചെരിവിൽ അയാളുടെ വീട്
തൊടുന്നതെല്ലാം
പൂക്കളാക്കുന്ന വിദ്യയിൽ
അമ്പരന്നു നിൽക്കുന്ന
മഞ്ഞവെയിൽ.

സ്പർശിനികളെ മുഴുവൻ ഉണർത്തുന്നതാണ് ഗ്രാമീണത. എന്നാൽ നാഗരികതയാവട്ടെ ഇന്ദ്രിയങ്ങളെ മുഴുവൻ അലോസരപ്പെടുത്തുന്ന താണ്. കാതടപ്പിക്കുന്ന ഒച്ചകൾ, കണ്ണുകഴയ്ക്കുന്ന കാഴ്ചകൾ, ഓടി മറയാൻ തോന്നുന്ന അനുഭവലോകങ്ങൾ. ജീവിതത്തിന്റെ നൈർമല്യം എന്നത്, ശാന്തത എന്നത്, അനുഭൂതിയുടെ ശീതളലോകം എന്നത് നഗരത്തിന് അന്യമായി നിൽക്കുന്നു. നാഗരികത ഭയാനകമായ വിഭ്രാന്തമകതയുടേതാണെങ്കിൽ ഗ്രാമീണത സുഖശീതോഷ്ണമായ അനുഭൂതി യുടേതാവുന്നു.

നാട്ടിൻപുറത്തിന്റെ ജൈവികമായ സ്വാഭാവികതയെ എത്ര അയത്ന ലളിതവും സുന്ദരവുമായാണ് കവി ആവിഷ്കരിക്കുന്നത് എന്ന് നോക്കൂ.

"എന്റെ കുഞ്ഞാടേയെന്ന്/തരം പോലെ പച്ചിലകൾ/പറന്നു വീഴുന്ന മുറ്റം"

ആട്ടിൻകുട്ടിയും മാന്ത്രികനും നമ്മെ വിസ്മയിപ്പിക്കുന്നു. നഷ്ടപ്പെട്ടു പോകുന്ന അവാച്യമായ ഒരു അനുഭൂതി ലോകമുണ്ട് മനുഷ്യർക്ക്. അതിന്റെ ഭാഷയാണ് കവിതയെങ്കിലും എത്രമേൽ ആവിഷ്കരിച്ചാലും അത് അപൂർണമായിത്തുടരും. ഈ ഖേദങ്ങളെ തന്നെയാണ് കവികൾ പലരും പങ്കുവെയ്ക്കാറുള്ളത്. ഭാഷയുടെ ഈ അപൂർണതയുടെ പിന്നാലെ ഭാഷകൊണ്ടു പായുകയാണ് ജിപ്സ പുതുപ്പണം.

എന്നാലുമെന്റെ ആട്ടിൻ കുട്ടീ
ഇനിയില്ല നീ എന്നതോപോട്ടെ
അതു വരേക്കും
നീ ഉണ്ടായിട്ടില്ലേന്നയറിവ്
നീ എങ്ങനെ സഹിക്കും?
ഈ ഞാനെങ്ങനെ സഹിക്കും?

തന്നെ മോഹിപ്പിക്കുന്ന സൗന്ദര്യത്തിന്റെ, സത്യത്തിനു മുമ്പിൽ കവി ഇങ്ങനെ ചേതനയറ്റവളായിത്തീരുന്നു. പി യെപ്പോലെ "കഴിഞ്ഞതെല്ലാം മറന്നെനിക്ക് കേറിപ്പറ്റാൻ കതകു തുറക്കുമോ? വിളക്കു കൊളുത്തുമോ?" എന്ന് അപേക്ഷിക്കുന്നവൾ കൂടിയായിത്തീരുന്നു. ഗ്രാമീണതയുടെ വിശുദ്ധിയിലല്ല കവി ഉടക്കിനിൽക്കുന്നത് ഗ്രാമീണതയുടെ വശ്യതയിലാണ്. മാഞ്ഞുമാഞ്ഞു പോകുന്ന ആ വിസ്മയം കവിതയിലെങ്കിലും കാത്തു പോരുക എന്നത് കവിയുടെ കർത്തവ്യമാണെല്ലോ?

വാക്കിന്റെ നൃത്തം

നേർരേഖകൾ കൊണ്ടു വരയ്ക്കാൻ എത്ര ശ്രമപ്പെട്ടാലും വക്രോക്തിയായി രൂപംമാറുന്നതാണ് കവിതയുടെ പൊതുസ്വഭാവം. അവിടെയാണ് വാക്കിന്റെ വീര്യവും ചടുല നടനങ്ങളും നാം കാണുന്നത്.

വാക്കുകളുടെ നൃത്തമാണ് കവിത. പദങ്ങളുടെ സാധാരണ വിന്യാസമല്ല, സവിശേഷമായ ചിട്ടപ്പെടുത്തലുകളും ചുവടുവെപ്പുകളുമാണത്. രാജൻ സി എച്ചിന്റെ കാറ്റുകളിലെ നർത്തന (മാതൃഭൂമി ആഴ്ചപ്പതിപ്പ് 2022 മാർച്ച് 6)ത്തിൽ പദങ്ങളുടെ നൃത്തം നാം കാണുന്നു. വാക്കുകൾ കൊലുസണിഞ്ഞ ശബ്ദം നാം കേൾക്കുന്നു. പ്രകൃതിയിൽ ആമഗ്നമായിരിക്കുന്ന ഒരു കാവ്യചേതനയ്ക്കു മാത്രമേ ഈ താളാത്മകതയുടെ സ്വരവിന്യാസം അനുഭവവേദ്യമാവുകയുള്ളൂ. വാക്കുകൾ കൊണ്ടത് തൊട്ടെഴുതാൻ ഈ കവിക്ക് പ്രത്യേകമായ കരവിരുതുണ്ട്. എന്നാൽ പ്രകൃതിയുടെ വിലോഭനീയത വാക്കുകൊണ്ടെഴുതുകയല്ല പ്രകൃതി ഈ സൗഭഗം വാക്കായ് എഴുതുകയാണ്. മനുഷ്യചേതന പ്രകൃതിയായി പകരുമ്പോഴാണ് പ്രകൃതിയുടെ സൗന്ദര്യം നാം ശരിക്കും നുകരുന്നത്. “കന്നി കർഷകകന്യക” എന്ന് പി എഴുതുമ്പോൾ തുളുമ്പി നിൽക്കുന്ന ഒരു സൗരഭലോകമുണ്ട്. കീഴാളമായ ഒരു സൗന്ദര്യോത്സവം കൂടിയാണത്. ആ വിധം കേവലമായ മുഗ്ധതകൾക്കപ്പുറത്ത് പ്രകൃതിയിൽ മനുഷ്യചേതനയെ ആരോപിക്കുമ്പോൾ കവിത പലതായി പുലർന്നുനിൽക്കുന്നത് കാണാൻ കഴിയും.

ചില ദാർശനികമായ ഉൾക്കയങ്ങളിലേയ്ക്ക് പ്രകൃതി സൗന്ദര്യത്തിന്റെ ആവിഷ്കാരങ്ങൾ നമ്മെ കൊണ്ടെത്തിക്കും. കാറ്റിലെ നർത്തനത്തിൽ നമുക്കത് അനുഭവവേദ്യമായിത്തീരുന്നു.

മരത്തിൽ നിന്നും പിടിവിട്ട
പഴുത്തില
മണ്ണിലേയ്ക്കു നേരെ
വീഴുകയാണെന്ന്
നമ്മൾ കരുതും
പഴുത്തിലയോ
കാറ്റിലൊന്നു വട്ടം തിരിഞ്ഞ്
പറക്കാനുള്ള അതിന്റെ
അദമ്യമായ ആഗ്രഹം നിറവേറ്റും
മണ്ണിലെന്നന്നേക്കുമായി
പതിക്കും മുമ്പേ
അതുമൊരു പറവ.

അന്ത്യനിമിഷം വരെ പറക്കാനുള്ള മനുഷ്യന്റെ കാമനകൾക്ക് കവി നൽകുന്ന രൂപകവിന്യാസം കവിതയെ ഹൃദയത്തോടടുപ്പിക്കുന്നു. ഇങ്ങനെ ഹൃദയം കൊണ്ടും ചിലപ്പോഴൊക്കെ തലച്ചോറുകൊണ്ടും കാറ്റിലകളിലെ നർത്തനം നമ്മെ അനുഭവിപ്പിക്കുന്നു.

കണ്ണീരും കറുപ്പും കലർത്തി കരിക്കട്ടകൊണ്ടു വരച്ച ദൈന്യതയുടെ ഒരു ചിത്രമാണ് പെണ്ണ്. പല കാലത്തും പല മട്ടിലും പലരാലും വരച്ചിട്ടും വരച്ചിട്ടും തീരാത്ത ഇരുളും വെളിച്ചവുമുണ്ട് അവൾക്കിപ്പോഴും. ആർഷാ കബനിയുടെ നാത്തൂൻ (മാധ്യമം ആഴ്ചപ്പതിപ്പ് 2022 ഫെബ്രുവരി 28 മാർച്ച് 7) സ്ത്രൈണതയെ കരിമണ്ണുകൊണ്ട് വരയ്ക്കുന്നു. അവൾ ഇരയാക്കപ്പെടുന്നവൾ, ഉയിരിനെ ഇട്ടേച്ചു പോന്നവൾ, ദൈന്യതയുടെ ഒരാൾ രൂപമായി അവളിപ്പോഴും സ്മരണയുടെ ചിത്രങ്ങളിൽ ചായങ്ങൾ തേച്ചു നിൽക്കുന്നു. നാത്തൂൻ എന്നത് ദളിത് സ്ത്രൈണതയുടെ മുഴുവൻ വിളിപ്പേരുമാണ്.

നാത്തൂൻ,
തണുത്ത എണ്ണ തലയിൽ പരക്കുന്ന കുളിര്
നാത്തൂൻ,
പഴങ്കഞ്ഞിക്കൊപ്പം വറുത്തു കോരിവെച്ച വടുക്
നാത്തൂൻ
കനലിൽ കുമളച്ചു തുടങ്ങിയ-
മുറിഞ്ഞ പപ്പടം

നാത്തുനെ ആർഷ കബനി വരച്ചെടുക്കുന്ന രൂപകങ്ങൾക്ക് കരിയുടെയും കണ്ണീരിന്റെയും നിറമുണ്ട്. മീൻച്ചട്ടിക്കരി കൊണ്ടാണ് അവൾ കണ്ണെഴുതുന്നത്. കരിവളകളുടെ കിലുക്കം കൊണ്ട് കരച്ചിലും.

പരസ്പരം കൈമാറിയ സ്നേഹത്തിന്റെ ഭാവസ്പർശം കവിതയിൽ നാം ശരിക്കും അനുഭവിക്കുന്നുണ്ട്. ദൈന്യതയും ദാരിദ്ര്യവും കൊണ്ടാണ് അതു മെടയുന്നത്.

സ്വപ്നങ്ങളെ തമ്മിൽ കലർത്തി
മെടഞ്ഞ് ഞങ്ങൾ വെയിലിലിലേയ്ക്ക് വിരിച്ചു.
ജീവിതത്തെ കഞ്ഞിവെള്ളത്തിൽ-
മുക്കിക്കുടഞ്ഞ് നിവർത്തി

എന്നൊക്കെയുള്ള മൊഴികളിൽ മധ്യവർഗമായ സ്ത്രൈണാനുഭൂതിക്ക് വിപരീത ദിശയിൽ ജീവിക്കുന്ന സ്ത്രൈണ ലോകത്തെ നാം കാണുന്നു. അങ്ങേയറ്റം ആർദ്രമായ നാത്തുന്റെ ചിത്രം നമ്മുടെ ഹൃദയ ധമനികളെ ഈറൻ കൊണ്ടു പൊതിയുന്നു.

മരണം കൊണ്ടോ കൊലകൊണ്ടോ ശാശ്വതമായിത്തീരുന്ന ഒന്നാണ് പ്രണയം. മറഞ്ഞാലും തിരയടിക്കുന്ന നീലക്കുയിലിന്റെ ഗാനമാണത്. നിഗ്രഹോൽസുകമായിത്തീരുന്ന സ്നേഹവ്യഗ്രത. ഡസ്റ്റമോണയും ഒഥല്ലോയും ഇന്നും നമ്മിൽ ജീവിക്കുന്നത് മരണം കൊണ്ടും സ്നേഹവ്യഗ്രമായ നിഗ്രഹോൽസുകതകൊണ്ടുമത്രേ. ഈവിധം സ്നേഹം അനശ്വരമായിത്തീരുന്നതിന്റെ മനോഹരമായ വാഗ്ബിംബമാണ് ബിന്ദുമോൾ പി.എസ്.ന്റെ കുതിച്ചുകൊണ്ടൊരു തീവണ്ടി (കലാപൂർണിമ മാസിക 2022 മാർച്ച്, ലക്കം 3) എന്ന കവിത.

നിത്യ പ്രണയത്തിന്റെ ജന്മാന്തര മോഹങ്ങളെ സുഘടിതമായി ഘടിപ്പിച്ച ഒരു പ്രണയത്തീവണ്ടി. കമിതാക്കളിലെ ഉൾത്താപമാണതിന്റെ ഇന്ധനം. പാളം തെറ്റാത്ത യാത്ര സ്വപ്നം. പാളം തെറ്റുന്ന അപകട മരണം ഒരു യാഥാർത്ഥ്യം.

....ഞങ്ങൾ
നിത്യ വർത്തമാനത്തിന്റെ
നിത്യ പ്രണയത്തിൽ
അകപ്പെട്ടവർ
ജന്മാന്തരങ്ങളിലെ
കണക്കുകൾ
ഒരിക്കലും പാളം തെറ്റാത്ത വിധം
ഘടിപ്പിക്കപ്പെട്ട ചക്രങ്ങൾ

അനന്തമായ ജന്മാന്തരങ്ങളുടെ
തിരയിളക്കത്തിലും
രാഗ വേഗങ്ങളുടെ
ആന്തരിക സമൃദ്ധിയിലും
ഞങ്ങളുടെ ഉൾത്താപത്താൽ
കുതിച്ച വണ്ടി.

പക്ഷേ യാഥാർത്ഥ്യങ്ങൾ മറ്റൊരു വഴിക്ക് നമ്മെ വേട്ടയാടുന്നു. പ്രണയം, സാഫല്യംകൊണ്ട് അണഞ്ഞു പോകുന്നതും വിരഹം കൊണ്ട് ആളിക്കത്തുന്നതുമാണ്. പ്രേമത്തിന്റെ ശാശ്വതീകരണത്തിനാവാം മരണം മറ്റൊരു വഴിക്ക് നമ്മിലേയ്ക്കെത്തുന്നത്. നിത്യ പ്രണയത്തിന്റെ കരിങ്കൽ ശില്പങ്ങളായി കമിതാക്കൾ അവിരാമം ജീവിക്കുന്നു. പക്ഷേ പ്രണയത്തെ കവിയും നിരൂപകരും തിരിച്ചറിയുമോ എന്ന ചോദ്യം കവിതയിൽ മുഴങ്ങുന്നുണ്ട്. അനുഭവിക്കുന്നവർക്കപ്പുറത്തേയ്ക്ക് വാക്കിലും ഭാവനയിലും വിലയിരുത്തലുകൾക്കും വഴങ്ങാത്തതാണത്. ഇവിടെ കവിയും നിരൂപകരും നിസ്തേജരാവുന്നു. കവി കമിതാക്കൾക്കൊപ്പമാണ് നിരൂപകർക്കൊപ്പമല്ല.

പ്രണയത്തിന് കവി കല്പിക്കുന്ന തീവണ്ടി രൂപകം ഏറെ ശ്രദ്ധേയമാണ്. ബോഗികൾ ജന്മാന്തര ബന്ധങ്ങളുടേതാണ്. ഇന്ധനം ഉൾത്താപങ്ങളുടെയും. ചതഞ്ഞരഞ്ഞു തീരാത്ത പ്രണയകാമനകൾക്കുള്ള സ്മരണ പുഷ്പങ്ങളാണ് ഇവിടെ കവിത.

നിറംപിടിപ്പിച്ച വാക്കുകൾ

നിറങ്ങൾക്കൊണ്ട് ദേശത്തെ വരയ്ക്കുക അത്ര എളുപ്പമല്ല. എങ്കിലും ദേശം നിറങ്ങളാൽ അങ്കനം ചെയ്യപ്പെടും. പച്ച കൊണ്ട് ഗ്രാമത്തെ വരയ്ക്കാം. നഗരത്തെ ഏതു നിറം കൊണ്ടു വരയ്ക്കും? മഞ്ഞയാകും നഗരത്തിന്റെ നിറം. രാത്രിയിലെ നിയോൺ വെളിച്ചങ്ങൾ നഗരത്തിന് മഞ്ഞനിറം നൽകുന്നു. “തരിക നീ പീതസായന്തനത്തിന്റെ നഗരമേ നിന്റെ വൈദ്യുതാലിംഗനം” എന്ന് കവികൾ പാടുന്നത് അതുകൊണ്ടാണ്. ശബ്ദം കൊണ്ടും ഗ്രാമനഗരങ്ങളെ അടയാളപ്പെടുത്താൻ കഴിയും. ഹൃദയഹാരിയായ ശബ്ദങ്ങൾ കൊണ്ട് ഗ്രാമത്തെയും യന്ത്ര മുരൾച്ചകൾ കൊണ്ട് നഗരത്തെയും. ഇവിടെ ഹാരിസ് യൂനുസ് എന്ന കവി പച്ച കൊണ്ട് നാടിനെ വരയ്ക്കുകയാണ്. പച്ച എന്ന കവിത (Wtp live.in 2nd March/issue 96) യിൽ

കമുകിന്റെ കരിംപച്ച
നെൽവയലിനിളംപച്ച
മഴയിറ്റിയ
വെറ്റിലക്കൊടികളുടെ,
വെയിലിന്റെയുമ്മയിൽക്കുടുങ്ങിയ
പായലിന്റെ,
മീൻകണ്ണുകൾ കുമിളകളിലൊളിപ്പിച്ച
ചെറുകുളങ്ങളുടെ
പച്ചനിറച്ച ഗ്രാമങ്ങളാൽ
ചുറ്റപ്പെട്ട നഗരം.

അവിടെയായിരുന്നു ജീവന്റെ പച്ചപ്പുണ്ടായിരുന്നത് എന്നും ജീവന്റെ നഷ്ടങ്ങൾ പായൽ മൂടിക്കിടന്നത് എന്നും അയാൾ ഓർക്കുന്നു. സ്മരണ യുടെ ഉൺമയായി, ആനന്ദം ചൂഴ്ന്ന് നിന്ന ഇടമായി, ഒടുങ്ങാത്ത വിര ഹത്തിന്റെ ലഹരി സമ്മാനിച്ചുകടന്നുപോയ ഒരു ദുരന്തക്കിനാവായി ഗ്രാമം കവിയിൽ നിറഞ്ഞു നിൽക്കുന്നു.

മഴയോങ്ങി നിന്ന
ഏഴുമണി രാവിലെ
ആളുകൂടിയ കുളക്കടവിൽ
വെയിലിനെ വിട്ട്
നിന്നെയുമ്മവെച്ച കിടന്ന
പച്ചപ്പായൽ കാണാതെ ഞാൻ....
അല്ലെങ്കിലും നമ്മൾ തമ്മിൽ
കണ്ടിട്ടേയില്ലല്ലോ?

എത്ര അനായാസമായി കവി ഗ്രാമത്തെ, പ്രേമത്തെ, വിരഹത്തെ, വിയോഗത്തെ അടയാളപ്പെടുത്തുന്നു. അനുഭവവേദ്യമായ ഈ അനാ യാസതയാണ് പുതിയ എഴുത്തിന്റെ സാധ്യത. ക്ലിഷ്ട ഭാഷകൾ കൊണ്ട് കവികൾ നിർമ്മിക്കുന്ന വ്യാജ സൗന്ദര്യത്തേക്കാൾ നമ്മിൽ പച്ചപിടി ച്ച നിൽക്കുന്നുണ്ട് ഹാരിസ് യൂനുസിന്റെ പച്ച വാക്കുകൾ.

നിറങ്ങൾക്കൊണ്ടു മാത്രമല്ല ഭൂതകാലത്തെ ചില മനുഷ്യരുടെ മുഖ ങ്ങൾക്കൊണ്ടും നമുക്ക് തിരിച്ചുപിടിക്കാൻ കഴിയും. അതൊരു പെൺമുഖ മാകുമ്പോൾ അതിനർത്ഥങ്ങൾ ഏറും, ചില അനർത്ഥങ്ങൾ കവിയുകയും ചെയ്യും. സിന്ധു. കെ.വിയുടെ കമല (Wtp live.in 23rd February/issue 96) ഈവിധം തെളിഞ്ഞു കത്തുന്ന ഒരു പെൺപേരാണ്.

തീർത്തും ഗ്രാമീണമായ വായ്മൊഴികൊണ്ട് ഭാഷയുടെയും ഗ്രാമ്യ ജീവിതത്തിന്റെ സൗന്ദര്യത്തെയും കവി ചിത്രീകരിക്കുന്നുണ്ട്. ചായപ്പീട്യ, പീട്യക്കാരി, രോഹിണിയേച്ചി, മുരടനക്കി, മൊളകിട്ട മത്തി, നാക്കമ്മേതേച്ച, എന്നിങ്ങനെ അനുഭവലോകത്തെ ജീവൽഭാഷ കൊണ്ട് ഉണർത്തിയെടുക്കുന്നുണ്ട് സിന്ധു കെ.വി.

കമലയെക്കുറിച്ചു പറയുമ്പോൾ ഈ ഗ്രാമ്യഭാഷ വേറെ ചില പ്രത്യേക തിളക്കങ്ങളെക്കൂടി ചേർക്കുന്നതു നോക്കൂ. ചെങ്കനൽ മീട്, മൂക്കുത്തിത്തിളക്കം, മുത്തണി മാല, മൂപ്പെത്താത്തൊരിളം ചങ്ക്, രാനടത്തം, പാവാടത്തുമ്പിളക്കങ്ങൾ, കുമുദിൻപൂ, ചെങ്കനലണിമുഖം,

ഭാഷയുടെ ഈ ജീവനും സത്തയുമാണ് കമല. വശ്യമോഹിനിയായ ഗ്രാമജീവിതമാണ് കമല. ചരിത്രത്തിന്റെ ഒരു പിൻ തിരിഞ്ഞുനോട്ടം കൂടിയാണിത്. ഹിസ്റ്ററി ഇവിടെ ഹർസ്റ്ററി കൂടിയാവുന്നതു പോലെ. ദേശീയ ചരിത്രത്തിൽ മാത്രമല്ല പ്രാദേശീയ ചരിത്രത്തിലും അമർന്നു പോയ പേരാണ് പെണ്ണിന്റേത്. അതാണ് ഒരു വിധത്തിൽ കമലയിലൂടെ ഉയിർത്തെഴുന്നേൽക്കുന്നത്.

ഉതിരും നറുമണപുഷ്പങ്ങളെന്ന പോലെ
ആളുകൾ കൂട്ടം കൂടി
ചരിത്രത്തിനടിയിലായ്
പണ്ടേ പോലിക്കാലവും
ചിരിച്ച കമലയും

ആ ചിരിയാണ് ഇന്ന് ചരിത്രത്തിൽ പ്രകാശം വീഴ്ത്തി നിൽക്കുന്നത്.

വാക്കിൻ നേർ വഴിയിലെ വക്രസഞ്ചാരം

അശുഭ കാമനകളിലേയ്ക്ക് കണ്ണയക്കുക എന്നത് എക്കാലത്തെയും കവി കർമ്മമാകാം. ദുരന്തക്കാഴ്ചകളിൽ നിന്നാവാം വിമോഹനമായ ലോകങ്ങളെ അവർ സ്വപ്നം കണ്ടുണരുന്നത്. വെളിച്ചം ദുഃഖമാണെന്നും തമസ്സാണ് സുഖപ്രദമെന്നും പകലിന്റെ കണ്ണുകൾ മാന്തിപ്പൊളിക്കിൻ പോകട്ടെയെല്ലാമിരുട്ടിൽ എന്നൊക്കെയുള്ള കാവ്യാഹ്വാനങ്ങൾക്കടിയിൽ ദന്തുരമായ മനുഷ്യാനുഭവങ്ങൾ തന്നെയാവണം. പുതിയ തലമുറക്കവികളിലും ഇത്തരം നോട്ടപ്പാടുകളുണ്ട്. ഷിഫാന സലീമിന്റെ സീതായനം എന്ന കവിത (True copy Webzines 04 March 2022 packet 67) നോക്കൂ.

ഇരുളിലൊരു കനം
തുങ്ങുന്നതും വറ്റിയ
കണ്ണുകളിൽ ഒരു
പുഴ കവിയുന്നതും കണ്ടു
പെറ്റപോരാത്ത പൈതങ്ങളുടെ
ഹൃദയമിടിപ്പ പോലെ
കൂട്ടകയും കുറയുകയും
ചെയ്ത് കരിനീലിച്ച പോയ
മറുപിള്ളകളിൽ രക്തത്തിന്റെ
കട്ടും ചുവപ്പ കലർന്നു.
ഒഴുക്കിൽ ഒരു പുഴയ്ക്കൊപ്പം
മരിച്ച പോയ പൈതങ്ങളുടെ
ചിരിയും കരച്ചിലും ഒരുമിച്ച കേട്ടു.

പുഴയെവിടെയോ വറ്റുന്നു എന്ന വേദന പുഴയിവിടെ കണ്ണുകളിൽ കുത്തിയൊഴുകുന്നുവെന്ന മറ്റൊരു ദൈന്യതയായി വഴി മാറുന്നു. മനുഷ്യർക്ക് കാണാൻ പറ്റുന്ന ലോകമല്ലിതെന്നും ചാകാനും കൊല്ലാനും മാത്രം പറ്റുന്നൊരിടമാണ് ഈ ഭൂമി ജീവിതമെന്നും കവികൾക്ക് തോന്നാം. ഈ മനോഹര തീരത്തുതരുമോ ഇനിയൊരുജന്മം കൂടി എന്ന കാവ്യമോഹം നമുക്ക് നവോത്ഥാനത്തോടെ അവസാനിച്ച പോയിട്ടുണ്ടാവണം. ആധുനികത അരങ്ങേറുന്നതു തന്നെ ഇരുട്ടിനുള്ള സ്തുതി ഗീതമായാണല്ലോ. “ഹാ ! മനുഷ്യൻ എത്ര സുന്ദരമായ പദം” എന്നല്ല “മർത്ത്യജൻമത്തേക്കാൾ ദയനീയമായി മറ്റെന്തോന്നുള്ളു പാരിൽ” എന്ന തോന്നലുകളാണ് മലയാളിയിൽ മുന്തിനിന്നത്.

അതുകഴിഞ്ഞ് അശരണരുടെ ചെറുത്തു നിൽപ്പിന്റെ കുഞ്ഞു മിന്നലാട്ടങ്ങൾ കവിതയിൽ ചാറ്റൽ മഴയായി പെയ്തു തുടങ്ങി. പെയ്തൊഴിയും മുമ്പേ തന്നെ വീണ്ടും ദന്തുരമായ കാഴ്ചകളുമായി കവികളെത്തുകയാണോ?

വ്യക്തിസ്വാതന്ത്ര്യത്തിന്റെ പറുദീസയിലെത്തിയെന്നു തോന്നുമ്പോഴും മനുഷ്യരുടെ മനസ്സിനെ ബന്ധിച്ച ചങ്ങലയുടെ കിലുക്കങ്ങളെ ഈ കവി കേൾക്കുന്നുണ്ട്.

കിതച്ചും വിയർത്തും
ഓടിയ മനുഷ്യർ മരിക്കും
മുൻപ് കാലിലൊരു കനമുള്ള
ചങ്ങലക്കൂട്ടം ഉയരുന്നതു കേട്ടു.

ഇന്ന് കിലുക്കങ്ങളില്ലാത്ത ചങ്ങലകളാലാണ് മനുഷ്യർ ബന്ധിതരായിത്തീരുന്നത്. അപഹരിക്കപ്പെടുന്ന മനുഷ്യത്വത്തിന്റെ ആൾക്കൂട്ടത്തിന് ഇന്ന് തന്റെ മുഖം തന്നെയാണെല്ലോ എന്നു കൂടി ഈ കവി തിരിച്ചറിയുന്നു. രാമായണം രാമന്റെ ജയഗീതമാണെങ്കിൽ ഈ സീതായനം മനുഷ്യത്വത്തിന്റെ പരാജയവഴിയായിത്തീരുന്നു.

ഇങ്ങനെ വാക്കിന്റെ നേർവഴിയിലെ വക്രസഞ്ചാരമായിത്തീരുന്ന മൊഴിയാണ് കവിത.

അപരം അനന്യം

നാം കാണുന്ന ലോകത്തുനിന്നും കാണാത്ത ഒരു അപര ലോകത്തിലേയ്ക്ക്, നാം അനുഭവിക്കുന്ന ലോകത്തു നിന്നും അനുഭൂതിയുടെ അനന്യമായ അടരുകളിലേയ്ക്ക് നമ്മെ കൊണ്ടു പോകുന്നതാണ് കവിത. അതാവട്ടെ കാണുന്ന യാഥാർത്ഥ്യത്തെ കൂടുതൽ തെളിമയോടെ നമുക്കു മുമ്പിൽ കാട്ടിത്തരാനാവണം. ചിലത് കടും നിറങ്ങൾ കൊണ്ടു വരയ്ക്കും, ചിലത് മങ്ങിയ പ്രകാശരേഖകൾ കൊണ്ടുമാവാം.

ഗ്രാമത്തെ ഒരു വിശുദ്ധലോകമായി കണ്ടു പരിചരിക്കാനാണ് മലയാള കവിത എക്കാലവും പരിശ്രമിച്ചു പോന്നത്.

"നാട്യ പ്രധാനം നഗരം ദരിദ്ര്യം/ നാട്ടിൻപുറം നന്മകളാൽ സമൃദ്ധം" എന്നത് കവിതകൾ നിർമ്മിച്ച ഒരു മിത്താണ്. നാഗരികതയുടെ യാന്ത്രിക ലോകത്തെ തുറന്നു കാട്ടാനാവണം കടും നിറങ്ങൾ ചേർത്ത് ഗ്രാമത്തെ വരച്ചത്. അങ്ങനെ വിശുദ്ധ വചനങ്ങളാൽ എഴുതപ്പെടുന്ന ഒരു പറുദീസയല്ല ഗ്രാമം. ഡി അനിൽകുമാർ വളരെ നേരായ ഭാഷയിൽ നിറങ്ങളധികമൊന്നുമില്ലാതെ ഗ്രാമത്തെ വരച്ചു വെയ്ക്കുന്നുണ്ട് അലക്ക് എന്ന കവിതയിൽ (True copy Webzines 11 march 2022 packet 68) ദാരിദ്ര്യവും ഹിംസയും സൗന്ദര്യവും ചേർന്ന ഒരു ജീവലോക മാണ് ഇന്ന് ഗ്രാമം. നാഗരികതയുടെ ഭീഷണമായനിഴലിൽ ജീവിക്കു ന്ന ഒരിരുണ്ട നിഴൽരാശി കൂടിയാണ്.

രാത്രിയിൽ പൊതു പൈപ്പിൽ
ഒരു പെൺകുട്ടി അലക്കുന്നു
അവളുടെ പിന്നിൽ അർദ്ധവൃത്താകാര
ചന്ദ്രൻ മാത്രം
മുന്നിൽ നാളൊരിക്കൽ വന്നു പോം
വെള്ളം മാത്രം
ചന്ദ്രനാണോ പെൺകുട്ടിയാണോ
വെള്ളമാണോ പെൺകുട്ടിയാണോ
അലക്കുന്നു
അലക്കുന്നു
പെൺകുട്ടി തുണിയുടെ അഴുക്ക് അലക്കുന്നു
ചന്ദ്രൻ നാടിന്റെ അഴുക്ക് അലക്കുന്നു
വെള്ളം ഭൂമിയുടെ അഴുക്ക് അലക്കുന്നു.
ഇതെല്ലാം കണ്ടു കൊണ്ട് ഒരു നായ
അപ്പുറത്തുണ്ട്
അതിനല്പം വെള്ളം കുടിക്കണമെങ്കിൽ
ഈ പെൺകുട്ടി മാറണം

ഇത് വിശുദ്ധ ഗ്രാമമല്ല വിമലമാക്കപ്പെട്ട ഒരു സ്ഥലമാണ്. നാളെ വന്നെത്തുന്ന നഗരവൽക്കരണത്തിനു മുമ്പുള്ള ചെറുവേളയിൽ നാം ഗ്രാമത്തെ കാണുന്നു. പച്ചവെള്ളം ചവച്ച് തിന്നുന്ന നായ കോഴിക്കാല് സ്വപ്നം കാണുന്നപോലെ നഗരവൽക്കരിക്കപ്പെടുന്ന ഗ്രാമം സ്വന്തം സ്ഥലത്തെ സ്വപ്നം കാണുന്നുണ്ടാവും.

ഗ്രാമത്തെ ഗ്രാമമാക്കി നിർത്തുന്ന നന്മയോ സൗന്ദര്യമോ ഇന്നില്ല. തൊടിയിലെ കിണർ വെള്ളം കോരിക്കുടിച്ച് എന്തു മധുരം എന്നു പറയാൻ കിണറില്ല പൈപ്പു ജലമേയുള്ളൂ. കോഴിക്കാൽ സ്വപ്നം കണ്ടു നടക്കുന്ന നായയേയുള്ളൂ. ഇപ്പോഴും അത് ഗ്രാമായി നിൽക്കുന്നത് രാവിലെ കൂവി നേരം വെളുപ്പിക്കുന്ന ഒരു കോഴിയുള്ളതുകൊണ്ടുമാത്രം.

അഴുക്കാണെല്ലായിടവും മനുഷ്യരിലും ജീവികളിലും പ്രകൃതിയിലും. ചന്ദ്രൻ നാടിന്റെ അഴുക്ക് അലക്കുന്നു. വെള്ളം ഭൂമിയുടെ. പെൺകുട്ടി ആരുടെ അഴുക്കാവും അലക്കി വെളുപ്പിക്കുന്നത്? മനുഷ്യ സമുദായത്തിന്റേതാവുമോ? ഈ ചോദ്യം ബാക്കി നിൽക്കുന്നു. മാനവ സമൂഹത്തെ ശുദ്ധീകരണം പെണ്ണിന്റെ ഭാവിജീവിതത്തിന്റെ നിയോഗമായിത്തീരുന്നുണ്ടാവുമോ?

ഗ്രാമ നഗരങ്ങളെ കാവ്യമിത്തിൽ നിന്നും പുറത്തെടുത്ത് ജീവിത വ്യവഹാരത്തിന്റെ യഥാർത്ഥസ്ഥലികളെ തുന്നിച്ചേർത്ത് കവിതയാക്കുന്നു ഡി. അനിൽകുമാർ. തന്റേതായ മൗലികത കൂടി അതിൽ ചേർത്തൊട്ടിക്കുമ്പോൾ അതിന് വല്ലാത്ത അനന്യത കൈവരുന്നു.

നിഴൽച്ചിത്രങ്ങൾ വരയ്ക്കുന്ന ചുമർ

പെൺകുട്ടികളുടെ ഒച്ചകൾ, ആവിഷ്കാരങ്ങൾ എല്ലാം ഇപ്പോഴും അസ്വാതന്ത്ര്യത്തിൽ തന്നെയാണ് തുടരുന്നത്. “പുറപ്പെട്ടേടത്തു തന്നെയാണ് ആയിരം കാതമവൾനടന്നിട്ടു”മെന്ന കവിവാക്യം പതിരില്ലാതെ ഇപ്പോഴും അർത്ഥപൂർണമായി നിലനിൽക്കുന്നു. അതുകൊണ്ടാണ് അവൾക്ക്

ചുമരേ
ചുമലേ
മറവേ
മാറേ

എന്നു ഇപ്പോഴും സങ്കടപ്പെടേണ്ടിവരുന്നത്. സിദ്ദിഹ പി.എസ് ഇങ്ങനെ ഓരോ പെൺകുട്ടിയും പേറുന്ന ദൈന്യതയുടെ ശിഥിലമായ ചിത്രങ്ങൾ വാക്കുകൾ കൊണ്ട് ചേർത്തു വെയ്ക്കുന്നു കുട്ടിയും ചുമരും എന്ന കവിത (മാതൃഭൂമി ആഴ്ചപ്പതിപ്പ് 2022 മാർച്ച് 20-26)യിൽ.

ചരിത്രത്തിൽ നിന്നുള്ള ദൈന്യതയുടെ ഭാരവും പേറിയാണ് പുതിയ ലോകത്തിലെയും പെണ്ണുങ്ങൾ നടക്കുന്നത്. എത്ര കുടഞ്ഞെറിഞ്ഞാലും പോവാത്ത ഒരഴുക്കു ഭാണ്ഡമായി അസ്വാതന്ത്ര്യം ചുമലിൽ ചൂഴ്ന്ന് നിൽക്കുന്നു.

സ്വാതന്ത്ര്യത്തിന്റെയും അസ്വാതന്ത്ര്യത്തിന്റെയും കൊളാഷ് ചിത്രങ്ങൾ തീർക്കുന്നുണ്ട് കവി. നിഴൽ ചിത്രങ്ങൾക്ക് ചുമരാണ് ക്യാൻവാസ്. പക്ഷിക്ക് ആകാശമാണത്, മാനിന് കാട്. പക്ഷേ വഴി തെറ്റിയ പെൺകുട്ടിയാവട്ടെ പാഴ്നിലാവിന്റെ പെരുവഴിയിലും

പെൺകുട്ടിയുടെ അസ്വാതന്ത്ര്യത്തിന്റെയും അസ്വസ്ഥതയുടെയും ചിത്രങ്ങൾ പല മട്ടിൽ തീവ്രമായി ആവിഷ്കരിക്കുന്നു. നിഴൽ ചിത്രങ്ങൾ വരയ്ക്കുന്ന ചുമർ അവൾക്ക് അതിരുകൾ കൊട്ടിയടച്ച വലിയ മതിലുകളാണ്. ഈ അസ്വാതന്ത്ര്യത്തെ ആഴത്തിൽ അടയാളപ്പെടുത്താനാണ് നിഴൽ ചിത്രങ്ങൾ വീഴ്ത്തുന്ന ചുമരുകളെക്കുറിച്ച് ആദ്യമേ സൂചിപ്പിച്ചത്. ചുമര് നിഴൽ ചിത്രങ്ങൾക്ക് ക്യാൻവാസ് ഒരുക്കുമ്പോൾ പെൺജീവിതത്തിന്റെ നിറചിത്രങ്ങൾക്ക് അതിരുകൾ തീർക്കുന്ന കനത്ത ചുമരുകളാവുന്നുണ്ടത്.

ചുമരിൽ ചാഞ്ഞിരുന്ന് കണ്ണുപൊത്തിയത്, ചുമരിൽ ചാരിയിരുന്ന് കഥകൾ വായിച്ചത് അങ്ങനെ ചുമരുമായി ബന്ധപ്പെട്ടു തന്നെയാണ് പെൺകുട്ടിയുടെ ജീവിതം കെട്ടു പിണഞ്ഞു നിൽക്കുന്നത്. ഒരു കാലത്ത് തന്നെ താങ്ങിയ ചുമർ പിൽക്കാലത്ത് തനിക്കു ചുറ്റും കോട്ടകൾ തീർക്കുകയായിരുന്നുവെന്ന് അവൾ മനസ്സിലാക്കുന്നു. പിന്നെ അവകളൊക്കെയും മുറികളായി. ജീവിതത്തിന്റെ ഉണങ്ങാത്ത മുറിവുകൾ തന്നെയായി ഈ ചുമരുകൾ. പെൺകുട്ടി മുറികളിൽ നിശ്ചലയാണ്. സ്വന്തമായി മുറി പോലുമില്ലാത്തവൾ. ചലിക്കുന്ന എന്തിനെയും അവൾ ഇപ്പോൾ അസ്വസ്ഥതയോടെയും അസൂയയോടെയും മാത്രം കാണുന്നു.

ചലിക്കുന്നതെന്തിന് നീ മാത്രമെന്നു
ചുഴിഞ്ഞു നോക്കുന്നു സമയ ചക്രത്തിൽ
ചെറുതും വലുതും കയ്യിൽപ്പിടിച്ചു
കളിക്കുന്നു വട്ടം വട്ടം.

ഉള്ളതിനെയൊന്നും ഉള്ളവരാരും പലപ്പോഴും വിലമതിക്കാറില്ല. കണ്ണുള്ളവൻ കണ്ണിന്റെ വിലയറിയുന്നില്ല എന്നു പറയാറുണ്ടല്ലോ, ഇത്തിരിപ്പോന്ന മൈതാനത്തിൽ എന്ന കവിത (മാധ്യമം ആഴ്ചപ്പതിപ്പ് 2022 മാർച്ച് 7-14)യിൽ അജിത് എം. പച്ചനാടൻ ഈ ജീവിത വൈരുദ്ധ്യത്തെ ആവിഷ്കരിക്കാൻ ശ്രമിക്കുന്നുണ്ട്. ഒപ്പം കുട്ടികളുടെ ആരവങ്ങളാൽ മുഖരിതമായ ഒരു കളിക്കാലത്തെയും.

കാറ്റൂർന്ന്
ഞണുങ്ങിയ മോന്തയുമായ്
കെറുവിച്ചിരിക്കും പന്തിൽ
പ്രാണൻ പകർന്നു തുടുപ്പിക്കാന്
ഒരുപറ്റം കുഞ്ഞുങ്ങൾ പോകുന്നു.

കളിക്കളങ്ങളിലേയ്ക്ക് പോകുന്ന കുഞ്ഞുങ്ങളുടെ പ്രാണന്റെ സർഗാത്മകത വെളിവാകും മട്ടിലുള്ള ഒരു ഇമേജിലൂടെയാണ് കവിതയുടെ ആരംഭം. കാറ്റൂർന്ന് ഞണുങ്ങിപ്പോയ മോന്ത നമ്മുടെ മുന്നിൽ തെളിഞ്ഞു നിൽക്കുന്ന ഒരു ഭൂതകാല ചിത്രം കൂടിയാണ്. അതിൽ പ്രാണനെ നിറയ്ക്കാൻ കാട്ടുന്ന ഉത്സാഹത്തിലാണ് ബാല്യത്തിന്റെ ജീവിതം മുഴുവനും ത്രസിച്ചു നിൽക്കുന്നത്.

ഈ കൗതുകക്കാഴ്ച നോക്കി നിൽക്കുന്ന മറ്റൊരാളുണ്ട്. അപ്പോഴാണ് കവിത പുതിയൊരു ഭാവതലം പ്രാപിക്കുന്നത്.

നേർത്ത,ടങ്ങിയ
ഘോഷത്തിന്റെ യവസാനയലയ്ക്കു പിന്നിൽ
ഒരു മുടന്തൻ കുട്ടി

പറ്റത്തെ എത്തിപ്പിടിക്കാൻ പൊരുതുന്നു.
കാൽപന്തു കൊതിയെന്റെ ജീവിതക്കൊതി-
യവനിൽ കിതയ്ക്കുന്നു.

ഈ കിതപ്പിലാണ് കവിതയുടെ പ്രാണൻ മുഴുവൻ പിടയുന്നത്. കളിയുടെ സൗന്ദര്യം മുഴുവൻ അനുഭൂതിപരമായി അറിയുന്നത് അവൻ മാത്രമാവും.

“കുതിപ്പിന്റെ ഊക്ക്/ ഉള്ളിലടക്കി/ അവനിരുന്നു/ കളത്തിലെ ചടുലതയെ/ പിടിച്ചെടുത്ത്,/ ഡ്രിബിള് ചെയ്യുമവന്റെ ഭാവന”

യാഥാർത്ഥ്യത്തിൽ ജീവിക്കുന്നവർ യാഥാർത്ഥ്യത്തിന്റെ സൗന്ദര്യം ആസ്വദിച്ചെന്നുവരില്ല. അതിനു സാധ്യമാവാത്തവരിലാണ് ഭാവന പ്രവർത്തിക്കുന്നത്. “ചലനത്തിന്റെ മനോഹാരിതയെപ്പറ്റി/ കൂട്ടം തെറ്റലിനെപ്പറ്റി/ ആരു പറയും അവനേക്കാൾ മിഴിവോടെ.”

ഭാഷ നഷ്ടപ്പെട്ടവരുടെ ഭാഷയും വീടു നഷ്ടപ്പെട്ടവരുടെ വീടും ദേശം നഷ്ടപ്പെട്ടവരുടെ ദേശവുമായി മാറുന്നുണ്ട് കാലില്ലാത്തവന്റെ കളിയുത്സാഹം. പുതു കവിതകൾ പൊതുവെ വൈകാരിക തീവ്രമായി ഭാഷ ഉപയോഗിക്കാത്തതിന്റെ പരിമിതി ഈ കവിതയ്ക്കുണ്ട്. അനുഭവങ്ങളെ അകന്നിരുന്നു നോക്കുമ്പോഴുള്ള ഒരു നിർമ്മമത ഈ കവിതയെ ഗംഭീരം എന്ന വാക്കുകൊണ്ട് അടയാളപ്പെടുത്താൻ കഴിയാതെ പോകുന്നു. ഭൂതകാല അനുഭവങ്ങളും ചില തരം ഇല്ലായ്മകളും തീവ്രമായ ഭാഷ സ്വീകരിച്ച് വായനക്കാരുടെ മനസ്സിൽ എക്കാലവും പാർപ്പുറപ്പിക്കും. “ഇവിടെ സ്നേഹിപ്പാൻ ഇവിടെയാശിപ്പാൻ ഇവിടെ ദുഃഖിപ്പാൻ കഴിവതേ സുഖം” എന്ന് നാട് നഷ്ടപ്പെട്ടു പോയവരുടെ വൈകാരികത വൈലോപ്പിള്ളിയിൽ കവിഞ്ഞു നിൽക്കുന്നതു കാണാം. ഇവിടെ കവി പ്രമേയപരമായ നവീനത പുലർത്തിയെങ്കിലും ഭാഷയെ തീവ്രമാക്കുന്നതിൽ ശ്രദ്ധിക്കാതെ പോയത് കവിതയെ അനുവാചകരുടെ ഹൃദയത്തിൽ ഉൾവഹിക്കാൻ പര്യാപ്തമാവുന്നില്ല.

അസ്വാഭാവികതയും ആസ്വാദനവും

ഭാഷയുടെ നിർജീവത കൊണ്ട് അനുഭവപ്പെടാതെ പോകുന്ന മറ്റൊരു കവിതയാണ് എന്റെ സത്യ പ്രണയേതാവിന് എന്ന സഹീറാ തങ്ങളുടെ കവിത (മാധ്യമം ആഴ്ചപതിപ്പ് 2022 മാർച്ച് 14-21). വളരെ വ്യത്യസ്തമെന്നു തോന്നുന്ന ഒരു പ്രേമാനുഭവത്തെ ആവിഷ്കരിക്കാൻ പര്യാപ്തമായ ഭാഷയുടെ അഭാവം ഈ കവിതയിലും മുന്തിനിൽക്കുന്നു. ഏറെ പ്രതീക്ഷയോടെയാണ് കവിത വായിക്കാൻ ശ്രമിച്ചത്. പ്രണയമാവുമ്പോൾ

വിശേഷിച്ചും ഹൃദയത്തെ സ്പർശിക്കുന്ന ഏതെങ്കിലും കാവ്യസന്ദർഭങ്ങൾ ഉണ്ടാവും എന്നു തീർച്ച, എന്നാൽ

പ്രിയനേ,
നീ എന്നിൽ നിന്നും കൊതിച്ച
പ്രണയ ലേഖനം
ഇതാണോ?

എന്ന ആദ്യവരികൾ തന്നെയും കാവ്യാനുഭൂതിയിൽ നിന്ന് പിൻതിരിപ്പിക്കുന്നവയായിരുന്നു. പ്രണയത്തെ തന്നെയും അകാല്പനികമായിക്കാണുക പുതിയ കവിതയുടെ സവിശേഷതയായി കണക്കാക്കപ്പെടാറുണ്ട്. പ്രണയം പോലും അസാധ്യമാക്കുന്ന കവിതയാണ് ഇക്കാലത്തിന്റേത് എന്ന് പരിഹാസ രൂപേണ ഒരു കവി പറയുന്നുണ്ട്.

സഹീറാ തങ്ങളുടെ കവിത കാല്പനികതയ്ക്കും അകാല്പനികതയ്ക്കും ഇടയിൽ ആന്ദോളനം ചെയ്യുന്നു. അകാല്പനികമായ ആരംഭത്തെ കാല്പനികമായ അടുത്ത സന്ദർഭം കൊണ്ടു മറികടക്കാൻ ശ്രമിക്കുന്നുണ്ട് കവി.

എന്റെ ശ്വാസം എന്ന് പറയാൻ ആണ്, ഉറപ്പായും
അത്
തന്നെ പറയാൻ ആണ് ഈ നിമിഷം തോന്നിയത്
അത് നിലനിൽക്കുവോളം
എന്റെ പ്രപഞ്ചം
മിടിപ്പോടെ നിന്നെ
നോക്കുമല്ലോ

ഇവിടെയുള്ള കാല്പനികാനുഭൂതി പോലും വാക്കിന്റെ അകാരണമായ മുറിക്കലിൽ മുറിപ്പെട്ടു നിൽക്കുന്നു. അത് കവിതാ ശരീരത്തിലെ ഉണങ്ങാത്ത ഒരു മുറിവായാണ് തോന്നുന്നത്. എന്റെ ശ്വാസമെന്നു പറയാനാണ്, ഉറപ്പായും അതു തന്നെ പറയാനാണ് ഈ നിമിഷം തോന്നുന്നത് എന്ന് സമസ്തപദങ്ങളിൽ അനായാസമായി പറയാൻ കഴിയുന്നിടത്ത് യാതൊരു സൗന്ദര്യ യുക്തിയുമില്ലാതെ മുറിച്ചെഴുതിയത് ആസ്വാദനത്തെ അസ്വാഭാവികമാക്കുന്നു.

പ്രണയം നമ്മെ അത്രമേൽ ആത്മഗാനമെഴുതുന്നവരാക്കിത്തീർക്കും അതിൽ ഉപയോഗിക്കുന്ന ബിംബങ്ങളും അലങ്കാരങ്ങളും തീർത്തും ആത്മനിഷ്ഠമായിത്തീരും. എങ്കിലും പ്രണയത്തിന്റെ ആനുഭൂതികമായ ലോകത്തേയ്ക്ക് വാക്കുകൾ നമ്മെ ആകർഷിക്കും. ഈ കവിത ഇത്തരമൊരു അനുഭൂതി പകരുന്നതിൽ പരാജയപ്പെട്ടു പോകുന്നു.

എന്റെ ശ്വാസം, എന്റെ പ്രപഞ്ചം, നേർത്ത മുടിനാരിഴ, താഴ് വാരം താഴ്വര മാക്കൽ, കോടമഞ്ഞിന്റെ കമ്പളം, വജ്രക്കല്ലുകൾ എന്നിങ്ങനെ പദസംയുക്തതകൾ കൊണ്ട് ഒരു കാവ്യം കെട്ടാനുള്ള ശ്രമം കവി നടത്തുന്നുണ്ടെങ്കിലും പ്രണയാനുഭൂതിയുടെ ആനുഭവികതയിലേയ്ക്ക് കവിത എത്തിച്ചേരുന്നില്ല. അത് കവിതയുടെ പരിമിതിയാകുമോ? കവിയുടെ പരിമിതിയാകുമോ? അതോ കാലത്തിന്റേയോ?

കാണുന്നലോകം കാണാത്തലോകം

അസംബന്ധമെന്നോ അനുചിതമെന്നോ തോന്നുന്ന ജീവിത സന്ദർഭങ്ങൾ നമുക്കുണ്ടാവാറുണ്ട്. ഒരു കാര്യം നടക്കുമ്പോൾ അതിന് ഉപോൽബ്ബലകമായി സംഭവിക്കാൻ ഇടയില്ലാത്ത കാര്യങ്ങൾ നടക്കുമ്പോഴാണ് അസംബന്ധം എന്ന് നാം വിളിച്ചു പോകുന്നത്. പരിണാമത്തിന്റെ ഒന്നാം ദിവസം എന്ന ശ്യാം പ്രസാദിന്റെ കവിത (Wtp live.in 16th March 2022) വായിച്ചപ്പോഴാണ് ഇങ്ങനെ വിചാരം കൊണ്ടത്. സംഗതി ഇപ്രകാരമാണ്

അപ്പൻ മരിച്ചതിന്റെ
അഞ്ചാം നാൾ
അയാൾ പെലപ്പായിൽ
ഇരിക്കാതെ
കണ്ണോക്ക് കേക്കാതെ
വറ്റാത്ത കണ്ണീര് തുടച്ച്
ബസ് പിടിച്ച്
സൈഡ് സീറ്റിലിരുന്ന്
പതിമൂന്ന് രൂപ
ചില്ലറ കൊടുത്ത്
ടൗണിലിറങ്ങി.

പിന്നീട് സംഭവിക്കുന്നതൊന്നും സംഭവ്യമാകുന്നതല്ല. കടല വാങ്ങുന്നു, താരയിൽ സിനിമയ്ക്ക് പോകുന്നു, അവിടം വിട്ടിറങ്ങുന്നു, പഴയ സുഹൃത്തിനെ കണ്ടുമുട്ടുന്നു, അവനൊപ്പം മദ്യപിക്കുന്നു, അഞ്ചാം പെഗ്ഗിൽ ഗ്ലാസുമുട്ടിക്കുന്നു, കടലു കാണാൻ പോകുന്നു, കടലൊരു ചുവന്ന സെമിത്തേരിയായി തോന്നുന്നു.

ഇങ്ങനെ ഒരു അപ്പന്റെ മരണത്തിന്റെ തുടർച്ചയായി ഒരു മകനിൽ സംഭവിച്ചുകാണാനിടയില്ലാത്ത കാര്യങ്ങളാണ് ഇവിടെ നടക്കുന്നത്. സറ്റയറിക്കലായി ആണ് കാര്യങ്ങൾ അവതരിപ്പിക്കപ്പെടുന്നത്.

മനുഷ്യജീവിതം എന്നത് എപ്പോഴും യുക്തിഭദ്രമോ പ്രവചനീയമോ ആയിരിക്കണമെന്നില്ല. ചുടലഭദ്രകാളിയുടെ നിർബന്ധം സഹിക്കാൻ വയ്യാതെ നാറാണത്തുഭ്രാന്തൻ തന്റെ മരണം നീട്ടിത്തരണമെന്ന് അഭ്യർത്ഥിക്കുന്നുണ്ട്. എന്നാൽ മരണം മാറ്റിവെയ്ക്കാൻ കഴിയില്ല എന്നും അതുകൊണ്ട് മറ്റേതെങ്കിലും വരം ചോദിക്കാമെന്നും ചുടലഭദ്രകാളി പറയുമ്പോൾ തന്റെ ഇടതുകാലിലെ മന്ത് വലതുകാലിലേയ്ക്ക് മാറ്റിത്തരണമെന്നാണ് അയാൾ ആവശ്യപ്പെടുന്നത്. പുറമേയ്ക്ക് യുക്തിരാഹിത്യമെന്ന് നമുക്ക് തോന്നുമെങ്കിലും നാറാണത്തുഭ്രാന്തന്റെ ജീവിതത്തെ ആസ്പദമാക്കുമ്പോൾ അതിന് ദാർശനികതയുടെ മാനം കൈവരുന്നതിനു സമാനമായാണ് ഈ കവിതയിൽ യാക്കോബിന്റെ പ്രവൃത്തി.

അഞ്ചാം പെഗ്ഗിനും
മൂന്നാം പ്രേമത്തിനും മുന്നേ
ഓന്തുകൾക്കും
ദിനോസറുകൾക്കും മുന്നേ
യാക്കോബ് കടലു കണ്ടിരുന്നു.

മനുഷ്യസംസ്കാരത്തിന് ആയിരത്താണ്ടുകളുടെ ഒരു ചരിത്ര സാന്നിധ്യം ഉണ്ടാക്കാൻ കവി ശ്രമിക്കുകയാണ്. പുതുഭാവനയുടെ ഭാഷാവ്യൂഹത്തിന് ഉള്ളിൽ നിന്നുകൊണ്ടു തന്നെ അതിന്റെ പ്രമേയപരിചരണത്തിൽ നിന്ന് പുറത്തുകടക്കാനുള്ള ശ്രമം കൂടി കവി നിർവഹിക്കുന്നു.

ഓരോ പെണ്ണിലും രഹസ്യങ്ങളുടെ ഒരു കലവറയുണ്ട്. പരസ്യമായ ജീവിതത്തിൽ ആരും കാണാതെ ഒളിപ്പിച്ചു വെച്ചൊരു ബി നിലവറ. ഉമ വിനോദ് ഈ രഹസ്യങ്ങളുടെ നിലവറയിലേക്ക് ഒന്ന് ചൂഴ്ന്ന് നോക്കുകയാണ് ഹൃദയ ഘടികാരങ്ങൾ എന്ന കവിത (എഴുത്ത് മാസിക മാർച്ച് 2022)യിൽ.

ഹൃദയം നിലയ്ക്കുമ്പോഴെങ്കിലും അത് വെളിവാക്കപ്പെട്ടുമല്ലോ എന്ന ഒരു ആധി കവിതയിൽ ലയിച്ചു ചേർന്നു കിടക്കുന്നു.

പൊടുന്നനെ നിലച്ചുപോയ
ഒരു ഹൃദയം കീറി മുറിക്കുമ്പോൾ
അവരെന്തൊക്കെയാവും
കണ്ടുപിടിക്കുക
എന്നോർത്ത് നോക്കിയിട്ടുണ്ടോ?

ഒട്ടും പ്രതീക്ഷിക്കാത്തൊരു ചോദ്യം അനുവാചകരെ അല്പമൊന്ന് സ്തംബ്ധരാക്കും. “ഒരു നിമിഷം തരൂ നിന്നിലലിയാൻ ഒരു യുഗം തരൂ നിന്നെ അറിയാൻ” എന്ന കവിവാക്യം അർത്ഥപൂർണ്ണമായി കവിതയിൽ തുറക്കപ്പെടുന്നുണ്ട്.

ഒരു പെണ്ണ് താണ്ടിയെത്തുന്ന ജീവിതക്കടൽ സമൂഹം വേണ്ടത്ര തിരിച്ചറിഞ്ഞിട്ടില്ല. ഹൃദയത്തിന്റെ ഓരോ അറകളിലും അവൾ ഒളിപ്പിച്ചു വെച്ചിട്ടുണ്ടാവും സ്വപ്നങ്ങൾ. ചിലപ്പോഴത് കവിതകളാവാം. "അകത്തു കവിതകൾ/ പുറത്തു കടമകൾ" എന്നിങ്ങനെയുള്ള വൈരുദ്ധ്യങ്ങളുടെ ഉൺമയിലാണ് യഥാർത്ഥത്തിൽ പെൺമ. അതിന്റെ കാണാലോകങ്ങളിലേയ്ക്ക് കവിത എത്തി നോക്കുന്നു. കാലപ്പഴക്കം കൊണ്ട് തഴമ്പിച്ചതും അല്ലാത്തതുമായ നൂറു നൂറു മുറിവുകൾ കാണാം. പിണക്കം കൊണ്ടു തകർന്നു പോയ ഹൃദയ ഭിത്തികൾ, ഇത്തിരി നേരത്തേക്കെങ്കിലും നിശബ്ദമായിപ്പോയ മിടിപ്പുകൾ ബാക്കി വെച്ച നീലിച്ച പാടുകൾ ഒക്കെയുണ്ടതിൽ. ഈ രഹസ്യങ്ങളൊക്കെയും അവർ വായിച്ചെടുക്കുമോ?

വെളിവാക്കാൻ കഴിയാത്ത ഒരു ജീവിതത്തിന്റെ കാമനകളാണ് അബോധങ്ങളിലേയ്ക്ക് മുങ്ങാംകുഴികളിട്ടു പോകുന്നത്. അത്രയേറെ ദമിതമായ ഒരു ജീവിതമാണ് പെണ്ണിനുള്ളത് എന്നു വരുന്നു.

പെണ്ണനുഭവിക്കുന്ന സ്ഥൂലമായ ജീവിതാനുഭവങ്ങളെ ആവിഷ്കരിക്കാതെ അവരുടെ മനസ്സിന്റെ ഉൾക്കയങ്ങളിൽ പൂഴ്ത്തിവെച്ച രഹസ്യങ്ങളെ ചിത്രീകരിച്ചു കൊണ്ട് പെണ്ണിന്റെ ജീവിതത്തിലേയ്ക്ക് വെളിച്ചം വിതറുന്നുണ്ട് ഈ കവിത. അപ്പോഴാണ് അവരുടെ തിരയിളക്കങ്ങളെ നാം ആഴത്തിൽ അറിയുക.

ഈ വിധം കാണുന്ന ലോകത്തിന്റെ മായക്കാഴ്ചകളിലല്ല കാണാത്ത ലോകത്തിന്റെ സൂക്ഷ്മ നോട്ടങ്ങളിലാണ് കവിത പ്രവർത്തിക്കുന്നത്.

കുതികൊൾക ശക്തിയിലേയ്ക്കു നമ്മൾ

കവിതയുടെ ഊർജശക്തി കുടികൊള്ളുന്നത് പ്രതിരോധവീര്യത്തിലും തത്ത്വവിചാരങ്ങളിലും തന്നെയാണ്. പാട്ടുകൊണ്ടു ചൂട്ടുകെട്ടി രാജാവിന്റെ മുഖത്തു കുത്താനുള്ള ധൈര്യവും സ്ഥൈര്യവും മറ്റേത് കലാസൃഷ്ടിയേക്കാൾ എന്നും കവിതക്കുള്ള ഉൾക്കരുത്തു തന്നെയായിരുന്നു. "വേട്ടക്കാരവരുടെ കൈയ്യുകൾ വെട്ടും ഞാൻ" എന്ന പ്രഖ്യാപനത്തിന്റെ ധീരത കവിഞ്ഞു നിൽക്കുന്നത് കവിതയിൽ തന്നെ. കെ ജി എസ് അത് ഇപ്പോഴും നിർവഹിച്ചു പോരുന്ന പോരാട്ടകവി തന്നെയാണ്. കവിതയിലിരുന്ന് ഒരു സഞ്ജയൻ ഇപ്പോഴും നമുക്കു മുമ്പിൽ അന്യായങ്ങളുടെയും അനീതിയുടെയും കാഴ്ചകൾ കാട്ടിത്തരുന്നു. അന്ധത നടിക്കുന്ന ഒരു ധൃതരാഷ്ട്രസമൂഹം ആ ദൃശ്യങ്ങൾ കാണുന്നുവോ, ആവോ?

ഇപ്പോൾ ബംഗാളിൽ നിന്നല്ല വാർത്തകളുള്ളത്, കേരളത്തിൽ നിന്നു തന്നെയാണ്. എത്ര വേഗത്തിലാണ് കേരളം മാറുന്നത്. എത്ര മാറിപ്പോയെൻ കൗമാരപ്രിയ ഗ്രാമം എന്നു പാടിയപോലെ എത്ര മാറുന്നുവെൻ കേരള പ്രിയനാടേ എന്നു തോന്നിപ്പോകുന്നുണ്ട്. മണ്ണിനു വേണ്ടി വാദിച്ചവരെല്ലാം ജന്മികളാവുന്നു. കുടിയിറക്കപ്പെട്ടവർക്കു വേണ്ടി ശബ്ദിച്ചവരൊക്കെയും കുടിയിറക്കാനുള്ള അത്യുൽസാഹങ്ങളിൽ അഭിരമിക്കുന്നു. ഈ വിപര്യയക്കാഴ്ചകൾക്കു നടുവിൽ പകച്ചു നിൽക്കുകയാണ് കേരളം. ഇപ്പോൾ നമ്മുക്കൊരൊറ്റ മോക്ഷമന്ത്രമേയുള്ളൂ വികസനം...

വികസനം... വികസനം. കെജിഎസിന്റെ വേഗസ്തവം (മാതൃഭൂമി ആഴ്ച പ്പതിപ്പ് 2022 ഏപ്രിൽ 10- 18) മന്ത്രപൂതമായ നമ്മുടെ നാടിന്റെ ഈ വാസ്തവ ലോകത്തെയാണ് വെളിപ്പെടുത്തെറിയുന്നത്.

നാലു മണിക്കൂർ കൊണ്ടൊരു ഹൃദയം
കാസർക്കോട്ടുന്ന്
തിരുവനന്തപുരത്തെത്തിക്കണം;
ലക്ഷം ഹൃദയങ്ങളെ ഞെരിച്ചോ
ഇരിപ്പ മുപ്പ ഇമ്പങ്ങൾ കുന്നിട്ട് മൂടിയോ
ഇരമ്പങ്ങൾ ഈണങ്ങളെ ശ്വാസം മുട്ടിച്ചോ
ഊരിലെ ഉയിർപ്പടർപ്പുകൾ ചുട്ടെരിച്ചോ
വേഗപ്പാത വിരിക്കണം

അതിനുള്ള ധൃതിയിലാണ്. ആരാണ് വേഗംപായുന്നവർ? ആർക്കാണ് വേഗംപായേണ്ടത്? ആരാണ് മെല്ലെപ്പോകുന്നവർ എന്നൊക്കെയുള്ള ചോദ്യങ്ങൾ ബാക്കിയാവുന്നുണ്ട്. വേഗത്തിലോടു ന്ന വിമാനങ്ങളേ വേണ്ടു മെല്ലെ പറക്കുന്ന തുമ്പികളേ വിട. സൗകര്യ ങ്ങളേ വേണ്ടു. സൗന്ദര്യ ലോകങ്ങളേ വിട. ഈ മൂലധന യുക്തിയുടെ പാച്ചിലിൽ സൗകര്യങ്ങളുടെ മിനാരങ്ങളിൽ പാർക്കാനാണ് മലയാ ളികൾ വെമ്പുന്നത്. “എവിടെവിടങ്ങളിൽ ചട്ടി പുറത്തെറിയപ്പെടുന്നുണ്ടി പ്പാരിടത്തിൽ അവിടവിടങ്ങളെചേർത്തു വരയ്ക്കുവിന്നിവരുടെ രാഷ്ട്രത്തി ണ്ടതിർവരമ്പുകൾ” എന്നു പാടിയ ഇടശ്ശേരിയാവണം ഏറ്റവും വലിയ വികസനവിരോധി.

വികസനം സ്വാഭാവികമായ ഒരു മനുഷ്യാവശ്യം മാത്രമല്ല. അതിന്റെ മനുഷ്യവിരുദ്ധതയെ, അതിന്റെ കൊളോണിയൽ രാഷ്ട്രീയ താല്പര്യങ്ങ ളെവേഗസ്തവം കൃത്യമായി അടയാളപ്പെടുത്താൻ ശ്രമിക്കുന്നു. “ഗാമ ക്കപ്പലിന്റെ ഇന്ധനമായ/ പടിഞ്ഞാറൻ കാറ്റിന്റെ/ അധിനിവേശ സുനാമിയുടെ വേഗശക്തി/ ജീവനിലേയ്ക്ക് സംഹാരമൂർത്തിയായ് പായും/ വൈറസിന്റെ വേഗം/ യുക്രെയിൻ സമാധാനത്തിലേയ്ക്ക് പായും/ റഷ്യൻ മിസൈലിന്റെ വേഗം/ വികസനാ ദർശമാണം”

അങ്ങനെ ഹിംസയുടെ തത്ത്വശാസ്ത്രം കൂടിയായി മനുഷ്യ പുരോഗതി അടയാളപ്പെടുന്നു. കുടിയിറക്കപ്പെടുന്ന വികസന വിരോധികളാണ് ജനവഞ്ചകർ എന്ന് മലയാളിക്കു തോന്നുന്ന ഒരു മുഹൂർത്തത്തിലൂടെ യാണ് കടന്നുപോകുന്നത്. പാലം വന്നപ്പോൾ ദരിദ്രനായിപ്പോയ കടത്തുകാരനെ നോക്കി നമുക്കും പറയണം എന്തൊരു സ്പീഡ്. സംഹാ രരുദ്രമായ ഈ വേഗത്തിന് ആര് വേഗപ്പൂട്ടിടും?

ഇത് പാശ്ചാത്യമായ ഒരു ജീവിതസങ്കല്പം മാത്രമല്ല. നമ്മുടെ ദുരന്ത സ്വയംവരം കൂടിയാണ് എന്നാണ് കവി മനസ്സിലാക്കുന്നത്. അതു തിരിച്ചറിയിക്കുന്നിടത്താണ് കവിത അവസാനിക്കുന്നത്. യൂറോപ്പാവാൻ വെമ്പുന്ന മലയാളിയുടെ അബോധത്തെ കൂടിയാണ് കെജിഎസ് വിമർശനവിധേയമാക്കുന്നത്.

എതിരുകൾ പൂരകങ്ങൾ

സ്ത്രീ പുരുഷനിലേയ്ക്കും പുരുഷൻ സ്ത്രീയിലേയ്ക്കും വിലയിക്കാൻ വെമ്പിനിൽക്കുന്ന രണ്ട് മനോ ലോകങ്ങളാണെന്നിരിക്കെ പാട്രിയാ ർക്കലായ നമ്മുടെ അധികാരവ്യവസ്ഥ പലപ്പോഴും പെണ്ണിനെ ആണൊരുക്കിയ ജീവിത വ്യവസ്ഥയിൽ തളച്ചിടാൻ മാത്രം പ്രേരിപ്പിക്കുന്നു. അതേപോലെ പെൺമയാവട്ടെ ആണധികാരത്തെ പ്രതിരോധിക്കുന്നതിന്റെ പേരിൽ പുരുഷപ്പക പടർത്താനാണ് ശ്രമിക്കുന്നത്. ഒന്ന് ആധിപത്യത്തിന്റേതും മറ്റേത് പ്രതിരോധത്തിന്റേതുമാകാം. എങ്കിലും രണ്ടു നോട്ടപ്പാടുകളും ആത്യന്തികമായി മനുഷ്യവിരുദ്ധമായി ഭവിക്കുന്നു എന്നതാണ് വാസ്തവം. ഈ എതിരുകളെ പൂരകങ്ങളായി കാണുക വളരെ വിരളമാണ്. രണ്ടുവ്യത്യസ്ത അസ്തിത്വങ്ങളിൽ പുലരേണ്ടതാണ് ആണും പെണ്ണുമെന്നും, പാരസ്പര്യത്തിലൂടെ ഏകീഭൂതമായി വർത്തിക്കേണ്ടവയാണ് അവയെന്നുമുള്ള വീക്ഷണങ്ങൾ വളരെ വിരളമാണ്. വിജയലക്ഷ്മിയുടെ പാളങ്ങൾ എന്ന കവിത (മാതൃഭൂമി ആഴ്ചപ്പതിപ്പ് 2022 മാർച്ച് 27- ഏപ്രിൽ 02) ഈ ദിശയിൽ നമ്മെ ചിന്തിക്കാൻ പ്രേരിപ്പിക്കുന്ന കവിതയാണ്.

ത്വരിക്കുന്നുണ്ടു രണ്ടിരുമ്പുപാളങ്ങൾ
ഒരിക്കലെങ്കിലും പിണഞ്ഞൊന്നാകുവാൻ

എന്നത് മാനുഷികമായ ഒരഭിലാഷമാണ്. ആണധികാരം പെണ്ണിനെ നിശബ്ദമാക്കുമ്പോൾ പെൺമയുടെ തനിമ ആണിനെ ശത്രുപക്ഷത്തിന്റെ ഒരറ്റത്തു നിർത്തുന്നു. ആൺകോയ്മാ വ്യവസ്ഥയ്ക്കകത്ത് നിന്നുതന്നെ അന്യവൽക്കരണത്തിന് വിധേയമാവുന്ന ഒരു ലിംഗ വിഭാഗമാണ് പുരുഷനെന്നു കൂടി നാം തിരിച്ചറിയപ്പെടാറില്ല. ആണിന്റെ ശബ്ദമല്ല ആണധികാരത്തിന്റെ ശബ്ദമേ ആണിൽ നിന്ന് ലോകം കേട്ടിട്ടുള്ളൂ. ഈ അധികാരവ്യൂഹത്തിൽ നിന്ന് വിടർത്തി നിർത്തി ആണിനെ ആണുങ്ങൾ പോലും വായിച്ചിട്ടുണ്ടാവില്ല. അങ്ങനെ കാണുമ്പോൾ മാത്രമേ പെണ്ണിന്റെ ലോകത്തെയെന്ന പോലെ ആണിന്റെ ശബ്ദത്തെയും തിരിച്ചറിയുകയുള്ളൂ. ഈ നിലയിൽ ശബ്ദമുള്ള ആണും നിശ്ശബ്ദമാക്കപ്പെട്ട പെണ്ണും ഒരേ സാമൂഹിക സംഘാതത്തിന്റെ ഇരകളത്രേ.

ഒരേ മൂശക്കുള്ളിലുയർത്തതാണവർ
ഒരൊറ്റ ലോഹത്തിൻ പടപ്പുകൾ-
അവർ

എന്ന് വിജയലക്ഷ്മി പറയുമ്പോൾ രണ്ടു ലിംഗവിഭാഗത്തിന്റെയും അനന്യതയെ കാണാതെ പോകലല്ല, മറിച്ച് രണ്ടിനെയും പരസ്പരം പൂരകമാക്കാനുള്ള സാംസ്കാരികവും സാമൂഹികവുമായ പ്രതലത്തെ തിരിച്ചറിയുകയാണ്.

തുരുമ്പു കാർന്നു തിന്നുന്ന രണ്ട് ഇരുമ്പുപാളങ്ങളായി സമാന്തരമായി ജീവിക്കാതെ "ഉരുകും മൂശയിൽ/ ശമം വിശുദ്ധിയായ്/ ജ്വലിച്ചൊന്നാകുന്ന നിമിഷം കാക്കുന്നു."

ഈ വിധം ഒന്നായനിന്നെയിഹ രണ്ടെന്നു കണ്ടളവിലുണ്ടായ ഒരു ഇണ്ടലും ആഹ്ലാദവുമാണ് വിജയലക്ഷ്മിയുടെ 'പാളങ്ങൾ'.

ഉടലുറവ

ജീവിതത്തിന്റെ അതിശയങ്ങളിലേയ്ക്ക് കൺതുറക്കുന്ന വാക്കുകൂടിയാണ് കവിത. കല്പനകളിലൂടെയാണ് അത് സത്യത്തിന്റെ കിളിവാതിൽ തുറക്കുന്നത്. ഒരു യാഥാർത്ഥ്യത്തെ ആഴത്തിൽ തുറന്നുവെയ്ക്കാനാവണം കവിത കാല്പനികഭാവത്തിന്റെ അനന്ത സ്ഥലികളെ പൂകുന്നത്. അത് ചിലപ്പോൾ ദാർശനികതയിലേയ്ക്ക് ചിറകിട്ടടിക്കുകയും ചെയ്യും. ഈ വിധം വാക്കിന്റെ കാല്പനികമെങ്കിലും ദാർശനികമായ മാനം തുറക്കുന്ന കവിതയാണ് റോഷ്നി സ്വപ്നയുടെ ആൺമുല (Truecopy Webzines18 March 2022 packet 69) എന്ന കവിത.

പ്രകൃതി പുരുഷ സങ്കല്പത്തെ അതിന്റെ ദാർശനികമായ പരിപ്രേക്ഷ്യത്തോടെ തന്നെ ഏറ്റവും ജൈവികമായി ആവിഷ്കരിക്കുകയാണ് കവി. പ്രകൃതിയും പുരുഷനും എന്ന ദ്വന്ദ്വത്തെ പ്രകൃതിയും പുരുഷനും ഒന്നായി നിന്ന് സ്ത്രൈണതയിൽ വിലയിക്കുന്നത് നോക്കി നിൽക്കുകയാണ് കവി.

മൗനത്തിൽ നിന്ന്
ഒരു കരിങ്കൽ ചീള്
കുതറിത്തെറിക്കും പോലെ
നീ
ജനിച്ചു
പൂർണ ശരീരനായി
കൈകാൽ വിരലുകളും
മുലകളും

അരക്കെട്ടും
ലിംഗവും
ഉടൽ രോമങ്ങളും അഴിച്ചു വെച്ച്
നഗ്നനായി നീ എന്നിലേയ്ക്ക് വന്നു.

അവളിലേയ്ക്ക് പ്രവേശിക്കുന്ന പ്രകൃതി യഥാർത്ഥത്തിലും പുരുഷൻ തന്നെയാണ്. അയാൾ/ അത് അവളുടെ ഉടലാഴങ്ങളിൽ വിലയിക്കുകയും കോരിത്തരിപ്പിക്കുകയും ചെയ്യുന്നുണ്ട്. പ്രകൃതി ഒരു പുരുഷനായി അവളിലൂടെ കുത്തിയൊഴുകിപ്പോവുന്നുണ്ട്. അവൻ അവളുടെ അടിവയറ്റിൽ ഒരാകാശം നിർമ്മിക്കുന്നു. അവളുടെ ഏകാന്തതയിൽ അവൻ പച്ചകുത്തുന്നു. ആ പച്ചയാണ് ജീവന്റെ തരുപ്പടർപ്പുകളായി പിന്നീട് പടർന്നു കയറുന്നത്. വെളുത്ത മുല്ലകളും ഇളം മഞ്ഞപ്പാലപ്പൂക്കളും കള്ളിമുള്ളുകളും പൂവും പൂമ്പാറ്റയുമായി അവൻ/അത് അവളിൽ നിറയുന്നു. അവനെ അടിവയറ്റിൽ ചിറകിന്നടിയിൽ അടക്കിനിർത്താൻ അവൾ ഒരു പക്ഷിയായി. അപ്പോൾ ഭൂമിയെ അടയിരിക്കുന്ന പക്ഷിയായി അവൾ പരിണമിക്കുന്നു.

ശരീരഭൃതരാണ് മനുഷ്യർ. കാണുന്ന മൂർത്തതയ്ക്കപ്പുറത്ത് കാണാത്ത അമൂർത്തതയെ പുൽകി പരക്കം പായുന്ന മനുഷ്യഭാവനയ്ക്ക് എതിർ നിൽക്കുന്നതാണ് ഈ മൂർത്തതയുടെ രാഷ്ട്രീയം. അവിടെ ശരീര രാഷ്ട്രീയം (body politics) കടന്നുവരുന്നുണ്ട്. മനുഷ്യരുടെ ശരീരാവയവങ്ങൾ ഓരോന്നും രാഷ്ട്രീയ വാഹിനികളാണ്. ലിംഗം മാത്രമല്ല, കയ്യും കാലും കാൽപ്പാദങ്ങളും ശിരസ്സും രാഷ്ട്രീയമണിഞ്ഞ കാൽപ്പാടുകളത്രേ. സ്ത്രീകളെ കുറിച്ചു പറയുമ്പോൾ മുലകൾ പ്രധാനമായി വരും. കാരണം പെണ്ണിനെ പെണ്ണാക്കി നിർത്തുന്ന ഒരു മൂർത്തശരീരാവയവമാണ് മുല. ശ്രീരാമൻ ഛേദിച്ചു കളഞ്ഞതും ഈ പെണ്ണടയാളമായിരുന്നല്ലോ? ഇത്തരം ആലോചനകൾക്ക് ഇടം നൽകുന്നുണ്ട് ആർഷാ കബനിയുടെ മുലകൾ പാതി വേവിച്ച കടല മണികൾ എന്ന കവിത (Wtplive.in 23rd March/ issue 69)

മുലകൾ ഒരു അടയാളമാണ് മാതൃത്വത്തിന്റെ, ലൈംഗിക കാമനകളുടെ, പെൺമോഹത്തിന്റെ, ജീവിതഭാരത്തിന്റെ, പ്രതിഷേധത്തിന്റെ പ്രതിരോധത്തിന്റെ എല്ലാം. മുല മുറിച്ചു കളഞ്ഞ നങ്ങേലി, മുല മുറിച്ച് നഗരം ചുട്ടെരിച്ച കണ്ണകി, മുലപാതി മുറിഞ്ഞവളാറ്റിൻ കരയിൽ കനലായി വിളിക്കുന്നതിന്റെ നിലവിളി എല്ലാം മുലയുടെ തലയെടുപ്പുള്ള രാഷ്ട്രീയ കാവ്യ/ കാര്യങ്ങളത്രേ.

"ചിറകൊതുക്കിയ മുലകളേ, പറന്നുയരുമോ

പിടയ്ക്കും വേഗങ്ങളിൽ" എന്ന് ഡോ. ആസാദ് ഒരു കവിതയിൽ മുലയെ രാഷ്ട്രീയമായി പറയുന്നുണ്ട്. ഇവിടെ ആർഷാ കബനിയുടെ കവിതയിൽ മുല പ്രത്യക്ഷമാവുന്നത് നോക്കൂ.

എന്റെ പെണ്ണുങ്ങൾ
മുലകൾ... മുലകൾ... മുലകളെന്ന്
എന്ന് ഉറക്കെ പറയുന്നു.
വിശുദ്ധതയെ സർവസാധാരണമാക്കാൻ
അശ്ലീലതയെ ശ്ലീലമാക്കാൻ

ദേവതയും ചേട്ടയുമായി മാറുന്ന പെണ്ണിന്റെ വിരുദ്ധ ഭാവനകൾക്കുമുണ്ട് മുലകളുടെ വ്യത്യസ്തമായ ഭാവപ്പകർച്ച. മാതൃത്വത്തിന്റെ അതേ ഭാവങ്ങൾ തന്നെയാണ് അശ്ലീലതയുടെ പരകോടിയായും പ്രവർത്തിക്കുന്നത്. മുലകളുടെ ബഹുവിധ മാനങ്ങൾ കവിതയിൽ പൂത്തുലയുന്നു.

തൂങ്ങിയ മുലകളെ അങ്ങനെ
അഴിച്ചിട്ട്
റോഡിലൂടെ നടക്കുന്നു
ഇറുകെ പുണർന്ന്
മുലകളെ തെറ്റിപ്പടർന്ന
പൊൻ മകളാക്കുന്നു
കാത്തിരുന്ന് മുലകളെ
ഇഷ്ടത്തിനൊത്ത് വളർത്തിയെടുക്കുന്ന മനുഷ്യരില്ലേ?
ഉള്ളിൽ അടക്കി വെച്ച പെണ്ണത്വത്തെ
നട്ടുനനച്ച് പെണ്ണാവുന്നവർ
അവരവരുടെ മുലകളെ
എത്ര കൗതുകത്തിലാവും നോക്കിയിട്ടുണ്ടാവുക
കൊത്തി പറക്കുന്ന കണ്ണുകൾക്കു
മുമ്പിൽ
ആത്മാഭിമാനത്തോടെ എത്ര മുലകൾ
തലയുയർത്തി പിടിച്ചിണ്ടാവും.

പെണ്ണിനെ മുലയിലൂടെ മാത്രം കാണുന്നവർ അകത്തെ പെൺനിലാവുകളെ കാണുന്നേയില്ല. പെണ്ണിനെ ശരീരമായി മാത്രം കാണുന്ന കാമനകളെ കവി തിരിച്ചറിയുന്നുണ്ട്. ആൺ നോട്ടം പോലെ തന്നെ ശരീര നോട്ടങ്ങൾ തന്നെയാണ് പെൺ നോട്ടങ്ങൾക്കുമുള്ളത്. പെണ്ണിന്റെ ശരീരത്തെ കൊത്തി പറിക്കുന്നത് ആണുങ്ങൾ മാത്രമാവുന്നില്ല. പെണ്ണുങ്ങൾ കൂടിയാവുന്നു. കാഴ്ചയുടെ ഈ കാമനകളാണ്

കവിതയായികടന്നുവരുന്നത്. "എത്ര വേഗമാണ് മുലകളെന്ന വാക്ക് പെണ്ണുങ്ങളുടെ അതിർത്തി പിന്നിട്ട് ഇക്കണ്ട മനുഷ്യരിലേയ്ക്ക് ചിറകു വിടർത്തുന്നത്" എന്ന സത്യം കവിത കണ്ടെത്തുന്നു. ഈ വിധം ഉടലിന്റെ ബഹുസ്വരതയെ ആവിഷ്കരിക്കുന്ന കവിതയായി മാറുന്നുണ്ട് മുലകൾ പാതിവെന്ത കടലമണികൾ ഉടൽ കവിതയുടെ ഉറവയാകുന്നു.

പെരുകുന്ന പാഴ്ശ്രമങ്ങൾ

ശക്തികൊണ്ടടയാളപ്പെടുന്ന കവിത ഇന്ന് ദൗർബല്യങ്ങളുടെ ചന്തയാണ്. ദാർശനികമായ ഉൾ ബലമില്ലായ്മ സമകാലിക കവിതയെ കവിതയിൽ നിന്നുതന്നെ പുറന്തള്ളുന്നു എന്നു തോന്നിയിട്ടുണ്ട്. നിത്യ വ്യവഹാരത്തിന്റെ ഭാഷകൊണ്ട് പറയാൻ കഴിയാത്തതൊന്നും കവികൾക്കിന്ന് പറയാനേയാകുന്നില്ല. ആത്മാഭിരാമത്തിൽ നിന്നും ഇറുക്കുന്ന പുഷ്പങ്ങളേ അവരിന്ന് ചൂടുന്നുള്ളൂ.

നമ്മെ ഉറക്കാനോ ഉണർത്താനോ കെല്പില്ലാത്ത ഒന്നായി കവന ക്രിയകൾ മാറി. സമീപകാലത്തായി അച്ചടി മാധ്യമങ്ങളിലും സമൂഹ മാധ്യമങ്ങളിലുമായി നിറഞ്ഞുകവിയുന്ന കവിതകൾ കവിതയുടെ എല്ലുറപ്പിനെ കാര്യമായി ബാധിച്ചിട്ടുണ്ട്. കാവ്യലോകത്ത് ഇത്തരം ചർച്ചകൾ നന്നേ കുറവാണെങ്കിലും കാവ്യാനുഭവങ്ങളുടെ ലോകത്ത് ഇത് എത്രയോ അധികമായിപ്പെരുകിവരുന്നുണ്ട്. ദീപ കരുവാട്ടിന്റെ ഉറങ്ങാനിഷ്ടമില്ലാതിരുന്ന കുട്ടി (മാധ്യമം ആഴ്ച്ചപതിപ്പ് 2022 മാർച്ച് 28 ഏപ്രിൽ 4) എന്ന കവിത ഈ വിധം വിചാരണകൾ ക്ഷണിച്ചു വരുത്തുന്ന കവിതയാണ്. ഉറങ്ങാനിഷ്ടമില്ലാതിരുന്ന കുട്ടി ഒരു കവിതയല്ല മലയാള കവിതയുടെ പുതിയ പ്രവണതയുടെ ഒരു പ്രതിനിധാനമാണ്. അതുമാത്രമാണ് ഈ കവിതയെ ഇവിടെ പരാമർശിക്കാൻ തിരഞ്ഞെടുക്കുന്നത്.

കവിതയ്ക്ക് ദാർശനികമായ ഒരു ഉൾബലം വേണോ? വാക്കുകൾ അടുക്കിവെച്ചാൽ അതൊരു കവിതയാകുമോ? കവിത പോലെ തോന്നിച്ചെന്നു വരും പക്ഷേ കവിതയുടെ സാംസ്കാരികമായ ഒരു സത്തയില്ലേ അതിനെ പാടേ തിരസ്കരിക്കുന്ന ഒരു എഴുത്തു രീതിയെയാണ് കവിതയെന്ന് പറഞ്ഞ് ഇന്ന് ആഘോഷിക്കുന്നത്. 'ഉറങ്ങാനിഷ്ടമില്ലാതിരുന്ന കുട്ടി 'എന്താണു ചെയ്യുന്നത്. ഏതെങ്കിലും മനുഷ്യാവസ്ഥകളെ അത് തീവ്രമായി ആവിഷ്കരിക്കാൻ ശ്രമിക്കുന്നുണ്ടോ? അതോ അങ്ങനെ കവിതകൾക്ക് ഒരു ബാധ്യതയും ഇല്ലെന്നാണോ? സാധാരണ മലയാളത്തിൽ കവിതയെഴുതിയിട്ടും കവിതയ്ക്ക് കലാപരവും സാംസ്കാരികവുമായ ഒരാധികാരികത നഷ്ടപ്പെട്ടുപോവുന്നത് ഇതുകൊണ്ടു കൂടിയാവണം.

"ഉറങ്ങാനിഷ്ടമില്ലായിരുന്ന കുട്ടി കണ്ണോട് കണ്ണ് തുറിച്ചു" നോക്കുന്നതുപോലെ കവിതയിലെ ഓരോ വരികളും വായനക്കാരെയും തുറിച്ചു നോക്കുന്നു. നാളെയും കൊണ്ടുനടക്കാനുള്ള പാകത്തിൽ ഒരു വാക്കോ വരിയോ കവിത വായിച്ചു കഴിയുമ്പോൾ നമ്മിൽ നിറയണം. വാക്കിന്റെ പകിടകളിക്കപ്പുറത്ത് കവിത നമ്മിൽ തറഞ്ഞു നിൽക്കണം. ഒന്നിനോടും ഉത്തരവാദിത്വമില്ലാത്ത മട്ടിൽ കവിതയെ ഒരനാഥവൃത്തിയാക്കി മാറ്റുന്നത് എങ്ങനെ സഹിക്കും?

ഉറക്കത്തെ കുറിച്ചാണ് കവിത. ചിലപ്പോഴത് ഉണർവിനെക്കുറിച്ചുമാവും. ദുർബലമായ ചില ഏങ്കോണിപ്പുകളിലൂടെ വ്യാജമായ ദാർശനികനാട്യങ്ങൾ വരുത്താനുള്ള പാഴ്ശ്രമങ്ങൾ കൂടി കവിതയിൽ നടത്തുന്നുണ്ട്.

ഉറങ്ങാനിഷ്ടമില്ലായിരുന്ന ഒരു കുട്ടി
കണ്ണോട്ടു കണ്ണ് എന്നെ തുറിച്ചു നോക്കുന്നു
ഏറ്റവും സ്വസ്ഥമായി ഉറങ്ങാൻ അനുവദിച്ചു
കിട്ടിയിരുന്ന സ്ഥലകാലങ്ങൾ
തുലച്ചു കളഞ്ഞതോർത്ത് കുട്ടിയുടെ
കൺകളിൽ വിറയൽ
വരുംകാലങ്ങളിൽ ഉറക്കമേ ഇല്ലാതായാലോ
എന്നോർത്തിട്ടാണോ

ഏതോ വലിയ തത്ത്വവിചാരമവതരിപ്പിക്കുന്ന മട്ടിലാവും ഈ വരികൾ എഴുതിയിട്ടുണ്ടാവുക. പിന്നെ ഉറക്കത്തിന്റെ ദാർശനികത ചമയ്ക്കാൻ കവി നടത്തുന്ന വിഫല ശ്രമങ്ങൾ നമ്മളിൽ ഉണ്ടാക്കുന്നത് സഹതാപം മാത്രമാണ്.

കവിതയിൽ ഉപയോഗിക്കേണ്ട വാക്കുകൾ ജീവിതത്തിന്റെ ആഴങ്ങളിൽ നിന്നു തന്നെ എടുക്കുന്നതാവണം. ജീവിതാനുഭവങ്ങളിൽ ആത്മനിഷ്ഠമായെങ്കിലും തീവ്രാനുഭൂതിയാക്കി മാറ്റുമ്പോൾ ഉണ്ടാക്കുന്ന ഉൾക്കരുത്തുകൊണ്ടാണ് കവിതയെഴുതേണ്ടത്. അല്ലാത്തതൊക്കെയും പാഴ്ശ്രമങ്ങളാവാം. ഇത്തരം പാഴ്കവിതകൾ കൊണ്ടു പായൽ മൂടുന്നുണ്ട് സമകാലികമായ എഴുത്തുകൾ.

കവിതയായുയരാൻ മുതിരുന്ന കവിതകൾ

ഏതൊരു കവിതയും വാക്കിന്റെയും അനുഭവത്തിന്റെയും ഒരു പുതുവഴി വെട്ടുന്നുണ്ട് എന്നിരിക്കെ ചില പ്രത്യേക കാലത്ത് എഴുതപ്പെടുന്ന കവിതകൾ ചില പ്രത്യേകതരം പ്രവണതകൾ പ്രകടിപ്പിക്കും. നവീന കവിതകൾ, പുതുമൊഴി വഴികൾ എന്നെല്ലാമുള്ള പേരിൽ ഈ പ്രവണതകളെ നാം ഇതുവരെ അടയാളപ്പെടുത്തിപ്പോന്നു.

മുപ്പതു വയസ്സായ ഒരു കാവ്യഭാവുകത്വത്തെയാണ് നാമിപ്പോഴും പുതുകവിതകൾ എന്നു വിളിച്ചു പോരുന്നത്. ആ നിലയിൽ ടി പി രാജീവനിലും പി പി രാമചന്ദ്രനിലും അനിതാതമ്പിയിലും വി.എം ഗിരിജയിലും വീരാൻകുട്ടിയിലും ഗോപീകൃഷ്ണനിലും കെ ആർ ടോണിയിലും എസ് ജോസഫിലും അൻവർ അലിയിലുമെല്ലാം ദൃശ്യതരമായ പ്രത്യേകതകൾ ഒരു പുതിയ കാവ്യ ഭാവുകത്വത്തിന്റെ പ്രോദ്ഘാടനമായിരുന്നു. പുതുഭാവനയുടെ പ്രഖ്യാപിതമായ സവിശേഷതകൾ ഉൾക്കൊണ്ടു തന്നെ വേറെ വിതാനങ്ങളിലൂടെയും കവിത സഞ്ചരിക്കുകയുണ്ടായി. മലയാളിയുടെ ദൈനംദിന സാംസ്കാരികാവശ്യമായി കവിതയുടെ സൗന്ദര്യാനുഭൂതിയെ പ്രതിഷ്ഠിച്ചുകൊണ്ട് സോമൻ കടലൂരിനെ പോലെ, ശ്രീജിത്ത് അരിയല്ലൂരിനെ പോലെ ചിലർ പുതിയ ഭാവുകത്വത്തെ പുതിയ ചക്രവാളങ്ങളിലേയ്ക്ക് വളർത്തുന്നുണ്ട്. കവിത അനാദികാലംവരെ നിലനിൽക്കുന്ന ഒരു വസ്തു പ്രതിഭാസമായല്ല, ദൈനംദിനമായ സാംസ്കാരികാവശ്യങ്ങൾ

നിർവഹിക്കുന്ന ഒരു സൗന്ദര്യാത്മക ആയുധമായി ഇവരുടെ കവിതകൾ പ്രവർത്തിച്ചുപോരുന്നു. വേറെ ചിലരിൽ വാമൊഴിവഴക്കമായും മറ്റു ചിലരിൽ ഗോത്രജീവിതാവിഷ്കാരമായും കവിത ജ്വലിച്ചു പോരുന്നു.

ഈ വിധം മഴവില്ലു കണക്കെ പല വർണങ്ങളിൽ ബഹുവിധമാനങ്ങളിൽ കവിത പടർന്നു നിൽക്കുന്ന ഒരു കാലത്താണ് മാതൃഭൂമി ആഴ്ചപ്പതിപ്പ് പുതിയ ഭാവനയെയും ഭാവുകത്വത്തെയും കണ്ടെത്തുന്നതിനുള്ള സാഹിതീയമായശ്രമം നടത്തുന്നത്.

ഒന്നാം സ്ഥാനത്തിന് അർഹമായ വിഷ്ണു മോഹൻ കെയുടെ കുടിവെപ്പ് എന്ന കവിത താൻ ജീവിക്കുന്ന ജീവിതത്തനിമയിൽ നിന്നാണ് ഉരുവം കൊള്ളുന്നത്. ജീവിതാനുഭവങ്ങളിൽ നിന്നുള്ള, സ്വന്തം കർതൃത്ത്വത്തിൽ നിന്നുള്ള എഴുത്താണിത്. അനുഭവത്തെ അകലെ നോക്കി നിന്ന് എഴുതുകയല്ല. അനുഭവങ്ങളുടെ ഉൺമയിൽ നിന്നുള്ള കവിയലാണത്. അതാണ് ഈ കവിതയെ ജീവനുള്ളതാക്കിത്തീർക്കുന്നത്. പതിഞ്ഞ ഒരു പ്രതിരോധം കൂടി അതിൽ ഉൾച്ചേരുന്നു. അധഃസ്ഥിത ജീവിതത്തിൽ ജൈവികമായിത്തന്നെ ഊറിക്കൂടിയ പ്രതിരോധവീര്യം ഉൾച്ചേർന്നു നിൽപ്പുണ്ട്. അതുകൂടി വാക്കിൽ വിലയിക്കുമ്പോൾ കവിത കൂടുതൽ ചൈതന്യമുള്ളതായിത്തീരുന്നു.

സ്വത്വപരമായ ഒരു ജീവിതത്തിന്റെ ആഖ്യാനമാണ് ഈ കവിത. തൊണ്ണൂറുകൾ മുതൽ ഈ വിധമുള്ള സ്വത്വാഭിമുഖ്യം കവിതയിൽ സാർവത്രികമായി കണ്ടുവരുന്നുണ്ട്. അതിന്റെ തുടർച്ചയിൽ ഇങ്ങേയറ്റത്തെ വാക്കിന്റെ ആഖ്യാനമായി മാത്രമേ ഈ കവിത നമുക്ക് അനുഭവപ്പെടുന്നുള്ളൂ.

കുടിവെപ്പ് ഒരു നാട്ടാചാരമാണ്. പുത്തൻ പെണ്ണിനെ ഭർത്താവിന്റെ വീട്ടിൽ കുടിയിരുത്തുന്ന പരമ്പരാഗതവും സ്ത്രീ വിരുദ്ധവുമായ ഒരു ദുരാചാരം. കുടുംബത്തിന്റെ അനുസരണാ ശീലങ്ങളിലേയ്ക്കുള്ള പുത്തൻ പെണ്ണിന്റെ കുടിയിരിപ്പ്. സാമുദായികമായ അനുശീലനത്തിനായുള്ള ഈ ആചാരം പെണ്ണിന്റെ പ്രതിരോധ വീര്യമായാണ് കവിതയിൽ കടന്നുവരുന്നത്. സാമുദായികതയുടെ സാധാരണമായ ഒരു അനുഷ്ഠാനമാണെങ്കിലും അതിൽ ഉള്ള് തിളയ്ക്കുന്ന, ഉള്ള് തുടിക്കുന്ന ഒരു പെണ്ണിന്റെ പിടച്ചിൽ കുടിയിരിപ്പുണ്ട്. ആരും ഇത് കാണാറില്ല. ഇവിടെ സമുദായത്തിന്റെ നീതിബോധത്തെ പെണ്ണ് തന്റെ സ്വത്വബോധം കൊണ്ട് ചെറുക്കുകയാണ്

'എന്റമ്മേ പുന്നാരമ്മേ
എനിക്കിരിക്കാൻ കാലടി നെലം വേണം

എന്നെ വടക്കോട്ട് കുടിയിരുത്തീല്ല്യേല്
വിരിഞ്ഞ പൂക്കൊല കൊഴിക്കും പോലെ
അടിവേരറുത്ത് മുടിക്കും ഞാനേ'

ഈ പ്രതിരോധഭാവമാണ് കവിതയെ ജീവനുള്ളതാക്കി നിർത്തുന്നത്. ഫോക് ജീവിതത്തെ ഇവിടെ ആചാരം കൊണ്ടു മാത്രമല്ല ആവിഷ്ക്കരിക്കുന്നത്. ചൊല്ലുകളും കല്പനകളും മൊഴികളും കൊണ്ടു കൂടിയാണ്. "എന്റപ്പാ,/ കാർന്നോന്മാരേ/ എന്റമ്മേ/ മലവാരത്തമ്മേ" എന്ന വിളിയിലും കള്ള് വീഴ്ത്തി/ കണ്ണീര് വീഴ്ത്തി/ വടക്കോട്ട് കുടിയേറുന്ന പ്രവൃത്തിയിലും എല്ലാം നാടോടി ജീവിതത്തിന്റെ വാക്കും ജീവിതവും നിർഭരമാണ്. കാവ്യജീവിതത്തോട് ഒട്ടി നിൽക്കുന്ന പശിമയാർന്ന ഈ ഭാഷ കോവിലന്റെ തട്ടകത്തെ പലയിടങ്ങളിലായി ഓർമ്മപ്പെടുത്തുന്നു.

എങ്കിലും പുതിയ ജീവിതത്തിന്റെ കുതിപ്പുകൾ വാക്കിൽ അടയാളപ്പെടാതെ പോകുന്നു. സ്തംഭിപ്പിക്കുകയും വിസ്മയപ്പെടുത്തുകയും ചെയ്യുന്ന പദച്ചേരുവകളോ കല്പനാ വൈചിത്ര്യങ്ങളുടെ തിളക്കങ്ങളോ ഇല്ലാത്തത് നമ്മെ തീർച്ചയായും നിരാശപ്പെടുത്തും.

വേഗങ്ങളിൽ അവളെ അടയാളപ്പെടുത്തുന്നു

പെണ്ണത്തത്തിന്റെ നിറവും അതിന്റെ നീറ്റലും തന്നെയാണ് പുതിയ എഴുത്തുകളുടെയൊക്കെയും അന്തർവാഹിനി. വേഗങ്ങളിൽ നിങ്ങളെ ഞാൻ അടയാളപ്പെടുത്തുന്നത്? എന്ന ശ്രീജയ സി.എം.ന്റെ കവിതയിലും കവിയുന്നത് ഈ പെണ്ണത്തം തന്നെ. പതുക്കെ, മെല്ലെ, നിശ്ശബ്ദം എന്നെല്ലാമുള്ള പദാവലികൾ കൊണ്ടാണ് പെണ്ണിനെ സാധാരണ അടയാളപ്പെടുത്താറുള്ളതെങ്കിൽ ശ്രീജയ വേഗങ്ങളാലാണ് അവളെ അങ്കനം ചെയ്യാൻ ശ്രമിക്കുന്നത്. പെണ്ണിന്റെ പൊള്ളലിനെയും അവരുടെ പാദമുദ്രകളെയും കവി അടയാളപ്പെടുത്തുന്നത് നോക്കൂ.

മുറുക്കിച്ചുവന്ന ചുണ്ടുകൾക്കിടയിലൂടെ
പതയുന്ന ചിരി കോർത്ത്
ബിശ്യം പറയുന്ന പെണ്ണുങ്ങൾ
വർത്തമാനങ്ങൾക്കിടയിലൂടെ
തളിർവെറ്റിലയിൽ ചുണ്ണാമ്പു തേച്ചു.
പുകയിലയ്ക്ക് മത്തു കൂട്ടലെന്ന്
നോട്ടമെറിഞ്ഞ്

ഇതൊക്കെയെന്തു പൊള്ളലെന്ന് നീട്ടിത്തുപ്പി.
അവർ നടക്കുമ്പോൾ
കാലുകൾ കൂടുതൽ
പതിഞ്ഞു.

ചുണ്ണാമ്പിന്റെ പൊള്ളലിനേക്കാൾ ചുട്ടുനീറുന്ന ജീവിതമുണ്ടാകുമവർക്ക്. അത്രമേൽ അമർത്തിവെച്ച ജീവിതം കൊണ്ടു തന്നെയായിരിക്കുമവർ സ്വയം അടയാളപ്പെടുത്തുന്നതും. നിശ്ശബ്ദതയ്ക്കും നിശ്ചലതയ്ക്കുമപ്പുറത്ത് ചടുലചലനവേഗങ്ങളാണ് യഥാർത്ഥത്തിലും സ്ത്രീകളുടേതെന്ന് ശ്രീജയ തിരിച്ചറിയുന്നു. "പണിക്കു പോയ തഴമ്പു വന്ന/ ഉള്ളംകൈച്ചാലുകൾ/മോറിയ കരിപ്പാത്രത്തിന്റെ വക്കു വരഞ്ഞ്/ ഇരുണ്ട അടുക്കളച്ചുമരിലെ/ വിള്ളലുപോലെ നെറ്റിച്ചുളിച്ച്" നിൽക്കുന്നത് കാണുമ്പോൾ പകലുകൊണ്ടു നടന്നുതീർക്കാൻ കഴിയാത്ത വേഗങ്ങളിൽ സ്ത്രീ ജീവിതം തുടിച്ചുനിൽക്കുന്നത് നാം കാണുന്നു.

കവിതയിലാകെ കല്പനകൾ തിരയടിക്കുന്നുണ്ടെങ്കിലും നൂറ്റാണ്ടുകളായി പതിഞ്ഞ പെണ്ണിന്റെ ഒരു നിശ്ശബ്ദത കവിതയിൽ നിഴൽ പരത്തുന്നുണ്ട്. ഇതിനേക്കാൾ വീര്യമുള്ള പെണ്ണവസ്ഥകൾ ആവിഷ്കരിച്ച് മലയാള കവിത കുതിച്ചുപോയത് പുതിയ തലമുറ അറിയില്ല എന്നു വരുമോ?

വെളിച്ചത്തിന്റെ പര്യായം ഇരുട്ട് എന്നാണെന്ന്, സ്വാതന്ത്ര്യത്തിന് അടിമത്തം എന്നൊരു അർത്ഥം കൂടിയുണ്ടെന്ന്, സ്നേഹം നിഗ്രഹോൽസുകമാണ് എന്നൊക്കെ അറിയുന്ന ഒരു സമുദായമേ മനുഷ്യലോകത്ത് നിലനിൽക്കുന്നുള്ളൂ അത് കവികളുടെമാത്രമായിരിക്കും. ജീവിതത്തിന്റെ മറുപുറം തേടുന്നത് അവരാണ്, കാണാക്കാഴ്ചകളിലേയ്ക്ക് കണ്ണുപായിക്കുന്നത് അവരാണ്. ഇവിടെ പ്രത്യക്ഷത്തിൽ ദർശനീയമായി ഭവിക്കുന്ന ഈ ഔപചാരിക ജീവിതത്തിന്റെ മറുപുറം കാട്ടിത്തരാൻ ശ്രമിക്കുകയാണ് പ്രിയംവദ ജി എസ് തന്റെ വെളിച്ചത്തിന്റെ സുവിശേഷം എന്ന കവിതയിൽ.

കാടു കാണിക്കാമെന്നു പറയുന്നവർ അദൃശ്യമായ കാട്ടുവള്ളികൾ കൊണ്ട് തന്നെ കാലുകൾ കൂട്ടിക്കെട്ടുമെന്ന്, ആകാശം തുറന്നു തരാമെന്ന് ആവേശം കൊള്ളുന്നവർ അറിയാത്ത വാളിൻ മൂർച്ചയാൽ ചിറകുകൾ അരിഞ്ഞു കളയുമെന്ന്, സമുദ്രം സമ്മാനിക്കുമെന്ന് സരസം മൊഴിയുന്നവർ ചൂണ്ടക്കൊളുത്തുകൾ കൊണ്ട് ചുണ്ടുകൾ അടച്ചുപൂട്ടുമെന്ന് ഈ ചെറുപ്രായത്തിലേ അവൾ തിരിച്ചറിയുന്നുണ്ട്.

വിഷാദം കുടിക്കുന്ന ഒരു ഏകാന്തപഥികയല്ല ഈ കവി. വേദനയുടെ സുവിശേഷമാണ് പലപ്പോഴും കവിതകൾ. ആധുനികത നിർമ്മിച്ച വിഷാദത്തിന്റെ ഛവി കവിതയിൽ നിന്നും പുതിയ ഭാവന കോരിക്കളയുന്നുണ്ട്. വെളിച്ചം ദുഃഖമാണെന്ന്, തമസ്സാണ് സുഖപ്രദമെന്ന്, പകലിന്റെ കണ്ണുകൾ മാന്തിപ്പൊളിക്കിൻ പോകട്ടെ എല്ലാം ഇരുട്ടിൽ എന്നൊല്ലാമുള്ള ദുഃഖോപാസനകൾ പതിഞ്ഞ പഴയ ഭാവനയെ പുതിയകവിത ഉപേക്ഷിച്ചു കഴിഞ്ഞു. ഇരുട്ടിനെതിരെയുള്ള പ്രാണന്റെ ഒരു പിടച്ചിൽ ഒരോ വാക്കിലും പ്രിയംവദ കൊത്തിവെക്കുന്നു. ഇഴയാനും നടക്കാനും മാത്രമല്ല പറക്കാനും കുതിക്കാനുമുള്ള കൊതി ഓരോ വരിയിലും കൊളുത്തി വെയ്ക്കുന്നു. മുൻ പിതാക്കൻമാരുടെ അനുകരണങ്ങൾ കൊണ്ട് ദ്രവിച്ചു പോകാതിരിക്കാനുള്ള ജാഗ്രത കൈവിടാതെ സൂക്ഷിച്ചാൽ നിശ്ചയമായും പ്രിയംവദ കാവ്യലോകത്ത് പ്രത്യാശയുടെ പച്ചകൾകുത്തുന്ന കവിയായിരിക്കും.

പഴയ നോവിന്റെ കയ്പ്പൊന്നുമില്ല

"ജീവിതം കയറ്റിയോരുൽക്കടബ്ഭാരം തിങ്ങു/മാവണ്ടി വലിക്കയാണി സ്സാധു നാളിൽ നാളിൽ" എന്ന് പതിറ്റാണ്ടുകൾക്ക് മുമ്പ് പി ഭാസ്കരൻ ജീവിതഭാരവും പേറി യാത്ര ചെയ്യുന്ന നിസ്വനായ മനുഷ്യനെ ചിത്രീകരിച്ചിട്ടുണ്ട്. ഇവിടെ കൃഷ്ണനുണ്ണി ജോജി ഡ്രൈവിംഗ് ചെയ്യുന്ന മറ്റൊരു സാധുവിനെ ചിത്രീകരിച്ച് ജീവിത ദുരിതങ്ങളെ വീണ്ടുമോർപ്പിക്കുന്ന പാഠം ഒന്ന്: ഇന്ത്യൻ ഡ്രൈവിങ് സ്കൂൾ എന്ന കവിതയിലൂടെ. ജീവിതവും കവിതയും ലൗകികവും രാഷ്ട്രീയവുമായി പിന്നിട്ട വഴികളെ ഈ കവിത നമ്മുടെ സ്മരണയിലേയ്ക്ക് ശീഘ്രം എത്തിക്കുന്നു.

പുതിയ കാലത്തെ, അതിന്റെ പ്രതിരോധത്തെ, നിസ്സഹായതയെ, നിരാലംബമായ ജീവിതാവസ്ഥകളെയൊക്കെ കവിത പലമട്ടിൽ ആഖ്യാനം ചെയ്യാൻ ശ്രമിക്കുന്നു.

അവിടെ ഒടുങ്ങിപ്പോയ ചെറുത്തുനിൽപ്പുകളുടെ ശ്മശാന ഭൂമിയായ കേരളത്തെ നാം കണ്ടുമുട്ടുന്നു. നിസ്സഹായരായ മനുഷ്യരുടെ കഴുത്തിലേയ്ക്ക് പാളിക്കയറുന്ന വാൾത്തലയുടെ തേങ്ങൽ കേൾക്കുന്നു. റോഡരികിലൂടെ ഭാണ്ഡക്കെട്ടുകളുമായി നടന്നു നീങ്ങുന്ന നാടോടികളുടെ ഭാഷയറിയാത്ത മധ്യവർഗ ജീവിതമാണെല്ലോ നമ്മുടേത് എന്ന് ഉൽകണ്ഠപ്പെടുത്തുന്നു. റയിൽപ്പാളങ്ങളിലെ രക്തക്കറകൾ നൽകുന്ന പുലർക്കാല സ്വപ്നത്തിന്റെ പിടച്ചിൽ ജീവനിൽ അനുഭവിക്കുന്നു. വിപണിയുടെ പള പളപ്പിൽ ജീവിക്കുന്ന മലയാളിയുടെ വർത്തമാനകാല ആലസ്യവും

സുഖതൃഷ്ണകൾക്കു പിന്നാലെ പായുന്ന ആർത്തിയും കവിത അടയാളപ്പെടുത്തുന്നു.

നാലാംഗിയറിലെ യാത്ര സ്വച്ഛന്ദമാണ്
ഒരു ചുങ്കപ്പാതയുടെ നിർവൃതി.
പാതകൾ ആർക്കുവേണ്ടിയാണ്?
എങ്ങനെയാണ് പാതകൾ ഉണ്ടായത്?
ചോദ്യങ്ങൾ ഗട്ടറിൽ വീണു പോകരുത്.
മുന്നിലെ പരസ്യബോർഡുകൾ കാണുക
പേരറിയാത്ത ഒരു മോഡലിന്റെ വ്യായാമ ഭംഗി
പെൺമയുടെ അനാവരണങ്ങൾ...
സുഹൃത്തേ,
വിപണിയുടെ എൺപത് കിലോമീറ്റർ വേഗത
നിങ്ങൾക്ക് സ്വന്തം
ജീവിതം ഇപ്പോൾ സ്വപ്നം പോലെയാണ്.

കേരളം നടന്നു തീർക്കുന്ന വഴികളല്ല കേരളം അതിവേഗം ഓടിക്കൊണ്ടിരിക്കുന്ന ദൂരങ്ങളെയാണ് കവിത അടയാളപ്പെടുത്താൻ ശ്രമിക്കുന്നത്.

സുഖ ശീതള ഛായയിൽ ഇരുന്ന് എല്ലാറ്റിനും നേരെ നമുക്ക് കണ്ണടച്ചിരിക്കാം. അപ്പോഴും നമ്മൾ കുടിയിറക്കപ്പെടുന്നവരിൽ നിന്നോ, വർഗീയ സംഘർഷങ്ങളിൽ നിന്നോ, ഭൂമിയില്ലാതെ പിടയുന്ന ആദിവാസികളിൽ നിന്നോ, അക്രമികളാൽ പിടയുന്ന സ്ത്രീകളിൽ നിന്നോ, രക്തസാക്ഷികളാൽ അനാഥമായവരിൽ നിന്നോ, ആർത്തനാദങ്ങൾ കേൾക്കുന്നില്ലെങ്കിൽ നാം ഒരു പരാജയപ്പെട്ട ജനതയാണെന്നു കരുതണം. കവിത ഇത് ഓർമ്മിപ്പിക്കുന്നുണ്ട്.

മലയാളിയുടെ വർത്തമാന ജീവിതത്തെ അതിന്റെ തീവ്രതയിൽ ആവിഷ്കരിക്കാൻ കൃഷ്ണനുണ്ണിക്ക് കഴിയുന്നുണ്ട്. പുതിയ ഭാവന രാഷ്ട്രീയാഖ്യാനത്തിലേയ്ക്ക് വരുന്നത് ഏറെ ആഹ്ലാദകരമായിത്തീരുന്നു.

പഴയ നോവിന്റെ കയ്പൊന്നുമില്ല എന്നു കരുതുന്ന തലമുറയാണ് പുതിയ തലമുറ. കവിതയിലും അങ്ങനെ തന്നെയാണ്. എങ്കിലും മായ്ക്കാൻ കഴിയാത്ത ശോകം ചിലരെ പിൻതുടർന്നു കൊണ്ടേയിരിക്കും. ആഹ്ലാദത്തെക്കാൾ ജീവിത ദുഃഖങ്ങളാവും മായാതെ മനസ്സിൽ നിൽക്കുക. ശ്ലോകങ്ങൾക്കെപ്പോഴും ശോകത്തോടാണ് ചാർച്ച. കെടി അനസ് മൊയ്തീന്റെ നട്ടുച്ചയ്ക്ക് ഇരുട്ട് പരത്തുന്ന വിദ്യ എന്ന കവിത ഇപ്പോഴും മനസ്സിനെ വേട്ടയാടുന്ന വേദനയുടേതാണ്. ഒരു ജീവിത കഥ തുന്നിചേർത്താണ് അനസ് മൊയ്തീൻ ഇതു നിർവഹിക്കുന്നത്.

ബാപ്പയെക്കുറിച്ചുള്ള തുടുത്ത ഓർമ്മകളാണ് ഓർമ്മയിൽ ഇരമ്പി മറയുന്നത്. വല്ലിപ്പ 'മോനേ അബൂബക്കറേ' എന്ന് കരഞ്ഞു വിളിച്ചത്, മുക്കാച്ചാക്ക് തൊണ്ടിയും താങ്ങി പരുങ്ങി പടി കേറി വരുന്നത്. "ഇതൊന്നും കാണാനാകുല ബദ്രീങ്ങളേ" എന്ന് പ്രാർത്ഥിച്ച് തല കറങ്ങി നിലത്തുവീണത്, കട്ടതോ കൊടുത്തതോ ആയ തൊണ്ടിയുമായി വിശപ്പിന്റെ വലിപ്പമുള്ള വയറുമായി വരുന്ന ബാപ്പ അവസാനം തന്റെ ഹൃദയം കട്ടോണ്ടോടുന്ന ചിത്രത്തിൽ എത്തി നിൽക്കുന്നുണ്ട് തുടുതുടെയുള്ള ദുഃഖച്ചിത്രങ്ങൾ.

കല്പനകളാണ് കവിതകൾ എന്നിരിക്കെ കല്പനകളാൽ സമൃദ്ധമാണ് ഈകവിത. ഇരുട്ടത്ത് കായ്ച്ച നിലാവിന് ചോറു കൊടുക്കുന്നത്, കണ്ണിനു ചോടെ കരണത്തേറ്റ ചൂടിൽ മെലിഞ്ഞ് രഹസ്യമായി ഉപ്പുകടൽ നീന്തുന്നത്, തന്റെ ഹൃദയം ബാപ്പ കട്ടോണ്ടോടുന്നത് ഇങ്ങനെ കവിതയെ ഹൃദ്യമാക്കുന്ന കല്പനകൾ ഭംഗിയിൽ നിരന്നു നിൽക്കുന്നു. അപ്പോഴും ശക്തമായ പുതിയ ഭാവനയെ വിരിയിച്ചെടുക്കാനുള്ള മൗലികശ്രമങ്ങളുടെ അഭാവത്താൽ കവിത അനാഥമാവുന്നല്ലോ എന്ന് വായനക്കാർ തിരിച്ചറിയുകയും ചെയ്യുന്നു.

മൃതകവിതയുടെ കാഴ്ചബംഗ്ലാവ്

കവിത താളബദ്ധമായിരിക്കണം; എന്നല്ല അത് വൃത്തബദ്ധമായിരിക്കണം എന്നുള്ള പരമ്പരാഗതമായ ഒരു നിലപാട് കാവ്യലോകത്ത് ഇന്നും പ്രബലമാണ്. കൃത്രിമമായ സങ്കേത സ്വീകരണം എല്ലാ ജൈവികതയെയും ചോർത്തിക്കളയുമെന്നതു പോലെ കവിതയുടെ ആത്മാവിനെ തന്നെ ഭഗ്നമാക്കിത്തീർക്കുകയും ചെയ്യും. ആ വിധം കൃത്രിമമായ വൃത്തപരിചരണത്താൽ കവിതയുടെ ജൈവികമായ ചൈതന്യം ചോർന്നു പോയ കവിതയാണ് സുസ്മ എ എം ന്റെ വിഷാദയോഗം.

തന്റെ സുഹൃത്തിന്റെ അച്ഛന്റെ അകാല വിയോഗത്തിൽ ദുഃഖാർത്തയായാണ് സുസ്മ കവിത എഴുതുന്നത്. ഇഷ്ടപ്പെട്ടവരുടെ വിയോഗം ദുഃഖാനുഭവങ്ങൾ ഉണ്ടാക്കുക സാധാരണമാണ്. ആശാന്റെ പ്രരോദനം പോലെ ആറ്റൂരിന്റെ മേഘരൂപൻ പോലെ ഗംഭീര കവിതകൾ പ്രിയപ്പെട്ടവരുടെ വിയോഗത്തിന്റേതത്രേ.

കവിത പാരമ്പര്യത്തെ നിരോധിക്കുന്നതോടെ കാവ്യഗുണം തിരസ്കരിക്കപ്പെടുന്നുവെന്നൊരു ചിന്ത എല്ലാ നവീന കാലങ്ങളിലും ഉണ്ടായിട്ടുണ്ട്. പുതുമൊഴി വഴക്കങ്ങളുടെ ഈ കാലവും ഇത്തരം കാഴ്ചപ്പാടുകൾ പ്രബലമാണ്. വിശേഷിച്ചും കവിതയെ ഏറ്റവും എളുപ്പ വിദ്യയാക്കി

കൊണ്ടു നടക്കുന്ന സന്ദർഭത്തിൽ. അതിനോടുള്ള സ്വാഭാവിക പ്രതികരണമായി ചിലർ ബോധപൂർവം തന്നെ വൃത്തത്തിന്റെ ജഡിലവൃത്തിയിലേയ്ക്ക് ഭാവനയെ തിരിച്ചു നടത്തിക്കാനുള്ള ശ്രമങ്ങളിൽ മുഴുകുന്നുണ്ട്. അതാവട്ടെ കവിതയെ പഴഞ്ചൻ മട്ടിൽ മൃതപ്രായമാക്കുന്നു. വളരെ സ്വാഭാവികമായി കവിത വാർന്നു വീഴുന്ന ഒരു ശില്പഘടന (ഫോർമാറ്റ്) സ്വീകരിക്കുമ്പോഴാണ് കവിത തിളങ്ങുക. അത് താളബോധമാവാം, വൃത്തബദ്ധമാവാം വെറും ചൊൽ വടിവാകാം ഗദ്യസൗകുമാര്യവുമാവാം. ഇവിടെ സുപ്ത എ എം ഒരു സംസ്കൃതം വിദ്യാർത്ഥിനിയായതുകൂടിയാവാം വിയോഗിനി വൃത്തത്തിലാണ് തന്റെ കവിത എഴുതിയിരിക്കുന്നത്. ലക്ഷണമൊത്ത വിയോഗിനി. മാത്രവുമല്ല ഓരോ ശ്ലോകത്തിന്റെയും അവസാനത്തെ ഈരടികളിൽ ഗംഭീരമായ തത്ത്വോപദേശങ്ങൾ കൂടി ചേർത്ത് ക്ലാസിക്കൽ ഭാവുകത്വം കൈവരുത്താൻ ശ്രമിക്കുന്നുണ്ട്. ആശാന്റെ ഏതോ കവിതയിലെ ഈരടികളാണെല്ലോ ഇതെന്ന് തോന്നിക്കുന്ന വരികൾ അനവധിയുണ്ട്.

"വിനയെന്ന കയത്തിൽ ജീവനും/നിനയാതങ്ങനെ താണുപോയിടാം", "ഭയദം വിരഹം മറക്കണം/ ജയ മോർത്തിട്ടു സുധീരനാകണം", "അനഘാ ശയ! നൽകി നിന്നെ ഹാ!/ കനിവോടീശനയച്ചു ഭൂതലേ" എന്നിങ്ങനെയുള്ള വരികൾ ഒരു ഭൂതകാലവിഭൂതിയുടെ 'പ്രൗഢമായ' ഒരു കാവ്യകുളിർമ നമ്മിൽ നിറയ്ക്കും. സുതർ, അനഘാശയ, ചിത്തവാടി എന്നിങ്ങനെയുള്ള പദാവലികൾ ആശാനെതന്നെ കാര്യമായും ഓർമ്മിപ്പിക്കുന്നു. ഇത് കവിതയുടെ വിജയമല്ല പരാജയമാണ്. പാരമ്പര്യത്തെ അതേ മട്ടിൽ പുനരാനയിക്കുകയല്ല, പാരമ്പര്യവുമായുള്ള സജീവവും സംവാദാത്മകമായ ഒരു ബന്ധം സ്ഥാപിക്കാനാണ് പുതിയ കവികൾ മുതിരേണ്ടത്. സുപ്തയാവട്ടെ പാരമ്പര്യത്തിന്റെ ഫോസിൽ എടുത്തുവെയ്ക്കുകയാണ് ചെയ്യുന്നത്. ലക്ഷണമൊത്ത വിയോഗിനി ഇന്ന് ജീവനുള്ള കവിതയുടെ ലക്ഷണമല്ല. മൃതമായ ഒരു കവിതയുടെ ഒരു കാഴ്ചബംഗ്ലാവായി അതുകൊണ്ടു തന്നെ വിഷാദയോഗം മാറുന്നു.

ഈ മൃതകാവ്യരീതിയിൽ നിന്ന് മൗലികമായ ഊർജശക്തിയോടെ പുറത്തു കടക്കാൻ കഴിഞ്ഞെങ്കിൽ ഭാവിയുടെ വലിയൊരു വാഗ്ദാനമായിരിക്കും ഈ കവി. കാരണം പുതിയ കവികൾക്കില്ലാത്ത പാരമ്പര്യത്തിന്റെ താളബോധവും പദസംയുക്തതകളുടെ തിളക്കവും ആവോളം ഒരു ഖനിയായി നിർഭരമായി നിൽക്കുന്ന കവിയാണ് സുപ്ത എ എം.

ആത്മനിഷ്ഠത കൂടും കവിതയ്ക്കെങ്കിലും പരിധി വിടുമ്പോൾ വരികളുടെയും അർത്ഥത്തിന്റെ കാലുഷ്യങ്ങളിൽ വാക്കുകുത്തിവീഴും ചില കവിതകൾ വായിക്കുമ്പോൾ. മുഹമ്മദ് ജുനൈദ് വി.എസ്. ന്റെ പപ്പടവട

എന്ന കവിത ഇങ്ങനെ വായനക്കാരെ ചില കാല്പഷ്യങ്ങളിൽ വീഴ്ത്തുന്നുണ്ട്. തിളക്കമുള്ള കല്പനകളുടെ അഭാവവും കവിതയെ വിവർണമാക്കുന്നു. കിഴക്കെ തൊടിയിലെ തെങ്ങ് മറിഞ്ഞ് ചതഞ്ഞ അമ്മച്ചിയുടെ തിരുമ്പു കല്ല് പടുക്കാനായി ബാബേട്ടൻ എത്തിയപ്പോഴുണ്ടായ ഒരു ചെറു അനുഭവമാണ് കവിതയ്ക്കാധാരം. ബാബേട്ടനു വേണ്ടി പപ്പടവട വാങ്ങാൻ പോകുന്നത്, പണം കൊടുക്കാനുള്ള പിശുക്ക്, എന്നിട്ടും ആ കുട്ടി പപ്പടവട എത്തിക്കുന്നത് അതുകണ്ട് അമ്മച്ചി ഒരു കുട്ടിയെ പോലെ ചിരിക്കുന്നത് അപ്പോൾ അവൻ മുതിർന്നവനായി മാറുന്നത്, ഇങ്ങനെ പോകുന്നു ഒരു ചെറു കഥാഖ്യാനം. അവസാനം അമ്മച്ചിയെ തെക്കോട്ട് എടുക്കാൻ നേരം അവരുടെ വിയർപ്പിന് പപ്പടവടയുടെ ഗന്ധമുണ്ടായിരുന്നു എന്നറിയുന്നു. പിന്നെ കള്ളൻ കുഞ്ഞുഞ്ഞിന് മാത്രമറിയാവുന്ന പിശുക്കിന്റെ ഗന്ധവും.

പുതുമയുള്ളൊരു സന്ദർഭത്തെ ആധാരമാക്കുമ്പോൾ പുതുമയുള്ള വാക്കും കൂടിയുണ്ടാകുമ്പോഴേ കവിതയ്ക്ക് ജീവനും ചൈതന്യവുമുണ്ടാവൂ.

അമ്മയെക്കുറിച്ചുള്ള നനവാർന്ന വാക്കാണ് പഞ്ചമി ബിപിയുടെ അമ്മ പിന്നേം കുഞ്ഞായിരിക്കണ് എന്ന കവിത. താരള്യം കൊണ്ട് കവിത നമ്മെ തൊടുന്നു. അവിടവിടെ അമ്മയോടുള്ള സ്നേഹവും കാരുണ്യവും ചിതറിക്കിടക്കുന്നു. കുട്ടിയെ താലോലിക്കും പോലെ അമ്മയെ താരാട്ടുന്ന മകൾ, ഇതിവൃത്തം നേരിയ കൗതുകം പരത്തുന്നു. കവിതയായുയരാൻ ശ്രമിക്കുന്ന കവിതകൾ എന്ന് സച്ചിദാനന്ദൻ ഈ കവിതകളെ വിശേഷിപ്പിച്ചത് പഞ്ചമിയുടെ കവിത മനസ്സിൽ കണ്ടാവണം. കവിതയായുയരാൻമാത്രം ശ്രമിക്കുന്ന വാക്കുകൾ കൊണ്ട് നൃജൻ കവികൾ നമ്മെ നിരാശപ്പെടുത്താതിരിക്കട്ടെ.

വാക്കിലൂടെ ഉരുകിയൊലിക്കുന്ന

ഓരോ കവിതയും ഓരോ വഴികളാണ്. സത്യവും സൗന്ദര്യവും തേടിയുള്ള വാക്കിന്റെ ഈ സഞ്ചാരവേഗങ്ങളിൽ പൊതുവെ നടപ്പുദീനങ്ങളെ കയ്യൊഴിയ്ക്കാറാണ് പതിവ്. സൗന്ദര്യം, സമകാലികത, പ്രതിരോധം, ആഖ്യാനം എന്നിവയിലൊന്നും മലയാള കവിതയ്ക്ക് ഇന്ന് പൂർവകവികൾ മാതൃകകളല്ല. അത്രയേറെ അപൂർവവും അനന്യവുമാണ് സമകാലിക കവിതകൾ.

മന്ദമാരുതനായ കൊട്ടുങ്കാറ്റ്

നമ്മുടെ കാവ്യപാരമ്പര്യത്തിന്റെ ഈടുവെയ്പുകളിൽ ഉറച്ചുനിന്ന് വാക്കിന്റെ ഒളിമങ്ങാത്ത ശക്തിസൗന്ദര്യങ്ങളെ ആവിഷ്കരിക്കുന്ന കവിയാണ് ഷീജാവക്കം. അപാരമായ കല്പനാ വൈഭവവും അക്ഷയമായ പദസമ്പത്തും വൃത്തബദ്ധമായ താളബോധവും കൊണ്ട് പഴമയുടെ ക്ലാവ് പുരളാതെ നവീനതയോടെ ആഖ്യാനം ചെയ്യാനുള്ള പത്യേകമായ കാവ്യവൈഭവം അവർക്കു മാത്രം അവകാശപ്പെട്ടതാണിന്ന്. അന്തിക്കള്ളും പ്രണയഷാപ്പും, നക്ഷത്ര ബംഗ്ലാവ്, കാവ്യഗുണ്ട തുടങ്ങിയ ശ്രദ്ധേയമായ കവിതകൾക്കു ശേഷം നമ്മെ വിസ്മയിപ്പിക്കുന്ന ഭാവനാ ലോകവുമായി മറ്റൊരു കവിത കൂടി പുറത്തുവന്നിരിക്കുന്നു, പുഷ്കരൻ കൊട്ടുങ്കാറ്റ് (മാതൃഭൂമി ആഴ്ചപ്പതിപ്പ് 2022 മെയ് 15- 21).

അസാമാന്യമായ കാവ്യശേഷിയുള്ള ഒരാൾക്കുമാത്രം കൈയെത്തിപ്പിടിക്കാൻ കഴിയുന്ന ഒരു കാല്പനികതയെയാണ് വാഗ് വിലാസങ്ങളുടെ നിസ്തുലമായ അകമ്പടിയോടെ കവി ആവിഷ്ക്കരിക്കുന്നത്. അതിൽ പ്രകൃതിയുടെ പ്രതിഭാസങ്ങളും മനുഷ്യചേതനയുടെ അകം സംഘർഷങ്ങളും ആസക്തിയും അക്രമോത്സുകതയും സമകാലീനമായ സാമുദായിക ദുഷ്കൃതികളും എല്ലാമുൾച്ചേരുന്നു.

ആരാലും താലോലിക്കപ്പെട്ട ആരോമലായ ഒരു കൊച്ചു വാവക്കാറ്റ് ഉഗ്ര പ്രതാപിയായി വളരുകയും തന്റെ പ്രണയാഭ്യർത്ഥന നിരസിച്ച ഭൂമിപ്പെണ്ണിനെ നിഷ്ഠൂരമായി കൊലചെയ്ത് ഒരു മരകൊമ്പിൽ സ്വയം തന്റെ പ്രാണൻ വെടിഞ്ഞ് സഹതാപാർദ്രമായി ജീവിതം അവസാനിപ്പിക്കുകയും ചെയ്യുന്നു. പരുഷനായ ഒരു പുരുഷന്റെ ദന്തുരമായ അന്ത്യത്തെയാണ് കവിതയിൽ നാം കണ്ടുമുട്ടുന്നത്.

മനുഷ്യാവസ്ഥകളുടെ അനന്തമായ പൊരുളുകളെ ഭാവോജ്ജ്വലമായി അവതരിപ്പിക്കുണ്ട് ഈ കവിത. കൺമുന്നിലെ ജീവിതത്തെ കയ്യിലുള്ള തുച്ഛമായ വ്യവഹാരപദങ്ങൾ കൊണ്ട് ആവിഷ്ക്കരിച്ച് തൃപ്തിയടയുന്ന പുതിയ തലമുറക്കവികളിൽ നിന്നും എന്തുകൊണ്ടും വ്യത്യസ്തയാണ് ഷീജ വക്കം. വാക്കിന്റെ പകിടകളിയല്ല അവർക്ക് കവിത. ജീവിതാവസ്ഥകളുടെ അനന്തമായ അകം പൊരുളുകളിലേയ്ക്ക് വാതിൽ തുറക്കുന്ന സർഗക്രിയാസാഗരമാണത്. ആ നിലയിൽ പ്രൗഢോജ്ജ്വലമായ ഒരു ജീവിതാവിഷ്ക്കാരമായി പുഷ്കരൻ കാറ്റ് മാറുന്നു.

ഉപ്പുവെള്ളത്തിൽ കമിഴ്ന്നു നീന്തി,
മുട്ടിലിഴഞ്ഞു കടൽപ്പരപ്പിൽ,
പൊട്ടിത്തെറിക്കും കുറുമ്പുമായി
കൊച്ചു വാവക്കാറ്റ് പിച്ചവെച്ചു.

കാറ്റിന്റെ ബാല്യകുതൂഹലങ്ങളോടെയാണ് കവിത ആരംഭിക്കുന്നത്. എന്തെല്ലാം വിക്രിയകളിലാണ് കൊച്ചു കാറ്റ് ഏർപ്പെടുന്നത്. സിംഹത്തിന്റെ വായ പിളർന്ന് പല്ലെണ്ണിനോക്കുന്ന പുരാണത്തിലെ സർവദമനനെ പോലെ പരാക്രമിയാണ് ഈ കുട്ടിക്കാറ്റ്. "കുഞ്ഞു നീരാളിതൻ കൈ ചുഴറ്റി/ അങ്ങു ദൂരത്തേയ്ക്കെറിഞ്ഞു വീഴ്ത്തി/ നീലത്തിമിംഗലപൈതലൊന്നിൽ/ വാലിൽപ്പിടിച്ചു വട്ടംകറക്കി" അവന്റെ ലീലാവിലാസങ്ങൾ അവതരിപ്പിക്കുമ്പോൾ ആണത്തത്തിന്റെ സാംസ്കാരികാധികാരത്തിന്റെ രൂപീകരണത്തിന്റെ കാവ്യാ വിഷ്ക്കാരത്തെയാണ് നാം പരിചയപ്പെടുന്നത്. ആരും ആണായിപ്പിറക്കുകയല്ല ആണായി വളരുകയാണ് എന്ന സിമോങ് ദ ബുവറിന്റെ സാമൂഹ്യ മനശ്ശാസ്ത്രത്തിന്

സാധൂകരണം തേടുകയാണ് കവി. ആണത്തത്തിന്റെ സാമൂഹ്യാർജ നത്തിന്റെ പശ്ചാത്തലം കവി സമർത്ഥമായി അവതരിപ്പിക്കുന്നുണ്ട്.

തട്ടി തടഞ്ഞു വീഴുമ്പൊഴെല്ലാം.
ഇത്തിരി വേദനിക്കുമ്പൊഴെല്ലാം
ഒക്കത്തെടുത്തു കടൽ മൊഴിഞ്ഞു
"പൊട്ടിക്കരഞ്ഞു കൂടാണൊരുത്തൻ"

ഈ വിധം തെന്നലായ ഇളംകാറ്റ് ഉഗ്രപ്രതാപിയായ പുഷ്കരൻ കാറ്റായി മാറുകയായിരുന്നു. ജലരാജ്യത്തിലെ ഏകാധിപതിയായി അവൻ വാഴുകയാണ്. ആയിടയ്ക്കാണ് സുന്ദരിയായ ഭൂമിയെ യാദൃശ്ചി കമായി കണ്ടുമുട്ടുന്നത്. പ്രതാപ ഐശ്വര്യങ്ങളോടുകൂടി ജീവിക്കുന്ന ആ രാജകുമാരന് ആ സുന്ദരിയെ സ്വന്തമാക്കാൻ തോന്നുന്നു, അതിന് അവന് അവളുടെ സമ്മതം പോലും വേണ്ടി വരുന്നില്ല. കാരണം അവൻ ഉഗ്രപ്രതാപിയായ ഒരു പുരുഷനാണല്ലോ. പക്ഷേ സംഭവിച്ചതോ?

ഒത്തിരിയാശിച്ച ചെന്നടുക്കൽ
ഉപ്പു ചുണ്ടാലെയൊന്നുമ്മ വെയ്ക്കാൻ
ഒറ്റനോട്ടത്തിൽ മുഖം തിരിച്ചാ
സ്വപ്നം തകർത്തിട്ടു തീരഭൂമി
കല്പിച്ചു ശീലിച്ച തൻ പരുക്കൻ
ശബ്ദം മെരുക്കിയവൾക്കു മുന്നിൽ
ഭിക്ഷുവെപ്പോൽച്ചെന്നു മുട്ടുകുത്തി
ഒട്ടും കനിഞ്ഞില്ല പെണ്ണൊരുത്തി.

അവസാനം ഏതൊരു ഏകാധിപതിയെയും പോലെ അവളെ കൊല ചെയ്യുകയും ആത്മനാശത്തിലൊടുങ്ങുകയും ചെയ്യുന്നു.

ഭൂമിയെ തകർത്ത് തുള്ളുന്ന കൊടുങ്കാറ്റിൽ ഉഗ്രപ്രതാപിയായ ഒരു ചക്രവർത്തിയെ കണ്ടെത്തുകയും അവന്റെ കലിയടങ്ങാത്ത അധികാര മോഹമായി ഭൂമിക്കു മേലെയുള്ള അത്യാക്രമണങ്ങളെ ആരോപിക്കുക യും ചെയ്ത് സൂക്ഷ്മമായ മനുഷ്യഭാവങ്ങളെ ആവിഷ്കരിക്കുന്നുണ്ട് ഷീജാ വക്കം.

ആണധികാരത്തിന്റെ രൂപീകരണം, അതിന്റെ സ്വേഛാപൂർണ മായ കൊടുംകൈകൾ, പ്രണയഹത്യകളുടെ സമകാലിക കേരളീയ അവസ്ഥകൾ സ്നേഹ വ്യഗ്രമെങ്കിലും നിഗ്രഹോത്സുകമായ മനസ്സ് എന്നി ങ്ങനെ ഏറ്റവും സമകാലികമായിത്തീരുന്ന ആവിഷ്കാരമാണ് പുഷ്കരൻ കൊടുങ്കാറ്റ്.

അസ്വീകാര്യമായ രോഷകവിതകൾ

കവിതയെ സാമൂഹ്യ ജീവിതത്തിന്റെ ദൈനം ദിനമായ ചെറുത്തു നിൽപ്പുകളുടെയും സമരത്തിന്റെയും അധികാര വിരുദ്ധമായ പ്രതിരോധ വീര്യത്തിന്റെയും തീക്ഷ്ണമായ സാംസ്കാരികായുധമാക്കി മാറ്റുന്ന കവിയാണ് സോമൻ കടലൂർ. കാച്ചിക്കുറുക്കിയെടുത്ത് അണുബോംബുപോലെ ഏറ്റവും സൂക്ഷ്മമാക്കി സ്ഫോടനം നടത്തുകയാണ് അദ്ദേഹം കവിതയിൽ ചെയ്യുന്നത്. പരമ്പരാഗതമായ കാവ്യ ലക്ഷണങ്ങളൊന്നും സോമന്റെ കവിതകളിൽ കണ്ടെത്താൻ കഴിയില്ല. പക്ഷേ കവിതകൊണ്ട് മനുഷ്യ ജീവിതത്തിന് ചില പ്രയോജനങ്ങളുണ്ട് എന്ന് അയാൾ ഉറച്ചു വിശ്വസിക്കുന്നു. അതുകൊണ്ടു തന്നെ കാവ്യലക്ഷണങ്ങളെ പിൻപറ്റി പൊതു സ്വീകാര്യതയുള്ള ശ്രേഷ്ഠ കവിതയാവാനല്ല വിലക്ഷണങ്ങളെ ഏറ്റെടുത്ത് അസ്വീകാര്യമായ രോഷ കവിതകളാകാനാണ് സോമൻ കടലൂരിന്റെ കവിത ശ്രമിക്കുന്നത്.

ലക്ഷണമൊത്ത കവിതകൾ പുരസ്കാരങ്ങൾക്കിരിക്കാൻ പാകമായ ഇരിപ്പിടങ്ങൾ മാത്രമാണെന്നും തിരസ്കൃതരായ പരശതം മനുഷ്യരുടെ ശബ്ദങ്ങൾക്ക് ഈ ലക്ഷണങ്ങൾ പലപ്പോഴും ബാധ്യതയായിത്തീരുമെന്നും അയാൾ കരുതുന്നു. സമകാലിക വാരികകളും മാസികകളും ആഘോഷിക്കുന്ന പല കവിതകളും മനുഷ്യരുടെ ദൈനംദിന ജീവിതത്തിൽ ഒരു കോളിളക്കങ്ങളുമില്ലാതെയാണ് കടന്നുപോകുന്നത്. ഇവിടെയാണ് ഡോ. സോമൻ കടലൂർ എന്ന കവിയുടെ പ്രസക്തിയെ മലയാളികൾ തിരിച്ചറിയേണ്ടത് എന്ന് തോന്നുന്നു. അദ്ദേഹത്തിന്റെ തന്നെ വാക്കുകളെ കടമെടുത്തു പറഞ്ഞാൽ പ്രസക്തകവികളും പ്രശസ്തകവികളുമുണ്ട്. പ്രസക്ത കവികൾ പലപ്പോഴും പ്രശസ്തരാവില്ല. പ്രശസ്തരായവരുടെ കവിതകൾക്കാവട്ടെ പലപ്പോഴും സാമൂഹികമായ പ്രസക്തിയും കാണില്ല. പ്രസക്ത കവിതകളാണ് പ്രധാനം എന്ന് അദ്ദേഹം തിരിച്ചറിയുന്നു. ആ മട്ടിൽ സാധാരണ മനുഷ്യരുടെ നിത്യജീവിതത്തിൽ പ്രവർത്തിക്കുന്ന കവിതകളാണ് അദ്ദേഹത്തിന്റെ കവിതകൾ ഏറെയും. മിട്ടുക്കർ, അഭാവം, നീ മരിച്ചാൽ, അമ്മ, സിലബസ്, ജീവിച്ചിരിക്കുമ്പോൾ എന്നീ കവിതകൾ മലയാളികളുടെ ആത്മ സംഘർഷങ്ങളുടെയും പ്രതിരോധ വീര്യങ്ങളുടെയും വാക്കിൻ ബോംബുകളാണ്. ഈ വിധം കഴിഞ്ഞ വാരം ഏറെ പ്രചാരം നേടിയ സോമൻ കടലൂരിന്റെ കവിതയാണ് കര (മെയ് 5 FB 2022)

കുര പോയി
എന്ന ഒറ്റക്കാരണം മതി
ആജൻമം
പുരസ്ക്കരിക്കാൻ
കുരച്ചു പോയി
എന്ന ഒറ്റക്കാരണം മതി
ആജീവനാന്തം
തിരസ്ക്കരിക്കാൻ

ഇവിടെ ഒരു പട്ടിയെ രൂപകമാക്കിയാണ് സോമൻ സ്ഫോടനാത്മകമായി വാക്കുകൾ ഉപയോഗിച്ചിരിക്കുന്നത്. ജീവിതാവസ്ഥകളെ ഉള്ളതിന്റെ അത്രയും തീവ്രതയോടെ ആവിഷ്കരിക്കുന്നതിന് കവികൾ മനുഷ്യരെ പട്ടികളായും പോത്തുകളായും കുതിരകളായും കഴുതകളായും കുറുക്കൻമാരായുമെല്ലാം ചിത്രീകരിക്കാറുണ്ട്. മനുഷ്യരെ പട്ടികളായി ചിത്രീകരിക്കുന്ന കക്കാടിന്റെ പട്ടിപ്പാട്ട് പോലുള്ള കവിതകൾ ഏറെ ശ്രദ്ധേയമാണ്.

കുരയ്ക്കുക എന്നതാണ് പട്ടിയുടെ സഹജമായ പ്രവൃത്തി. ഇതാ കള്ളൻ, ഇതാ പോലീസുകാരൻ, ഇതാപോസ്റ്റുമാൻ, ഇതാ വിരുന്നുകാരൻ, ഇതാ വർഗശത്രു എന്നിങ്ങനെ യജമാനനെ അറിയിക്കുകയാണ് പട്ടിയുടെ പണി. ആ വിധം പട്ടിയുടെ കുര ഒരു സാംസ്കാരികാടയാളവും ഒരു രാഷ്ട്രീയ പ്രവൃത്തിയുമാണ് സാഹിത്യത്തിൽ. മനുഷ്യരുടെ ലോകത്ത് കുരയ്ക്കുക എന്നാൽ പ്രതികരിക്കുക എന്നാണ് അർത്ഥം. അതുകൊണ്ടാണ് പ്രതികരണ ശേഷിയില്ലാത്ത മനുഷ്യരെ ഒരു പട്ടി പോലുമാകാത്ത ജീവിതമായിപ്പോയല്ലോ എന്ന് പഴിക്കുന്നത്. യഥാർത്ഥ ജീവിതത്തിൽ കുരയ്ക്കാത്ത പട്ടിയെയാണ് തിരസ്ക്കരിക്കുന്നതെങ്കിൽ മനുഷ്യരായിനിന്ന് കുരയ്ക്കുന്ന പട്ടിയെയാണ് തിരസ്കരിക്കുന്നത്. കുരയ്ക്കുക എന്നത് ഇവിടെ ഒരു രാഷ്ട്രീയ പ്രവൃത്തനമായി മാറുന്നു.

അധികാരത്തിന്റെ ബലപ്രയോഗങ്ങൾക്കെതിരെ പ്രതികരിക്കുക എന്നത് മനുഷ്യരുടെ സഹജമായ വൃത്തിയാവേണ്ടതാണ്. അത് നഷ്ടപ്പെട്ട മലയാളി എന്നും പരിഹസിക്കപ്പെട്ടിട്ടുണ്ട്. കക്കാടിന്റെ പോത്ത് എന്ന കവിത ഈ വിധം ഉദാസീനരായിത്തീർന്ന മലയാളികളെ തന്നെയാണ് പ്രതീകവൽക്കരിച്ചത്. മനുഷ്യന്റെ പച്ച എന്ന സങ്കല്പവും രൂപപ്പെടുന്നത് ഇങ്ങനെ തന്നെയാണ്. “കുഞ്ഞേ വെറും മാന്യനാകാതിന്ന് മനുഷ്യന്റെ പച്ചയായിത്തീരൂ” എന്ന് കടമ്മനിട്ട പറയുന്നതും ഈ അലസ മലയാളിയെ നോക്കിയാണ്.

ഇവിടെ കുരയ്ക്കുന്ന പട്ടിയും കുരയ്ക്കാത്ത പട്ടിയും ഉണ്ട്. ഇതാ ഫാസിസം, ഇതാ ഏകാധിപത്യം, ഇതാ മതാധിപത്യം എന്നൊന്നും വിളിച്ചു പറയാൻ ഇവിടെ ഒരു പട്ടി പോലുമില്ലല്ലോ എന്ന സങ്കടവും ചോദ്യവുമാണ് കവിത ഉന്നയിക്കുന്നത്. കുരയ്ക്കാതിരിക്കുന്നവരെ ഇവിടെ പട്ടും വളയും കാത്തിരിപ്പുണ്ട്. അവർക്കായി പ്രത്യേകം പദവികൾ ഒരുക്കിവെച്ചിട്ടുണ്ട്. എല്ലാവരും അതിനായുള്ള പാച്ചിലിലാണ്. എത്ര വേഗത്തിലാണ് ഇന്ന് ആളുകൾ അധികാരത്തിന്റെ ഭാഗമായിത്തീരുന്നത്. ഇത്തരം ആളുകൾ എന്നുമുണ്ടാകും. അക്കാദമിയും അലങ്കാരങ്ങളും നോറ്റിരിക്കുന്നവർ. അവരെക്കുറിച്ചാണ് “പോരുക പോരുക പൊൻമീനുകളേ വാരിധിയുണ്ടു വിളിക്കുന്നു” എന്ന് വൈലോപിള്ളി പതിറ്റാണ്ടുകൾക്കു മുമ്പെ പാടിയത്. സ്വർണ മത്സ്യങ്ങളാവാൻ തിടുക്കപ്പെടുന്നവരുടെ എണ്ണം പെരുകിപ്പെരുകി വരുന്നു.

ഇവിടെ സോമൻ കടലൂർ യാഥാർത്ഥ്യത്തെ അനാവരണം ചെയ്യാൻ അധികം അലങ്കാരങ്ങൾ ഒന്നും ചേർക്കുന്നില്ല. അലങ്കാരങ്ങളധികവും യാഥാർത്ഥ്യത്തെ മൂടിവെയ്ക്കുകയാണെന്ന് തോന്നിയതു കൊണ്ടാവാം യാഥാർത്ഥ്യത്തെ പൊതിഞ്ഞു വെച്ച മിഥ്യാ പുഷ്പങ്ങളെ മുഴുവൻ ഇറുത്തു കളഞ്ഞ് യാഥാർത്ഥ്യം നഗ്നമായി ഇവിടെ അനാഛാദനം ചെയ്യപ്പെടുന്നു. രണ്ടേ രണ്ടു പ്രയോഗങ്ങൾകൊണ്ട് കവി കേരളത്തിന്റെ സാംസ്കാരികാവസ്ഥ ആവിഷ്കരിച്ചിരിക്കുന്നു. കുരപോയി, കുരച്ചുപോയി.

കുരപോയ പട്ടികൾ പട്ടികളുടെ നിർജീവമായ മനോഹരരൂപങ്ങൾ മാത്രമാണ്. ഇങ്ങനെ മൃതമായിപ്പോയ മനുഷ്യ രൂപങ്ങൾ മാത്രമാണ് ഇന്ന് മലയാളികൾ. നല്ല വീടും നല്ല വേഷവും നല്ല സൗകര്യങ്ങളിലും ജീവിക്കുന്ന മധ്യവർഗ മനുഷ്യർ കുര പോയ പട്ടികളാണ്. അതിൽ പലരും അധികാരത്തിന്റെ ഇടനാഴികകളിലെ ഭിക്ഷാം ദേഹികളാണ്. കുരച്ചു പോയവരോ പലരും രക്തസാക്ഷികളും.

പുസ്തകത്തിലില്ലാത്ത പാഠങ്ങൾ

പ്രകൃതിയെന്നും മനുഷ്യനെന്നും വെട്ടിമുറിക്കപ്പെട്ട ചേതനയെ ഇന്ന് കവിത ഏകാത്മകമായി കൂട്ടി വെയ്ക്കുന്നു. പ്രകൃതി പുരുഷ സംയോഗമായാണ് ഇന്ന് കവികൾക്കുള്ളത്. അതാവട്ടെ കേവലമായ ഒരു ഭാവനാവിലാസം മാത്രമായല്ല, ഒരു ജ്ഞാനോദയം കൂടിയാണ്. പി.ടി ബിനു പൊതുവെ പ്രകൃതിയുടെ പാട്ടുകാരനാണ്. അദ്ദേഹം മാധ്യമം ആഴ്ചപ്പതി (2022 മെയ് 2- 9) പ്പിലെഴുതിയ സി.കെ അബ്ദുൾ നൂർ എന്ന കവിത പ്രകൃതി പുരുഷ സങ്കല്പത്തെക്കുറിച്ചുള്ള സമ്യക് ഭാവമാണ് പകരുന്നത്.

ഒരാൾ കാട്ടിലേയ്ക്ക് യാത്ര ചെയ്യുന്നു. അത് നാട്ടിലൂടെയല്ല. പുഴയിലൂടെയാണ്. പകലും സന്ധ്യയും രാത്രിയും അയാൾക്ക് അന്യംനിന്നു പോവുന്നില്ല. കാട് അയാൾക്ക് വന്യതയുടെ ഹിംസലോകവുമല്ല. സ്വഛന്ദതയുടെ ഗാനഗേഹമാണ്.

വനത്തിൽ
ഗാനശിഖരങ്ങൾക്കുള്ളിലുറങ്ങി.
ഇലകൾക്കു മീതെ
പരന്നുകിടക്കുന്ന
നിലാവിലേയ്ക്കവൻ
പക്ഷിയെ പോലെ പറന്നു കിടന്നു.

കാട് ഭീകരം നാട് സുന്ദരം എന്ന ആധുനിക യുക്തിയെ ഉത്തരാധുനികമായ ബോധം കൊണ്ട് അയാൾ മറികടക്കുന്നു. അവിടെയാണ് അയാൾക്ക് തന്റെ ജീവിതം, വിദ്യാലയം, കൂട്ടുകാർ എല്ലാം കൂട്ടം ചേർന്നിരിക്കുന്നത്. ജീവന്റെ ഉൺമയാണ് അയാൾക്ക് കാടകം.

പ്രമോദ് പൂവരശ്
മാഹിൻ മണിമരുത്
ഇബ്രാഹിം കുട്ടി ഞാവൽ
അരുൺ അരയാൽ
സലീം പീലിവാക
നവാസ് ഏഴിലം പാല
ഷെയ്ഖ് ഇലഞ്ഞി.

ഇങ്ങനെ കൂട്ടുകാരെല്ലാം അയാൾക്ക് ഓരോരോമാമരങ്ങൾ. മരങ്ങൾ മനുഷ്യരും മനുഷ്യർ മരങ്ങളുമായി മാറുന്ന ചേതനയുടെ കുടമാറ്റം. "നീ മനുഷ്യനോ മരമോ?"എന്നിങ്ങനെ മനുഷ്യരുടെ നിർവികാരതയെ മുൻനിർത്തി മരമെന്ന് ആക്ഷേപിക്കാറുണ്ട്. പക്ഷേ ഇവിടെ മരം എന്നും മനുഷ്യനെന്നുമുള്ളത് മാനുഷികതയുടെയും ജൈവികതയുടെയും ഭാവരൂപങ്ങളായി മാറുന്നു.

പുസ്തകങ്ങളിൽ നിന്നോ മസ്തകങ്ങളിൽ നിന്നോ അല്ല അവർ പഠിക്കുന്നത്. മണ്ണിൽ നിന്നും മരങ്ങളിൽ നിന്നുമാണ്. "പുസ്തകത്തിലില്ലാത്ത പാഠങ്ങൾ/ സ്കൂളിലെ കുട്ടികൾ/ മരങ്ങൾക്കിടയിലൂടെ നടന്ന്/ ഉറക്കെ വായിക്കുന്നതു കേട്ട്" മഴയുടെ നനവാണ് ശിരസ്സു നിറയെ, വേരുകളിലൂടെയുള്ള ഒഴുക്കാണ് പാദങ്ങളിലൊക്കെയും കണ്ണുകളിൽ നിറയെ ചിത്രശലഭത്തിന്റെ മഴവില്ലു നിറയുന്നു.

വ്യാവസായിക ആധുനികത നിർമ്മിച്ചുവെച്ച ദ്വന്ദ്വാത്മകതയുടെ ഭൗതിക ലോകത്തിൽ നിന്നും സമന്വയ ലോകത്തെ വീണ്ടെടുക്കുക യാണ് പി.ടി ബിനു. അതിൽ ഭൗതികത്തിന്നപ്പുറവും ആത്മീയവും അനുഭൂതിദായകവുമായ ഒരു സംഗീതമുയരുന്നു.

ഇന്ന് കവിത സമ്പൂർണമായ അനുഭവത്തിന്റേതാണ്. കവി അനു ഭവത്തിൽ നിന്നും എഴുതുന്നു. വായനക്കാർ എഴുത്തിൽ നിന്നും അനു ഭവങ്ങളിലേയ്ക്കെത്തുന്നു. ശബ്ദവും ദൃശ്യവും പദച്ചേരുവകളും കൊണ്ടുള്ള സമ്പൂർണ്ണാനുഭവമായ ഒരു വാക് ലോകമാണത്. അവിടെ എഴുത്തു കാരും വായനക്കാരുമെന്ന ദ്വയം മാഞ്ഞു പോകുന്നു. പദങ്ങൾകൊണ്ടു ള്ള വെറും കസർത്തല്ലിത്. അങ്ങിനെയെങ്കിൽ കൗതുകകരമായ വാഗ് വിലാസമായേ തോന്നുകയുള്ളൂ. അനുഭവം ഉരുക്കിയൊഴിച്ച പദങ്ങൾ കൊണ്ട് എഴുത്തുകാരും വായനക്കാരും ഒന്നായി മാറുന്ന രചനാവൈ ഭവം. നിധിൻ വി.എന്നിന്റെ ഒടിച്ചു കുത്തി എന്ന കവിത (Truecopy Webzines 13 May 2022 Packet 77) ഈ വിധം ആർദ്രവും അസ്വസ്ഥ ഭരിതവുമായ ഒരു അനുഭവ ലോകത്തെ പ്രദാനം ചെയ്യുന്നു.

വിശന്ന് വലഞ്ഞ് മരിച്ചു പോകുന്ന ഒരപ്പൻ, അത് കണ്ട് മരവിച്ചു പോകുന്നൊരമ്മ, ഇതിനിടയിൽ ചാവ്... ചാവ്... എന്ന് നെഞ്ചിൽക്കു ത്തി ഘനീഭവിച്ചു നിൽക്കുന്നൊരു മകൻ. മൂന്ന് ചിത്രങ്ങൾ, മൂന്ന് ദൈന്യ തകൾ, മൂന്ന് അനുഭവങ്ങൾ പക്ഷേ ഒരൊറ്റ മനുഷ്യഭാവം.

കുളക്കടവിലെ
മൂവാണ്ടൻ മാവിൽ
ഒറ്റക്കയറിൽ ഊഞ്ഞാലാടുന്നപ്പനെ
തോട്ടിൽക്കരയിലെ വീട്ടിലേയ്ക്ക്
അഴിച്ചു കിടത്തി
ഉടലിൽ
ചുവന്ന നക്ഷത്രങ്ങൾ
തിളങ്ങും
അപ്പനെ നോക്കി നോക്കി
അമ്മ, തോടിന്നുറവയായി.
ഒരൊറ്റ വീഴ്ചയിൽ
കിടന്നു പോയ വൃദ്ധനായി വീട്.

കുളക്കടവിലെ മൂവാണ്ടൻ മാവിലെ ഒറ്റക്കയറിൽ ഊഞ്ഞാലാ ടുന്ന അപ്പൻ നിർമ്മിക്കുന്ന ഒരു ചിത്രം എത്രമാത്രം ദൈന്യതയുടേ താണ്. ഇരുട്ട് ചേല ചുറ്റിയ ഒടമ്പിൽ എണ്ണ തേച്ച് പാതിരയ്ക്ക് ഇറങ്ങുന്ന

അപ്പനെയാണ് നാം ആദ്യം കണ്ടുമുട്ടുന്നത്. പുലരുന്നതിനു മുമ്പേ വീട്ടിൽ തിരിച്ചെത്തുന്നയാൾ എവിടേയ്ക്കാവും പോയിട്ടുണ്ടാവുക? അയാളെ കാത്ത് പശിയില്ലെന്ന ഏകാഭിനയ നാടകം കളിക്കുന്ന അമ്മ. ദൈന്യ തയുടെ ചിത്രങ്ങൾ കവിയെ വരിവരിയായി വരിഞ്ഞു മുറുക്കുന്നു.

കാഴ്ചയുടെയും അനുഭവത്തിന്റെയും ചിത്രങ്ങൾ ഹൃദയസ്പർശി യായി ആവിഷ്കരിക്കുന്നു. ഇരുട്ട് ചേലചുറ്റിയ ഒടമ്പ്, ഉടലിൽ ബൂട്ടമർത്തു ന്ന വിശപ്പ്, പശിയില്ലെന്ന അമ്മയുടെ ഏകാഭിനയ നാടകം, ഒറ്റക്കയ റിൽ ഊഞ്ഞാലാടുന്ന അപ്പൻ, തോടിന്നുറവയായ അമ്മ, ഒറ്റവീഴ്ചയിൽ കിടന്നു പോയ വൃദ്ധനായ വീട്, ഉടലിലേയ്ക്ക് ഒടിച്ച കുത്തുന്ന ചവിട്ടിത്താ ഴ്ത്തിയ കാല് എന്നിങ്ങനെ അനുഭവങ്ങളെ ഉരുക്കിയൊഴിച്ച വാക്ക്.

ഉയർന്നുനിൽക്കലും ലയിച്ച ചേരലും

പെണ്ണിന്റെ പതിതാവസ്ഥകളുടെ ആവിഷ്കരണത്തിലല്ല പെണ്ണിന്റെ സ്വത്വാന്വേഷണത്തിന്റെ ചിത്രീകരണത്തിലാണ് ചില കവികൾ ദത്തശ്ര ദ്ധമായിരിക്കുന്നത്. "മുറികളെല്ലാം തൂത്തുവാരി അരികറി ഞാൻ വെച്ച" എന്നിങ്ങനെയുള്ള പെൺജീവിതത്തിന്റെ ദീനാവസ്ഥകളുടെ കാലം കഴിഞ്ഞു. പെണ്ണും പ്രകൃതിയും ഇഴ ചേരുന്ന പുതിയ അനുഭൂതി ലോക ത്തെക്കുറിച്ചാണ് അവർക്ക് ഇനി പറയാനുള്ളത് എന്നു തോന്നുന്നു. ഇത് റാഡിക്കൽ ഫെമിനിസത്തിൽ നിന്നുള്ള അകലം തന്നെയാണ്. അത് പെൺജീവിതത്തിന്റെ അസ്തിത്വത്തെക്കുറിച്ചുള്ള ഒരു ജൈവികാ ന്വേഷണം കൂടിയാണ്. ഇത്തരം ആവിഷ്ക്കാരങ്ങളിലാണ് സമുദ്ര നീലിമ തന്റെ കവിതയെ വ്യാപരിപ്പിക്കുന്നത് അവരുടെ 'രസം കൊല്ലി ' (Wtp liv.in 11th May 2022 issue 106) ഈ വിധമുള്ള ജീവിത രസത്തെഅ നാചരാദനം ചെയ്യുന്നു.

നീളൻ മരങ്ങൾക്കിടയിൽ
ചതഞ്ഞ ഒരു പാത പോകുന്നിടം
അവസാനിക്കും മുനമ്പ്
ഉയരം ഒരു സ്ത്രീ
അവൾ പ്രസംഗിക്കും ആൾക്കൂട്ടം
ബലമുള്ള പാറക്കെട്ടുകൾക്കിടയിൽ
നിറയെ ചിലപ്പുള്ള കുരുവികൾ
ഇരുനിറത്തിൽ കൊരുത്ത വനം
അതൊരു ചോദ്യം

ഇളകും തലപ്പച്ച
അതു കൊത്തിപ്പറന്നു പോകും മേഘം
നിർത്താതെ പെയ്യും എല്ലാ നാട്ടുകളിലും

പെണ്ണിന്റെ ഒരു ജൈവാസ്തിത്വത്തെ കണ്ടെത്താനുള്ള ഒരു കാവ്യശ്രമമാണ് കവിയുടേത്. വനം, ചതഞ്ഞ പാത, ഉയരമുള്ള ഒരു സ്ത്രീ, അവൾ ആൾക്കൂട്ടത്തിനു നടുവിൽ പ്രസംഗിക്കുന്നു, ബലമുള്ള പാറക്കെട്ടുകൾ, ചിലപ്പുള്ള കുരുവികൾ ഇങ്ങനെയുള്ള ഒരു വിന്യാസത്തിനകത്താണ് സ്ത്രീയെ കണ്ടെത്തുന്നത്. ഒരു ചിത്രം വാക്കുകൊണ്ട് നിർമ്മിക്കുന്നു. ഇരുനിറത്തിൽ കൊരുത്ത വനം അതിന് കൂടുതൽ നിറങ്ങൾ നൽകുന്നു. ഈ സുന്ദരക്കാഴ്ചകളെ ബ്രേക്ക് ചെയ്യുന്നതാണ് ചോദ്യങ്ങൾ. ചോദ്യമെന്തായാലും ഉത്തരം ഇത്ര നാളും നാം കല്പിച്ചു പോന്നതോ പരിതപിച്ചു പോന്നതോ അല്ല. പുതിയ അന്വേഷണങ്ങളുടെ ആരംഭ ബിന്ദുവാണിത്. പുതിയ ഉത്തരങ്ങളുടെ സൗന്ദര്യലോകമാണ്.

ആവിഷ്കരിച്ചാവിഷ്കരിച്ച് തേഞ്ഞുപോന്നതോ തുരുമ്പെടുത്തു വന്നതോ ആയ പെണ്ണവസ്ഥയല്ലിത്. റാഡിക്കലിസം തീരെയില്ല. ഉയർന്നു നിൽക്കലും ലയിച്ചു ചേരലുമേയുള്ളൂ. യാഥാർത്ഥ്യത്തെ കണ്ടെത്താനുള്ള ഒരു ശ്രദ്ധശ്രമം. അതു മാത്രമാണ് ഈ കവിത.

ഇങ്ങനെ കവിത അതിന്റെ കേവലത്വത്തെ കൈയൊഴിഞ്ഞ് സവിശേഷതയിലേയ്ക്ക് ആഴമ്പോൾ മനുഷ്യ ജീവിതത്തിന്റെ ആഴപ്പരപ്പുകളിൽ ചെന്നെത്തുന്നു. അനുഭവം അങ്ങിനെ വാക്കിലൂടെ ഉരുകിയൊലിക്കുന്നു. വാക്കിലൂടെ ഉരുകി ഉറയ്ക്കുന്നു.

ഉയിരിന്റെ ഉൾത്തുടിപ്പുകൾ

കവിത സാർവലൗകികമായ അനുഭവങ്ങളെ വൈയ്യക്തികമായ അനുഭൂതിയാക്കി മാറ്റും. ചിലപ്പോൾ "കണ്ണീരിനാൽ അവനിവാഴ്‌വ് കിനാവ് കഷ്ടം" എന്നിങ്ങനെ തത്ത്വവിചാരങ്ങൾ കൊണ്ട് വൈയ്യക്തികതയെ സാർവലൗകികമാക്കി മാറ്റുകയും ചെയ്യും. പൊതുവെ പുതുഭാവന ലോകാനുഭവങ്ങളെ ആത്മാനുഭൂതികളാക്കി മാറ്റാനാണ് താല്പര്യപ്പെടുന്നത്. കവികളുടെ മുരിങ്ങാച്ചോട്ടുകൾ ഇപ്പോഴും മുറിഞ്ഞു പോയിട്ടില്ല.

ഗഫൂർ കരുവണ്ണൂർ തന്റെ കാവ്യാനുഭൂതികളെ ലോകാനുഭവങ്ങൾ ഉറഞ്ഞു കൂടിയ വൈയ്യക്തികവും പ്രാദേശീകവുമായ ആത്മാനുഭൂതികളാക്കി മാറ്റുന്നുണ്ട്. അതുകൊണ്ട് അയാൾക്ക് ആലങ്കോട്ടുമലയിൽ നിന്ന് അർജന്റീനയിൽ താമസിക്കുന്ന മറഡോണയെ കണ്ടുമുട്ടാൻ കഴിയുന്നു. ആഞ്ഞോളിമുക്കിലിരുന്ന് അമേരിക്കയെ സ്പർശിക്കാനും. അദ്ദേഹത്തിന്റെ മടക്കം (ദേശാഭിമാനി വാരിക 22 മെയ് 2022) എന്ന കവിത മനുഷ്യരാശി പിന്നിട്ട ദുരന്ത കാലത്തിലേയ്ക്കുള്ള പിൻതിരിഞ്ഞ നോട്ടമാണ്. അതിലൂടെ സമകാലിക കവിതയുടെയും വർത്തമാന കാല ജീവിതത്തിന്റെയും വീക്ഷണകോണുകളെ പുനരാലോചനകൾക്ക് വിധേയമാക്കുകയും ചെയ്യുന്നു.

പുതുകവിതയുടെ ഭാവുകത്വ പരിണാമത്തെ ആവേശത്തോടെ പുൽകിയ കാലം കഴിഞ്ഞു. അത് ഉള്ളു പൊള്ളയായ ആവർത്തനങ്ങളും വർണനാശൂന്യമായ കുറുക്കലുകളും കൊണ്ട് ജീവസറ്റു പോയതായി

കവിക്കു തോന്നുന്നുണ്ട്. "ഏറെ പരന്നൊഴുകിയതിനാലാണോ ഏതാനും വരികളിലേയ്ക്ക് വെട്ടിക്കുറയ്ക്കപ്പെട്ടത്" (എസ്. ജോസഫ്) എന്ന് തൊണ്ണൂറുകൾ മുതൽ ആത്മാഭിമാനം കൊണ്ടു കവിതയെ അയാൾ വീണ്ടും കുത്തിയൊഴുകുന്ന ഒരു മഹാപ്രവാഹമാക്കി കാണാൻ ആഗ്രഹിച്ചു പോകുന്നുണ്ട്. "കുറുകിക്കുറുകി മട്ടുത്തു/ എനിക്കിനി അധികാക്ഷരങ്ങളിലൂടെ/പരന്നൊഴുകണം" എന്നു പറയുമ്പോൾ ശുഷ്കമായിത്തീർന്ന കവിതയും നീരുണങ്ങിയ ഒരു ജീവിതവും കവി കാണുന്നുണ്ട്. കാവ്യം അതിന്റെ മഹത്വപൂർണമായ സങ്കല്പങ്ങളിൽ നിന്നും വർണ്ണോജ്വലമായ പദസംഘാതങ്ങൾക്കൊണ്ടും ആളുകളെ വിസ്മയിപ്പിച്ചിരുന്നു. എന്നാൽ ഇന്ന് വ്യാവഹാരിക ലോകത്തിന്റെ പരിമിത ഭാഷയുടെ തിരുക്കുറ്റിൽ കറങ്ങിക്കറങ്ങി ജീവിതാവസ്ഥകളെ തത്ത്വചിന്താപരമായി ആവിഷ്ക്കരിക്കാൻ കെല്പില്ലാതെ പോകുന്നു. അതാവട്ടെ കവിതയെയോ ജീവിതത്തേയോ പുനർനിർമ്മിക്കാൻ പര്യാപ്തമല്ലാതായിത്തീരുകയും ചെയ്യുന്നു.

മനുഷ്യരാശിയുടെ അളവറ്റ ഭാവനാ ലോകങ്ങൾ കൊണ്ടാണ് ഭാവിയെ പുനർ നിർമ്മിക്കപ്പെടുന്നത്. സാഹിത്യത്തിന് അതിനുള്ള ശേഷി അപാരം തന്നെയാണ്, ചരിത്രത്തേക്കാൾ ശക്തിയുണ്ടതിന്. "കോമൻ നിന്നു കലിതുള്ളുന്നു കുറ്റിക്കിട്ട ഗജം പോലെ" (ഇടശ്ശേരി) എന്ന വാക്യത്തിന് ജന്മി ബന്ധത്തിന്റെ ചരിത്ര വസ്തുതകളേക്കാൾ ഊർജപ്രവാഹമുണ്ട്. ഈ ശക്തിസൗന്ദര്യവും ഭാഷയുടെ മഹത്വപൂർണമായ വളർച്ചയും പുതിയ കവിത കൈയ്യൊഴിഞ്ഞതോടെ ശൂന്യമായത് കവിത മാത്രമല്ല മലയാളിയുടെ ജീവിത ഭാവനകൾ കൂടിയായിരുന്നു. കള്ള നാണയങ്ങൾ ഒളിച്ചു കടത്താനുള്ള വലിയൊരു സാഹിത്യമാധ്യമമായി കവിത പരിണമിച്ചു പോയോ എന്ന് പുതുകവിതയുടെ ഭാവുകത്വ നിർമ്മിതിയിൽ തന്നാലാവുംവിധം ഏർപ്പെട്ടുകൊണ്ടിരുന്ന ഗഫൂർ കരുവണ്ണൂരിനുപോലും തോന്നിത്തുടങ്ങുന്നു. ആ നിലയിൽ കവിതയുടെ വീണ്ടെടുപ്പുകൂടിയായിത്തീരുന്നുണ്ട് മടക്കം.

ഇതഃപര്യന്തമായുള്ള ലോകാനുഭവങ്ങളെ രാഷ്ട്രീയമായും കവിത സമീപിക്കുന്നുണ്ട്. ലോകാനുഭവങ്ങൾ ഇന്ന് കവിയുടെയും ആത്മാനുഭവങ്ങളാണ്. ആഗോളവൽക്കരണം എന്നത് സാങ്കേതികവിദ്യയുടെ ആഗോളവൽക്കരണം മാത്രമല്ലെന്നും ജീവിതത്തിന്റേയും രോഗാതുരതയുടെയും മൃത്യുവിന്റേതും കൂടിയുമാണെന്ന് കവി തിരിച്ചറിയുന്നു.

എന്റെ കുഞ്ഞുങ്ങൾ
അമേരിക്കയിലെ അടുക്കളപ്പുറത്തും
ചൈനയിലെ നടുവകത്തും

ദുബായിലെ വരാന്തയിലുമാണ്.
അവരിരിക്കുന്നത്
ആഞ്ഞോളിമുക്കിലാണെങ്കിലും.

ഈ വിധം ഭാവനാത്മകമായും രാഷ്ട്രീയമായും കവിതയുടെ പൂർവ കാലത്തേയ്ക്ക് മടങ്ങിപ്പോകാനുള്ള വെമ്പൽ കവി പ്രകടിപ്പിക്കുന്നു. ഏതു പരിമിതിക്കകത്തും കവി തന്നെ പ്രജാപതി എന്ന് ഗഫൂർ തിരിച്ചറിയുന്നുമുണ്ട്. ആർക്കും പിടിച്ചടക്കാൻ കഴിയാത്ത ഭാവനാ ലോകത്തിൽ കരുത്തനായിത്തന്നെ നിൽക്കുന്നുണ്ട് ഇന്നും കവി മനസ്സ് എന്ന ശുഭകാമനയിൽ തന്നെയാണ് കവി.

വെറും ഭാഷയല്ല കവിത. ഭാഷയിൽ നിർമ്മിക്കുന്ന പ്രത്യേകമായ രൂപകങ്ങളിലാണ് കവിതയുള്ളത്. പുതിയ കവി ഉപയോഗിച്ച പഴകിയ അലങ്കാരങ്ങളെ മാറ്റിവെയ്ക്കുന്നു. ഉപയോഗിച്ചുപയോഗിച്ച് തേഞ്ഞുപോയതൊന്നുകൊണ്ടും പുതിയ അനുഭവലോകത്തിന്റെ അനുഭൂതിയെ ആവിഷ്കരിക്കാൻ കഴിയില്ല എന്നതുകൊണ്ടാവാം കവിപുതിയതു നിർമ്മിക്കുന്നു. നിത്യജീവിതത്തിൽ അർത്ഥ നിർഭരമായ ഒന്നിനെ രൂപകമാക്കിയെടുത്ത് ജീവിതത്തിന് വ്യാഖ്യാനം നിർമ്മിക്കുകയാണ് ഇന്ന് കവികൾ. ശ്രീകുമാർ കരിയാടിന്റെ ഐസ് ക്രീം ബൗൾ എന്ന കവിത (മാധ്യമം ആഴ്ചപ്പതിപ്പ് 2022 മെയ് 23- 30) ശ്രദ്ധേയം.

മരണത്തെക്കുറിച്ചുള്ള നമ്മുടെ സങ്കല്പങ്ങളിലും കവി കൗതുകം നിറയ്ക്കുന്നു. ഐസ് ക്രീം ബൗൾ ആണ് രൂപകം. മരണാസന്നനായി ഒരു വൃദ്ധൻ കട്ടിലിൽ കിടക്കുന്നു. മരണം അയാളെ കൊണ്ടുപോകുന്നു. അത്രയേയുള്ളൂ. ഇവിടെ കട്ടിൽ ഒരു ഐസ് ക്രീം ബൗൾ ആകുന്നു. മരണമാകട്ടെ ഐസ് ക്രീം നുണയാനെത്തുന്ന കുട്ടിയും.

വൈന്നേര സൂര്യനിൽ സാവധാനം
ഒരു കുസൃതി നടന്നടുത്തു
ജനലഴികൾ പിടിച്ച് ഐസ് ക്രീം ബൗളിലേക്ക്
കൊതിയോടെ നോക്കി
മരണം ഉല്ലാസകരമായ ഒരു ഇമേജിലൂടെ
വൃദ്ധനെ കൊണ്ടുപോവുകയാണ്.

മരണത്തെ വേളി മുഹൂർത്തമായി ജി ചിത്രീകരിച്ചിട്ടുണ്ട്. രംഗബോധമില്ലാത്ത കോമാളിയായി എം.ടി.യും. ഐസ് ക്രീം നുണയാനെത്തുന്ന ഒരു കുട്ടിയായി മരണമെത്തുന്നതിതാദ്യമാവാം. ആരും തൊടാത്ത ഇമേജുകൾക്കൊണ്ട് കവിത നിർമ്മിക്കാനുള്ള ഒരു പ്രത്യേക വൈഭവം ശ്രീകുമാർ കരിയാടിനുണ്ട്. ഐസ് ക്രീം ബൗൾ എന്ന ഇമേജ് ഇവിടെ പൂർണമാവുന്നു.

പുറപ്പെട്ടേടത്തുതന്നെയാണ്

ഒരു പെൺപിറവി ലോകത്തിന് ഒരു പ്രതിഭാശാലിയെ നഷ്ടപ്പെടുത്തുന്നുവെന്ന് വെർജീനിയാവുൾഫ് രേഖപ്പെടുത്തുന്നുണ്ട്. ഷെയ്ക്സ്പിയർ പെണ്ണായിട്ടായിരുന്നു ജനിച്ചിരുന്നതെങ്കിൽ ഒരു സാധാരണ സ്ത്രീയായി അടുക്കളയിലും വീടിന്റെ നാലു ചുമരുകൾക്കിടയിലും അസ്തമിച്ചു പോകുമായിരുന്നു എന്ന് അവർ നിരീക്ഷിക്കുന്നുണ്ട്. ലോകത്തിന്റെ ഒരു യാഥാർത്ഥ്യമായി തെളിഞ്ഞു കത്തുന്ന ഈ ജീവിതക്കാഴ്ചയ്ക്ക് ഇന്ന് മങ്ങലേറ്റു തുടങ്ങിയിട്ടുണ്ടെങ്കിലും വ്യവസ്ഥയുടെയും ആണധികാരത്തിന്റെയും അധീശ ലോകത്തു തന്നെയാണ് അവളിന്നും. ഇഷ്ടങ്ങൾ നഷ്ടപ്പെട്ട ഒരു പെൺകുട്ടി ഇപ്പോഴും എവിടെയോ നിന്ന് അബോധത്തിൽ തന്റെ ജീവിതത്തെക്കുറിച്ചൊരു വർണമാല നെയ്യുന്നുണ്ട്. നമിത സേതുകുമാർ എഴുതിയ മാഞ്ഞുപോയവയിൽ തെളിഞ്ഞുനിന്നവ എന്ന കവിത (wtplive.in 18/ may/ Issue 107) സ്ത്രൈണാനുഭവങ്ങളെ ഈ വിധം പുനരാഖ്യാനം ചെയ്യുന്നു. സ്ത്രീയുടെ സ്വാതന്ത്ര്യവും അസ്വാതന്ത്ര്യവും പല മട്ടിൽ മലയാള കവിതയിൽ ആവിഷ്ക്കരിക്കപ്പെട്ടെങ്കിലും ജീവിതത്തിന്റെ തുടിപ്പ് കവിതയെ ഒരനുഭവവേദ്യമാക്കി നിർത്തുന്നു. ജീവിതം തപിക്കുന്ന ഒരു ഗദ്യത്തിലാണ് പെണ്ണിന്റെ തണുത്തുറഞ്ഞ അനുഭവലോകത്തെ കവി ആവിഷ്ക്കരിക്കുന്നത്.

ഇഷ്ടങ്ങൾ മറന്ന പെൺകുട്ടി
അബോധത്തിലെവിടെയോ
ഒരു മാല
കോർക്കുകയാണ്.
വെള്ളനൂലിൽ
ഉമിനീരു പറ്റിച്ച്
കോർത്തിറക്കുന്ന
ഓരോ മുത്തിലും
ജീവിതം അതിന്റെ
പച്ചപ്പും വരൾച്ചയും
കോറിയിട്ടിരിക്കുന്നു.
വെള്ളനൂലിൽ ഊർന്നിറങ്ങി,
മുത്തുകൾ മേല്ക്കുമേൽ
വീഴുമ്പോൾ
ഓരോ മുത്തിലും
ഓരോ ചിത്രം
തെളിഞ്ഞു മായുന്നു.

ഓരോ മുത്തിലും തെളിഞ്ഞുമായുന്ന ചിത്രങ്ങൾ നിരവധിയാണ്. അവയിലൊക്കെ മഴനനഞ്ഞു നടന്നവളെക്കാണാം, ജനൽ കമ്പികളിലൂടെ മഴ നോക്കി നിൽക്കുന്നവളെയും. വെച്ചുണ്ടാക്കി മടുത്തവളെ കാണാം, അലക്കുനീരിൽ നനഞ്ഞവളെയും. കടലമണികൾ വെള്ളത്തിലിട്ടില്ലല്ലോ എന്ന ഉൽകണ്ഠയാൽ ഉറക്കിന്റെ രാവിൽ അവൾ ഞെട്ടിയെഴുന്നേൽക്കുന്നു. ആട്ടിയ മാവ് പുളിച്ചു പോകുമോ എന്ന അസ്വസ്ഥതയാൽ അവൾ തിരിഞ്ഞും മറിഞ്ഞും കിടപ്പിൽ ഉഴന്നു കളിക്കുന്നു. ക്ഷീണത്തിന്റെ കത്തികൊണ്ട് ചിന്തയുടെ വേരുകൾ മുറിച്ചാണ് അവൾ നിദ്രയിലേയ്ക്ക് എന്നും നിശ്ശബ്ദം വഴുതി വീഴുന്നത്.

ആയിരം കാതം നടന്നിട്ടും പുറപ്പെട്ടേടത്തു തന്നെയാണ് അവളിന്നുമെന്ന സത്യം, നിവർന്നു നിന്നിട്ടും അവളിന്നും കുനിഞ്ഞു തന്നെയാണെന്ന ജീവിതയാഥാർത്ഥ്യം നമ്മുടെ പൊങ്ങച്ചങ്ങൾക്കു മീതെ പല്ലിളിച്ചു നിൽക്കുന്നുണ്ട്. കാവ്യാത്മകതയുടെ സാമ്പ്രദായികമായ നാട്യങ്ങളോ പദസംയുക്തങ്ങൾ കൊണ്ടുള്ള പരീക്ഷണങ്ങളോ ഇല്ലാതെ ജീവിതത്തിന്റെ സങ്കീർണതകളെ ആഖ്യാനത്തിന്റെ സരളതകൊണ്ട് കവിത നിറയെ ധ്വനിപ്പിക്കുന്നുണ്ട്. ഓരോ വാക്കിലും ജീവിതത്തിന്റെ നനവു പറ്റി നിൽക്കുന്നുണ്ട്. ഓരോ വരിയിലും ജീവിത നിഴൽപ്പാടുകളുണ്ട്. കവിയുടെ അനുഭവങ്ങളിൽ നിന്നു തുടങ്ങിയ കവിത അനുവാചകരുടെ അനുഭവലോകങ്ങളിൽ ചില കോറലുകൾ സൃഷ്ടിക്കുന്നു.

കവിത യഥാർത്ഥത്തിലും ദൈന്യതയുടെ പാട്ടുകളാണ്. ശോകത്തിൽന്നിന്നുദിക്കുന്നു ശ്ലോകം എന്നു തന്നെയും പറയാം. ഇല്ലായ്മയിൽ നിന്നു പുലരുന്ന ഉൺമയുടെ ലോകമാണത്. അത് നമ്മെ തപിപ്പിക്കുകയും തണുപ്പിക്കുകയും ചെയ്യുന്നു. കവിതയസ്വസ്ഥതയും സ്വസ്ഥതയുമായിത്തീരുന്നത് അങ്ങനെയുമാവാം. വിനിത റാഫേലിന്റെ 'ഒച്ചയില്ലാത്ത വീട്ടി'ൽ (True copy Webzines 27 may 2022 packet 79) നിന്നും മുഴങ്ങുന്നത് ജീവിത ദൈന്യതയുടെ ഈ വിധം വിങ്ങുന്ന ശബ്ദങ്ങളാണ്.

പേരാറ്റുനീരായ ചെമ്പിച്ച പൈക്കളെ
ധാരാളമാട്ടിത്തെളിച്ചുകൊണ്ടങ്ങിനെ
കിഴക്കൻമല കടന്ന് ഈ തീരഭൂവിൽ

എത്തിയ കറുത്തചെട്ടിച്ചികളെക്കുറിച്ച് ഇടശ്ശേരി പാടുന്നുണ്ട്. വീടില്ലാത്ത മറ്റൊരു കറുത്ത ചെട്ടിച്ചിയെക്കുറിച്ചാണ് ഇവിടെ വിനിത റാഫേൽ പാടുന്നത്. ഇത് ഒരു തമിഴ് സ്ത്രീയുടെ പാട്ടല്ല, വീടില്ലാത്ത മുഴുവൻ മനുഷ്യരുടെയും കണ്ണീരും സ്വപ്നവും കൂടിയാണ്. ആരാണ് പൂക്കാരി ലളിത?

പൂക്കളുടെ പ്രിന്റുള്ള
സാരിയുടുത്ത്

തലയിൽ മുല്ലപ്പൂ ചൂടി
ചുവന്ന കല്ലിന്റെ
മൂക്കുത്തിയിട്ട്
കാലിൽ നല്ല വീതിയുള്ള പാദസരമിട്ട്
അരയിൽ ഒരു കൊട്ടയിൽ മുല്ലപ്പൂവും
ചുവന്ന ചീരയും വച്ച്
വീട്ടുതോറും കയറിയിറങ്ങിയിരുന്ന
ഒരു തമിഴത്തിയാണ് പൂക്കാരി ലളിത
വീടില്ലാത്ത പെണ്ണ്.

കവി ആദ്യമേ തന്നെ പൂക്കാരി ലളിതയുടെ ഒരു ചിത്രം നമുക്കു നൽകുന്നുണ്ട്. പൂവുകൾ വിൽക്കുന്നവളെങ്കിലും ജീവിതത്തിൽ വസന്തമില്ലാത്തവളാണവൾ. വീടില്ലാത്തതുകൊണ്ട് അവൾ എപ്പോഴും വീടുകളോട് സംസാരിച്ചുകൊണ്ടിരിക്കുന്നു. "വീടില്ലാത്തവനോട് വീടിനൊരു പേരിടാനും കുട്ടികളില്ലാത്തവനോട് കുട്ടികൾക്കൊരു പേരിടാനും പറയവേ കൂട്ടുകാരാ നീ രണ്ടുമില്ലാത്തവന്റെ നെഞ്ചിലെ തീ കാണുക" എന്ന് അയ്യപ്പൻ പറയുന്നുണ്ട്. ഇങ്ങനെ ഒന്നുമില്ലാത്തവളുടെ നെഞ്ചിലെ കനലാണ് പൂക്കാരി ലളിത കൊണ്ടു നടക്കുന്നത്. മറ്റുള്ളവർക്ക് പൂ കൊടുക്കുകയും മറ്റുള്ളവർക്ക് ചീര കൊടുക്കുകയും ചെയ്യുന്ന അവൾ. അന്യർക്ക് അന്നവും അലങ്കാരവും നൽകി ഒന്നുമില്ലാതെ കഴിയുന്നവർ. അധഃസ്ഥിതയെങ്കിലും പെൺവീറിൽ കഴിയുന്നവളാണവൾ. മധ്യവർഗ ജീവിതത്തിന്റെ ലജ്ജാവിവശതയുള്ളവളല്ല. തന്റെ ജീവിതം കൊണ്ടു തന്നെ ലോക ജീവിതത്തിന് തിരുത്ത് നൽകുന്നുണ്ട് ഈ പൂക്കാരി. നിയമമോ, പരിരക്ഷകളോ കനിഞ്ഞു നൽകുന്ന സുരക്ഷിതത്ത്വത്തിലൂടെയല്ല അവളുടെ ജീവിത യാത്ര.

കാളക്കൂടിന്റെ ഇടവഴികളിൽ അലഞ്ഞു നടക്കും
ആരും കയറാത്ത
തല പെരുത്തുകയറുന്ന
കാളച്ചൂരുള്ള ഷെഡ്ഡിലേയ്ക്ക്
അവൾ വേഗത്തിൽ നടന്നുകയറും
സാരി വെച്ച് മറകെട്ടിയ
അവളുടെ ഒച്ചയില്ലാത്ത വീട്ടിൽ
കിടന്നുകൊണ്ട്
അവൾ പൂ മണക്കുന്ന
തന്റെ ഉന്മാദത്തെ അറിയും

സ്ത്രൈണതയ്ക്ക് പുതിയ പര്യായം കുറിക്കുകയാണ് പൂക്കാരി. ജീവന്റെ പശിമയാർന്ന ഭാഷകൊണ്ട് ജീവിതത്തിന്റെ ചെറുത്തു നിൽപ്പും ദൈന്യതയും ആവോളം ആവിഷ്കരിക്കുന്നു.

പ്രകൃതിയോടുള്ള ആരാധനയും പൂജയും ഉപേക്ഷിച്ച് പ്രകൃതിയെ മനുഷ്യരുടെ കർത്തൃത്ത്വത്തിന്റെ സക്രിയ സ്ഥലിയായി സങ്കല്പിച്ചു പോരുന്നു എന്നുള്ളതാണ് പുതിയ ഭാവനയുടെ മാനുഷികമായ മുന്നേറ്റം. അപാരമായ പ്രകൃതി, നിസ്സാരനായ നരൻ എന്ന സങ്കല്പം സമകാലിക കവിതയിൽ ഇന്നും കുടിയിറങ്ങിപ്പോയിട്ടില്ല. " ഇനന്റെ ചെന്തീക്കതിർ മാരി നിത്യമിടം പെടും തൻ തലകൊണ്ടു താങ്ങി തങ്ങൾക്കു പച്ചക്കുടയും പിടിച്ച് തേൻമാവതാദീനദയാലു നിൽപൂ"(ഉള്ളൂർ) എന്ന ആരാധനാബോധവും സമകാലിക കവിയെയും പിൻതുടരുന്നുണ്ട്. ദിവാകരൻ വിഷ്ണുമംഗലത്തിന്റെ ഒറ്റയ്ക്ക് എന്ന കവിത (മാതൃഭൂമി ആഴ്ചപ്പതിപ്പ് 2022 മെയ് 29 ജൂൺ 04). സമകാലികമായിരിക്കുമ്പോൾ തന്നെ കഴിഞ്ഞകാലഭാവുകത്വത്തിന്റെ അവശിഷ്ടങ്ങളെ ഭാവനാപൂർവം ഏറ്റി നടക്കുന്നു എന്നു തോന്നിക്കുന്ന കവിതയാണ്. ഉള്ളൂരിന്റെ തേൻമാവു നൽകുന്ന ജീവിത ദർശനം പോലും 'ഒറ്റയ്ക്ക്' നൽകാൻ കഴിയുന്നില്ലെന്നു വരുന്നു.

കണ്ടിരുന്നകലെ നിന്നാകാശ സന്ദേശങ്ങൾ
കൊണ്ടെത്തും പറവകൾക്കൊക്കെയും ചേക്കേറുവാൻ
ചില്ലകൾ വിടർത്തി നീയ ഭയം നൽകി സ്നേഹ
ബന്ധുരം, നീഡങ്ങളിലണയുന്നവയെല്ലാം.

പ്രസാദാത്മകമായി കവിതയെ സമീപിക്കാൻ ഈ കവിക്കു കഴിയുന്നുണ്ട്. മനുഷ്യ ജീവിതത്തിന് മരത്തിൽ നിന്നും അനേകം പഠിക്കാനുണ്ടെന്നു വരുന്നു. ലോകത്തിന്റെ താപം മുഴുവനും ഏറ്റുവാങ്ങി താണവർക്ക് ആശ്വാസം നൽകുന്ന പ്രവാചകനാണ് ഉള്ളൂരിന്റെ തേൻമാവെങ്കിൽ ഒറ്റയാൾ പട്ടാളമായി പൊരുതിനിൽക്കുന്ന ഒരു ജവാനാണ് ദിവാകരൻ വിഷ്ണുമംഗലത്തിന്റെ ഒറ്റയ്ക്കു നിൽക്കുന്ന മാമരം. എല്ലാം നശിച്ചു പോയിട്ടില്ല പോകില്ല എന്ന ശുഭകാമന കവിക്കുണ്ട്. "പഴയ കിളിക്കൂട്ടം തകർന്നാൽ മറ്റൊന്നതാ/ പുതിയ കൂട്ടം വന്നു കെട്ടുന്നു വീണ്ടും വീണ്ടും" ഈ വിധം പഴമയുടെ നേരിയ സ്പർശം ഉണ്ടെങ്കിലും കവിത്വത്തിന്റെ മിന്നലാട്ടം കൊണ്ട് ഹൃദ്യമായിത്തീരുന്നുണ്ട് ഈ കവിത.

പരന്നൊഴുകിയും ഉറഞ്ഞു കൂടിയും ഇമേജുകൾ നിരന്നും പഴഞ്ചനും പുതുഞ്ചനുമായ ആഖ്യാനം കൊണ്ടും ഉയിരിന്റെ ഉൾത്തുടിപ്പുകൾ സ്പന്ദനം ചെയ്യുന്നുവെങ്കിൽ അത്രയും മതിയാവും അവ ജീവനുള്ള കവിതയായി നിലനിൽക്കാൻ.

ശിഥിലാസ്തിത്വത്തിന്റെ ശില്പരൂപം

പ്രകൃതി വർണനയിലും പ്രേമവർണനയിലും മുഴുകിക്കഴിയുന്ന കവികൾ ഇപ്പോഴുമുണ്ട് മലയാളത്തിൽ. പൊരുതി നിൽക്കാൻ അവർക്കില്ല ഉറപ്പു തറകളൊന്നും. പലതായ് പൊലിയുന്ന ശിഥിലാസ്തിത്വത്തിലാണ് ഇന്ന് പലരുടെയും നിലനിൽപ്പ്.

പലതായി മാറിയും മറിഞ്ഞും പെരുകുന്ന ബഹുസ്വരമായ സ്വത്വത്തിന്റെ സാകല്യമാണ് ഓരോ മലയാളിയും. സ്ത്രൈണതയിലലിഞ്ഞിരിപ്പുണ്ട്. അധികാരഗർവിന്റെ പൗരുഷഭാവം. പൗരുഷത്തിന്നടിയിലുമുണ്ടാവാം ലജ്ജാവിവശമായ സ്ത്രൈണതയുടെ സ്നേഹജലസ്പർശം. സവർണതയിലുണ്ട് ദളിതസഹനത്തിന്റെ കറുത്തരക്തരേഖകൾ. ദളിതനിലുമുണ്ടാവാം സവർണതയുടെ കെട്ടഴിയാത്ത ജീർണ്ണക്കുടുമകൾ. തൊഴിലാളിയിലുണ്ടൊരു മുതലാളി. മുതലാളിയിലുമുണ്ട് കനിവുറ്റൊരു തൊഴിലാളി. ഇങ്ങനെ പലതായി പുലരുന്ന അസ്തിത്വമാണ് പൊതുവെ മലയാളികൾ പങ്കുവെയ്ക്കുന്നത്. താനാരാണെന്നറിയാത്ത, തന്റെ സ്വത്വമേതെന്ന് തിരിച്ചറിയാത്ത ഒരു തരം അന്തംവിട്ട നിൽപ്പുണ്ട് ഇപ്പോഴുള്ള മലയാളിക്ക്.

മുതലാളിത്തം എന്നത് ഒരു വർഗവ്യവസ്ഥയാണെന്ന ക്ലാസിക്കൽ സങ്കല്പങ്ങൾക്കപ്പുറത്ത് മനസ്സിനെ കോളനീകരിക്കുന്ന ഒരു സാംസ്കാരികാവസ്ഥയായി മാറിയിട്ടുണ്ട്. തൊഴിലാളിയുടെ വർഗബോധം തൊഴിലാളിതന്നെ അപമാനമായെണ്ണുന്ന സന്ദർഭങ്ങളും ഇന്ന് ഏറിവരുന്നു. വർണ്ണശബളമായ മൂലധന മേലാപ്പിനു കീഴെ മുതലാളിയുടെ

സങ്കടങ്ങളിൽ മാഴ്കുന്ന തൊഴിൽ ദിനങ്ങളാണ് തൊഴിലാളിക്കുള്ളത്. അത്രയ്ക്കുണ്ട് ധനമൂലധനത്തിന്റെ സാംസ്കാരിക യുക്തിയുടെ അധീശത്വം.

അതുകൊണ്ട് ആര് ആരെ എതിർക്കും? ആര് ആരെ തോൽപിക്കും? നാം എന്തിനെക്കുറിച്ച് അമർത്തിയെഴുതും? നാം ഏതിനെക്കുറിച്ച് ഉച്ചത്തിൽ പറയും? തൊഴിലാളിയായിരിക്കെ തന്നെ മുതലാളിമാരാണല്ലോ നാമെല്ലാവരും. പരിസ്ഥിതി പ്രേമി മരം മുറിച്ച് വീടുണ്ടാക്കുന്നു. ദേശീയപാതാവികസന വിരുദ്ധൻ ട്രാഫിക് ബ്ലോക്കിനെ പഴിച്ച് ബെൻസ് കാറിൽ സുഖിയനായലയുന്നു. കരിഞ്ചന്തയ്ക്കതിരെ പ്രസംഗിച്ച് കരിഞ്ചന്തയിൽ അഞ്ച് കിലോ പഞ്ചസാര വാങ്ങി മടങ്ങുന്ന ഒരു കാപട്യം മലയാളിയുടെ നിത്യജീവിത യാഥാർത്ഥ്യമാണ്. അതുകൊണ്ട് നമുക്ക് പുറത്തുള്ള ഒരു വ്യവസ്ഥയല്ല മുതലാളിത്തം എന്നും നമ്മുടെ ഉള്ളിലും പുറത്തും ഒരുമിച്ച പ്രവർത്തിക്കുന്ന ഭൗതികവും അതിഭൗതികവുമായ അഭൗതികവുമായ ശക്തി വിശേഷമാണ് മുതലാളിത്തം എന്നും നാം തിരിച്ചറിയേണ്ടതുണ്ട്. അതുകൊണ്ട് മുതലാളിത്ത വ്യവസ്ഥക്കെതിരായ സമരം ആത്മസമരം കൂടിയായിത്തീരുന്നു. മനസ്സിന്റെ കോളനിവൽക്കരണത്തിനെതിരെയുള്ള പ്രതിരോധങ്ങൾ കൂടിയാണത്. ഈയൊരു രാഷ്ട്രീയത്തെ ഉജ്വലമായി പ്രകാശിപ്പിക്കുന്ന കവിതയാണ് പി.എൻ ഗോപീകൃഷ്ണന്റെ ഒരു വ്യവസ്ഥയും ആത്മഹത്യ ചെയ്യുന്നില്ല (മാതൃഭൂമി ആഴ്ചപ്പതിപ്പ് 2022 ജൂൺ 05-11) എന്ന കവിത.

തലക്കെട്ടിൽ തന്നെയുണ്ട് നാം അന്വേഷിക്കുന്ന ഉത്തരം. ഒരു വ്യവസ്ഥയും സ്വയം ഇല്ലാതാവുന്നില്ല, മനുഷ്യരുടെ ബോധപൂർവമായ ഇടപെടലുകൾ കൊണ്ട് മാറ്റിത്തീർക്കുകയാണ് ചെയ്യപ്പെടുന്നത്. ആ മാറ്റിത്തീർക്കുക എന്ന രാഷ്ട്രീയ പ്രയോഗത്തിൽ നിന്ന് ഇവിടുത്തെ സംഘടിത തൊഴിലാളിവർഗ പ്രസ്ഥാനങ്ങൾ അകന്നു കഴിഞ്ഞു. മൂലധനാധിപത്യത്തിന്റെ ന്യായീകരണവാദക്കാരായി ഏറെക്കുറെ മലയാളികളും മാറി. എതിർപ്പിന്റെ രാഷ്ട്രീയം എതിരേൽക്കുന്നതിന്റെ രാഷ്ട്രീയമായി രൂപപരിണാമം സംഭവിച്ചു.

ഇക്കാലത്ത് ഒരു മുതലാളിയായിരിക്കുക എത്ര എളുപ്പ
മാണ്.
കാരണം
ആരും നിന്നെ മുതലാളി എന്ന് വിളിക്കില്ല.
സംരംഭകൻ എന്നേ വിളിക്കൂ
നിനക്ക്
സർക്കാറുകൾ ഭൂമി തരും

റോഡ് പണിതു തരും
കറന്റിന്
ബേബി ഡാം ഉയർത്തിത്തരും
നിന്റെ മുഖം കറുത്താൽ
കോർപ്പറേറ്റ് ടാക്സ്
1% അപ്പോൾ കുറയും
ചെമ്പു കുഴിച്ചെടുക്കാൻ
ഖനി തരും
പാറ പൊട്ടിച്ചെടുക്കാൻ
മല തരും
വെള്ളം ഊറ്റിയെടുക്കാൻ
പാതാളം തരും

ഈ വിധം ആരെയാണോ നാം വർഗശത്രുവായി എതിർത്തു പോന്നത് അവരെ എതിരേൽക്കാനുള്ള തിരക്കിട്ട പണികളിലാണ് നാം. അങ്ങനെ മുതലാളിമാരുടെ നാടായി അല്ല സംരംഭകരുടെ സ്വന്തം നാടായി കേരളം അതിദ്രുതം മാറി. പാർട്ടികൾ അവർക്കു വേണ്ടിയാണ് ഭരിക്കുന്നതും വാദിക്കുന്നതും. മാധ്യമങ്ങൾ മുതൽ മുടക്കുന്നതും ചർച്ചചെയ്യുന്നതും അവർക്കു വേണ്ടിതന്നെ. ബാങ്കുകൾ അവർക്കു വേണ്ടി മാത്രമാണ് പ്രവർത്തിക്കുന്നത്. ഉദ്യോഗസ്ഥർ ശമ്പളം വാങ്ങുന്നതും അവർക്കു വേണ്ടി. ആളുകൾ പാടുന്നതും ആടുന്നതും തമാശ പറയുന്നതു പോലും മുതലാളിത്തത്തിനു വേണ്ടിമാത്രമായി മാറുന്നു. നമുക്കു മുന്നിൽ മറ്റൊരു പോംവഴിയില്ല എന്ന് നമ്മെ ഉറപ്പിച്ചു വിശ്വസിപ്പിക്കുന്നത് മറ്റു പോംവഴികളുണ്ടെന്ന് നമ്മെ പഠിപ്പിച്ച, സമൂഹത്തിന്റെ ഓരോ സൂക്ഷ്മ കോശത്തിലും മൂലധന രാഷ്ട്രീയം പ്രവർത്തിക്കുന്നു എന്ന് നമ്മെ നിരന്തരം ഓർമ്മിപ്പിച്ചവർ തന്നെയാണ്. അതുകൊണ്ടാണ് കവിത ഏറെ നിസ്സഹായമായത്.

“അതിനാൽ നാട്ടുകാരേ/ എല്ലാ മുഷ്ടികളും/ റദ്ദാക്കപ്പെടും/ എല്ലാ അനുകമ്പകളും/തീവെയ്ക്കപ്പെടും/ വിളിച്ച മുദ്രാവാക്യങ്ങളെ/ അധികാരത്തിന്റെ ഡിറ്റർജന്റിൽ/ മുക്കി വെളുപ്പിച്ച്/ നേതാക്കൾ/ അയാൾക്ക് കൊണ്ടുകൊടുക്കും”

എന്ന സത്യം വിളിച്ചു പറയുന്നത്. മലയാളി രാഷ്ട്രീയമായി സുഷുപ്തിയിലായിരിക്കുമ്പോൾ കവി ഉണർന്നിരിക്കുന്നു എന്നത് ഏറെ ആവേശകരമാണ്.

നേച്ചറും കൾച്ചറും

മനുഷ്യരുടെ അകം പുറം സംഘർഷത്തിന്റെ കവിതയാണ് ശിവദാസ് പുറമേരിയുടെ വീട്ടുതടങ്കൽ (അന്യോന്യം ത്രൈമാസിക/ പുസ്തകം 2/ ലക്കം 2/ ഏപ്രിൽ 2022) വീട്ടുതടങ്കലിൽ ഇരിക്കുമ്പോൾ മുമ്പേ നടന്ന വഴികൾ നമ്മെ പ്രലോഭിപ്പിക്കും എന്നാൽ പഴയവഴികൾ ചിലപ്പോൾ സ്മരണയിൽ നിന്നു മാഞ്ഞു പോയെന്നുമിരിക്കും.

ക്വാറന്റൈൻ കാലം നമ്മളിലുണ്ടാക്കിയ പലവിധ ആധികളും ആത്മ വിചാരങ്ങളും സംഘർഷങ്ങളുമുണ്ട്. അത് എത്രയോ പുതിയതായ അനുഭവങ്ങൾ നമുക്ക് നൽകി. മുഖമറയും സാമൂഹ്യ അകലവും സാനി റ്റൈസറും മാത്രമല്ല. സൗരഭ്യമോ സൗന്ദര്യമോ പ്രദാനം ചെയ്യുന്ന പൂക്കൾ പോലും അപകടങ്ങളുടെ സിഗ്നലുകൾ പോലെയായിത്തീർന്ന അവസ്ഥ. ഇതുവരെയില്ലാത്ത ഒരു ജീവിതാസ്തിത്വം പ്രകൃതിക്കാകെ കൈവന്നതുപോലെ. തൊട്ടാവാടി കാലിനെ പിന്നോട്ടുവലിക്കുന്ന മുൾ വിലക്കായി മാറുന്നതു പോലെ. അങ്ങനെ ജീവിതത്തിൽ അന്നുവരെയുണ്ടായ അനുഭൂതികൾ മുഴുവൻ മറ്റൊരു അനുഭവ ലോകം പങ്കിടുന്നതു പോലെ. അർത്ഥങ്ങളെല്ലാം വിപരീതാർത്ഥങ്ങളാവുന്നതു പോലെ. കവിത അത് ആവിഷ്കരിക്കുന്നതു നോക്കു.

ഇറങ്ങി നടക്കാൻ
തുനിയുമ്പോൾ
അപകട സൂചന നൽകി
റയിൽപ്പാളത്തിലെ
സിഗ്നൽ പോലെ
ചെമ്പരത്തിപ്പൂവ്
കണ്ണിറുക്കി
കളിയാക്കിക്കൊണ്ടിരുന്നു.
മുന്നോട്ടായുമ്പോൾ അതുവരെ
ശ്രദ്ധയിൽ പെടാതിരുന്ന
തൊട്ടാർ വാടിപ്പടർപ്പ്
കാലിൽ ചുറഞ്ഞ്
പിന്നോട്ട് വലിച്ചു കൊണ്ടിരുന്നു.
അപൂർവമായ എന്തോ
രഹസ്യം പിടികിട്ടിയ തെരുവുനായ്ക്കൾ
വഴിതടഞ്ഞ്
വീട്ടിലേയ്ക്ക് മടക്കി അയച്ചു

പ്രകൃതിയെ കാക്കാത്ത മനുഷ്യനെ; പ്രകൃതി കാത്തു പോരുന്നതു പോലുണ്ട് പ്രകൃതിയുടെ ചെയ്തികൾ. പ്രകൃതി തന്നെയാണ് ഞാൻ എന്ന കർത്തൃബോധം മനുഷ്യനില്ലെങ്കിലും പൂവുകൾക്കും പുല്ലുകൾക്കും മനുഷ്യൻ ആട്ടിയോടിക്കുന്ന നായകൾക്കു പോലും ആ തിരിച്ചറിവുണ്ടെന്നു വരുന്നു. മനുഷ്യ വിവേകങ്ങളെക്കുറിച്ചുള്ള പരമ്പരാഗതമായ സങ്കല്പങ്ങൾക്കപ്പുറത്തേയ്ക്ക് സഞ്ചരിക്കാൻ ശിവദാസ് പുറമേരിയുടെ ഈ കവിതയ്ക്ക് കഴിയുന്നു. മനുഷ്യർക്കില്ലാത്ത വീണ്ടുവിചാരങ്ങളെ കവിത ഓർമ്മപ്പെടുത്തുന്നു. യന്ത്രങ്ങളുപയോഗിച്ചുള്ള കാലാവസ്ഥാ നിരീക്ഷണമാണ് മനുഷ്യനുള്ളതെങ്കിൽ തങ്ങളുടെ സ്വനഗ്രാഹികളുടെ പ്രകൃതം കൊണ്ടു തന്നെ സസ്യങ്ങളും തിര്യക്കുകളും പ്രകൃതിയുടെ ദുരന്തങ്ങളെ തിരിച്ചറിയുന്നു. മാനുഷികത, മാനവികത എന്നൊക്കെ വിളിക്കുന്ന ആധുനികമായി രൂപപ്പെട്ട മനുഷ്യ മൂല്യങ്ങൾക്കപ്പുറത്ത് നേച്ചറിന്റെ ഒരു കൾച്ചറിനെ ബോധിപ്പിക്കുന്നുണ്ട് ഈ കവിത. മനുഷ്യ ജീവിതത്തിനുണ്ടാവേണ്ടുന്ന ഉൾവെളിച്ചങ്ങൾ ചെറുജീവികളാണ് ഇന്ന് മനുഷ്യന് നൽകുന്നത്. ആധുനികതയുടെ ജീവിത മൂല്യങ്ങളെ തിരുത്തിയെഴുതാനുള്ള ശക്തമായ ശ്രമം കവിതയിലുണ്ട്. സംശയരഹിതമായ ഒരു നിശ്ചിതത്വം മറ്റു കവികൾക്കില്ലാത്ത മട്ടിൽ ശിവദാസ് പുറമേരി നിർവഹിക്കുന്നു.

പേരിലെന്തിരിക്കുന്നു എന്നതൊരു പഴയചോദ്യമാണ്. പേര് പലതിന്റെയും പരസ്യമാണെന്നിരിക്കെ ഇന്നാരും അങ്ങനെ ചോദിക്കുമെന്നു കരുതുന്നില്ല. പേരുകൾ മാറ്റുന്നതിന്റെ കാലം കൂടിയാണെല്ലോ ഇത്. പേര് നമ്മുടെ ഒറിജിൻ കൂടിയോ അതല്ലെങ്കിൽ ഒറിജിനെ മറയ്ക്കുന്ന ഒരു മറകൂടിയോ ആണ്. മണിക്കുട്ടൻ ഇ.കെയുടെ കല്യാണിക്കാട് (മാധ്യമം ആഴ്ചപ്പതിപ്പ് 2022 മെയ് 30 ജൂൺ 06), പേരിൽ തുടിക്കുന്ന ഒരു ജീവിതത്തെ അടയാളപ്പെടുത്തുന്ന കവിതയാണ്. സരളമായിരിക്കുമ്പോൾ തന്നെ ശക്തമായ കവിത.

അച്ഛൻ സ്റ്റേഷൻ മാസ്റ്ററായി
തഞ്ചാവൂരേക്ക്
പ്രമോഷൻ കിട്ടിയപ്പോഴാണ്
ഞങ്ങൾ കരിമ്പിൻ കാടിനടുത്തെ
വാടക വീട്ടിൽ പൊറുതി തുടങ്ങിയത്.

ഒരു കഥ പറഞ്ഞു തുടങ്ങുമ്പോലെ കവിത ആരംഭിക്കുന്നു. വീട് കരിമ്പിൻ കാടിനടുത്തായതു കൊണ്ട് തന്നെ അവിടം വന്യതയും മാധുര്യവും നിറഞ്ഞിരുന്ന ഒരു സ്ഥലമായിത്തീരുന്നു. ആഷിയും കല്യാണിയും കൂട്ടുകാരായിക്കിട്ടിയതും കാട്ടിനുള്ളിൽ കയറി കരിമ്പ് കട്ടുതിന്നുന്നതുമായിരുന്നു ജീവിതത്തിനു കൈവന്ന മാധുര്യം. പക്ഷേ

ധാരാളം ഹിംസ്രജന്തുക്കൾ കൂടി അവിടെ പാർത്തിരുന്നു എന്നതായിരുന്നു നടുക്കുന്ന വന്യത.

ഒരു ദിവസം ഉച്ചയ്ക്ക്

പതിവുപോലെ ഇവർ മൂന്നുപേരും കൂടി കരിമ്പ് കട്ട്തിന്നാൻ വേണ്ടി കാട്ടിലേയ്ക്ക് കയറിയതായിരുന്നു.

കരിമ്പിലകൾ ഇളക്കി
ഒരു മൃഗം വന്നു
പുലിയെന്നു പറഞ്ഞ് ആഷി ഓടി
പിന്നാലെ ഞാനും
കല്യാണിയുടെ ഒരലർച്ച
പിടച്ചിൽ
കരിമ്പനകളുടെ ഇളക്കം
വൈകുന്നേരമാണ്
ബോഡി കിട്ടിയത്
ചോരയിൽ കുതിർന്ന്,
ഉടുപ്പുകളില്ലാതെ.
അതിനു ശേഷം അവിടം
പുലിക്കാടെന്ന് അറിയപ്പെട്ടു
വർഷാവർഷം
പുലി പൂജ നടത്താൻ തുടങ്ങി
ആഷിയും ഞാനും മാത്രം
അതിനെ കല്യാണിക്കാടെന്ന്
വിളിച്ചു പോരുന്നു.

കരിമ്പിൻകാട് പേരു പോലെ ഒരു പെൺകുട്ടിയുടെ ജീവൻ കടിച്ചീമ്പി ചണ്ടിയാക്കി തുപ്പുന്നു. സത്യമറിയാതെ ആളുകൾ അതിനെ പുലിക്കാടെന്നു വിളിക്കുന്നു. എന്നാൽ സത്യം അനുഭവങ്ങളുടെ ദൃശ്യലോകത്തു നിന്നും അകന്ന് അദൃശ്യമായി നിൽക്കുന്നു. പരസ്യമായ തെളിവുകളൊന്നുമില്ലാതെ. കല്യാണിക്കാടിനെ പുലിക്കാട് എന്ന് മനസ്സിലാക്കുമ്പോൾ സത്യം അനേകകാതം അകലെയാണ്. പൊതു സമൂഹത്തിൽ സത്യം മറഞ്ഞിരിക്കുന്നത് ഈ വിധമാവാം.

സത്യത്തെ പലമട്ടിൽ അനാവരണം ചെയ്യാൻ ശ്രമിക്കുന്നുണ്ട് കവിത. സാമാന്യ ബോധം എങ്ങനെ പ്രവർത്തിക്കുന്നുവെന്നും ജീവിതത്തിന്റെ പൊരുൾ എങ്ങനെ മറഞ്ഞിരിക്കുന്നുവെന്നും കവിത പറയാൻ ശ്രമിക്കുന്നു. "കല്യാണിയുടെ ഒരലർച്ച/ പിടച്ചിൽ/ കരിമ്പനകളുടെ

ഇളക്കം" എന്ന വരിയിൽ മുഴുവനുമുണ്ട് ദന്തുരമായ ഒരു ജീവിതത്തിന്റെ ഇളകിയാട്ടം. സത്യം മറയ്ക്കപ്പെട്ട കല്യാണിക്കാടാണ് ഇന്ന്കേരളം.

കവിതയുടെ കാലടി

കവിതയെ അനാവശ്യമായ ദുർഗ്രഹതയിൽ കുടുക്കിയിട്ട് വായനക്കാരെ കുഴക്കുക എന്നത് ചില കവികളുടെ സ്ഥിരം ഏർപ്പാടായിട്ടുണ്ട്. അതിൽ പ്രധാനപ്പെട്ട ഒരാളായിട്ടാണ് മോഹനകൃഷ്ണൻ കാലടിയെ ഇപ്പോൾ തോന്നുന്നത്. പാലൈസ്, പന്തു കായ്ക്കും മരം എന്നിങ്ങനെ ഏറ്റവും ശ്രദ്ധേയമായ കവിതകൾ എഴുതിയ മോഹന കൃഷ്ണൻ കാലടി ഇപ്പോൾ എഴുതിക്കൊണ്ടിരിക്കുന്ന കവിതകളിൽ കൃത്രിമമായ ദുർഗ്രഹത നിർമ്മിക്കുന്നു. ഭാഷാപോഷിണി 2022 മെയ് ലക്കത്തിൽ സൂര്യപ്പക്ഷി എന്നൊരു കവിതയുണ്ട്. കവിത പലപാട് വായനയ്ക്ക് വിധേയമാക്കിയെങ്കിലും ഒരു വരിയിലൂടെയും അതിനകത്തേക്ക് കടക്കാൻ കഴിയുന്നില്ല. പരസ്പര വൈരുദ്ധ്യങ്ങളും ചേർച്ചക്കുറവും കൊണ്ട് കപടമായ ഒരു ദുർഗ്രഹത വരുത്തി വെയ്ക്കുന്നതു പോലെ.

മുപ്പത്തിയഞ്ചോളം വരികളുള്ള കവിത പൂർണമായി ഇവിടെ കൊടുക്കാൻ നിർവാഹമില്ല. കവിത മുഴുവനായി കൊടുക്കാതെ ചില ഭാഗങ്ങളായി കൊടുക്കുന്നതും കവിതയെയും കവിയെയും അപകീർത്തിപ്പെടുത്തുന്നതുമാവും. ഇനി ഞാൻ മനസ്സിലാക്കിയതു മാത്രം നൽകി കവിതയെ അക്രമിക്കുന്നതും ശരിയായ രീതിയാണ് എന്നു തോന്നുന്നില്ല. ആയതിനാൽ അതൊന്നും ഇവിടെ നിർവഹിക്കുന്നില്ല.

എന്നാലും ചില കാര്യങ്ങൾ സൂചിപ്പിക്കട്ടെ. ഒരു സൂര്യ പക്ഷി ഒരു നൈലോൺ വള്ളിയിലെ പൂക്കൾ കണ്ട് പറന്നു വരുന്നു. അതിൽ തേനില്ല എന്നറിയാം കാരണം അത് നൈലോൺ വള്ളിയാണല്ലോ, എങ്കിലും ദിവസവും സൂര്യ പക്ഷി ഈ വള്ളിച്ചെടിയെ എന്നും വിളിച്ചുണർത്തും. ഇന്ന് പുതിയ പൂവൊന്നുമില്ലേ എന്ന് വിശേഷം ചോദിക്കും. എന്നിട്ട് തൊട്ടടുത്ത കുറ്റിച്ചെടിയിൽ നിന്ന് ഒരു നക്ഷത്ര പുഴുവിനെ കൊത്തിയെടുത്തു. അതിന് പെട്രോളിന്റെ ചുവയായിരിന്നു. അതിനാൽ പെട്ടെന്ന് തന്നെ പുഴുവിനെ ചുണ്ടിൽ നിന്നും വേർപെടുത്തി. കുറ്റിച്ചെടിയാവട്ടെ ഒരു പീവീസി ശില്പവുമാണ്. സൂര്യ പക്ഷിയും ഒരു പ്ലാസ്റ്റിക്ക് ജീവിയാണെന്ന് ദേവത പറഞ്ഞു. സൂര്യപ്പക്ഷി അപ്പോൾ പറഞ്ഞു നിന്നെയും ഒരു ശിലാദ്രവം മണക്കുന്നല്ലോ?

ഇവിടെ കവിതാ വായനക്കാർ കുഴങ്ങുകയാണ്. പരസ്പരം ബന്ധിപ്പിക്കാനോ വിടർത്തിയെടുക്കാനോ കഴിയാതെ.

കവിതയുടെ പൊരുൾ തിരഞ്ഞു നടക്കുന്നവരാണല്ലോ നമ്മൾ വായനക്കാർ. എന്താവാം കവിത പറയാൻ ശ്രമിച്ചത്? അതിന്റെ രാഷ്ട്രീയമെന്ത്? ദർശനമെന്ത്? വാഗർത്ഥങ്ങളുടെ വിവക്ഷയെന്ത്? എന്നെല്ലാം നാം അന്വേഷിക്കുന്നു. ചിലപ്പോൾ ഉത്തരങ്ങളൊന്നുമില്ലാതെ മടങ്ങിപ്പോരുന്നു. ഈ ഘട്ടത്തിലാണ് കവിതയുടെ ടിപ്പണി നമ്മുടെ സഹായത്തിനെത്തുന്നത്. ടിപ്പണിയിലൂടെ ചിലപ്പോൾ കവിതയിലേയ്ക്ക് കടക്കുകയും പിന്നെ കവിതയിൽ നിന്ന് ടിപ്പണിയെ പുറത്താക്കുകയും ചെയ്യും. നമ്മുടെ വായനയെ പരിമിതമാക്കുന്ന എന്തോ ഒന്ന് ടിപ്പണിയിൽ ഒളിപ്പിച്ചു വെയ്ക്കും. കവി തന്റെ വഴിക്കു കീറുന്ന അർത്ഥങ്ങളുടെ നീർച്ചാലുകളാണ് ടിപ്പണി. അത് കവി സ്വയം ചെയ്യുന്ന ഒരു രതി ക്രീഡയാവാം. ഈ വിധം അർത്ഥത്തിൽ തട്ടി നിൽക്കുന്ന കവിതയുടെ വായനാ വ്യാപാരങ്ങളെ ആവിഷ്കരിക്കുകയാണ് വി.എം അരവിന്ദാക്ഷൻ തന്റെ ടിപ്പണി എന്ന കവിത (Wtp live.in 8th June/issue/110)

> ടിപ്പണിയെന്ന വാക്ക്
> കൗതുകമുണ്ടാക്കിയിരുന്നു പണ്ട്.
> ഇതെന്തു പണിയെന്ന്
> കൺമിഴിച്ച ബാല്യം.
> പണിയെന്നാൽ
> വെറും പണിമാത്രമല്ലല്ലോ.
> അതിനാൽ
> ടിപ്പണിക്ക്
> രതിയുമായി ബന്ധമുണ്ടെന്ന് തന്നെ വിശ്വസിച്ചു.
> പിന്നീടാണ് ടിപ്പണിയെ പിടികിട്ടിയത്.
> വൈലോപ്പിള്ളിയാണെന്ന് തോന്നുന്നു.

ടിപ്പണിയിൽ ഒരു 'പണി'യുള്ളതുകൊണ്ട് ഇതെന്തു പണിയാണെന്ന് പലപ്പോഴും തോന്നും. ആ പണി കവിതയെ അനന്തമായ പൊരുളിന്റെ സാധ്യതകളെ അടയ്ക്കുകയാണെന്ന് പിന്നീടാണ് നമുക്കു മനസ്സിലാവുക. ടിപ്പണിയിലൂടെ വൈലോപ്പിള്ളിയുടെ മാമ്പഴം വായിച്ചാൽ നമുക്ക് എം എൻ വിജയൻ ഉണ്ടാകുമായിരുന്നില്ല. സവർണ ബോധത്തിൽ തലകുത്തി വീഴുന്നതാണെല്ലോ വൈലോപിള്ളിയുടെ കാക്ക എന്ന കെ ഇ എന്നിന്റെ വിചാര വായന സാധ്യമാകുമായിരുന്നില്ല. കടമ്മനിട്ടയുടെ കുറത്തിയെക്കുറിച്ചും സച്ചിദാനന്ദന്റെ എഴുത്തച്ഛനെഴുതുമ്പോൾ എന്ന കൃതിയെക്കുറിച്ചുമുള്ള വിസി ശ്രീജന്റെ അപനിർമ്മാണവും അസാധ്യമാകുമായിരുന്നു. ടിപ്പണി എഴുത്തുകാരന്റെ അധികാരത്തെ കവിതയിൽ തിരുകിവെക്കുന്ന അധികാരോൻമുഖമായ ഒരു അർത്ഥോൽപ്പാദന പ്രവർത്തനമാണ്.

വി.എം അരവിന്ദാക്ഷൻ തന്റെ കവിതകൊണ്ടുതന്നെ ആ അധികാരോന്മുഖമായ അർത്ഥ കൽപ്പനകളെ മറികടക്കുകയാണ്. ജീവിതത്തിന് ടിപ്പണിയില്ലാത്തതു പോലെ അസാധ്യമാണ് കവിതയ്ക്കും ടിപ്പണി.

ടിപ്പണി ടിപ്പണിയായി നിൽക്കട്ടെ;
രതിയോടൊപ്പമോ
മറ്റെന്തിനോടൊപ്പമോ.
നിയതമാമറകളിലൊന്നുമൊതുങ്ങാതൊഴുകി-
പ്പരക്കുന്ന നരജന്മം തന്നെ ടിപ്പണി

എന്ന സത്യത്തിൽ കവി എത്തിച്ചേരുന്നു. ചില സത്യപ്രസ്താവനകൾ ഒഴിച്ചു നിർത്തിയാൽ വിചാര തരംഗങ്ങൾക്കൊണ്ട് ശ്രദ്ധേയമായിത്തീരുന്നുണ്ട് ഈ കവിത.

ഇങ്ങനെ രാഷ്ട്രീയ ബോധ്യങ്ങളാൽ ഉജ്ജ്വലവും ദാർശനിക കാപട്യങ്ങളാൽ നിഗൂഢവും ജീവിത സ്പർശിനിയാൽ സരളവുമായി നിത്യജീവിതത്തിന്റെ അനന്തമായ പൊരുളിലേയ്ക്കും ഭാവനാലോകത്തിലേയ്ക്കും വാതിൽ തുറക്കുന്ന ശിഥിലാസ്തിത്വത്തിന്റെ ശില്പരൂപമാണ് സമകാലീന കവിത.

കവിതയും ധാർമികതയും

ഹിംസയെക്കുറിച്ചുള്ള ആത്മബോധത്തിലേയ്ക്ക് മനുഷ്യരെ നയിക്കുന്ന കവിതയാണ് അസീം താന്നിമൂടിന്റെ അണ്ടിക്കഞ്ഞി എന്ന കവിത (മാതൃഭൂമി ആഴ്ചപ്പതിപ്പ് 2022 ജൂലായ് 03-09)യും. മനുഷ്യരുടെ അടിത്തട്ടിൽ ഊറിക്കിടക്കുന്ന അധാർമ്മികതയുടെയും മനുഷ്യവിരുദ്ധതയുടെയും തലങ്ങളെ നമ്മെ ആഴത്തിൽ അത് ബോധ്യപ്പെടുത്തുന്നു.

പ്രകൃതിയുടെയും ജീവിതത്തിന്റെയും നിലനിൽപ്പുകളെ തന്നെ വെല്ലുവിളിക്കും വിധം ഹിംസാത്മകമായിത്തീരുന്ന മനുഷ്യരുടെ ദുരമൂത്ത പ്രവൃത്തികളെയാണ് അനുകമ്പയുടെയും ധാർമ്മികതയുടെയും മറുതലംകൊണ്ട് കവി പ്രത്യക്ഷപ്പെടുത്താൻ ശ്രമിക്കുന്നത്. ധാർമ്മികതയാണ് ഒരു കവിതപോലെ മനുഷ്യരിൽ ഊറി നിൽക്കുന്നത്. എന്നാൽ അതിനെ മറയ്ക്കുന്നതാണ് ദുര. മൂലധനവും അധികാരവും അതിന്റെ വ്യാജ മനുഷ്യമാതൃകകളും കൂടിച്ചേർന്നാണ് അത് നിർമ്മിക്കുന്നത്.

മധുവൂറുന്ന മാമ്പഴവും അതിനടിയിൽ സുരക്ഷിതമായിക്കരുതിവെച്ച ഭാവിയുടെ ബീജവും ആസ്വാദനത്തിന്റെയും അനുഭൂതിയുടെയും വ്യത്യസ്ത ലോകങ്ങളെയാണ് സ്പഷ്ടീകരിക്കാൻ തുനിയുന്നത്. മനുഷ്യരുടെ സൗന്ദര്യബോധം മാമ്പഴമൂറുന്ന മധുരം നുണയുമ്പോൾ ആർത്തി

അണ്ടിപ്പരിപ്പിനെ കൊത്തിപ്പിളർന്ന് കുടിക്കുന്നു. പാരിസ്ഥിതികവും മാനുഷികവുമായ നമ്മുടെ സൗന്ദര്യ നിക്ഷേപങ്ങളെ മുഴുവനും ഊറ്റിയെടുത്ത് അതിന്റെ തന്നെ അസ്തിത്വത്തെ ഭഗ്നമാക്കാൻ ശ്രമിക്കുന്നു. തിരുഹൃദയ രക്തം കുടിക്കാനുള്ള ഒടുക്കത്തെ ദാഹമാണതെന്ന് മനുഷ്യരാശി ഇന്നും തിരിച്ചറിയാത്തതു പോലെ. അതുകൊണ്ടാണ് ഇന്നും ഈ കവിക്ക് ഇങ്ങനെ നമ്മെ ബോധ്യപ്പെടുത്തേണ്ടിവരുന്നത്.

കൊത്തിക്കൊത്തി മുറിവേല്പിച്ചോളൂ.
പാതി ചപ്പി വഴിയിലുപേക്ഷിച്ചോളൂ
കാർന്നു നുണഞ്ഞ് രസിച്ചോളൂ
നീര് ഊറ്റിയൂറ്റിക്കുടിച്ചോളൂ
കൊത്തിയരിഞ്ഞ് ഉപ്പിലിട്ടോളൂ
വെയിലത്തിട്ട് വാട്ടിക്കോളൂ
തീയിലിട്ട് പൊള്ളിച്ചോളൂ
രുചിയേറും വരെ തിളപ്പിച്ചോളൂ
സാരമില്ല
പാകമായിക്കഴിഞ്ഞിട്ടെങ്കിൽ
വിദ്വേഷവുമില്ല.
പക്ഷേ ആ അണ്ടിക്കഞ്ഞി
ആ കോൺസപ്റ്റിനോട്
അതിനു തീരെ
പൊരുത്തപ്പെടാനാകില്ല.

ഒന്ന് സൗന്ദര്യാസ്വാദനമാണെങ്കിൽ മറ്റേത് ഹിംസയുടെ നടനം. ഒന്ന് പ്രകൃതിയുടെ നിയമമെങ്കിൽ മറ്റേത് മനുഷ്യരുടെ നിയമ ലംഘനം. ഒന്ന് ആവശ്യമെങ്കിൽ മറ്റേത് ആർത്തി. ഈ ധാർമ്മിക ദോലനങ്ങൾക്കിടയിലാടിക്കളിക്കുന്ന ജൻമമാണ് മനുഷ്യരുടേത്.

പ്രകൃതിയിലുള്ളത് എല്ലാം മനുഷ്യനു വേണ്ടി എന്ന യാന്ത്രികമായ മൂലധന യുക്തിയാണ് പ്രകൃതിയിലെ അവസാനത്തെ നീരിനെയും ഊറ്റിയെടുക്കാൻ മനുഷ്യരെ പ്രേരിപ്പിക്കുന്നത്. ഈ ആർത്തി മൂത്തു മൂത്താണ് സ്വർണ മുട്ടയിടുന്ന താറാവിനെ പോലും കൊല്ലുന്നത്.

ഹിംസ മനുഷ്യനിൽ നിലീനമായിക്കിടക്കുന്ന സ്നേഹത്തിന്റെ മറുപ്പുറമല്ല. അങ്ങനെ തോന്നിപ്പിക്കുന്നതാണ്. ആ വിധമുള്ള അധാർമ്മികതയെ സാമൂഹികമായ ചില താല്പര്യങ്ങൾ ഉണർത്തിയെടുക്കുന്നതാണ്. മനുഷ്യർ പരിഷ്ക്കരിക്കപ്പെടുന്നതിനനുസരിച്ച് ഹിംസാത്മകമായിത്തീരുകയാണ്. വെട്ടുക, മുറിക്കുക, പങ്കുവെയ്ക്കുക, കൊന്നും തിന്നും വാഴുക എന്നത് മനുഷ്യ ജന്മത്തിന്റെ കൊടിയടയാളമാക്കി മാറ്റുകയാണ് ഇന്ന്

മൂലധനം. ആദിവാസി കുടിയിറക്കപ്പെടുന്നത്, വിസ്മയയും ഉത്തരയും കൊലചെയ്യപ്പെടുന്നത്, അധഃസ്ഥിതരായ മനുഷ്യരൊക്കെയും തപിച്ച വെണ്ണീറായ് ജീവിക്കുന്നത് ഈ മൂലധനാർത്തി കൊണ്ടത്രേ. അതാണ് ആ കോൺസപ്റ്റിനോട് കവി തീരെ യോജിക്കാത്തത്.

മനുഷ്യരുടെ അസ്തിത്വത്തെ തന്നെ ഇല്ലാതാക്കുന്ന ഈ ക്രൂരതയെ കോൺസപ്റ്റ് എന്ന ആംഗലേയപദം കൊണ്ട് അടയാളപ്പെടുത്തുമ്പോൾ ആധുനികമായ യൂറോപ്യൻ സംസ്കൃതിയെക്കൂടി അങ്കനം ശ്രമിക്കുകയാവാം കവി. അല്ലെങ്കിൽ ഈ അരുതായ്മകൾക്ക് വേറെ വാക്കുകൾ ഉപയോഗിക്കാവുന്നതേയുള്ളൂ. അണ്ടിക്കഞ്ഞി എന്ന പ്രാദേശീയമായ ഒരു നാട്ടാചാരത്തെ ഹിംസയുടെ ആധുനിക മുഖവുമായിത്തുന്നിച്ചേർക്കുന്ന കവിയുടെ കരവിരുത് ഏറെ അർത്ഥവത്തായിത്തീരുന്നു. മൂലധനം മനുഷ്യരുടെ മനസ്സിന്നടിത്തട്ടിലുള്ള നന്മയെയല്ല ഉത്തേജിപ്പിക്കുന്നത് ഹിംസാത്മകതയെ തന്നെയാണ്.

എല്ലാറ്റിലും രുചി തേടുന്ന മനുഷ്യരുടെ മനോഭാവം അത്ര നല്ലതല്ല, നല്ലതിനല്ല എന്ന ഉദ്ബോധനം നിർവഹിക്കാൻ കവി എടുത്തുപയോഗിച്ച അണ്ടിക്കഞ്ഞി എന്ന രൂപകത്തിന് ശക്തിയും സൗന്ദര്യവും ഏറെയുണ്ട്. പാരമ്പര്യങ്ങളിൽ നിന്നുമെടുക്കുന്ന ഇത്തരം പ്രതിരോധ വിത്തുകളാണ് നമ്മുടെ സൗന്ദര്യലോകമായി നാളെ പുലരേണ്ടത്. അതാവട്ടെ നാട്ടുഭാഷകൾ കൂടിച്ചേരുന്ന ഒരു പ്രാദേശികമായ വഴക്കത്തിൽ കവി ആവിഷ്ക്കരിച്ചിരിക്കുന്നു എന്നതും ശ്രദ്ധേയമാണ്.

നിരലങ്കൃതഭാവന

ചിത്രങ്ങൾ വരച്ചിടുക എന്നത് കവിതയുടെ ഒരു വാഗ് വിരുതാണ്. കാണുന്നതിനേക്കാൾ ഭംഗിയിൽ അത് നമ്മെ അനുഭവിപ്പിക്കും. അലങ്കാരങ്ങൾ ഒന്നുമില്ലാതെ അത് എങ്ങനെ സാധ്യമാകും എന്നതാണ് പുതിയ കവികൾ നേരിടുന്ന ഒരു രചനാ പ്രതിസന്ധി. ഒട്ടും കാല്പനികമല്ലാതെ അത് നിർവഹിക്കുക എന്നത് അല്പം ക്ലേശകരമായ കാര്യമാണ്. “ ആനകേറാമലേൽ ആളു കേറാമലേൽ ആയിരം കാന്താരി പൂത്തിറങ്ങി “ എന്ന് രാത്രിയെക്കുറിച്ച് പാടാം. പക്ഷേ അപ്പോഴും താരാകീർണ്ണമായ ആ രാത്രിയെ അതിന്റെ തനിമയിൽ കവി എങ്ങനെ ചിത്രീകരിക്കും. ഈ പ്രതിസന്ധിയെ അനായാസം മറികടക്കുന്നുണ്ട് നിഷാ നാരായണൻ ഒരു ദിവസത്തെ പ്രതി എന്ന കവിത (Wtplive.in29 june/ issue 113) യിൽ.

ഒരു ദിവസത്തിന്റെ സൗന്ദര്യത്തെ ഭാവനാ രഹിതമായ നിരലങ്കൃത മായി ചിത്രീകരിച്ചിരിക്കുന്ന നിഷാ നാരായണൻ. പ്രകൃതിയുടെ വിലാ സലോലഭാവങ്ങളും നിഗൂഢതകളുമാണ് ഈ കവിയുടെ പലപ്പോഴുമുള്ള ഇഷ്ട വിഷയങ്ങൾ. അത് മനോഹരമായ ഭാഷയിൽ ആവിഷ്കരിക്കുകയും പതിവ്. എന്നാൽ ഇവിടെയാവട്ടെ എത്ര നിർമ്മമ മായാണ് ഒരു ദിവസ ത്തിന്റെ സൗന്ദര്യ ലോകത്തെ എഴുത്തുകാരി ചിത്രീകരിച്ചിരിക്കുന്നത്.

ആ ദിവസം അയൽപക്കത്തെ വീട്ടിലെ
പാള കിണറ്റിൽ പോയി,
കിണറിന് തൊട്ടടുത്തുനിന്ന മുല്ലയുടെ
ഇലകളിലേക്ക്
മനഃപൂർവ്വമെന്നപോലെ
പൂക്കൾ കൊഴിഞ്ഞുവീണു.
അവ സുമുഖരും പരസ്പരം നോക്കി
ചിരിക്കുന്നവയുമായിരുന്നു.
ഇലകളിലേക്കും പൂക്കളിലേക്കും
മഴത്തുള്ളികൾ ചാഞ്ഞുവീണു.
ചെവിയോർത്തപ്പോൾ അവയുടെ ടപ് ടിപ് ശബ്ദം
കേട്ടു.

അങ്ങനെ ദൃശ്യവും ശബ്ദവും ചേർന്ന് ഉരുവം കൊള്ളുന്ന ഒരു വിഷ്വൽ ഇഫക്ട് നിഷാ നാരായണൻ കവിതയിൽ നിർമ്മിക്കുന്നുണ്ട്. എവിടെയു മില്ല വർണ്ണനയുടെ ധാരാളിത്തം. പാള കിണറ്റിൽ പോകുന്നതും പൂക്ക ളിലേയ്ക്ക് മഞ്ഞുകണം വീഴുന്നതും സ്വാഭാവികതയുടെ വ്യത്യസ്തങ്ങളായ സൗന്ദര്യ സ്വരൂപങ്ങൾ. സ്വതേ ഒന്നിനെയും വിരൂപമായി എണ്ണുന്ന കവിയല്ല ഇവർ. കവിയെ സംബന്ധിച്ച് എല്ലാം സൗന്ദര്യ വസ്തുക്കൾ മാത്രം. സൗന്ദര്യ ചിത്രങ്ങൾ മാത്രം. ഹിംസയും ഇവിടെ ഇഴ ചേരുന്നുണ്ട്. മനുഷ്യ ജീവിതത്തിൽ അല്ല, പ്രകൃതി ജീവിതത്തിൽ തന്നെ ഇതെല്ലാം സമ്യക്കായി സമ്മേളിച്ച നിൽക്കുന്നുണ്ടല്ലോ?

സൗന്ദര്യദർശനം പ്രകൃതിയിൽ മാത്രം കണ്ടെത്തുന്നതല്ല. അതൊരു ദൃശ്യ സമഗ്രതയാണ്. പാള കിണറ്റിൽ പോകുന്ന, മുല്ലയുടെ ഇലകളി ലേയ്ക്ക് പൂക്കൾ വീഴുന്ന, ഇലകളിലേയ്ക്കും പൂക്കളിലേയ്ക്കും മഴത്തുള്ളികൾ ചാഞ്ഞു വീഴുന്ന, പറന്നു വന്ന ഒരു തുമ്പി കണ്ണീച്ചയെ അകത്താക്കു ന്നു, തൊട്ടടുത്ത പള്ളിക്കൂടത്തിൽ രണ്ടാം പിരീഡിനു ബെല്ലടിക്കുന്നു ഇങ്ങനെ ഒന്നിനു പിറകെ ഒന്നായി അനാർഭാടമായി എന്നാൽ സൗന്ദ ര്യവത്തായി ഒരു ദിവസം വാർന്നു വീഴുന്നു.

റോഡിൽ ചപ്പു വീഴ്ത്തുന്നതും വൃത്തിയാക്കുന്നതും കാറ്റെന്ന പോലെ പ്രകൃതി അതിന്റെ സ്വയം സമ്പൂർണതയിൽ സമഗ്രമായിപ്രവർത്തിക്കുന്നതിന്റെ സൗന്ദര്യം കണ്ടെത്തുകയാണ് കവി.

വാക്കിലടങ്ങുന്ന കെല്പും കല്പനയും

ഭാവനയിലുള്ള ചിന്തയാണ് കവിത. ഭാഷയുടെ വാഹനത്തിലാണത് സഞ്ചരിക്കുന്നത്. ഭാഷകൊണ്ട് പ്രമേയത്തെയും പ്രമേയം കൊണ്ട് ഭാഷയെയും കവിത നവീകരിക്കും. ഈ പാരസ്പര്യം പുലരാത്ത കവിതകളും ധാരാളം കാണാം.

വാക്കിനെ അതിന്റെ കെല്പോടും കൽപനയോടും കൂടി ഉപയോഗിക്കുന്ന മലയാളത്തിന്റെ ശ്രേഷ്ഠനായ എഴുത്തുകാരനാണ് കല്പറ്റ നാരായണൻ. വാക്കിന്റെ ഒരോസൂക്ഷ്മ കോശങ്ങളിലും അനവദ്യമായ സൗന്ദര്യവും ഒപ്പം ശരവേഗങ്ങളുടെ മൂർച്ചയും അദ്ദേഹം ചേർത്തു വെയ്ക്കുന്നു. അതുകൊണ്ടാണ് മാഷിന്റെ ഓരോ വാക്കുകളും പുറമേയ്ക്ക് ഒന്നും അകമേ മറ്റൊന്നുമായും നിലനിൽക്കുന്നത്. ഉടയാടകളെല്ലാം അഴിച്ച് അകം പൊരുളുകളെ ഖനനം ചെയ്ത് എടുക്കുമ്പോഴേയ്ക്കും നേരത്തെ തിരയടിച്ച അർത്ഥതരംഗങ്ങളെയൊക്കെ മായ്ച്ചുകളയുന്ന ആന്തരിക കമ്പനങ്ങളുടെ പ്രകമ്പനം കവിതയുടെ ഉടലാകെ ഇളകിത്തുടിക്കും.

കല്പറ്റ നാരായണന്റെ എങ്ങനെയൊക്കെ പറ്റിക്കാം എന്ന കവിത (മാതൃഭൂമി ആഴ്ചപ്പതിപ്പ് 2022 ജൂലായ് 10-16) യാണ് മാഷിന്റെ എഴുത്തിനെക്കുറിച്ച് ഇങ്ങനെയൊക്കെ ചിന്തിക്കാൻ പ്രേരിപ്പിച്ചത്. പറ്റിക്കുക എന്ന വാക്കിന്റെ ബഹുവിധാർത്ഥങ്ങളിലൂടെ കവിത സഞ്ചരിക്കുന്നുണ്ടെങ്കിലും അതിന്റെ രാഷ്ട്രീയാർത്ഥത്തെ ഖനനം ചെയ്തെടുക്കുമ്പോഴാണ് വലിയ തിരയിളക്കങ്ങൾക്കൊണ്ട് കവിതയാകെ ഉടൽ മൂടുന്നത്. അതുവരെ ആസ്വദിച്ച വാക്കുകളെല്ലാം ഒറ്റ അർത്ഥത്തിലേയ്ക്ക്

ആഴ്ന്നിറങ്ങുകയും അനന്തമായ പൊരുൾരൂപിയായി കവിത പ്രത്യക്ഷപ്പെടുകയും ചെയ്യുന്നു.

ഏറെ നിർമ്മലവും സൗമ്യവുമായാണ് കവിത ആരംഭിക്കുന്നത്.

"എന്തുകൊണ്ടൊക്കെ പറ്റിക്കാം
ചെറിയൊരു ചിരിയോടെ
സ്മിത ടീച്ചർ കുട്ടികളോടു ചോദിച്ചു"

ഈ ചോദ്യങ്ങൾക്കുള്ള ഉത്തരം തേടിയാണ് കവിത സഞ്ചരിക്കുന്നത്. പറ്റിക്കുക എന്നതിന് ഭാഷാശാസ്ത്രപരമായി ഒറ്റ അർത്ഥം മാത്രമല്ല ഉള്ളത്. ഒട്ടിക്കുകയെന്നും വഞ്ചിക്കുകയെന്നുമെല്ലാം അർത്ഥമുണ്ട്. ഈ സാമാന്യ അർത്ഥതലങ്ങളിലൂടെയൊക്കെ കവിത കടന്നുപോകുന്നു. അപ്പോഴൊക്കെ ഏറെ ആസ്വാദ്യകരമാണ് കവിത. വാക്കിന്റെ അനന്തമായ പൊരുളുകളെക്കുറിച്ച് എഴുതിയ കവിത എന്ന നിലയിൽ രസകമായി അവസാന വരികൾക്കു തൊട്ടുമുമ്പു വരെ നമ്മെ കൊണ്ടുപോകുന്നു.

ടീച്ചറുടെ ചോദ്യത്തിന് തുപ്പൽ എന്ന് ഒരു കുട്ടി ഉത്തരം പറയുന്നു. പണ്ടുകാലത്തെ നമ്മുടെ ജനകീയ പശയാണ് തുപ്പൽ. പിന്നെ ടീച്ചർ തുപ്പൽ കുട്ടി പേജ് മറിച്ച് മറിച്ച് മരിച്ചു പോയ ഒരു വായനക്കാരന്റെ കഥ കൂടിപറയുന്നു. അടുത്ത ആൾ ഉത്തരം പറഞ്ഞത് യഥാർത്ഥ പശ എന്നാണ്. "ഒട്ടിച്ച വിരലെടുക്കാൻ വൈകിയാൽ/ പിന്നീടൊരിക്കലും എടുക്കാൻ സമ്മതിക്കാത്ത പശയുണ്ട്" അതൊരു പരസ്യവാചകമാണെന്നും പരസ്യങ്ങൾ നമ്മെ പറ്റിക്കുമെന്നും ടീച്ചർ കൂട്ടിച്ചേർക്കുന്നു. നന്നായി പറ്റിക്കാൻ കഴിയുന്നത് സിമന്റാണ്. ഉറപ്പാണ് സിമന്റ്. നിഷ്കളങ്കനായ ചിത്രസേനന് പറയാനുണ്ടായിരുന്നത് തീ കൊണ്ടും പറ്റിക്കാമെന്നായിരുന്നു. വെൽഡിംഗ് കണ്ട് പരിചയമുള്ള അവനെ സംബന്ധിച്ച് ലോഹങ്ങൾ പറ്റിക്കുന്നത് തീ കൊണ്ടാണ്. നുണകൾ കൊണ്ടാണ് ആളുകളെ ശരിക്കും പറ്റിക്കാൻ കഴിയുക എന്നു വിവേകാനന്ദനറിയാം. ഇങ്ങനെ പറ്റിക്കലിന്റെ കഥ തുടരവെയാണ്

"ഇത്തരം ചോദ്യോത്തര പംക്തിയിലൊന്നും
ഒരു താല്പര്യവുമെടുക്കാത്ത
ജോസഫ് ആടിയുലഞ്ഞെണീറ്റു പറഞ്ഞു
തിരഞ്ഞെടുപ്പ്
ക്ലാസാകെ ചിത്രാർപ്പിതമെന്നപോൽ നിശ്ശബ്ദമായ്"

ഈ ഉത്തരത്തോടെ ഒരു സാധാരണ സൗന്ദര്യ കവിത വലിയ രാഷ്ട്രീയ വിമർശനങ്ങളുടെ തിരിച്ചറിവായിത്തീരുന്നു. അതോടെ

നേരത്തെ ലഭിച്ച ശുദ്ധ ഭാഷാർത്ഥങ്ങളെല്ലാം അസ്ഥാനത്താവുകയും രാഷ്ട്രീയാർത്ഥമുള്ള മറ്റൊരു ദൃഢഭാഷയായി കവിത പുനർജനിക്കുക യും ചെയ്യുന്നു. തുപ്പലിന് ദാരിദ്ര്യത്തിന്റെ നിറം വരുന്നു. തിരഞ്ഞെടുപ്പടു ക്കുമ്പോഴുള്ള രാഷ്ട്രീയ പാർട്ടികളുടെ പരസ്യവാചകങ്ങൾ നുണകളായ് പെയ്തിറങ്ങുന്നു.സിമന്റിന്റെ ഉറപ്പ് മാത്രമല്ല ഭരണാധികാരികളുടെ ഉറപ്പിന്റെ വാഗ്ദാനവും പെരുംപറ്റിക്കലായ്ത്തീരുന്നു. അങ്ങനെ ഏറ്റവും വലിയ പറ്റിക്കലും ഹിമാലയൻ കള്ളവും തിരഞ്ഞെടുപ്പാണെന്ന് കവിത അവസാനിക്കുമ്പോഴേയ്ക്കും നാം മനസ്സിലാക്കുന്നു. അപ്പോൾ അത്രമേൽ രാഷ്ട്രീയം തിരതല്ലുന്ന ഒരു പെരുങ്കവിതയായ് ഇത്.

ആത്മരതിയുടെ നിർവൃതി

നാല്പതു കഴിഞ്ഞവരുടെ നനുനനുത്ത ഗൃഹാതുരതയാണ് കവിത എന്നൊരു ധാരണ ഇന്ന് കവിതയെഴുതുന്നവരിൽ പരക്കെയുണ്ട്. തങ്ങളുടെ നഷ്ടബാല്യങ്ങളെ ഓർത്തെടുക്കാനാണ് അവർ കവിതയെ ഴുതുന്നതു തന്നെ. സ്വയം വായിച്ചെടുക്കാനുള്ള ഈ ആത്മരതി അന്യരെ ക്കൊണ്ട് വായിപ്പിക്കാനുള്ള തിടുക്കമായി മാറുന്നത് മലയാള കവിതാ സാഹിത്യമാണ് സഹിക്കേണ്ടിവരുന്നതെന്ന് അവർ ഓർക്കണം. ആ വിധം ഗൃഹാതുരമായ സ്മരണകളുടെ ചാറ്റലുകളാണ് ഇപ്പോൾ അധികം പേരുടെയും കവിതകൾ. ഈ ചാറ്റൽ മഴനനഞ്ഞ് സമകാലിക മലയാള കവിതാ സാഹിത്യത്തിന് പനി പിടിക്കുമോ ആവോ? ചില മിന്നലാ ട്ടങ്ങൾ ഒഴിച്ചു നിർത്തിയാൽ ഒന്നും ബാക്കി വെക്കുന്നില്ല ഇത്തരം കവിതകൾ. എഴുത്തുകാർക്കാവട്ടെ അവരുടെ ആത്മരതിയുടെ നിർ വൃതിയൊഴികെ മറ്റൊന്നുമശേഷിപ്പിക്കുന്നുമില്ല. ഷംസുദ്ദീൻ കുട്ടോത്തി ന്റെ 'ഖബറിടങ്ങൾ' (മാധ്യമം ആഴ്ചപ്പതിപ്പ് 2022 ജൂലൈ 11- 18) ഈ വിധം ആത്മാനുഭവത്തിൽ നനഞ്ഞൊട്ടുങ്ങുന്ന കേവലാനുഭൂതിയുടെ കവിതയത്രേ.

കുട്ടോത്തെ പള്ളിയിലെ ഖബറിടത്തിലൂടെയുള്ള സ്കൂൾ വഴിയുടെ സഞ്ചാരസ്മരണകളാണ് കവിത. ഭൂതകാലത്തെ കുറിച്ച് ആവർത്തിച്ചാ വർത്തിച്ച് ആവിഷ്കരിക്കപ്പെട്ട പ്രഭകെട്ട കുറേ ചിത്രങ്ങളും ബിംബങ്ങളു മേയുള്ളൂ കവിതയിൽ. കളി പറഞ്ഞും പൊട്ടിച്ചിരിച്ചുമുള്ള നടത്തം, മരി ച്ചവരേക്കാളുള്ള മരവിപ്പ്, പാതി ചവച്ച നിലക്കടല ഉമിനീരിൽ കുതിർ ക്കുന്നത്, മരിച്ചവരുടെ സ്വപ്നം പോലെ കോലൈസിന്റെ തണുപ്പ്, മുട്ടായിലെ നാരങ്ങാമണം, പള്ളിക്കാടിന്റെ നരച്ച ഇരുട്ട്, സന്ദേശങ്ങ ളുടെ അപ്പൂപ്പൻതാടികൾ ഇങ്ങനെ പോകുന്നു അവ. ഭാഷയ്ക്കു മേലെ

ഒരു പത്രപ്രവർത്തകനുണ്ടാകുന്ന കയ്യൊതുക്കം മാത്രം മതിയാവില്ല ഒരു കവിതയ്ക്ക്. അത്രയേറെ ലഘുതരമായ ഒരു ഏർപ്പാടാണ് കവിതയെഴുത്ത് എന്ന് ആളുകൾ ധരിച്ച വശായിയിരിക്കുന്നതും ശരിയല്ല. പള്ളിപ്പുറമ്പിലെ പത്ര പ്രവർത്തകന്റെ റിപ്പോർട്ടിന് ചില കാല്പനിക മേമ്പൊടി കൂടിച്ചേർത്താൽ കവിതയാകുമെന്ന് കരുതുന്നത് തെറ്റായിരിക്കും. കവിതയുടെ ക്രാഫ്റ്റ് അതിൽ തുടിക്കുന്ന ജീവന്റെ രക്തവും മാംസവുമാണ്. ഇതെന്റെ മാംസമാണിതെന്റെ രക്തമാണെടുത്തുകൊള്ളുക എന്നു പറയാൻ കഴിയുന്നിടത്തേ കവി വിജയിക്കുന്നുള്ളൂ. കവിത അതിജീവിക്കുന്നുള്ളൂ.

അനുഭവങ്ങൾ മായുന്നു, അനുഭൂതികൾ പരിവർത്തനം ചെയ്യപ്പെടുന്നു. പ്രണയം പാപമാണെന്ന് കരുതിയ ഒരു കാലമുണ്ടായിരുന്നു. പ്രണയം തെറ്റായതുകൊണ്ടല്ലേ ആളുകൾ അത് രഹസ്യമാക്കി വെക്കുന്നത് എന്ന് ലളിതാംബിക അന്തർജനം ചോദിക്കുന്നുണ്ട്. അത്രയേറെ ഒളിപ്പിച്ച വെയ്ക്കേണ്ടതായിരുന്നു അന്നത്. പ്രണയം ഇപ്പോൾ ജീവിതത്തിലെയും സാഹിത്യത്തിലെയും നിത്യ യാഥാർത്ഥ്യമായി മാറി. പ്രണയം എന്നതിന് ആൺ പെൺ പ്രണയം എന്ന പഴയ അർത്ഥമായിരുന്നുവെങ്കിൽ ഇന്ന് അതപ്പാടെ മാറി. എൽ ജി ബി ടി ക്യൂ പ്ലസ് എന്ന അനുഭവലോകം നമ്മുടെ മനുഷ്യ ബന്ധങ്ങളിലെന്നപോലെ പ്രണയസങ്കല്പങ്ങളെയാകെ വിപ്ലവകരമായി ഇളക്കിമറിച്ചു. ഇപ്പോഴാണ് രണ്ടു പേരുടെ ചുംബനം ലോകത്തെ മാറ്റിത്തീർക്കുന്നത്. ഇപ്പോൾ പ്രണയമാമരം പലനിറങ്ങളിൽ പൂത്തുലയുന്നു. പല ഗന്ധങ്ങൾ പൊഴിക്കുന്നു. ആണിനെ പ്രേമിക്കുന്ന ആണും പെണ്ണിനെ പ്രേമിക്കുന്ന പെണ്ണും തന്നെ തന്നെ പ്രണയിക്കുന്നവരുമായി കാമികൾ മാറി. പ്രണയത്തിന്റെ ബഹുസ്വരലയതാളങ്ങൾ ഇന്ന് ആഘോഷമായി മാറുന്നു. അപമാനമെന്നു കരുതിയ ആവിഷ്കാരങ്ങൾ മുഴുവൻ ആഹ്ലാദകരമായ അനുഭൂതിയായി നിറഞ്ഞു കവിയുന്നു.

ഈ വിധം ശ്രദ്ധേയമാകുന്ന കവിതയാണ് ഐഷ്വ ഹഷ്നയുടെ 'രണ്ടു പെണ്ണുങ്ങൾ പ്രണയിക്കുമ്പോൾ' (പച്ചക്കുതിര ജൂലൈ 2022). ഇവിടെ ആണുമായുള്ള പ്രണയത്തേക്കാൾ ആഹ്ലാദകരമായിത്തീരുന്നുണ്ട് അവൾക്ക് പെണ്ണുമായുള്ള സ്നേഹബന്ധം. മാംസനിബദ്ധമല്ലാത്ത അനുരാഗം. അനുരാഗത്തിനു വേണ്ടി മാത്രമുള്ള അനുരാഗം. ആൺ പ്രണയത്തിനു ചുറ്റും പലപ്പോഴും ആണധികാരത്തിന്റെ അദൃശ്യമായ ബലപ്രയോഗം ചൂഴ്ന്നു നിൽക്കും. അവിടെയും പെണ്ണ് അസ്വതന്ത്രമായിത്തുടരും. അത് മടുപ്പുളവാക്കുന്നതുമായിരിക്കും.

പ്രണയിച്ചു തുടങ്ങുമ്പോൾ
നമ്മളിൽ ഒരുത്തി
മറ്റവളോട്
കൊട്ടത്തോണി
ഒറ്റയ്ക്കു തുഴയുമ്പോലൊരു
പ്രണയത്തെക്കുറിച്ച് പറയും
മറ്റവൾ ഒരുത്തന്റെ
വിയർപ്പ് മണവും
വായ്നാറ്റവുമുള്ള
പ്രണയത്തിന്റെ
കഥ പറയും.

പക്ഷേ പെണ്ണും പെണ്ണും തമ്മിലുള്ള പ്രണയബന്ധത്തിന് മട്ടുപ്പേയില്ല. കഥ പറഞ്ഞു പറഞ്ഞവരുടെ കൈകൾ കോർത്തേപോകും. അവരുടെ ആഹ്ലാദത്തിന് അതിരുകളില്ല. അത് ശരീരത്തിലൂടെ സഞ്ചരിക്കുന്തോറും ശരീരത്തിൽ നിന്ന് പുറത്തു കടക്കുന്നൊരു സർഗാത്മകതയാണ്. അതിൽ കീഴടങ്ങലോ ഒളിപ്പിച്ചു വെയ്ക്കലോ പരതി നടക്കലോ ഇല്ല. സ്നേഹം ശരീരകാമനകളിൽ ഒടുങ്ങിപ്പോകുന്നില്ല. ഗർഭപാത്രത്തിന്റെ ഭയം പേറാത്ത കാമനകളുടെ മേച്ചിൽപ്പുറമായ ശരീരം അവർക്ക് നിത്യാനന്ദത്തിന്റേത്. നിർഭയമായി ജീവിക്കാനുള്ള സാധ്യതയാണ് ഓരോ ലസ്ബിയൻ ഇണകളും തുറന്നു വെയ്ക്കുന്നത്.

കൊടുത്ത ചുംബനങ്ങൾക്ക്
കണക്കു പറയാതെ
വാഗ്ദാനങ്ങളിൽ
നിലവിളിക്കാതെ
പിറ്റേന്നു രാവിലെ
രണ്ടു ആത്മാക്കൾ
മുറിവിട്ട്
രണ്ടു ലോകത്തേയ്ക്ക് പോകും.

മനുഷ്യൻ ഹാ, എത്ര സുന്ദരമായ പദം! എന്നു തോന്നിപ്പിക്കുന്ന അനുഭവമുഹൂർത്തങ്ങൾ. പ്രണയത്തിന്റെ മാധുര്യം മുഴുവനും നുണയാൻ പാകത്തിലുള്ള വാക്കുകൾ ചാലിച്ച് എഴുതിയതാണ് ഐഷ ഹഷ്നയുടെ രണ്ടു പെണ്ണുങ്ങൾ പ്രണയിക്കുമ്പോൾ.

അകാല്പനികമായ കാല്പനികത

ചില കവിതകളിൽ ഭാഷയുടെ മിന്നലാട്ടങ്ങൾക്കൊണ്ടാവും നമ്മുടെ ശ്രദ്ധയാകർഷിക്കുന്നത്. ചിലതിൽ പ്രമേയത്തിന്റെ വ്യത്യാസങ്ങളിലാവാം വേരുറച്ച നിൽക്കുന്നത്. വേറെ ചിലതാവട്ടെ പറച്ചിലിന്റെ സവിശേഷത കൊണ്ടാവാം ആകർഷിക്കുന്നത്. ഈ പറഞ്ഞ കാരണങ്ങളൊന്നുമില്ലാതെയും വാക്കിനെ പരിമിതമാക്കുന്ന അവാച്യമായ അനുഭവതലമായി ചില കവിതകൾ ഉൻമേഷഭരിതമായി ഉണ്ടാകും. രേഷ്മ സിയുടെ കാടുകാണൽ എന്ന കവിത (Wtplive.In 13th July/ issue 115) ഹൃദയസ്പർശിനികൾകൊണ്ടാണ് അവൾ എഴുതിയത്. സാധാരണഭാഷ, പ്രത്യേകമായ പുതുമയൊന്നും അവകാശപ്പെടാനില്ലാത്ത പ്രമേയസ്വീകരണം. എങ്കിലും ഏതെല്ലാമോ ജീവിതാംശങ്ങൾ കൊണ്ടും സൗന്ദര്യ സ്പർശങ്ങൾകൊണ്ടും അത് നമ്മെ കരളിൽതൊടുന്നുണ്ട്. കാല്പനികമായൊരു അകാല്പനികത.

കാടു കയറുന്നൊരു പെൺകുട്ടി കാട്ടിലേയ്ക്ക് കയറരുത് എന്നൊരു വിലക്കിനെ ലംഘിക്കുന്നു. കാട്ടിലേയ്ക്ക് ഒരു ആൺ തുണയുമായാണ് അവൾ പോകുന്നത്. അവന്റെ സാമീപ്യം അവൾക്കുബലം നൽകുന്നു. കവിതയ്ക്ക് സംഭവിക്കുന്ന ഒരു അപചയം കൂടിയാണ് ഇവിടെ തെളിയുന്നത്. ആശയപരമായ ഒരു ഏകാഗ്രതയുടെ കുറവ് കവിതയെ ദുർബലമാക്കുന്നുണ്ട്.

അവൻ
വലിയ കയറ്റങ്ങൾ
അനായാസമായി കയറി.
കുറിയ മരങ്ങളെ
പ്രേമത്തോടെ
കെട്ടിപ്പിടിച്ചു.
കാട്ടുപൂക്കൾ പറിച്ച്
ചെവിയിൽ ചൂടി.
ഞാൻ അവനുവേണ്ടി
ചിരിച്ചു.
എനിക്കു വേണ്ടി കരഞ്ഞു.
ഞങ്ങൾക്കു വേണ്ടി
തെളിവുള്ള
ഉറവകൾ തിരഞ്ഞു.

അവന്റെ ലോകങ്ങളിലേയ്ക്ക് കുതിക്കാനല്ല, അവന്റെ ലോകങ്ങൾ കണ്ട് വിസ്മയപ്പെട്ടു നിൽക്കാനാണ് അവൾ ഇപ്പോഴും കൊതിക്കുന്നത് എന്നു വരുന്നു. ഭാഷയിൽ ചില നവീനതകൾ കൊണ്ടുവരുന്നെങ്കിലും ആശയ തലത്തിൽ നില നിൽക്കുന്ന പുതലിപ്പ് കവിതയ്ക്കു വേണ്ട പൊളിറ്റിക്കൽ കറക്ട്നസ്സ് ഇല്ലാതാക്കുന്നു. ഇപ്പോഴും അബോധത്തിൽ ചൂഴ്ന്നു നിൽക്കുന്നുണ്ടാവും ഒരു പാട്രിയാക്കി ബോധം. കാവ്യഗുണത്തെ വകഞ്ഞു മാറ്റി ആൺ ലോകം കവിതയിൽ തെളിച്ചു നിർത്തുന്നു.

ചില ചെറിയ ജീവിതങ്ങളുടെ വലിയ പ്രശ്നങ്ങൾ പറയാൻ ശ്രമിക്കുന്നുണ്ടെങ്കിലും യഹ്യ മുഹമ്മദിന്റെ പേൻനുള്ളുമ്പോൾ എന്ന കവിത (True copy Webzines 8th July 2022) ഏറെ ദുർബലമായ കവിതയാണ്. അടുക്കളയിലകപ്പെട്ട അമ്മയുടെ പ്രശ്നങ്ങളെ അനാവരണം ചെയ്യാനാണ് കവി ശ്രമിക്കുന്നത്. "മഴ കൊണ്ടു" നനഞ്ഞ വിറകു കമ്പുകളെ ഊതിയൂതി കത്തിച്ചെടുക്കുന്ന ക്ഷമയെ, "ചട്ടിയിലെ അവസാനത്തെ വറ്റും ആൺപിറന്നോർക്ക് വിളമ്പി ക്കൊടുത്ത്/ തിരിച്ചു വരുന്ന എച്ചിലുകളെ തന്റെ വയറുമായിസമപ്പെടുത്തി പിടിച്ചെടുക്കുന്നതിനെ"യൊക്കെ ആവിഷ്കരിക്കാൻ ശ്രമിക്കുന്നുണ്ടെങ്കിലും കവിതയെ കാവ്യപരമായോ പ്രമേയപരമായോ പുതുക്കാനോ ഒരനുഭവമാക്കി മാറ്റാനോ അയാൾക്കു കഴിയുന്നില്ല.

കവികൾ പ്രമേയസ്വീകരണത്തിൽ ശ്രദ്ധിക്കേണ്ട സൂക്ഷ്മതകൾ പലപ്പോഴും പുതിയ എഴുത്തുകാർ സൂക്ഷിക്കാറില്ല. പറയുന്ന രീതി മാറ്റി വാക്കിന്റെ ചില ഗിമ്മിക്കുകൾ മാത്രം മതിയാവില്ല പുതിയ കാലത്തെ അതിജീവിക്കാൻ. പുതിയ ജീവിതത്തിന്റെ പ്രശ്നങ്ങളെയാണ് അനുഭൂതിയിൽ നുരഞ്ഞുപതയേണ്ടത്. ആ നിലയിൽ തികഞ്ഞ പരാജയമായിത്തീരുന്നു പേൻ നുള്ളുമ്പോൾ എന്ന കവിത.

ജീവിതത്തിന്റെ ആഴങ്ങളിലേയ്ക്ക് എത്രമാത്രം മുങ്ങിത്താഴുന്നുവോ അത്രയും ജീവന്റെ പശിമയുള്ള മണ്ണുകൊണ്ട് കവിതയെ കുഴച്ചെടുക്കാൻ കഴിയും. അനുഭവപരമായ ജീവിത പരിമിതി തന്നെയാവും കവിതയെ വളരാനനുവദിക്കാഞ്ഞ പുതിയ മാമൂലുകൾ.

തിര

വാക്കിന്റെ അപരലോകം

കെ ജി എസിന്റെ കവിതകളെ മുൻനിർത്തി ഒരന്വേഷണം

എതിർ വാക്കുകൾ തേടി സഞ്ചരിക്കുന്ന ഒരു കവിബുദ്ധനാണ് കെജി ശങ്കരപ്പിള്ള. മനുഷ്യജീവിതം കൊണ്ടല്ല ലോകം നിർമ്മിക്കപ്പെടുന്നതെന്നും വാക്കിന്റെ സത്യസന്ധതയിലാണ് മനുഷ്യവംശത്തിന്റെ ഭാവിയെന്നും അയാൾ വിശ്വസിക്കുന്നു. വാക്കിനെ, ഭാഷയെ ഉൺമയുടെ സാക്ഷാത്കാരമായല്ല, ഉണ്മയുടെ പാർപ്പിടമായി ഹൈഡഗർ നിരീക്ഷിക്കുന്നുണ്ട് (Language is the House of being). നമ്മുടെ സാധാരണ ജീവിതത്തിന്റെ വെളിമ്പുറങ്ങളിലുള്ള ഏതോതരം വ്യവഹാര ലോകമായാണ് നാം പലപ്പോഴും ഭാഷയെ കണക്കാക്കിപ്പോരുന്നത്. ജീവിതത്തിന്റെ ഭൗതികാവശ്യങ്ങൾ നിറവേറ്റാനുള്ള വെറും പ്രേരണ മാത്രമായി ഭാഷയെ കാണുന്നവർക്ക് ഭാഷയുടെ ശക്തിയെയും തന്നെ താനാക്കി നിർത്തുന്ന അതിന്റെ തീവ്രമായ പശിമരാശിയെയും വേണ്ടത്ര തിരിച്ചറിയാൻ കഴിയെണമെന്നില്ല. കെ ജി ശങ്കരപ്പിള്ള വേറിട്ടു നിൽക്കുന്നത് ഈ ഭാഷാവിശേഷം കൊണ്ടു തന്നെയാണ്.

തരിശുനിലത്തിലെ ഏകാന്തപഥികൻ

കെ ജി എസ്സ് തന്റെ കാലത്തെ സാംസ്കാരികാവസ്ഥയോടു കലഹിക്കുന്ന കവിയാണ്. സാംസ്കാരികാവസ്ഥയോടു മാത്രമല്ല, താൻ അകപ്പെട്ടുനിൽക്കുന്ന കാവ്യഭാവുകത്തോടും അയാൾക്ക് നിരന്തരം കലഹിക്കേണ്ടി വന്നിട്ടുണ്ട്. യാഥാർത്ഥ്യത്തെ മാധുര വചസ്സായി

പൊതിഞ്ഞവതരിപ്പിക്കുന്ന കാല്പനികതയിൽ നിന്ന് കവിതയ്ക്ക് കുതറി നിൽക്കേണ്ടത് പ്രധാനമായിരുന്നു. എന്നാൽ വരേണ്യമായ ആത്മഭാഷണങ്ങളിൽ കുടുങ്ങി നിൽക്കുന്ന ആധുനികതാ ഭാവുകത്വമണ്ഡലത്തിൽ നിന്നും പുറത്തു കടക്കുകയും വേണ്ടിയിരുന്നു. ഏറെ വിഷമകരമെങ്കിലും പ്രധാനപ്പെട്ട ഒന്നായി അദ്ദേഹം ഈ പ്രതിസന്ധിയെ മനസ്സിലാക്കുന്നുണ്ട്. വൃക്ഷം, ജന്മരാത്രി, കറുത്തവാവ് എന്നീ ആദ്യകാല രചനകളിൽ ആധുനികതയുടെ നിരാശാബോധവും വിഷാദാത്മകതയും നമുക്കു കാണാൻ കഴിയും. ഒട്ടും പ്രതീക്ഷ നൽകാത്ത ഒരു തരിശുനിലത്താണ് ഏകാന്തപഥികനായി താൻ നിൽക്കുന്നതെന്നബോധം അദ്ദേഹം ഈ കാലങ്ങളിൽ പുലർത്തുന്നുണ്ട്.

“താരാവൃത രജനി കണക്കെ
താരാർന്നെഴമൊരുവൻ തരുവുണ്ടെൻ
ശോകശ്യാമ മനസ്സിൽ
എന്നെ ച്ചൂഴമപാരത പോലെ പടർന്നും
ശ്യാമളമായ പടർപ്പിൻ തുംഗ
സ്ഥലികൾ നിറച്ചെൻ

സ്വപ്ന സുമങ്ങൾ വിരിഞ്ഞു”മുള്ള കവിതയുടെ നിൽപ്പ് ആധുനിക ഭാവുകത്വത്തിന്റെ വ്യാപന ശക്തിയുടേതു തന്നെയെന്നു കാണാൻ കഴിയും. എന്നാൽ അക്കാലത്ത് അതിൽ നിന്നു പുറത്തു കടക്കാനുള്ള ഉദ്വിഗ്നതകൾ കൊണ്ട് കവിത സംഘർഷഭരിതമായിരുന്നു. ഈ നിലയിൽ കവിത നിർവഹിക്കേണ്ട സാംസ്കാരിക സമരം ഒരു ഭാഗത്ത്. അതികാല്പനികതയുടെ വ്യാമുഗ്ധമായ ഭാവുകത്വത്തോടുള്ള അകന്നു നിൽക്കൽ മറ്റൊരു ഭാഗത്ത്, ആത്മഭാഷണമായി ഒടുങ്ങിപ്പോകുന്ന ആധുനികതാ പ്രസ്ഥാനത്തിന്റെ വരേണ്യസങ്കല്പങ്ങൾ വേറൊരു ഭാഗത്ത്. ഇങ്ങനെ കവിതയെ മൂന്നു തരത്തിലുള്ള സമരങ്ങൾക്ക് സജ്ജമാക്കേണ്ട ഒരു ബാധ്യത കെ ജി എസ്സിന്റെ കവിതകൾ ഏറ്റെടുത്തു. മൂന്നു പോർമുഖമുള്ള ഒരു യുദ്ധരംഗത്തു നിന്നാണ് കെ ജി ശങ്കരപ്പിള്ള തന്റെ കാവ്യവൃത്തി നിർവഹിച്ചുപ്പോന്നത്.

എഴുപതുകളുടെ പുതുഭാവുകത്വത്തിന്റെ കാലത്താണ് കെ ജി എസ് എഴുതി തുടങ്ങുന്നത്. അയ്യപ്പപണിക്കർ, മാധവൻ അയ്യപ്പത്ത്, ആറ്റൂർ രവിവർമ്മ എന്നിവർ നിർമ്മിച്ച ആധുനികതയിൽ നിന്ന് എഴുപതുകളിലെ കവിത രാഷ്ട്രീയ ആധുനികതയിലേക്ക് ചുവടുറപ്പിക്കുമ്പോഴാണ് യഥാർത്ഥത്തിൽ കെ ജി എസ്സിന്റെ കവിതകൾ ആധുനികതയുടെ ആത്മഭാവനയിൽ നിന്നും പുറത്തു കടന്ന് ഒരു രാഷ്ട്രീയ ഭാവ ശക്തിയായി

പ്രവർത്തിക്കാൻ തുടങ്ങുന്നത്. ആധുനികതയുടെ ചുവന്ന വാൽ എന്ന് ഈ കാലത്തെ നരേന്ദ്രപ്രസാദിനെപ്പോലുള്ളവർ അടയാളപ്പെടുത്തുന്നുണ്ട്. ബംഗാൾ, അയോധ്യ, ആനന്ദൻ, മുണ്ട്, എന്നീ കവിതകൾ ഇങ്ങനെ രാഷ്ട്രീയ ആധുനികതയുടെ ഭാവശക്തിയെ ഉൾവഹിക്കുന്ന കവിതകളായിരുന്നു. ആസന്നമായ ഒരു വിപ്ലവത്തെ കവിത സ്വപ്നം കാണുന്നുണ്ട്. എൺപതുകളോടെ ആസന്ന വിപ്ലവത്തിന്റെ തിരയിളക്കങ്ങളൊക്കെയും പിൻവാങ്ങുന്നുണ്ടെങ്കിലും ഉടൻ നടക്കാൻ പോകുന്ന വിപ്ലവങ്ങൾ ഉപരിവർഗത്തെ എങ്ങനെ അസ്വസ്ഥപ്പെടുത്തുന്നു എന്ന് നമുക്ക് ഈ കവിതകളിൽ നിന്ന് മനസ്സിലാവുന്നു. മാത്രവുമല്ല ആധുനികതയെ ഒരു വിപരീത ആധുനികതയാക്കി ഈ കവിതകൾ മാറ്റുന്നു. കവിതയെ അത് അങ്ങേയറ്റം തീവ്രമായ ഒരു രാഷ്ട്രീയ ഉപകരണമാക്കി മാറ്റുന്നു എന്നു തോന്നുമാറാണ് അതിന്റെ ആശയവും ആഖ്യാനവും ആവിഷ്കൃതമായിരുന്നത്. സ്ഥലകാല രാഷ്ട്രീയ നിർമുക്തമായിരുന്നു ആധുനികതയുടെ നിൽപ്പ്.

കുന്നു നിൽക്കുന്നു കുന്നായേ
കുന്നിൻ മോളില് മാവ് നിൽക്കുന്നു മാവായേ
മാവിൻ ചോട്ടില് പയ്യുമേയുന്നു പയ്യായേ

എന്നിങ്ങനെ കേവലമായ, ചരിത്ര നിരപേക്ഷമായ അസ്തിത്വത്തിനപ്പുറം കഠിനമായ, തീവ്രവിപ്ലവരാഷ്ട്രീയാസ്തിത്വത്തിന്റെ ഊർജം ഊഷ്മളമായി കവിതയിലേക്ക് കടത്തിവിടുന്നുണ്ട് പിൽക്കാലത്ത് കെ ജി എസ്സ്. ബംഗാളും അയോധ്യയും ആനന്ദനും ഈ വിധം എഴുതപ്പെട്ട കവിതകളായിരുന്നു. ഈ കവിതകൾ ഒരു പരാജയമായിരുന്നുവെന്ന് ചില വിമർശകർ കണ്ടെത്തുന്നുണ്ടെങ്കിലും അസ്തിത്വത്തെക്കുറിച്ച് ആദ്ധ്യാത്മികമായ ഉത്കണ്ഠകൾ പുലർത്തുന്ന സ്വത്വവ്യാകുലമായ അകം കവിതകളിൽ നിന്ന് പുറത്തു കടക്കാൻ കെ ജി എസ്സിനെ പ്രാപ്തമാക്കിയത് ഈ കവിതകളായിരുന്നു. യൂറോപ്യൻ ആധുനികതയിൽ നിന്ന് തദ്ദേശീയമായ ചരിത്രബോധത്തിലേക്ക് കെ ജി എസ്സിന്റെ കവിതകൾ രംഗപ്രവേശം നടത്തുന്നത് ഈ കാലത്തോടുകൂടിയാണ്. മഹാഭാരതത്തെയും രാമായണത്തെയും പശ്ചാത്തലമാക്കി സവർണവും വരേണ്യവുമായ അതിന്റെ ഭാവമണ്ഡലത്തെ തിരിച്ചിടുകയായിരുന്നു അദ്ദേഹം. അങ്ങിനെ ആ കവിതകൾ ആധുനികതയുടെ നിരാശാഭരിതമായ ആത്മഭാഷണങ്ങളിൽ നിന്നും കൊളോണിയൽ സങ്കല്പങ്ങളിൽ നിന്നും പുറത്തു കടന്നു.

സംവാദാത്മക കവിത

എൺപതുകളാവുമ്പോഴേക്കും ഉടൻ വിപ്ലവത്തിന്റെ തിരയിളക്കങ്ങൾ ഒടുങ്ങുകയും പ്രത്യയശാസ്ത്രപരമായ പ്രതീക്ഷകൾ ഏറെക്കുറെ കെട്ടടങ്ങുകയും ചെയ്തു. മാത്രവുമല്ല ബഹുസ്വരതയുടെ ഒരു സാംസ്കാരികാന്തരീക്ഷം കേരളത്തിലും സംഭവിച്ചുകൊണ്ടിരിക്കുകയായിരുന്നു. ഗാന്ധിസത്തിന്റെയും മാർക്സിസത്തിന്റെയും വിമോചനാത്മകമായ ഊർജം വറ്റിവരുകയും പുതിയ നവസാമൂഹിക തുറസ്സുകളിലേയ്ക്ക് നമ്മുടെ അനുഭൂതിയുടെ ലോകം കൺമിഴിക്കുകയും ചെയ്തിരുന്ന അപ്പോഴേയ്ക്കും. അധികാര വികേന്ദ്രീകരണം, മനുഷ്യാവകാശ സംരക്ഷണം, പരിസ്ഥിതിവാദം, സ്ത്രീവാദം, ദളിത് ജാഗ്രത, അപകോളനീകരണം, നവദേശീയവാദം, നൈതിക വേദികൾ, യുദ്ധവിരുദ്ധ പ്രസ്ഥാനങ്ങൾ, ഉപഭോക്തൃസംരക്ഷണം, ജനകീയ ശാസ്ത്ര പ്രസ്ഥാനങ്ങളുടെ രംഗപ്രവേശം, പ്രാദേശിക പഠനങ്ങൾ, ബദൽ മാധ്യമങ്ങൾ, ഫാസിസ്റ്റ് വിരുദ്ധമുന്നേറ്റങ്ങൾ എന്നിവയുടെ സാന്നിധ്യം ഏകമുഖമായ വിമോചന സങ്കല്പങ്ങളിൽ നിന്ന് പുറത്തു കടക്കാൻ കവിയെ പ്രാപ്തമാക്കി.

കൊച്ചിയിലെ വൃക്ഷം, കടമ്പനാട് കടമ്പില്ല, മണൽക്കാലം എന്നീ കവിതകൾ ബഹുസ്വരമായ ഒരു ഭാവമണ്ഡലത്തിൽ പ്രവർത്തിക്കുന്ന കവിതകളായിരുന്നു. അതുവഴി പാരമ്പര്യത്തെ പുനർനിർണയിക്കുകയും ചരിത്രത്തോട് അങ്ങേയറ്റം സംവാദാത്മകമായിത്തീരുകയും ചെയ്തു കവിതകൾ. യൂറോപ്യൻ നാഗരികതയെന്ന മാനവ സങ്കല്പത്തിൽ നിന്ന് ഭാരതത്തിന്റെ ചരിത്രത്തിലേക്കും മിത്തുകൾ വഴി ഇന്ത്യൻ യാഥാർത്ഥ്യത്തിലേക്കും വന്ന കവിത എൺപതുകളോടെ തദ്ദേശീയമായ ഒരു സാംസ്കാരിക വ്യൂഹത്തെ കവിതയിലേക്ക് കൊണ്ടുവരുന്നുണ്ട്. അധിനിവേശ, വ്യാവസായിക ആധുനികത വരും മുമ്പേ ജനകീയമായ ഒരു സംസ്കാരം മലയാളിയുടെ ഈടുവെയ്പായി ഉണ്ടായിരുന്നുവെന്ന് തിരിച്ചറിയുന്നു. സംസ്കാരം (culture) എന്ന യൂറോപ്യൻ സങ്കല്പത്തിനെ കവിത തിരസ്കരിക്കുന്നു.

> അച്ചടി ഇംഗ്ലീഷ് അലോപ്പതി
> തുടങ്ങിയ വേഗങ്ങൾക്കും മുമ്പ്.
> തൃക്കാക്കര മുതൽ
> കൊച്ചി തുറമുഖം വരെയുള്ള വഴി
> ഒരു പഴഞ്ചൊല്ലു പോലെ
> നാട്ടു വെളിച്ചം നിറഞ്ഞതായിരുന്നു.

എന്നു പറയുമ്പോൾ യൂറോപ്യൻ എൻലൈറ്റ്മെന്റിനെതിരെ നാട്ടുവെളിച്ചത്തെ പകരം വെക്കുകയാണ് ചെയ്യുന്നത്. പ്രാദേശീയമായ

തന്റെ സ്വത്വത്തെ തേടിയലയുന്ന ഒരു യാത്രികനെ കടമ്പനാട് കടമ്പി ല്ല എന്ന കവിതയിലും നമുക്ക് കണ്ടുമുട്ടുവാൻ കഴിയും.

ഗ്രാമവിശുദ്ധിയുടെ എതിരെഴുത്ത്

നാഗരിക മനുഷ്യനിൽ മാനവികത ദർശിച്ച സങ്കല്പ ലോകങ്ങൾ ക്ക് നാട്ടിൻ പുറത്തിന്റെ വിശുദ്ധി സങ്കല്പങ്ങളെ പകരം വെച്ച ഗൃഹാ തുരമായ കാല്പനിക മോഹങ്ങളെയും കെ ജി എസ് ആഘോഷമാ ക്കുന്നില്ല. "കടമ്പാണ് നിൻ വൃക്ഷം/ മയിലാണ് പക്ഷി/ നിൻ മൃഗം കുതിരയും " എന്ന് അമ്മ പറഞ്ഞപ്പോൾ കടമ്പെവിടെ മയിലെവിടെ എവിടെയെൻ കുതിരയും എന്ന് തിരയലായി. പക്ഷേ അയാൾക്ക് ഗ്രാമ ങ്ങളിലൊന്നും കടമ്പ് കാണാൻ കഴിഞ്ഞില്ല. കഴിഞ്ഞില്ല മയിലിനെയും കുതിരയെയും. പിന്നെ, പഠിപ്പ കഴിഞ്ഞ് പല നാടലഞ്ഞ് പണിയും കിട ഞ്ഞകലെ വൻനഗരിയിൽ പാർപ്പം തുടങ്ങിയ കാലത്താണ് ഒരു ദിവ സമുച്ചയ്ക്ക് "പാർക്കിലെ ബഞ്ചിൽ കക്കാടിന്റെ/ യക്ഷനെ നേരിൽ കണ്ടി രിക്കുമ്പോൾ/ അതാ മുന്നിൽ:/ നെഞ്ചിലൊരു കരിംതകിടിൽ/ സ്വന്തം പേരുമായൊരു/വൃദ്ധനാം പോലീസു പോ/ലിച്ചാ ശൂന്യനായ്/നിൽക്കു ന്നു നെടുങ്കനൊരു നീലക്കടമ്പ്" ഇങ്ങനെ

ഗ്രാമ നഗര സംഘർഷങ്ങളിൽ ഏതെങ്കിലും ഒന്നിനെ വിശുദ്ധപ്പെ ടുത്താനുള്ള എളുപ്പവഴികളിലൂടെയല്ല ശരിയിലേക്കെത്താനുള്ള സൂക്ഷ്മ വഴിയിലൂടെയാണ് കവി സഞ്ചരിക്കുന്നത്.

പാരിസ്ഥിതികമായ നോട്ടങ്ങളിൽ മാത്രമല്ല ദളിതവും മർദ്ദിതവും സ്ത്രൈണവുമായ ഉൽകണ്ഠകളിലൊക്കെയും കവി സൂക്ഷ്മഗ്രാഹിയാ യിത്തീരുന്നതു കാണാം. ഏതെങ്കിലും സിദ്ധാന്തങ്ങളെ ശാശ്വതീകരി ക്കാനോ, ശരിയായ ഉത്തരങ്ങൾ എന്നു തോന്നുന്നതിനെ സ്ഥാപിച്ചെ ടുക്കാനോ ഉള്ള ശ്രമങ്ങളിലൊന്നും കെ ജി എസ്സിന്റെ പിൽക്കാല കവി തകളൊന്നും മുതിരുന്നില്ല.

എൺപതുകളോടെ കേരളത്തിൽ ആവിർഭവിച്ച മധ്യവർഗത്തിന്റെ വിചാര ലോകമായും വിമർശനലോകമായുമാണ് കെ ജി എസ്സിന്റെ കവിതകൾ പ്രവർത്തിച്ചത് " ഒഴികഴിവുകളുടെ/പച്ച വിറകിൻ മേൽ/ നമ്മുടെ ജന്മ ദീർഘമായ ശവദാഹം" എന്ന് കവി മധ്യവർഗാവസ്ഥയെ അടയാളപ്പെടുത്തുന്നു. 'അന്യാധീനം', 'മണൽക്കാലം', 'വാക്കിന്റെ അടി ത്തട്ട്', 'പ്രാർത്ഥിക്കുന്നെങ്കിൽ ഇങ്ങനെ, 'കഴുതകളായി നടക്കേണ്ടി വന്ന കുതിരകൾ', 'പക്ഷി വേണ്ട', 'ഒടിച്ചു മടക്കിയ ആകാശം', 'പഴഞ്ചോറ്', 'പൂക്കൈത' എന്നീ കവിതകളിൽ മധ്യവർഗത്തിന്റെ അഭിരുചികളും

ആത്മനിഷ്ഠതയും അവനവനെ മാത്രം ഇഷ്ടപ്പെടുന്ന അരാഷ്ട്രീയ കാമനകളും ആവിഷ്കരിക്കപ്പെടുന്നു.

ഏറ്റവും ഇഷ്ടം?
എന്നെ തന്നെ
അത് കഴിഞ്ഞാൽ
അത്
ക ഴി യു ന്നി ല്ല ല്ലോ.

വർത്തമാനകാലത്തെ സെൽഫിയെക്കൂടി അടയാളപ്പെടുത്തുന്ന ഒരു ദീർഘദർശനം കെ ജി എസ് ഇങ്ങനെ അവതരിപ്പിക്കുന്നുണ്ട്.

ബിംബാവലികളുടെയും ചിഹ്നങ്ങളുടെയും വലിയൊരു സഞ്ചയമാണ് കെജിഎസ്സിന്റെ കവിതകൾ. അനുഭവലോകത്തിൽ ബഹുസ്വരതയുടെ തുറസ്സ് വന്നതോടെ ചിഹ്നങ്ങളുടെ വലിയൊരു വ്യൂഹം തന്നെ കവിതയിലേയ്ക്ക് ആനയിക്കപ്പെടുന്നുണ്ട്. കടമ്പനാട്, കൊച്ചി, ശൂരനാട്, എടവനക്കാട് എന്നിങ്ങനെ നാഗരികതയ്ക്ക് എതിർദിശയിൽ നിൽക്കുന്ന ദേശങ്ങൾ കവിതയിൽ ഇടം നേടുന്നു. അതാവട്ടെ ആദ്യം സൂചിപ്പിച്ച പോലെ പ്രാദേശീയതയുടെ ആഘോഷമായല്ല. അതുകൊണ്ടാണ് "എടവനക്കാട് എടവും വനവും കാടു മുണ്ടോടീ" എന്ന് ചോദിക്കുന്നത്. നാടിനെ നാടാക്കി നിർത്തുന്ന സ്വത്വസംസ്കാരം പോലും നഷ്ടപ്പെട്ട ഒരിടത്തു നിന്നാണ് നാഗരികതയെക്കുറിച്ചും പ്രാദേശീയതയെക്കുറിച്ചും കവിയുടെ ബദൽ ഭാഷണങ്ങൾ ഉണ്ടാകുന്നത്.

മനുഷ്യരല്ലാത്ത ധാരാളം ജീവികളെ നമുക്ക് കെ ജി എസ്സിന്റെ കവിതയിൽ കണ്ടുമുട്ടാൻ കഴിയും. പലതിനും പ്രതീക ശക്തിയല്ല ഉള്ളത്. പ്രവർത്തിക്കുന്ന മറ്റൊരു ലോക ജീവിതമായാണ് ഈ ജീവികൾ കടന്നു വരുന്നത്. അതിൽ പറവകൾ, തിര്യക്കുകൾ, ഹിംസ്ര ജന്തുക്കൾ, സൗമ്യ ജീവി ജാലങ്ങൾ എല്ലാം പെടും. പ്രാവ്, തത്ത, അണ്ണാൻ, മരംകൊത്തി, കാക്ക, കോഴി, കൊറ്റി, കുയിൽ, മയിൽ, പുള്ള്, ഓലേഞ്ഞാലി, ആറ്റക്കുരുവി, ചകോരം, വവ്വാൽ, രാപ്പാടി എന്നിങ്ങനെയുള്ള കേരളീയ ജീവികളോടൊപ്പം ഗരുഡൻ, ജഡായു എന്നിങ്ങനെയുള്ള ഇതിഹാസപ്പക്ഷികളും കടന്നു വരുന്നു. പിന്നെ കഴുതകൾ, കുതിരകൾ, പൂച്ച, ആട് അണ്ണാൻ, ചെന്നായ, സിംഹം എന്നിങ്ങനെ വന്യവും അല്ലാത്തതുമായ ജീവികൾ. തെങ്ങ്, കവുങ്ങ്, പിലാവ്, തേന്മാവ്, പറങ്കിമാവ്, കടമ്പ്, പേരാൽ, വയന, വേപ്പ്, ഞാവൽ, റബ്ബർ, ജാതി, തേക്ക്, പാല, കാഞ്ഞിരം എന്നിങ്ങനെ നാടനും മറുനാടനുമായ വൃക്ഷങ്ങൾ. മാക്സ് മഹാബലി. വ്യാസൻ, ഗണപതി, ടാഗോർ പൂന്താനം, ലെനിൻ, ഗാന്ധി, ഗോഡ്സേ, നീഷേ, ഫുക്കോ, ഉമ്പർട്ടോഎക്കോ, കോരൻ, നീലി, മാല, നെഹ്റു, സത്യജിത്ത്

റായ്, കെ സി എസ് പണിക്കർ, സ്വാമിനാഥൻ, ഇടശ്ശേരി, വൈലോപ്പിള്ളി, കക്കാട്, സുഗതകുമാരി, അയ്യപ്പപ്പണിക്കർ, ആറ്റൂർ, വിഷ്ണുനാരായണൻ നമ്പൂതിരി, കടമ്മനിട്ട എന്നിങ്ങനെ സ്വദേശികളും വിദേശികളുമായ ചിന്തകർ, കവികൾ, കഥാകാരൻമാർ, സിനിമാ പ്രവർത്തകർ, പ്രതിഭാശാലികൾ, സാധാരണമനുഷ്യർ കവിതയിൽ ചിഹ്ന വ്യവസ്ഥ തന്നെ നിർമ്മിക്കുന്നു. ഒരു കാലത്തെ സാംസ്കാരികമായ അടയാളങ്ങളെ മുഴുവൻ കവി കവിതയിലേയ്ക്ക് ആവാഹിച്ചു നിരത്തിയിരിക്കുന്നു.

പാരമ്പര്യത്തെ ആധുനികമാക്കുമ്പോൾ

പുതിയ ധാരാളം പദച്ചേരുവകളെ ശങ്കരപ്പിള്ള തന്റെ സത്യഭാഷണത്തിനായി ഉൽപ്പാദിപ്പിക്കുന്നുണ്ട്. നിലവിലുള്ളവയുടെ അർത്ഥശോഷണമാവാം കവിയെ പുതിയ തരം പദസംഘാതങ്ങൾക്ക് പ്രേരിപ്പിക്കുന്നത്. ലജ്ജാതീക്ഷ്ണമായ ചിരി, രൗദ്രദൂരങ്ങൾ, പത്തിക്കീഴ്, ഗുഹക്കോവിൽ, ലയകലഹം, തളരുമിരുളിന്റെ ശ്ലഥധ്യാനം, ധീരമാനുഷസ്തൂപം, സുഖവേഷധാരിയാം തോൽവി, കൊടി പിടിച്ചലയടിച്ചങ്കങ്ങളാടാതെ, ലോക ദ്രോഹവിചാരക, തർക്കാന്ധത, ശബ്ദാസുരൻ, അദ്വൈതമരുപ്രഭാവിസ്തൃതി ഇങ്ങനെ എത്ര വേണമെങ്കിലും പുതിയ പദച്ചേരുവകളെ കെ ജി എസ്സിന്റെ കവിതയിൽ നിന്നും നമുക്ക് കണ്ടെടുക്കാൻ കഴിയും. ആ വിധം ഭാഷയിൽ പണിയുന്ന ഒരു പുതിയ തച്ചനെ നമുക്ക് കെ ജി എസ്സിൽ കണ്ടുമുട്ടുന്നു.

ഭാഷയുടെ ഈ നവ്യദൗത്യം ആഖ്യാനത്തിലും കവി പുലർത്തുന്നു. കേരളീയവും അകേരളീയവുമായ ഈണങ്ങൾ, നാടൻപാട്ടിന്റെ ചൊൽവടിവുകൾ, പഴഞ്ചൊല്ലുകൾ എല്ലാം ഉപയോഗിച്ച് യൂറോപ്യനോ കേരളത്തനിമയോ അല്ലാത്ത പുതിയതരം സംവേദനശീലത്തെ നിർമ്മിക്കുന്നൊരു ആഖ്യാനരീതി കൂടി മൗലികമായി കെ ജി എസ്സ് വികസിപ്പിച്ചെടുക്കുന്നുണ്ട്.

ഒട്ടും മാംസളതയില്ലാത്ത പേശീബലമുള്ള കവിതകളാണ് അദ്ദേഹത്തിന്റേത്. അത് നുകരാൻ പാകത്തിൽ പകർന്നു വെച്ച ഒരു വികാരമല്ല. ഉപയോഗിക്കാൻ പാകത്തിലുള്ള ഒരു വസ്തുവുമല്ല. ചരിത്രത്തെയും സംസ്കാരത്തെയും കൂട്ടിയിണക്കുന്ന പുനർനിർവചിക്കുന്ന, പാരമ്പര്യത്തെ ആധുനികമാക്കുന്ന ആധുനികതയെ പാരമ്പര്യവുമായി ബന്ധിപ്പിക്കുന്ന നിലനിന്നുപോരുന്ന കവിതയുടെ മറുവാക്കിന്റെ പേരായി ഇപ്പോഴും പ്രവർത്തിക്കുന്നു.

കലഹ ലഹരി

വർത്തമാനകാലത്തെ സച്ചിദാനന്ദനെ വായിക്കുന്നു

കലഹത്തിന്റെയും കാല്പനികതയുടെയും അനുഭൂതിയാണ് സച്ചിദാനന്ദന്റെ കവിതകൾ. ആധുനികതയുടെ വരേണ്യമായ ആത്മനിഷ്ഠതയോടും റിയലിസത്തിന്റെ അനുഭൂതിരഹിതമായ ആവിഷ്കാരത്തോടും അകന്നു നിന്ന് കാല്പനിക റിയലിസത്തെ, അതിന്റെ സൗന്ദര്യലോകത്തെ ഏറ്റവും ഭാവനാപൂർണമായി സച്ചിദാന്ദൻ ഇന്നും കവിതകളിൽ ആവിഷ്കരിച്ചു പോരുന്നു. ഒരിക്കലും ജരബാധിയ്ക്കാത്ത ഒരു നവകാവ്യ ചേതനയായി സജീവമായി മലയാള ഭാവനയിൽ നില നിൽക്കുന്നു. അദ്ദേഹത്തിന്റെ കവിതയിൽ കലഹത്തോടൊപ്പം അതിന്റെ സൗന്ദര്യലഹരിയിൽ നാം മുഴുകുന്നു. വർത്തമാനകാലത്ത് ആനുകാലികങ്ങളിൽ നിറയുന്ന സച്ചിദാനന്ദൻ കവിതകളുടെ പൊരുളും സൗന്ദര്യവും അന്വേഷിക്കുകയാണ് ഈ കുറിപ്പിൽ.

രാഷ്ട്രീയ കവി എന്ന് സച്ചിദാനന്ദനെ ആരും അടയാളപ്പെടുത്താറില്ല. പക്ഷേ അദ്ദേഹത്തിന്റെ കവിതകൾ മുഴുവനും രാഷ്ട്രീയത്തെ അന്തർവഹിക്കുന്നതാണ്. കവിതയുടെ വാങ്മയസൗന്ദര്യത്തിൽ ആമഗ്നമായി നിൽക്കുമ്പോൾ കവിതയിലെ രാഷ്ട്രീയത്തെ നാം വേർതിരിച്ചറിയാതെ പോകുന്നു പലപ്പോഴും. മാതൃഭൂമി ആഴ്ചപ്പതിപ്പിൽ (2020 ആഗസ്റ്റ് 23) പ്രസിദ്ധീകരിച്ച അയോധ്യ: ഒരാത്മഗതം എന്ന കവിത സമകാലിക രാഷ്ട്രീയ ജീവിതത്തിന്റെ ഉജ്ജ്വലമായ ആവിഷ്കാരമാണ്. അപരവിദ്വേഷത്തിന്റെ രാമരാജ്യം പണിയുന്നതിനുള്ള തീവ്രമായ തിരക്കിലാണ്

ഇന്ത്യൻ ഭരണാധികാരികൾ. അതു കണ്ട് വിലപിക്കുന്ന രാമന്റെ ആത്മ ഗതങ്ങളാണ് കവിത.

തല കുനിച്ച് നിലകൊൾവൂ രാമൻ
തനിക്കറിയാത്ത, കരുണ തോൽക്കയാൽ
അയോധ്യയല്ലാത്തൊരയോധ്യയിൽ, ആരോ
തനിക്കായ് തീർത്തൊരു
സുവർണ ഗേഹത്തിൽ

രാമരാജ്യം എന്ന മോഹലോകത്തെ വിദ്വേഷത്തിന്റെ വിപൽ സങ്കല്പമായിത്തീർക്കുന്നതിൽ നിരാശയും, ദുഃഖവും ഉത്കണ്ഠയും ഉണ്ട് കവിതയിലെ രാമന്.അതുകൊണ്ട് ധർമ്മ നീതിക്കുവേണ്ടി താനേറ്റിയ ആയുധങ്ങളെ മുഴുവൻ താഴെ വെയ്ക്കുകയാണ് അയാൾ" എനിക്ക മ്പും വില്ലും മതിയായി, ഇക്കയ്യിൽ/ തലോടൽ പോരുമേ മെരുക്കാൻ സിംഹത്തെ. എന്ന് അയാൾ ദയാർഹമായി പറയുന്നു. അധികാരത്തി ന്റെ ഗർവുകളൊക്കെയും ത്യജിച്ച് വനചരനാകാൻ ആഗ്രഹിക്കുന്നു.

മതി മതി തങ്കത്തടവറയിൽ ഞാൻ
പിടയുന്നു, വനം വിളിക്കയാണെന്നെ!

എന്ന് ചൊല്ലി തന്നെ അയോധ്യയിൽ തളയ്ക്കാനുള്ള തടവറയാണ് പണിയുന്നതെന്ന് തിരിച്ചറിഞ്ഞ് ഇറങ്ങിപ്പുറപ്പെടുന്ന രാമനെയാണ് നാം കണ്ടുമുട്ടുന്നത്. ഇവിടെ സച്ചിദാനന്ദൻ രാഷ്ട്രീയ രാമനിൽ നിന്ന് വാൽ മീകിയുടെ മഹാമനുഷ്യനായ രാമനെ തിരിച്ചുപിടിക്കുകയാണ്. ഇടറുന്ന കണ്ഠത്താൽ ക്ഷുബ്ധമായ കവിതയായി അത് മാറുന്നു.

ആധുനികതയെ എതിരിടുന്ന മനുഷ്യഗാഥ

ആധുനികത നിർമ്മിച്ച മനഷ്യഗാഥയുടെ പാട്ടുകാരനല്ല സച്ചിദാന ന്ദൻ. പ്രകൃതിയും മനുഷ്യനും തമ്മിലുള്ള സമൈക്യത്തിന്റെ ദാർശനി കനാണ്. പ്രകൃതിയുടെ വൈരുദ്ധ്യാത്മകമായ ബന്ധത്തിന്റെ സൗന്ദ ര്യാനുഭവമാണ് സച്ചിദാനന്ദന്റെ ഇല്ലിനി (ഭാഷാപോഷിണി 2020 സെപ്റ്റംബർ). ജീവിതത്തെയും പ്രകൃതിയെയും ഏകപക്ഷീയമായ പാഴ്നോട്ടങ്ങൾ കൊണ്ട് അളന്നെടുക്കുന്നതല്ല സച്ചിദാനന്ദന്റെ കാവ്യ വഴികൾ. സമഗ്രതയുടെ സൗന്ദര്യാവേഗങ്ങൾ കൊണ്ട് രചിക്കുന്ന വിപൽസന്ദേഹങ്ങളാണ് അധികവും. ഒപ്പം പ്രതിനിധാനങ്ങളെ തിരസ്ക്ക രിച്ച് പ്രവൃത്തി ചെയ്യുന്ന വാക്കുകളായി സച്ചിദാനന്റെ കവിതകൾ പരിണ മിക്കുന്നതും കാണാം. അഗാധമായ ജീവിതക്കാഴ്ച്ചയും അതിനേക്കാൾ

അഗാധമായ ഭാഷാ വഴക്കവും കൊണ്ടാണ് അദ്ദേഹം ഇത് നിർവഹിക്കുന്നത്.

ഇല്ല പ്രളയം, വരൾച്ച, പ്രളയം- ഈ
കൊല്ലുന്ന ചക്രം കറക്കുന്നതാരാണ്.
നമ്മെച്ചതിക്കുന്ന ഭൂമിയോ, ഭൂമിയെ
യെന്നും ചതിക്കുന്ന നമ്മുടെയാർത്തിയോ?

എന്ന ചോദ്യത്തിൽ ഈ പാരസ്പര്യം മുഴുവനുമുണ്ട്.

സ്മരണകൾ വെറും വൈയക്തികാനുഭവത്തിന്റെ തിരതള്ളലുകളല്ല കവിക്ക്. അത് ഭഗ്നമായ ഒരു ജീവിതചൈതന്യത്തിന്റെ ഓർമ്മപ്പെടുത്തലാണ്. അതിൽ രാഷ്ട്രീയത്തിന്റെ മുഴക്കവും സ്നേഹത്തിന്റെ തേനും അദ്ദേഹം പകർന്നു വെയ്ക്കുന്നു. അതിപാവനമായ ഒരു ജീവിതത്തിന്റെ യുഗാന്ത്യമാണ് സുഗതകുമാരിയുടെ വിയോഗത്തോടെ മലയാളത്തിന് സംഭവിച്ചത്. ഹൃദയവേദനയോടെ സച്ചിദാനന്ദൻ അത് ഓർക്കുന്നു. ഇല്ല വരില്ലിനി (സുഗതകുമാരിക്ക്) എന്ന കവിത (മാതൃഭൂമി ആഴ്ചപ്പതിപ്പ് 2021 ജനുവരി 10-16) യിൽ

ഇല്ല വരില്ലിനി നിൻ കൊച്ചു വീട്ടിൽ ഞാൻ
മുല്ല മണം പേറുമുമ്മറത്തൊന്നിച്ചു
നമ്മളിരിക്കില്ല, സല്ലപിക്കില്ലിനി-
യിന്നലെ പൂത്ത മഴതൻ നിലാവിനെ
മെല്ലെ സ്മൃതിയാൽ തലോടി, നിൻ പ്രക്ഷീണ-
സുന്ദര ശബ്ദത്തിലുണ്ണിക്കവിത നീ
ചൊല്ലുകയില്ല,ഉതകേട്ട ലിയില്ല യുൾ-
മഞ്ഞ് നീരായ്, അതിലാമ്പൽ വിരിയില്ല.
എന്ന നഷ്ടബോധമാണ് കവിക്കുള്ളത്.

അദ്ദേഹം ടി.എൻ ജോയിയെ സ്മരിക്കുന്നത് നോക്കൂ നീ പിന്നിൽ എന്ന കവിത (മാതൃഭൂമി ആഴ്ചപ്പതിപ്പ് 2020 ഓഗസ്റ്റ് 9) യിൽ ജോയിയെക്കുറിച്ചുള്ള സ്മൃതി ചിത്രങ്ങൾ കവി പങ്കിട്ടെടുത്ത സാംസ്കാരിക വിനിമയങ്ങൾ കൂടിയായിത്തീരുന്നു.

എന്റെ വീടെല്ലാം നിന്റെ
വീടായി, നിൻ നാടായി
യെന്റെ നാടെല്ലാം, എന്റെ
ഭാഷകൾ നിന്റെ തായി.
കൊടികൾ കൈമാറി നാം
ഗ്രന്ഥങ്ങൾ വിചാരങ്ങൾ.

എന്നു പറയുമ്പോൾ സൗഹൃദം ഒരു വെറും വൈകാരിക വിനിമയം മാത്രമല്ലാതായിത്തീരുകയും പരസ്പരം നിർമ്മിച്ചെടുത്ത ഒരു സാംസ്കാരിക സൗന്ദര്യ ലോകമായിത്തീരുകയും ചെയ്യുന്നു. പലപ്പോഴും മരിക്കാത്ത കൂട്ടുകാരനും ഓർമ്മയുടെ ഗുഹാമുഖത്ത് വന്നുനിൽക്കും. വാക്കുകളും ചിത്രങ്ങളുംക്കൊണ്ട് അയാൾ കൂട്ടുകാരനെ എപ്പോഴും തന്റെ കൂടെ കൂട്ടികൊണ്ടിരിക്കും ഓർമ്മയുടെ കൂട്ടിരിപ്പിൽ പിന്നെ അവർ തനിച്ചാവുന്നില്ല.

ചേർച്ചയില്ലാത്ത രണ്ടിനെ ചേർത്തുവെയ്ക്കുന്ന വിഷമമമാണ് കവിത. ചിലപ്പോഴത് വിഷം തന്നെയാവും. വിഷം കുടിക്കുന്ന നീലകണ്ഠനാണ് കവി എന്ന് പറയുന്നത് അതുകൊണ്ടാവാം. ജീവിച്ചുകൊണ്ടിരിക്കുന്നതിനപ്പുറത്ത് ഒരു ലോകത്തെ അത് എപ്പോഴും വിഭാവനം ചെയ്തുകൊണ്ടേയിരിക്കും. അതുകൊണ്ടാണ് കവിത ഭാവനയുടേതാണെന്ന് എല്ലാവരും പറയുന്നത്. ഭാവനയാണ് നമ്മെ പ്രവൃത്തിപ്പിക്കുന്നതെന്നിരിക്കെ കവിത നിരന്തരം ഇടപെടുന്ന സൗന്ദര്യാത്മക പ്രവൃത്തി കൂടിയായിത്തീരുന്നു.

ഇങ്ങനെ സമരോത്സുകതയുടെ ഭാവനാ ചേതനയായി, കാവ്യാനുഭൂതിയായി സച്ചിദാനന്ദൻ കവിത നമ്മിൽ പ്രവർത്തിക്കുന്നു.

നഷ്ടപ്പെടലുകളിൽ നിന്നാണ് സ്മരണകളുടെ ജ്വലനം. സച്ചിദാനന്ദന്റെ വൃക്ഷം (മാതൃഭൂമി ആഴ്ചപ്പതിപ്പ് ഒക്ടോബർ 11-17) ആ നിലയിൽ സുഹൃത്തും സഖാവുമായിരുന്ന ടി.കെ രാമചന്ദ്രന്റെ നഷ്ടത്തെ കുറിച്ചുള്ള സ്മരണയുടെ മുഴക്കമാണ്.

ടി. കെയെ കുറിച്ചുള്ള വൈയക്തികമായ നനുത്ത സ്മരണകളല്ല, കലാപോന്മുഖമായ ധൈഷണിക ജീവിതത്തെയാണ് കവി ഓർത്തുണർത്തുന്നത്.

ചുറ്റിലും വന്നു
നിൽപ്പുണ്ടറിയാതവർ
ഷേക്സ്പിയർ, മാർക്സ്, വാൾട്ടർ-
ബെന്യമിൻ, ബ്ലെയ്ക്ക്, ലെനിൻ.
കേൾക്കുകയാണ്
മലയാളമാദ്യമാ
യക്ഷുട്ടർ, തൈജസാ-
ത്മാക്കൾ, അദേഹികൾ.

മലയാളത്തെ ഉൻമിഷിത്താക്കിയ ഒരു ധൈഷണിക ജീവിതമായിരുന്നു ടി.കെയുടേത് എന്ന് ഒരിക്കൽക്കൂടി നമ്മുടെ സ്മരണയിൽ ഇരമ്പങ്ങൾ ഉതിർക്കുന്നു.

മാതൃഭൂമി ആഴ്ചപ്പതിപ്പിൽ (2021 ഏപ്രിൽ 4-10) സച്ചിദാനന്ദൻ എഴുതിയ ആനപ്പാട്ട് മലയാള കവിതാ സാഹിത്യത്തിലെ മറ്റൊരു 'സഹ്യന്റെ മകനാ'യിത്തീരുന്നു. "ഉത്സവം നടക്കയാണമ്പലമുറ്റത്തുയർ ന്നുജ്ജ്വലൽ ദീവെട്ടികളിളകും വെളിച്ചത്തിൽ" തന്നെയാണ് വൈലോപ്പിള്ളിയുടെ സഹ്യന്റെ മകനിലെന്നപോലെ സച്ചിദാനന്ദന്റെ ആനപ്പാട്ടിലെയും ആനനിൽക്കുന്നത്.

പൂരത്തിൻ തീവെട്ടിച്ചോട്ടിൽ ഞാ-
നാകെത്തിളച്ചു തളരുമ്പോൾ,
ആനന്ദം കൊണ്ടു കൺചിമ്മുന്നു
ഞാ, നെന്നേ മൂഢന്മാരോരുന്നു.

ഇത് ആനയുടെ ദയനീയമായ ഒരു ജീവിതാവസ്ഥ തന്നെ. തനിക്ക് താനായി ജീവിക്കാൻ കഴിയാത്ത ദുഃഖം ആന അനുഭവിക്കുന്നു. ഇത് ഒരു മദയാനയല്ല. മനുഷ്യരുടെ കാലം കഴിഞ്ഞ് തന്റെ ഒരു ദിനം വരുമെന്ന് ആ ആന മോഹിക്കുന്നു. മനുഷ്യന്റെ ഹിംസയുടെ ഇരയായിത്തീരുന്ന ഏറ്റവും സഹതാപാർഹമായ ഒരു കഥാപാത്രമാണ് സഹ്യന്റെ മകനിലെ ആനയെങ്കിൽ

എന്റെ നാൾ വന്നിടും, കേട്ടോളൂ,
നിങ്ങളെ ച്ചങ്ങലയ്ക്കിട്ടിട്ടി-
പ്പൊള്ളും വെയിലിൽ നിരത്തുമ്പോൾ
എണ്ണിപ്പെറുക്കിക്കരയല്ലേ
എൻതോട്ടിചങ്കിൽ തറയ്ക്കുമ്പോൾ
എന്നോടു മാപ്പുമിരക്കല്ലേ !

എന്നിങ്ങനെ വലിയ പ്രതീക്ഷയുടെ ഉണർവ്വു കൂടിയാണ് ആനപ്പാട്ടിലെ ആന. ദൈന്യജന്മത്തിന്റെ ഞരക്കങ്ങളെയല്ല വരും കാല മോഹലോകത്തിന്റെ മുഴക്കമാണ് നാം ആനപ്പാട്ടിൽ കേൾക്കുന്നത്. ഒപ്പം മനുഷ്യർ നടത്തുന്ന പാരിസ്ഥിതികമായ ആക്രമണങ്ങളെയും കച്ചവട താല്പര്യങ്ങളെയും കവിതയിൽ ചോദ്യം ചെയ്യപ്പെടുന്നു. അങ്ങനെ ചില നേരങ്ങളിൽ ഈ കവിത വെറും ആനപ്പാട്ടല്ലാതായിത്തീരുകയും ആകുലതകളെക്കുറിച്ചും എന്നാൽ പ്രത്യാശയെക്കുറിച്ചുമുള്ള പടപാട്ടായിത്തീരുകയും ചെയ്യുന്നു.

ഉദാത്തവും അനുദാത്തവുമായ ബിംബങ്ങൾ

ഉൽകൃഷ്ടമായ അവതാരവും ഒന്നുമല്ലാത്ത ഉറുമ്പും കണ്ടുമുട്ടുന്ന കൗതുകകരമാർന്ന ഒരു നിമിഷമാണ് സച്ചിദാനന്ദന്റെ പ്രവാചകനും ഉറുമ്പും

എന്ന കവിത (മാതൃഭൂമി ആഴ്ചപ്പതിപ്പ് 2020 നവംബർ 29 ഡിസംബർ 5). പ്രവാചകന്റെ ധ്യാനമെന്നപോലെ ഉറുമ്പിന്റെ അദ്ധ്വാനവും മനുഷ്യനെ പലതും പഠിപ്പിക്കുന്നുണ്ട്. അദ്ധ്വാനത്തോടൊപ്പം ഒരുമയും വിനയവും ഉറുമ്പു നൽകുന്ന പാഠപുസ്തകമാണ്. അങ്ങനെ ഉറുമ്പ് പ്രവാചക പദവി യിലേക്ക് ഉയരുന്നു. "പ്രവാചകനും ഉറുമ്പും ധ്യാനത്തിലമർന്നു/ഒരേ വെളിച്ചം തങ്ങളിൽ വീഴുന്നതു കണ്ട്." ഉറുമ്പിനോടു പോലും സംസാ രിക്കുന്ന പ്രവാചക മഹത്വവും നാം അനുഭവിക്കുന്നു. സച്ചിദാനന്ദന്റെ മറ്റെല്ലാ കവിതകളെയുമെന്ന പോലെ നമ്മുടെ ഹൃദയത്തിലൂടെ തലച്ചോ റിലെത്തുന്ന കാവ്യാനുഭവമാണ് പ്രവാചകനും ഉറുമ്പും.

ഉദാത്തവും അനുദാത്തവുമായ ബിംബങ്ങളെ ചേർത്തുവെച്ച് പുതിയ അനുഭൂതിതലങ്ങളെ സൃഷ്ടിക്കുക സച്ചിദാനന്ദൻ കാവ്യ രീതിയാണ്. ഈവിധം ശ്രദ്ധേയമായ മറ്റൊരു കവിതയാണ് സിദ്ധാർത്ഥനും അണ്ണാർക്കണ്ണനും എന്ന കവിത (മാതൃഭൂമി ആഴ്ചപ്പതിപ്പ് 2021 ഫെബ്രുവരി 7-13) യിൽ. ഇവിടെയും ഒരു പുതിയ ചേർത്തു വെയ്ക്കലും അതിൽ നിന്നും ഉത്ഭവിക്കുന്ന അനുഭൂതി നിർമ്മാണത്തിനും നാം സാക്ഷ്യം വഹിക്കുന്നു. സിദ്ധാർത്ഥനെയും അണ്ണാർ കണ്ണനെയുമാണ് ഇവിടെ മുഖാമുഖം നിർത്തുന്നത്. കണ്ണടച്ച് തപസ്സിൽ മുഴുകിയിരിക്കു ന്ന സിദ്ധാർത്ഥന്റെ ചെവിയിൽ ഒരു അണ്ണാർക്കണ്ണൻ ആലിന്റെ വേടുകളിലൂടെ ഇറങ്ങി വന്ന് ചിലയ്ക്കാൻ തുടങ്ങി. ജീവിത ദുഃഖത്തിന്റെ അകം പൊരുളുകളിലൂടെ അവർ സഞ്ചരിച്ചു. മനുഷ്യരുടെ ദുഃഖങ്ങൾ തന്നെ വേട്ടയാടുന്നു എന്ന് സിദ്ധാർത്ഥൻ പറയുന്നു. എന്നാൽ ദുഃഖം മനുഷ്യർക്ക് മാത്രമുള്ളതല്ലെന്ന അഭിപ്രായക്കാരനാണ് അണ്ണാർക്ക ണ്ണൻ "എന്റെ ഇണ അറിയാത്ത രോഗം വന്ന്/ മെലിഞ്ഞു മെലിഞ്ഞു മരിച്ചു./ ഒരു കുഞ്ഞ് രോമം മുളയക്കും മുൻപ്/ കൂട്ടിൽ നിന്നു വീണു കാണാതായി" ഇങ്ങനെ ദുഃഖം ജീവികൾക്കെല്ലാമുള്ളതാണെന്ന പുതിയ പാഠം സിദ്ധാർത്ഥൻ മനസ്സിലാക്കുന്നു. അണ്ണാർക്കണ്ണന് സിദ്ധാർത്ഥ നോട് വേറെയും പറയാനുണ്ടായിരുന്നു. മനുഷ്യരെ കരുണ പഠിപ്പിക്കു എന്നായിരുന്നു അത്. കരുണ, മൈത്രി, മുദിതം മനുഷ്യർക്ക് ഉണ്ടാവേണ്ട ഗുണങ്ങളാണെന്ന് സിദ്ധാർത്ഥനെ അണ്ണാർക്കണ്ണൻ ബോധ്യപ്പെടുത്തു മ്പോൾ ധ്യാനത്തേക്കാൾ ജ്ഞാനം സിദ്ധാർത്ഥന് അണ്ണാർക്കണ്ണൻ നൽകുന്നു. ഇവിടെ ജ്ഞാനി സിദ്ധാർത്ഥനോ അണ്ണാരക്കണ്ണനോ?.

സമരവും സ്നേഹവും കാല്പനികതയും ചാലിച്ച് സച്ചിദാനന്ദൻ ദില്ലി കർഷകസമരത്തിന് അഭിവാദ്യമർപ്പിക്കുന്നു (ചിത്തരഞ്ജൻ പാർക്ക്, ഡൽഹി: ഹേമന്തം. മാധ്യമം ആഴ്ചപ്പതിപ്പ് 2021 ഫെബ്രുവരി 01).

മഞ്ഞുകാലത്തെ വെയിലിന്റെ ക്ഷണികതയിൽ ഒരു പെൺകുട്ടി ഒരു പക്ഷിയോടു സംസാരിച്ചുകൊണ്ട് വീടിന്റെ ടറസ്സിൽ ഉലാത്തുന്ന ഒരു ചിത്രത്തിൽ തുടങ്ങി, സമരം ചെയ്യുന്ന കർഷരുടെ താപവും തണുപ്പും ചിത്രീകരിക്കുന്നു. ഐതിഹാസികമായ സമരരംഗത്തിന്റെ ബഹുസ്വരമായ കാഴ്ചകളും ഒച്ചകളും കൊണ്ട് സച്ചിദാനന്ദൻ കവിത നിറയ്ക്കുന്നു. കാല്പനികതയുടെ അഗാധമായ ഭാഷാവിശേഷം കൊണ്ട് നമ്മുടെ ധമനികളിൽ കവിത സമരച്ചൂര് പകരുന്നു.

കിളികൾ പഴങ്ങൾ തേടി ചിലയ്ക്കുന്നു.
പഴങ്ങൾ കൊമ്പുകളിൽ ഒളിച്ചുകളിക്കുന്നു.
മഞ്ഞ് അതു കണ്ട് രസിച്ച് തണുത്ത ചിരി ചിരിക്കുന്നു.
അതിർത്തിയിൽ ഒരു യുവാവ് സ്വന്തം ചോര കൊണ്ട്
കർഷക സമരം പതിനെട്ടാം ദിവസം എന്ന് ബാനർ
എഴുതി തണുപ്പിൽ മരിച്ചുവീണ അച്ഛനെ അതു കൊണ്ട്
പുതപ്പിക്കുന്നു.

ഇങ്ങനെ അലസമായ നമ്മുടെ ജാഡ്യത്തെ അത് ആഴത്തിൽ അസ്വസ്ഥതപ്പെടുത്തുന്നു.

കവികുലത്തിലെ എതിരവധൂതൻ

മതേതരവും മതവൈരവുമായി പിളർന്നു നിൽക്കുന്ന
നമ്മുടെ നാടിന്റെ വർത്തമാനകാലത്തെ ആസ്പദമാക്കി
പി. എ നാസിമുദ്ദീൻ എഴുതിയ കവിതകളുടെ വായന

കാവ്യേതരമെന്നോ കാവ്യബാഹ്യമെന്നോ സമകാലിക കവിത കരുതിപ്പോരുന്ന അനുഭവപരമായ വിഷയലോകങ്ങളാണ് മതേതരത്വം, ജനാധിപത്യം, സമത്വം, സാഹോദര്യം, വർഗീയത, ഫാസിസം, സാമ്രാജ്യത്വം തുടങ്ങിയവ. അത്രയൊന്നും പഴയതല്ലാത്ത ഒരു ചരിത്ര കാലത്ത് കവിതയുടെ ഊർജമായി പ്രവഹിച്ചു പോന്ന ആനുഭവിക ലോകമായിരുന്നു അതെന്ന് നാം പെട്ടെന്ന് മറന്നുകൂടാത്തതാണ്. കവിത ഏതെങ്കിലും സാമൂഹികാവശ്യങ്ങൾക്കു വേണ്ടിയുള്ള പ്രചാരണ ഉപാധിയാണ് എന്ന സങ്കല്പം നിലനിന്ന കാലമേ ആയിരുന്നില്ല അതെന്നു കൂടി നാമോർക്കണം. അക്കാലം കവികളുടെ ധ്യാനാത്മകവും അബോധാത്മകവുമായ ഒരു അനുഭൂതിവൃത്തി തന്നെയായിട്ടാണ് സർഗാത്മക കവിതകളെ കരുതിപ്പോന്നിരുന്നത്. അനന്യമായ അനുഭൂതിയുടെ ആവിഷ്കാരം തന്നെയായിരുന്നു അവയും. ആ അനന്യതയും ആത്മചോദനയും ഏതോ ഒരു മഹാ അപരലോകവുമായി ഉൾച്ചേർന്ന് ഉണർന്നു പ്രവർത്തിച്ചു. അർത്ഥമറിയാത്ത കവിതകൾ പോലും അന്ന് ഉൾപുളകത്തോടെ ആളുകൾ നെഞ്ചേറ്റി.

കല കലയ്ക്കുവേണ്ടിയാണെന്ന ഓസ്കാർ വൈൽഡിന്റെ നിലപാടിനെ കേരളം കവിത കൊണ്ടു തന്നെയാണ് അക്കാലത്ത് എതിരിട്ടു പോന്നത്.

ജീവിതത്തിൽനിന്നും ജീവിതത്തിനു വേണ്ടിയുണ്ടാകുന്നതാണ് കല എന്ന ഗാന്ധിജിയുടെ കലാസിദ്ധാന്തത്തെ കവിതയിൽ അവർ ഉയർത്തിപ്പിടിച്ചു. അത് കലാത്മകമായ ഒരപരാധമായിരുന്നില്ല.

സ്പെയിനിൽ ഫ്രാങ്കോവിന്റെ ഫാസിസ്റ്റ് മുന്നേറ്റത്തെ ചെറുക്കാൻ സ്റ്റീഫൻ സ്പെന്റർ, ഓഡൻ തുടങ്ങിയ കവികൾ പടക്കളത്തിലേയ്ക്ക് പോയതിനെ അനുസ്മരിപ്പിച്ചു കൊണ്ട് ഈ വിധം പുരോഗമന സാഹിത്യകാരൻമാരുടെ ധർമ്മങ്ങളെ എ ബാലകൃഷ്ണപ്പിള്ള സിദ്ധാന്തീകരിക്കുന്നുണ്ട്. മറ്റുള്ളവരെപ്പോലെ ടാഗോറും നൂൽനൂൽക്കണമെന്ന് ഗാന്ധിജി പറഞ്ഞതും എഴുത്തും അപരലോകവും തമ്മിൽ ഉൾച്ചേർന്നു പ്രവർത്തിക്കേണ്ടതിന്റെ പ്രാധാന്യത്തെ ബോധ്യപ്പെടുത്താനാണ്. ഒറ്റയൊറ്റ ആകുലികളിൽ അമർന്നിരുന്ന ആത്മാനുഭൂതി അപരത്വവുമായി ഏകീ ഭാവത്തിലാവുകയും ഏകജീവിതാനശ്വര ഗാനമായ ഒരു മഹാപ്രവാഹത്തിൽ അന്ന് വിലയിക്കുകയും ചെയ്തു.

ഹാ ! പുഷ്പമേ എന്നു പാടിയ അതേ ഭാവനയ്ക്ക് "ഉണരിനുണരിനുള്ളിലാത്ത ശക്തി/ പ്രണയമെഴും സഹജാതരേ ത്വരിപ്പിൻ/ രണപടഹമടിച്ചു ജാതി രക്ഷ-/ സ്സണവൊരിടങ്ങളിലൊക്കെയെത്തി നേർപ്പിൻ" എന്ന് ആഹ്വാനം ചെയ്യാൻ മടി തോന്നിയില്ല. അത് ആശാന്റെ കവിത്വത്തെ ഇകഴ്ത്തിയുമില്ല. "ബന്ധുരക്കാഞ്ചനക്കൂട്ടിലാണെങ്കിലും/ ബന്ധനം ബന്ധനം തന്നെ പാരിൽ" എന്ന് വള്ളത്തോൾ പാടിയപ്പോൾ അത് വെറുമൊരു കിളിക്കൊഞ്ചലാകാതെ, ബ്രിട്ടീഷ് ആധിപത്യത്തിന്റെ നെട്ടവീർപ്പുകളിൽ അലിഞ്ഞു ചേർന്ന ഒന്നായി പരിണമിക്കുകയും ചെയ്തു. കവിയുടെ ധ്യാനാത്മകത ദേശീയസ്വാതന്ത്ര്യത്തിന്റെ സമരാവേശത്തിൽ വിലയിച്ചു.

എന്നാൽ പുതിയ കവിക്ക് ദേശീയമായ അഭിലാഷങ്ങളോ, വ്യാമുഗ്ധമായ സാമൂഹിക സ്വപ്നങ്ങളോയില്ല. അപരത്തിൽ നിന്നന്യമായ അനന്യതയിൽ ആമഗ്നമായി നിൽക്കുന്നതിലാണ് അവർക്ക് ആഹ്ലാദം. ഇവിടെയാണ് നാസിമുദ്ദീനെ പോലുള്ള കവികളെ നാം വേർതിരിച്ചു മനസ്സിലാക്കേണ്ടത്.

ജ്ഞാനോദയത്തിന്റെ ഉൾവിളികൾ

ഭ്രമാത്മകമായ അനുഭൂതിയുടെ കവിയാണ് നാസിമുദ്ദീൻ "നാടകത്തിന്റെ/ പിൻഭാഗത്ത്/ നടൻമാരെ കാത്തിരിക്കുന്ന/ കുറ്റൻ കുപ്പായങ്ങൾ പോലെ/ ശൂന്യത/ ചൂഴ്ന്ന് നിൽക്കു" (ആത്മഹത്യ ചെയ്തവന്റെ ഫെയ്സ്ബുക്ക് പേജ് 2020 മാധ്യമം വാർഷികപ്പതിപ്പ്)ന്നത് അയാൾ

അറിയുന്നുണ്ട്. ഇത് സാധാരണമായ ഒരറിവോ അനുഭവലോകമോ അനുഭൂതിയോ അല്ല ഒരു ജ്ഞാനമാണ്. "ഞാൻ ആദിയിലേയുണ്ട്/ മനുഷ്യൻ പിറവിയെടുക്കും മുമ്പ്/കളിമണ്ണിലും കടലിലും/ അവനെ കാത്തു കിടന്നു" (ശ്രീമാൻ ഭയവും ഞാനും മാതൃഭൂമി ആഴ്ച്ചപ്പതിപ്പ് 2020 മാർച്ച് 12) എന്ന വിധമുള്ള ഒരു ജ്ഞാനോദയം.

പക്ഷേ ആ ജ്ഞാനത്തിലുമുണ്ട് ഒരു വിജ്ഞാനം. ലോകത്തിന്റെ സംഘർഷങ്ങളിൽ നിന്നെല്ലാം ഒഴിഞ്ഞുമാറി ഹ്രസ്വമായ ജീവിതകാലം ഭയപ്പാടൊന്നുമില്ലാതെ ജീവിച്ചു തീർക്കുകയല്ല അതിന്റെ ലക്ഷ്യം. ഹിംസ ഒഴിവാക്കി മറ്റുള്ളവർ നമ്മോടു തിന്മ പ്രവർത്തിക്കുമ്പോഴും നന്മ മാത്രം പകരുന്ന ബുദ്ധജ്ഞാനവുമല്ലിത്. ഇത് ബോധത്തിൽ നിന്നുണ്ടാകുന്ന ജ്ഞാനമാണ്. ഒരിരുണ്ട കാലത്തിലാണ് ഞാൻ ജീവിക്കുന്നതെന്ന ബോധോദയം.

അതുകൊണ്ടു തന്നെ സാമൂഹികമായ നഷ്ടങ്ങളെക്കുറിച്ചുള്ള പിടച്ചിലുകളും വേപഥുക്കളും കൊണ്ട് നിറയുന്നുണ്ട് അയാൾക്ക് കവിതകൾ. ഏതോ ഒരു ഇല്ലായ്മയ്ക്കെതിരെയുള്ള പോർമുഖം അയാൾ കവിതയിൽ തുറക്കുന്നു. നമുക്ക് നഷ്ടപ്പെട്ടുപോയ ആത്മീയാനുഭൂതിയിൽ ആമഗ്നനായിരിക്കുമ്പോൾ ഈ ലോകം എത്ര കുഴഞ്ഞുമറിഞ്ഞതാണെന്ന് അയാൾ അനുഭവിക്കുന്നുണ്ട്. ഒരെതിര വധൂതനായി കവിതയിൽ അയാൾ കത്തി നിൽക്കുന്നു.

മതാത്മകത അയാൾക്ക് ആചാരപരമല്ല, ആഴമേറിയ മനുഷ്യ ജ്ഞാനവും അനുകമ്പയുമാണത്. അതുകൊണ്ടുതന്നെ മതേതരത്വവും വ്യവസ്ഥാപിതമായ ആചാരാനുശീലനങ്ങൾക്കപ്പുറത്ത് മനുഷ്യർ ഒന്നായിത്തീരുന്നതിന്റെ സംഗീതാത്മകതയാണ് അയാൾക്ക് ജീവിതം. അനുഭൂതിയുടെ ആദ്യാനുരണനം സംഗീതമായതുകൊണ്ടാവാം മനുഷ്യർക്കിടയിലുണ്ടാകേണ്ട സ്വരൈക്യത്തെ സംഗീതവുമായാണ് നാസിമുദ്ദീൻ ഇണക്കിച്ചേർക്കുന്നത്. പ്രത്യക്ഷത്തിലും ആന്തരിക ശ്രുതിയിലും മനുഷ്യവംശത്തിലും കാവ്യവൃത്തിയിലും കവി സംഗീതം തിരയുന്നുണ്ട്. അത് യുഗ്മമല്ല യോഗമാണെന്ന് അയാൾക്കറിയാം.

മതേതരമായും മതവൈരമായും പിളർന്നു നിൽക്കുന്നതാണ് വർത്തമാന കേരളം. ഒരു ഭാഗത്ത് മതേതരമായ അനുസ്യൂതികൾ, മറുപുറത്തോ വൈരത്തിന്റെ വിപൽ പ്രവാഹങ്ങൾ. സംഗീതാത്മകമായ ഒരു ഭൂതവും കലഹധ്വനികളുതിർക്കുന്നൊരു വർത്തമാനവും. നാസിമുദ്ദീൻ ഈ അവസ്ഥകളെ അടയാളപ്പെടുത്തുന്നത് അലക്കുകാരുടെ ജീവിതം ആവിഷ്കരിച്ചുകൊണ്ടാണ്. അലക്കുകാർ ഒരു രൂപകമാണ്. അഴുക്കിനെ

അലക്കി വെളുപ്പിക്കുന്നവർ. അവർ പ്രവാചകരാകാം തൊഴിലാളികളാകാം. ഇവിടെ പ്രവാചകർ തൊഴിലാളികളായിത്തീരുന്നു. അല്ലെങ്കിൽ തൊഴിലാളികൾ പ്രവാചകരായി മാറുന്നു.

കെ. കേളപ്പന്റെയും
അബ്ദുറഹിമാന്റെയും
സ്നേഹത്തിന്റെ മൊഴികൾ കേട്ട്
ബാബുരാജിന്റെ
ഈണങ്ങൾ കേട്ട്
ഞങ്ങൾ കോരിത്തരിക്കുമായിരുന്നു.
ഇപ്പോഴിതാ
നേതാക്കൾ
കുഞ്ഞുങ്ങളിലേയ്ക്കും
അമ്മമാരിലേക്കും
നിരക്ഷരരിലേയ്ക്കും
മതവൈരത്തിന്റെ
വാഗ് വിഷം തളിക്കുമ്പോൾ
സ്വാസ്ഥ്യം നഷ്ടപ്പെടുന്നു.
മത ചിഹ്നങ്ങൾ കൊത്തിയ
ആയോധന വസ്ത്രങ്ങളും
കുമിഞ്ഞുകൂടുന്നു.
സോപ്പു പതയിൽ വെച്ച്
ആഞ്ഞടിക്കുമ്പോൾ
നിരപരാധികളുടെ രക്തം
ഞങ്ങളുടെ മേൽ

കിനിഞ്ഞിറങ്ങുന്നു. (മുതലക്കുളത്തെ അലക്കു കല്ലുകൾ വാരാദ്യ മാധ്യമം 2018 ഫെബ്രു: 04) ഇങ്ങനെ തൊഴിലാളിയുടെ ആത്മചരിതത്തിൽനിന്ന് തെറിച്ചു വീഴുന്നുണ്ട് മലയാളിയുടെ മാന്യതയുടെ മുഖാവരണങ്ങൾക്കു മുകളിൽ മതവൈരത്തിന്റെ ചേറിൻ പാടുകൾ.

കേളപ്പന്റെയും മുഹമ്മദ് അബ്ദുറഹ്മാന്റെയും സ്നേഹവഴികൾക്കും ബാബുരാജിന്റെ ഗാനമൊഴികൾക്കും ഒരേ ഈണമായിരുന്നു. മനുഷ്യനെ ഒന്നാക്കി നിർത്തുന്ന സംഗീതാത്മകമായ ഒരു ബോധതലം മലയാളികൾക്കുണ്ടായിരുന്നു. പിന്നീട് മറുകൈവഴി മാനവികത ചിതറിത്തെറിച്ചു നിൽക്കുന്ന വൈരജീവിതത്തിന്റെ വിപൽ ഫലങ്ങളായി പരിണമിച്ചു നിൽക്കുന്നു. കവി ഇവിടെ ആകുലനാണ്.

ആചാരബദ്ധമായ മതജീവിതത്തിൽ നിന്ന് ആത്മീയ ചൈതന്യമായ മതജീവിതത്തെ തിരിച്ചുപിടിക്കുക മതവിശ്വാസികളുടെ മാത്രമല്ല മതേതരവാദികളുടെയും അടിയന്തര കടമയായി മാറിയിട്ടുണ്ട്.

കേരളം അകപ്പെട്ട ആഴമേറിയ മതവൈരക്കാഴ്ചകളെ അതിന്റെ തീവ്രാനുഭവമാക്കി അവതരിപ്പിക്കുന്ന കവിതയാണ് ശയനം (മാധ്യമം വാർഷികപ്പതിപ്പ് 2014). മതവൈരത്തിന്റെ വിഷലിപ്തമായ ദുഗ്ധം നുകർന്ന് ഗർഭപാത്രത്തിലേയ്ക്ക് തിരിച്ചു മടങ്ങാൻ വെമ്പുന്ന ഒരു കുട്ടിയുണ്ട് ഈ കവിതയിൽ.

ഇൻക്യുബേറ്ററിന്റെ
സമശീതോഷ്ണ സുഖത്തിൽ
സുഷുപ്തിയിലായിരുന്ന
ചോരപൈതലുകളിലൊരുവൻ
പുറത്ത്, തിമർക്കുന്ന
പ്രസംഗത്തിന്റെ ചീളുകൾ
തെറിച്ചുവീണപ്പോൾ
കണ്ണുതുറന്നു.
പേരോ മതമോ ദേശമോ
ഇല്ലാത്ത ഈ ശയനം
എത്ര സുഖകരം
ഹിന്ദുവെന്നും
മുസ്ലീമെന്നും
' അടിയെടാ..... ' എന്നും
പിന്നെയും ചീളുകൾ
ചിതറി വന്നു.
ഉത്കണ്ഠയോടെ
പൈതൽ
ഗർഭപാത്രം
പരതാൻ തുടങ്ങി

നവോത്ഥാന കേരളം അനന്തര കാലം എന്നിങ്ങനെ പിളർന്നു നിൽക്കുന്ന കാലമാപിനികളെ ഇവിടെ ഇൻക്വിബേറ്ററും പൊതുസ്ഥലവുമായി കവിത ആലേഖനം ചെയ്യുന്നു. ആധുനികതയും അതിന്റെ അമിത സാങ്കേതിക വിദ്യയും തീർത്ത അന്യവൽക്കരണത്തിന്റെ സ്വാഭാവിക പ്രതികരണമാണ് പുതിയ കവിതകളെന്നിരിക്കെ, ആധുനികതയുടെ പിൽക്കാലത്ത് പടർച്ചകളിൽ അലിഞ്ഞു ചേർന്ന സ്വത്വവിദ്വേഷത്തിന്റെ കലുഷക്കടലിൽ ആധുനികത അതിന്റെ സാങ്കേതിക വിന്യാസങ്ങളെ

സുഷുപ്തിയിലെങ്കിലും സുരക്ഷിത സ്ഥലമാക്കി മാറ്റുന്നുണ്ട്. ആധുനിക തയുടെ മനുഷ്യ പരിചരണങ്ങളോട് പരാങ്മുഖമായി നിൽക്കുന്ന കവി യായിരുന്നിട്ടും പിൽക്കാല ആധുനികതയിൽ വേരാഴ്ത്തി നിൽക്കുന്ന അപരവിദ്വേഷത്തോട് കണക്ക് തീർക്കേണ്ടി വരുന്നൊരു കവിക്ക് ആധുനികത തന്നെ ആശ്രയമായിത്തീരുന്നു. ഇത് അപരിഹാര്യമായ ഒരു പ്രതിസന്ധി തന്നെയാവും. ആധുനികത മനുഷ്യപ്രകൃതിയെയും ജീവൽ പ്രകൃതിയെയും രണ്ടാക്കി മാറ്റുമ്പോൾ "അവിടുത്തെ മനുഷ്യർ ക്ക്/അവിടുത്തെ എല്ലാ/മനുഷ്യരെയുമറിയാം/ ഇഴജന്തുക്കളെയുമറി യാം/എല്ലാ പക്ഷികൾക്കും/ഇഴജന്തുക്കൾക്കും/ എല്ലാ മനുഷ്യരെയുമ റിയാം" (പള്ളിക്കൽ ബസാർ സമകാലിക മലയാളം 2012 ഏപ്രിൽ 2) എന്നിങ്ങനെ ആധുനികത നിർമ്മിച്ച മാനവിക ഭാവുകത്വത്തെ അപര ഭാവന കൊണ്ട് ഒന്നാക്കി നിർത്തുകയാണ് കവി. കാരുണ്യത്തിന്റെ പക്ഷത്തുനിൽക്കുന്ന ഒരു മനുഷ്യന്, കവിക്ക് ഇങ്ങനെ ഒരാന്തോളനം ആവശ്യമായി വരുന്നു.

സംഗീതവും സാഹോദര്യവും

സ്വകാര്യത്തിലല്ല സാമാന്യത്തിലാണ് താൻ ഊന്നുന്നതെന്നും വ്യ ക്തിയുടെ 'മൂഡ'ല്ല ലോകത്തിന്റെ 'മൂഡാ'ണ് താൻ ആവിഷ്കരിക്കാൻ പോകുന്നതെന്നും ബ്രഹ്തിനെ പോലെ നാസിമുദ്ദീനും മനസ്സിലാക്കു ന്നുണ്ട്. അസമിന്റെ കരച്ചിൽ, പൗരത്വ പ്രശ്നം എന്നീ കവിതകൾക്ക് ഈ മൂഡുണ്ട്. സംഗീതത്തെയും സാഹോദര്യത്തെയും കൂട്ടിയിണക്കി പുതിയൊരു ഭാവലോകം കവി നിർമ്മിക്കുന്നു.

സംഗീതധാരയിൽ
ക്ഷീണങ്ങൾ കഴുകി
മുങ്ങിനിവരാൻ
പരതുന്ന വിരലുകൾ
തന്ത്രത്തിൽ
പർവീണ പാടുന്നു
പൂവിതൾ പോൽ
മൃദുസ്വരത്തിൽ
കുന്നുകളിൽ
താഴ്വാരങ്ങളിൽ
ഇടതൂർന്നു നിൽക്കും
ദേവദാരുക്കളിൽ
വിറയും കാറ്റിൻ

നേർത്ത നിശ്വാസം
ഭോർഗീതവും
ബിഹ്ഗഗാനവും
കിനാവായിറങ്ങും
മണ്ണിൽ നിന്നുതിരും
അലൗകിക ഗാനാലാപനം
അടുത്ത മുറിയിൽ
അപശ്രുതിയുതിർക്കുന്നു
അസം കൂലിക്കാരന്റെ
മൊബൈൽഭാഷണം
വിങ്ങലുകൾ കരച്ചിലുകൾ
പിടച്ചിലുകൾ പ്രാക്കുകൾ
ഭയവിഭ്രാന്തി കലർന്ന
കരൾക്കീറും പെരുക്കങ്ങൾ

(അസമിന്റെ കരച്ചിൽ, മാതൃഭൂമി ആഴ്ചപ്പതിപ്പ് 2019 സപ്തംബർ 19)

ഒരു ഭാഗത്ത് അസമിന്റെ സംഗീതം, മറുഭാഗത്ത് അസമിന്റെ വിലാപം. ഈ ദ്വന്ദ്വങ്ങൾക്കിടയിൽ നിന്നുകൊണ്ട് നാസിമുദ്ദീൻ മതേതരത്തിന്റെ ഉൺമകളെ ദർശിക്കുന്നു. വളരെ സാമാന്യമായ ഒരു ജീവിത സന്ദർഭത്തെ ചിത്രീകരിച്ച് സവിശേഷമായ ഒരു ജീവിതാനുഭവത്തെ ആവിഷ്ക്കരിക്കാനുള്ള ശ്രമങ്ങളാണ് കവി നടത്തുന്നത്.

പൗരത്വപ്രശ്നം എന്ന കവിതയിലെത്തുമ്പോഴേക്കും ഈ സാമാന്യ അനുഭവം തികഞ്ഞ രാഷ്ട്രീയ വിമർശനമായി പ്രവർത്തിക്കുന്നു. ഈ ഭാവത്തിലും ഇഴുകിച്ചേരുന്നുണ്ട് കലയും സാഹിത്യവും. മതേതരമായ ഒരു ഉൺമയെ സംസ്ഥാപിക്കുന്നതിൽ കലക്കും സാഹിത്യത്തിനുമുള്ള പങ്കിനെയാണ് കവി ഇവിടെ ഉയർത്തി നിർത്തുന്നത്. സൗന്ദര്യലോകം വറ്റിപ്പോകുന്ന ഒരു സമൂഹം എത്ര പെട്ടെന്നാണ് ഫാസിസ്റ്റായിത്തീരുന്നത് എന്ന് കവി മനസ്സിലാക്കുന്നു. “സൗന്ദര്യാത്മകതയുടെ മണ്ഡലത്തിൽ ആധുനീകരിക്കപ്പെടാത്ത ഒരു സമൂഹം മറ്റെല്ലാതലത്തിലും ഭൗതികമായി വികസിച്ചാലും പിന്തിരിപ്പനായിരിക്കും. എന്നു മാത്രമല്ല അവികസിതമായ ഒരു സൗന്ദര്യബോധവും വികസിതമായ സാങ്കേതിക വിദ്യയും കൂടിച്ചേരുമ്പോൾ രൂപപ്പെടുന്നത് ഫാസിസമായിരിക്കും “ (ഡോ. പി പവിത്രൻ). ഈ നിലയിൽ നാസിമുദ്ദീൻ സൗന്ദര്യാത്മകതയെയും സാഹോദര്യത്തെയും കൂട്ടിയിണക്കുമ്പോൾ കവിതയും ജീവിതവും സ്വരൈക്യത്തിലാവുന്നു.

പ്രത്യക്ഷീകരിക്കപ്പെടുന്നതിന്റെ ആന്തരികമായ ശ്രുതിയിലാണ് കവിതയുടെ ജീവൻ. പൗരത്വപ്രശ്നം ഒരു രാഷ്ട്രീയ വിഷയമാകുമ്പോൾ അതെങ്ങനെയാണ് കവിതയുടെ ഭാവുകത്വവുമായി പരിണമിക്കുന്നത് എന്ന് നമുക്ക് കാണാൻ കഴിയുന്നുണ്ട്. പ്രത്യക്ഷപ്പെടുന്ന ജീവിത സാമാന്യത്തിനകത്തേയ്ക്കാണ് കവി ആഴത്തിൽ കുഴിച്ചു നോക്കുന്നത്. ജീവിതത്തിന്റെ അടിയിൽ പെറ്റുപെരുകുന്ന മനുഷ്യസ്പർദ്ധയുടെ വിത്തുകൾ അയാൾക്ക് കണ്ടെത്താൻ കഴിയുന്നു. ഇത് ഒരു അകവിതയാണെന്ന് സൗന്ദര്യ പക്ഷപാതികൾ പറയുമെങ്കിൽ താൻ അകവി തന്നെയെന്ന് ആർജ്ജവത്തോടെ നാസിമുദ്ദീന് പറയാൻ കഴിയും. ധ്യാനാത്മകമായി അയാൾ അറിയുന്ന ജീവിതത്തിന്റെ പൊരുൾ മാത്രമല്ല കവിത. പ്രത്യക്ഷത്തിൽ താൻ ജീവിക്കുന്ന ലോകത്തിന്റെ സാമാന്യ അനുഭവങ്ങൾ തന്നെയാണ് അയാൾക്കത്. ഗ്രാംഷി സാമാന്യ വ്യവഹാരങ്ങളെയും കലാ സാഹിത്യങ്ങളെയും വിചാരണക്കെടുക്കുന്നത് ഈ ദിശയിലാണ്.

അമ്പലത്തിലെ
ചന്ദനവും
ചേതൻ ഭഗത്തും
അവളെനിക്ക് സമ്മാനിച്ചു
കാറ്റി പെറിയും
രിഹാനയും
കിം കി ഡുക്കും
ഞങ്ങൾ ഗൂഗിൾ ഡ്രൈവിൽ
കൈമാറി

....

....

ഒരു ദിവസം
അവൾ സ്വകാര്യം പറഞ്ഞു
ഞങ്ങളുടെ ഗീതാ ക്ലാസിലും
അമ്പലപ്പറമ്പിലും
നിങ്ങളൊക്കെ
രാജ്യദ്രോഹികളാണെന്നും
വണ്ടി കയറ്റി വിടണമെന്നും
ചില ഗൂഢാലോചനകൾ.
പെട്ടെന്ന്
അവളെന്നെ കെട്ടി വരിഞ്ഞു
എന്റെ ഉപ്പാപ്പ

മരിക്കും മുമ്പ്
അസ്സാഅ ചെയ്ത്
കെട്ടിത്തന്ന
ഏലസ്
അവളുടെ കണ്ണീരാൽ നനഞ്ഞു
ഞാൻ നോക്കിയപ്പോൾ
നെഞ്ചിൽ പടരുന്ന നനവ്

ഇന്ത്യയുടെ ഭൂപടം (പൗരത്വപ്രശ്നം ദേശാഭിമാനി വാരിക 2020 ജനുവരി 5)

രാഷ്ട്രീയ മതവും മത രാഷ്ട്രീയവും ആത്മാനുഭൂതിയായ മതവിശ്വാസങ്ങളെ എങ്ങനെ അന്യവൽക്കരിക്കുന്നു എന്ന് നാം കവിതയിൽ കാണുന്നുണ്ട്. ഇവിടെയുമുണ്ട് കലയുടെയും സാഹിത്യത്തിന്റെയും ആത്മീയ അനുഭവത്തെ സാമൂഹികമായ സാഹോദര്യത്തിന്റെ സ്വരതാളമാക്കി മാറ്റുന്ന കവിവിദ്യ.

ഈ മട്ടിൽ മനുഷ്യജ്ഞാനത്തെ, സാമൂഹികാനുഭവമായ ലോകബോധത്തെ കവിതയിലേക്ക് ആവാഹിക്കുന്ന വൈരുദ്ധ്യാത്മകമായ കലാപ്രവർത്തനമായി നാസിമുദ്ദീന് കവിതയെഴുത്തു മാറുന്നു.

അവനോളം ഒറ്റയല്ല കാണായ ഒറ്റയൊന്നും

എഴുത്തുകാരനും ചിന്തകനും ബദൽ സാംസ്കാരികാന്വേഷകനുമായ ആസാദിന്റെ കവിതകളിലെ അന്തർധാര വായിക്കുന്നു.

ആരും കാണാത്ത തിളച്ചുമറിയലുകളും അധികമറിയാത്ത ഉരുകി ഉറയലുകളും അഹംനീറ്റലുകളുമാണ് ജീവിതത്തിന്റെ ഉള്ളറകളിൽനിന്നും കവിത കണ്ടെടുക്കുന്നത്. അകം മറയ്ക്കുന്ന പുറം കാഴ്ചകളിൽ അത് അഭിരമിക്കുന്നില്ല. പുറത്തുകൂടിക്കടന്ന് അകത്തെ ഉൾവലയങ്ങളിൽ ചുഴിഞ്ഞ് വീണ്ടും പുറം ലോകത്തിന്റെ സമസ്യകളിലേയ്ക്ക് ചിതറിത്തെറിച്ചു നിന്ന് ജീവിതത്തിന്റെ വൈരുദ്ധ്യങ്ങളെയും ഒപ്പം സമന്വയപ്പെട്ടു നിൽക്കുന്ന ഏകീഭാവത്തെയും ആഴത്തിൽ സ്പർശിക്കുന്ന സൗന്ദര്യാത്മക പ്രവർത്തനമാണ് കവിത.

ഡോ. ആസാദിന്റെ കവിതകൾ ഈ വിധം അകം പുറങ്ങളെ പിളർത്തിയും ഏകീഭൂതമായ അതിന്റെ സമ്യക്ഭാവത്തെ ആഴത്തിലറിഞ്ഞും സ്വയമെന്ന പോലെ വായനക്കാരുടെയും സൗന്ദര്യാത്മകവും ദാർശനികവുമായ ഭാവതലത്തെ അനുഭവിപ്പിച്ചും അനുഭൂതിയെ തീവ്രമായി ജ്വലിപ്പിച്ചും കടന്നുപോകുന്നു. സ്ഫോടനശേഷിയുള്ള വാക്കുകളെ ഒരു വെടിക്കോപ്പിലെന്നപോലെ അദ്ദേഹം നിറച്ചു വെയ്ക്കുന്നുണ്ട് ഓരോ കവിതയിലും. ഒട്ടും സ്ഥൂലമാകാതെയുള്ള ഒരു വരിഞ്ഞുകെട്ടൽ, സൂക്ഷ്മത്തിലേയ്ക്ക് ആയുന്ന കുന്തമുനയുടെ കൂർപ്പുകൾ ഓരോ കവിതയ്ക്കുമുണ്ട്. അതോടൊപ്പം പുതിയ കവിതയുടെ ഭാവുകത്വവുമായി അതീവമായ

സാഹോദര്യം പുലർത്തുകയും ചെയ്യുന്നു. "നിറുത്തണം മുറുക്കുന്ന ശീലം നമുക്ക് റഫീക്കേ വെറ്റില മുറുക്കിലും കവിതയെഴുത്തിലും" എന്ന് പി പി രാമചന്ദ്രൻ ഉപദേശിക്കുന്ന കാവ്യശിക്ഷ ഒട്ടും അയഞ്ഞു പോകാതെ കൂടുതൽ മുറുക്കി മുറുക്കി തന്നെയാണ് ആസാദ് ഉപയോഗിച്ചുകൊണ്ടിരിക്കുന്നത്. മുറുക്കുന്തോറും പ്രഹരശേഷി കൂടുന്ന വാക്കിന്റെ വെടിക്കോപ്പാണ് ആസാദിന്റെ കവിതകൾ.

മലയാളിയുടെ സാമാന്യ ബോധത്തെ ആസാദിന്റെ കല്പനകൾ പ്രകോപിപ്പിക്കുന്നു. ആത്മബോധത്തിന്റെ ചൈതന്യത്തിയിലേയ്ക്ക് എന്ന പോലെ സാമാന്യ മനുഷ്യരുടെ അധികാരോന്മുഖമായ ബോധത്തിന്റെ തിരിച്ചറിവിലേയ്ക്കും കവിത ചീറി അടുക്കുന്നുണ്ട്. ആ വിധം സാമാന്യ ബോധത്തിൽ ഭയവിഹ്വലത നിർമ്മിക്കുന്നു.

"എങ്കിലും ഭയക്കണ-
മഴക്കാലത്തുണ്ടാം
മേഘസ്ഫോടന
മുരുൾപ്പൊട്ടൽ"

മേഘസ്ഫോടനവും ഉരുൾ പൊട്ടലും മഴയിലല്ല സംഭവിക്കുന്നത്. ആസാദിന്റെ കവിതയിലും അതുവായിക്കുന്ന സാമാന്യബോധത്തിലുമാണ്.

ആസാദിന്റെ കവിതകളെ നമുക്ക് ഒറ്റ മാപിനികൊണ്ട് അളന്നെടുക്കാൻ കഴിയുന്നതല്ല. സാമ്പ്രദായികമായ രാഷ്ട്രീയ കവിതയോ, ജനപ്രിയമായ മുഖ്യധാരാ കവിതയോ, ധൈഷണിക നാട്യം മാത്രമായിത്തീരുന്ന ഔദ്ധത്യ വൃത്തിയോ, ഫെമിനിസ്റ്റ് ദളിത് പരിസ്ഥിതിക്കവിതയോ അല്ല അത്. തന്റെ രാഷ്ട്രീയ ധാരണകളെ തിരുത്താൻ പാകത്തിലുള്ള ഒത്തുതീർപ്പുകളില്ലാത്ത ഒരു സൂക്ഷ്മ സൗന്ദര്യാന്വേഷണമാണത്. പരിസ്ഥിതിയെ സംബന്ധിച്ചും സ്ത്രീ ദളിത് രാഷ്ട്രീയെത്തെ സംബന്ധിച്ചുമൊക്കെ മുൻനിലപാടുകളോടുള്ള വിയോജിപ്പുകളും വിളക്കിച്ചേർക്കലുകളുമാണ് അദ്ദേഹത്തിന്റെ കവിത. അതാവട്ടെ ആധുനികപൂർവാശയങ്ങളോടും ആധുനികതയോടും ഉത്തരാധുനികതയുടെ ആശയാവലികളോടുമുള്ള സർഗാത്മകമായ വിയോജിപ്പുകൾ കൂടിയായിത്തീരുന്നുണ്ട്. ആസാദിന്റെ ആത്മം എന്നത് ആധുനിക പൂർവമായ ഒരു തരം മതാത്മകമായ ആത്മസത്തയല്ല. മനുഷ്യനെന്ന സങ്കല്പനം ആധുനികമായി രൂപപ്പെട്ട വാർപ്പുരൂപവുമല്ല. ഉത്തരാധുനികത മനുഷ്യരുടെസ്വത്വബോധത്തെയും ജ്ഞാന ലോകത്തെയും ശകലീകൃതമായി പിളർത്തിയും വിടർത്തിയും നിർത്തുമ്പോഴും മൂലധന വാഴ്ചയുമായി അങ്ങേയറ്റം

സാഹോദര്യത്തിലാവുന്നത് വിമർശനാത്മകമായി അദ്ദേഹം തിരിച്ചറിയുന്നുണ്ട്. അതുകൊണ്ട് സമത്വം, നീതി എന്നിവയെ ഉൾകൊള്ളുന്ന പാരിസ്ഥിതിക സമ്പദ് ശാസ്ത്രമായി സമന്വയിച്ചു നിൽക്കുന്ന ഒരു പ്രതിരോധാത്മകമായ ഉത്തരാധുനികതയെയാണ് ആസാദ് തന്റെ കവിതയുടെ ലാവണ്യാസ്പദമായി ഉയർത്തി നിർത്തുന്നത്. ആ നിലയിൽ ഭാഷയിലും നിതാന്തമായ ജാഗ്രത അദ്ദേഹം പുലർത്തുന്നു. ദുർബലമായ ഭാഷാ വ്യവഹാരങ്ങൾ കൊണ്ട് തീർക്കുന്ന വെറും കപടവ്യാപാരമല്ല അദ്ദേഹത്തിന് കവിതകൾ. അത് ആത്മബോധത്തിന്റെ പുനർനിർമ്മിതിയും അപരബോധത്തിന്റെ നവനിർമ്മിതിയും കൂടിയാണ്.

രാഷ്ട്രീയ പരിസ്ഥിതിയും പരിസ്ഥിതി രാഷ്ട്രീയവും

നിശ്ചയങ്ങളെല്ലാം നഷ്ടപ്പെട്ടതിന്റെ ഒരു ദുരന്ത സാക്ഷ്യമാണ് യഥാർത്ഥത്തിൽ ഉത്തരാധുനികത. യൂറോപ്പിൽ ജ്ഞാനോദയത്തിനു ശേഷം ഉയർന്നുവന്ന ബൃഹദാഖ്യാനങ്ങളുടെ വിശ്വാസത്തകർച്ചയെ സാമൂഹ്യമായ ഒരു നവോന്മേഷമായി പലരും കരുതിപ്പോരുന്നുണ്ടെങ്കിലും ആസാദിന്റെ ജാഗ്രത പ്രതിരോധാത്മകമായ ഉത്തരാധുനികതയിലാണ് ഉറച്ചുനിൽക്കുന്നത്. അതാവട്ടെ ആധുനികതയുടെ മനുഷ്യവിരുദ്ധതയെ സമ്പൂർണ്ണമായി കുടഞ്ഞെറിഞ്ഞ പിൽക്കാല ആധുനികതയിലാണ് ബലപ്പെട്ടു നിൽക്കുന്നത്. സ്വത്വാഭിമുഖമായി നിൽക്കുന്നതിന്റെ മുഴുവനായുള്ള നിരാകരണമല്ല. പ്രതിരോധത്തിന്റെ ജീവശക്തിയായി ജ്വലിച്ചുയർന്നു നിൽക്കുന്ന മനുഷ്യാസ്തിത്വത്തിന്റെ ഉയർത്തെഴുനേൽപ്പായാണ് കവിത ഭവിക്കുന്നത്. സമത്വം നീതി സാഹോദര്യം എന്നിവയെ സമരോത്സുകമായി ഉൾക്കൊള്ളുന്ന പാരിസ്ഥിതികമായ സാംസ്കാരിക അവബോധവുമായി ഇണക്കി നിർത്തി അവതരിപ്പിക്കുന്നുണ്ട് ആസാദ് തന്റെ കവിതകളിൽ.

മഴ തോർന്നിട്ടും
ഇഴചിന്നുന്ന
കുഞ്ഞു പ്രാണികളുടെ
കുളിർ മഴ.

എന്ന രൂപകം വലിയ രാഷ്ട്രീയാർത്ഥമുള്ള ഒരു വ്യാഖ്യാന വാക്യമായി പ്രവർത്തിക്കുന്നുണ്ട്. വലിയ വലിയ ആശയങ്ങളുടെ അന്ത്യത്തിന്റെ കാലം എന്നാണല്ലോ തൊണ്ണൂറുകൾക്ക് ശേഷമുള്ള കാലത്തെ വിശേഷിപ്പിച്ചു പോരുന്നത്. ഉത്തരാധുനികതയെന്ന് പേരിട്ടു വിളിക്കുന്ന സാമ്പത്തിക സാംസ്കാരിക പ്രത്യയശാസ്ത്ര കാലമാണിത്.

വിമോചനാശയങ്ങളെല്ലാം അസ്തമിച്ചു പോയെന്നും ഇനി അവശേഷി ക്കുന്നത് ചില ചില സ്വത്വപരമായ ഉൾപിരിവുകളുടെയും സങ്കല്പനങ്ങ ളുടെയും സാകല്യം മാത്രമാണ് മനുഷ്യരുടെ ലോകാനുഭവങ്ങളെന്നും അവതരിപ്പിക്കപ്പെട്ട കാലം കൂടിയാണ് കടന്നുപോന്നത്. ആസാദ് ഈ രാഷ്ട്രീയ അന്തരംഗങ്ങളെ ശരിയാംവണ്ണം ആദ്യമേ തിരിച്ചറിഞ്ഞ ഒരു ചിന്തകനായിരുന്നു. അദ്ദേഹത്തിന്റെ ഉദാരതയുടെ ഉറ (അറ) വുകൾ എന്ന കൃതിയിൽ ആഴത്തിൽ ചർച്ച ചെയ്യുന്ന രാഷ്ട്രീയ-സാംസ്കാരിക കാലാവസ്ഥ ഇതു തന്നെയാണ്.ആ നിലയിൽ ഉറച്ച ബോധ്യങ്ങൾ ഉത്തരാധുനികതയെ സംബന്ധിച്ച് അദ്ദേഹം പുലർത്തുന്നുണ്ട്. തൊണ്ണൂ റുകളുടെ തുടക്കക്കാരായ കവികളിൽ ഈ സംക്രമണ കാലം ഒരു പ്ര ത്യയശാസ്ത്ര ഈടുവെയ്പായി പ്രവർത്തിക്കുന്നുണ്ട്. പി രാമന്റെ മുല്ലത്തറ എന്ന കവിത ഈ കാലത്തെ അടയാളപ്പെടുത്തുന്നത് ഇവിടെ സംഗ തമാവുമെന്നു തോന്നുന്നു.

വഴിയെവിടെ വഴിയെവിടെ
മുല്ലത്തറയിലെ വള്ളിക്കുരുന്നുകൾക്കൊക്കെയും
സംഭ്രമം
പന്തലിട്ടു പടർത്തീല
വയുടെ സംഭ്രമം
നഷ്ടപ്പെടാതെ കാക്കുന്നു ഞാൻ.

ഉത്തരാധുനികമെന്നു വിളിപ്പേരുള്ള സമീപ ഭൂതകാലത്തെ ഈ വിധം തെളിയിച്ചെടുക്കാനുള്ള ഒരു ശ്രമം പി.രാമന്റെ ഈ വരികളിൽ കാണുന്നുണ്ട്.

ആസാദിന്റെ കവിതയിലാവട്ടെ മഴ ആധുനികതയും കുഞ്ഞു പ്രാണി കളുടെ കുളിർ മഴ ഉത്തരാധുനികവുമാണെന്നു വരുന്നു. മഴ തോർന്നതിനു ശേഷവും മണ്ണിൽ നിന്നും മേലോട്ട് പറന്നുയരുന്നതാണ് കുഞ്ഞു പ്രാണി കളുടെ കുളിർ മഴ. മഴ മഹാഖ്യാനം മാത്രമല്ല മഹാകാവ്യം തന്നെയാണ് “മഹാകാശമെങ്ങിരിപ്പൂ?/ മഹാകാശ മേഘങ്ങളെങ്ങ്?” എന്ന ചോദ്യ ത്തോടെ ഈ മാറ്റത്തെ കവിത കുറേക്കൂടി കുറുക്കിയെടുക്കുന്നു.

പുതിയ സാംസ്കാരിക കാലാവസ്ഥയുമായി ഈ രൂപകത്തെ നന്നായി വിളക്കിച്ചേർക്കാൻ കവിത ശ്രമിക്കുന്നുണ്ട്.

ക്ലബ് ഹൗസിലൊരാൾ
എഫ് ബിയിൽ
മാത്തെ, പ്ലാവുണ്ടാം
വാട്സപ്പിൽ

ക്ലബ് ഹൗസിലും എഫ് ബി യിലും വാട്സാപ്പിലും മാത്രമേ ഇപ്പോൾ ആലും മാവും പ്ലാവുമൊക്കെയുള്ളൂ എന്ന സാംസ്കാരിക രാഷ്ട്രീയത്തെ പാരിസ്ഥിതികരാഷ്ട്രീയവുമായി ചേർത്തു വെയ്ക്കുന്നത് ഏറെ ശ്രദ്ധേയമാണ്. ആ നിലയിൽ നമ്മുടെ പാരിസ്ഥിതിക ബോധ്യത്തെ കാവ്യബോധവുമായും സാംസ്കാരിക ജീവിതവുമായും സന്നിവേശിപ്പിക്കുന്നു.

"മാവും പിലാവും പുളിയും കരിമ്പും
തെങ്ങും ഫലം തിങ്ങുമിളം കവുങ്ങും
നിറഞ്ഞഹോ സസ്യലതാഢ്യമായ
വീടൊന്നിതാ മുന്നിൽ വിളങ്ങിടുന്നു.

എന്ന് കുറ്റിപ്പുറത്ത് കേശവൻ നായർ പറഞ്ഞ കേരളമല്ല ഇന്നത്തെ കേരളം. ഇന്ന് ക്ലബ് ഹൗസിലും വാട്സാപ്പിലും എഫ് ബി യിലും ട്വിറ്ററിലും ഇൻസ്റ്റയിലും തളിർത്തുനിൽക്കുന്ന, പന്തലിച്ചു നിൽക്കുന്ന ആലിന്റെയും പ്ലാവിന്റെയും മാവിന്റെയും സസ്യലതാഢ്യമായ തണലിലാണ് മലയാളികൾ പാർക്കുന്നത്.

ആത്മാപരങ്ങൾ കെട്ടിപ്പുണർന്നും പൊട്ടിത്തെറിച്ചും

ആത്മവും അപരവും തമ്മിലുള്ള സംഘർഷാത്മകത കവികളുടെ മാത്രമല്ല സാധാരണമനുഷ്യരുടെയും ജീവിത സമരത്തിന്റെ ഒരു വഴിയാണ്. സർഗാത്മകമായ ആവിഷ്ക്കാരത്തിന് മനുഷ്യരെ പ്രാപ്തമാക്കുന്നത് ഈ സംഘർഷഭരിതമായ യോഗ വിയോഗങ്ങൾ തന്നെ. ഓരോ കവിതയും അസ്വസ്ഥതയും സ്വസ്ഥതയുമായിത്തീരുന്നത് ഈ ബലതന്ത്രങ്ങളിൽ പുനർജനിച്ചാണ്.

ആസാദിനെ സംബന്ധിച്ച് തന്നിൽ തന്നെയാണ് ആത്മമെന്നതു പോലെ അപരത്വം കുടിയിരിക്കുന്നത്. അല്ലെങ്കിൽ അപരനിൽ തന്നെയാണ് തന്റെ ആത്മമുള്ളത് എന്നും പറയാം. ഈ ബോധ്യമാണ് അദ്ദേഹത്തിന്റെ കവിതകളെ ചിന്താപരമായി വേറിട്ടു നിർത്തുന്നത്. ദളിതനും സവർണ്ണനും സ്ത്രീയും പുരുഷനും അധഃസ്ഥിതനും അധിപനും ജന്ററും ട്രാൻസ് ജന്ററും എല്ലാം തന്നിൽ തന്നെ പുലരുന്ന മഴവിൽ സ്വത്വങ്ങളാണെന്ന് അയാൾ മനസ്സിലാക്കുന്നു. അതുകൊണ്ട് അപരനാരാണ് ആത്മമേതാണ് എന്ന് തിരിച്ചറിയാൻ കഴിയാത്ത ഒരു കുഴമറിച്ചിൽ അദ്ദേഹം നേരിടുന്നുണ്ട്. അതാവട്ടെ കവിതയെയെന്ന പോലെ ജീവിതത്തെയും നിലയ്ക്കാത്ത സംഘർഷങ്ങളുടെ പ്രവാഹ ഭൂമിയാക്കി മാറ്റുന്നു. ഒന്നായിരിക്കുമ്പോൾ തന്നെ പലതായി ചിതറി നിൽക്കുന്ന ഒരു പൊതുസ്വത്വമാണ് ഈ കവിതകൾക്കെന്നു കരുതാം.

ഒറ്റയിൽ വിങ്ങി നിന്നു
ഒറ്റയല്ലാത്തരങ്ങളെല്ലാം
ഞാനെന്നു തുടങ്ങുമ്പോൾ
ഞങ്ങളല്ലേ വീർപ്പിട്ടു
ചുവടു വെച്ചു തുടങ്ങുമ്പോൾ
പ്രകടനങ്ങൾ പുറപ്പെട്ടു
....
....
ഞങ്ങളെന്നു പറഞ്ഞപ്പോൾ
ഞാനല്ലേ പൊങ്ങി നിന്നു

എന്നിങ്ങനെ ആഴത്തിൽ കല്പനാ ഭരിതമായി ആസാദ് അത് ആവിഷ്കരിക്കുന്നുണ്ട്. ഇത് വൈയ്യക്തികമായ ഒരു പ്രശ്നമായല്ല സാർവലൗകികമായ ഒരു മാനവിക ഭാവമായാണ് കവിതയിൽ നിറഞ്ഞു നിലനിൽക്കുന്നത്. കവിയെ സംബന്ധിച്ച് അവനോളം ഒറ്റയല്ല കാണായ ഒറ്റയൊന്നും എന്ന പ്രസ്താവനയിൽ ആത്മം മാത്രമല്ല അപരത്വവും പൊങ്ങി നിൽക്കുന്നുണ്ട്. ആകാശം അകത്തും സൂര്യൻ പുറത്തുമായി നടത്തുന്ന നിരന്തര സമരമാണ് അയാൾക്ക് തന്റെ സ്വത്വം " അകത്തവനെ ഞാൻ തളയ്ക്കുകയില്ല/ പുറത്തവനെ ഞാനയക്കയുമില്ല " (ബുദ്ധൻ പുറത്ത്) എന്ന നിലപാട് സംഘർഷാത്മക സ്വത്വത്തെ പരകോടിയിൽ എത്തിക്കുന്നു. പക്ഷേ അധികാരോൻമുഖമായ തന്റെ തന്നെ അപരലോകത്തെ അയാൾ തിരിച്ചറിയുന്നുണ്ട്. അതിനെ സ്വയംഹത്യ ചെയ്തേ തനിക്ക് മുന്നോട്ടു നടക്കാൻ പറ്റൂ എന്ന വിശ്വാസവുമുണ്ട്. തന്നിലെ പിതാവും തന്നിലെ ഭർത്താവും ആണായ് വളരുന്നതും തന്നിലെ മനുഷ്യൻ സവർണനായി പുലരുന്നതും മറ്റാർക്കും കഴിയാത്ത വിധം കർക്കശമായ രാഷ്ട്രീയ ബോധ്യം കൊണ്ട് അയാൾ മറികടക്കുന്നുണ്ട്.

തലയ്ക്കധികാരത്തടിപ്പു കൂടിയ
പിതാവിനെ വെല്ലുവിളിക്കണം മകൾ
(ബുദ്ധൻ പുറത്ത്)

തന്റെ ആണധികാരത്തെ സ്വയംഹത്യ ചെയ്തേ തനിക്ക് മനുഷ്യനാകാൻ കഴിയൂ എന്നയാൾക്ക് അറിയാം. ഇത് ഒരു ഫെമിനിസ്റ്റ് എഴുത്തല്ല. സ്ത്രൈണതയ്ക്കു വേണ്ടിയുള്ള വാദപ്രതിവാദവുമല്ല. സർവാധികാര ബന്ധിതമായ ലോകത്തുനിന്നും പുറത്തുകടക്കാനുള്ള അടങ്ങാത്ത വാഞ്ഛയാണ്. അതാണ് ആധുനികതയോടു രൂപപ്പെട്ട ആണത്തത്തിൽ നിന്നും ഉത്തരാധുനികതയോടു കൂടി ഉരുവം കൊണ്ട പെണ്ണത്തത്തിൽ നിന്നും ആസാദിന്റെ കവിതയെ ഒറ്റയാക്കി നിർത്തുന്നത്.

ആത്മാപരങ്ങളുടെ പൂരണമോ വിഘടനമോ ആണ് അകം പുറങ്ങൾ തമ്മിൽ കവിതയിൽ നടത്തുന്ന സംവാദങ്ങളും കലഹങ്ങളും. അകത്തൊന്നും പുറത്തു മറ്റൊന്നുമെന്നുള്ള സംഘർഷങ്ങളിൽ പെട്ട് ജീവിക്കുന്നതാണ് ഒരു സാംസ്കാരികമനുഷ്യന്റെ ദൈനംദിന ജീവിതം. അകത്ത് പൂന്താനവും പുറത്ത് ലെനിനും എന്ന് കെ ജി എസ് ഈ വ്യാജാസ്തിത്വത്തെ പരിഹസിക്കുന്നുണ്ട്. അടങ്ങാത്തകാമനകളുടെ അകവും കപടമായി മിനുക്കിവെച്ചമുഖവും ഒരു ശരാശരി മലയാളിയുടെ മുഖമുദ്ര മാത്രമല്ല വ്യാജ ജീവിതത്തിന്റെ തുറമുഖം കൂടിയാണ്. അതിനെ പിളർത്തിയെഴുതുക എന്നത് ഏറെ അസാധ്യമായ ഒന്നായിത്തീരും.

അകത്തൊരാകാശമെന്നെ പുണരുന്നു
പുറത്തുള്ള സൂര്യനെ തണുപ്പിച്ചെടുക്കുന്നു
(അസ്തമയം)

എന്ന വിധമുള്ള മാന്ത്രികവിദ്യയിലൂടെയാണ് ആസാദ് എന്ന കവി തന്റെ സംഘർഷങ്ങളെ മായ്ച്ചുകളയുന്നത്. ഇത് തന്റെ അകം ബോധ്യങ്ങളെ മറികടക്കാനുള്ള സാമൂഹ്യ ബോധ്യം കൊണ്ട് നിർവഹിക്കുന്ന ഒരു കാവ്യവൃത്തിയാണ്. അപ്പോഴും താനുണർന്നു നിൽക്കുന്ന ലോകമാണിതെന്ന അഹംബോധത്തിന്റെ ആകാശച്ചെരുവിൽ തന്നെ അയാൾ കുടുങ്ങി നിൽക്കുന്നതും അറിയുന്നു.

ഞാനുണർന്നു തിരിക്കുന്ന ലോകം
ഞാണു പൊട്ടിത്തെറിച്ചതെങ്ങാവും
ഞാനതിന്റെ നടുക്കം വിടാതെ
യൂരു ചുറ്റിക്കളിക്കുന്നതെന്തിനോ !
(അസ്തമയം)

ഉടൽ നടുക്കങ്ങൾ വഴി പുതുക്കുന്നു.

ഉടലിനെ ആവിഷ്കരിക്കുന്നതിൽ ആസാദിന് വ്യത്യസ്തമായ ഒരു രാഷ്ട്രീയ വീക്ഷണമുണ്ട്. ഉടലെന്നത് മൂലധനത്തിന്റെ കമ്പോള മോഹങ്ങൾ മേഞ്ഞുനടക്കുന്ന വെറും മൈതാനമല്ലെന്ന് അയാൾക്കറിയാം. ഉടലിനെ തിരസ്കരിക്കുന്ന കേവലമോ അതിഭൗതികമോ ആയ ആത്മചിന്തയുമല്ല. ഉടൽ മുഖ്യം എന്ന ഒരു രാഷ്ട്രീയ കാഴ്ചപ്പാടാണ് ആസാദ് മുന്നോട്ടു വെക്കുന്നത്. മാന്യതയും അമാന്യതയും ജാതിയും ലിംഗവും ട്രാൻസും സാമൂഹികാസ്തിത്വവും എല്ലാം തിടം വെക്കുന്നത് ഉടലിലാണ്. ഉടലിലും ഉടുപ്പിലുമാണ് കുലം, മതം, രാഷ്ട്രീയം, വംശം, ലിംഗം, നിയമം, സദാചാരം ഒക്കെയും പ്രത്യക്ഷീഭവിക്കുന്നതും ഒപ്പം നിഗൂഹനം ചെയ്യപ്പെട്ടു കിടക്കുന്നതും. അപരവൽക്കരണത്തിന്റെ

അടിയാധാരം തന്നെ ഉടലായിത്തീരുന്നു. നഗ്നം എന്ന കവിതയിൽ കവി അത് ഇങ്ങനെ വെളിവാക്കുന്നുണ്ട്.

ഞാനിനി എങ്ങനെയാണ്
എഴുന്നേറ്റ് ഉടുപ്പണിയുക?
ഉടുപ്പിന്റെ ഇന്ദ്രജാലങ്ങളിൽ
തെളിയും കുലം മതം രാഷ്ട്രീയം
വംശം ലിംഗം നിയമം സദാചാരം
ഞാനല്ലാത്തതൊക്കെയും.

അങ്ങനെ എല്ലാറ്റിന്റെയും മാപിനിയായി ഉടൽ നിൽക്കുമ്പോൾ ഒന്നിനും ആസ്പദമാകാത്തതും ഉടൽ തന്നെ എന്ന വിപരീത സങ്കല്പവുമുണ്ട്. കാരണം മാന്യനിൽ തന്നെയുണ്ട് അമാന്യൻ, അധിപനിൽ തന്നെയുമുണ്ട് അധഃസ്ഥിതൻ, ആണിലുണ്ട് പെണ്ണുടൽ രണ്ടുമല്ലാത്ത അസ്തിത്വവും ആരിലും ഉടലിനെ ചൂഴ്ന്നു നിൽക്കുന്നു. ഉടലിലുത്ഭവിക്കുന്ന ഒരു നവരാഷ്ട്രീയം തന്നെ ആസാദിന്റെ കവിതയിൽ ഉയർത്തെഴുന്നേൽക്കുന്നുണ്ട്.

ഉടലിൽ കാണുന്നില്ല ജാതിയും ലിംഗവും
വംശ ചിഹ്നവും എന്തു പേരിട്ടു വിളിച്ചി-
ട്ടെന്തെന്തിലും സന്ദേഹം
ആണിലും പൂക്കുന്നല്ലോ പെൺ കാലം
പെണ്ണിലോ വരുംകാലം
ആരിലും നിൽക്കുന്നില്ലവരെത്തീർത്ത
തീർപ്പുകൾ വടുകെട്ടിയ തിണർപ്പുകൾ
(തിരുപിറവി)

ഇവിടെ ആണുടൽ ആധിപത്യത്തിന്റേതെങ്കിൽ പെണ്ണുടൽ വിമോചനത്തിന്റേതായി പരിണമിക്കുന്നു. അസ്വാതന്ത്ര്യത്തിന്റേതെന്ന് പെണ്ണും പൊതു സമൂഹവും വിധി കല്പിക്കുന്ന പെണ്ണുടൽ സ്ത്രീയുടെ സ്വാതന്ത്ര്യ പ്രഖ്യാപനത്തിന്റേതു കൂടിയായി കവി കണക്കാക്കുന്നു. "ഉടലിൽ ഞാനൊരുക്കിവെച്ചില്ല വരുംകാല പച്ച" എന്ന് കവിതയെക്കൊണ്ട് പറയിക്കുന്നത് ഉടലിനെ ബലമായിക്കരുതുന്ന രാഷ്ട്രീയ ബോധ്യമാണ്. ഉടൽ കൊണ്ടു മൂടിയ ആണത്തത്തെ അതിന്റെ അധികാര വ്യവസ്ഥയെ കവി വിചാരണ ചെയ്യുന്നു. "ഓർക്കാപ്പുറത്തു വന്ന്/ അവളെന്റെ മേലുടുപ്പുകൾ/ വലിച്ചു മാറ്റുന്നു/ ആണുടൽ പുതച്ച ഞാൻ/ അപ്പോളെന്റെ മുലകളെ/ ഉരുട്ടിയുരുട്ടിയെടുക്കുകയായിരുന്നു/ താഴേയ്ക്ക് ചുഴികളായ്/ ഞാനെന്റെ കാറ്റുകളെ/ കൂർപ്പിക്കുകയായിരുന്നു/ എടുത്തു ചാട്ടങ്ങളെ യമർത്തി/ പതുക്കെയൊരു നീരുറവ/ തുറന്നു വിടുകയായിരുന്നു" (നഗ്നം).

ഉടലഴിച്ചെടുക്കുമ്പോൾ താൻ ആണല്ലാതായിത്തീരുന്നു എന്ന് അയാൾ അറിയുന്നു. ലിംഗവും യോനിയും തന്നിൽ തന്നെയുണ്ടെന്നും മസിലും മുലകളും തന്റെ തന്നെ യാഥാർത്ഥ്യമാണെന്നും കവി മനസ്സിലാക്കുന്നു. തന്നിൽ തന്നെ കുടമയും പൂണൂലും തന്നിൽ തന്നെ ചെളിനിലങ്ങളിലിറങ്ങിയ കാൽ പെരുമാറ്റങ്ങളും എന്ന് വെളിവാക്കപ്പെടുന്നു. ഇങ്ങനെ പല നിറങ്ങളിൽ പല രൂപങ്ങളിൽ പല പല ഉള്ളടക്കങ്ങളിൽ പലതായുഴമഞ്ഞ് നിൽക്കുന്നുണ്ട് കവിയിലെ ഉടൽ ബോധ്യങ്ങൾ. ബഹുസ്വരമായ ഉടലാവിഷ്ക്കാരത്തിന്റെ ബഹുവിധമായ വാതായനങ്ങൾ കവിത തുറക്കുന്നു.

ബഹുരൂപമായ രാഷ്ട്രീയാങ്കനങ്ങളുള്ളതാണ് കവിക്ക് ഉടലെങ്കിലും അത് ആഹ്ലാദവും ഒപ്പം വേദനയുമുള്ളതാണ്. കത്തി നിൽക്കുന്ന തൃഷ്ണപോലെ തന്നെ ശമപ്പെട്ടു നിൽക്കുന്നതല്പം കൂടിയാണ് ഉടൽ. “തേടരുതെന്നും സ്വന്തമുടലിൽ ബലാലതു വരിഞ്ഞുകത്തിട്ടുമായുസ്സൊടുങ്ങും വരെ” (മറുഭാഷ) എന്ന് കവിയെക്കൊണ്ട് പറയിക്കുന്നത് ഉടലിന്റെ ഈ സർഗ ലയതാളങ്ങൾ തന്നെ. പ്രണയം ഉടലിലുയിർക്കുമ്പോൾ തന്നെ ഉടലിനെ അസ്തമിപ്പിക്കുകകൂടി ചെയ്യുന്നുണ്ട്. “ധ്രുവമിഹ മാംസനിബദ്ധമല്ല രാഗം” എന്ന് ആശാനെ കൊണ്ട് പറയിക്കുന്നത് ഉടലിനെ മറികടക്കുന്നുണ്ട് സ്നേഹ കാമനകൾ എന്നതുകൊണ്ടാണ്. ഉടലിനെ അപ്രസക്തമാക്കുന്ന ശബ്ദലോകത്തിലേയ്ക്ക് അതു കാമികളെ നയിക്കുന്നു എന്ന് ആസാദും തിരിച്ചറിയുന്നുണ്ട്. അത്കൊണ്ടാണ് കവി കാമിയെ ശബ്ദസ്നേഹിതാ എന്ന് അഭിസംബോധന ചെയ്യുന്നത്.

“ഇവിടെയുണ്ടുടൽ പുണർന്നു നിൽക്കും
ശബ്ദ സ്നേഹിത,അവൾക്കുടലു വേണ്ടിനി”
(പ്രണയമൃത്യസിയം)

മറ്റൊരു കവിയും ഉടലിന്റെ ഈ ബഹുസ്വര രാഷ്ട്രീയത്തെ സാമാന്യബോധത്തിന്റെ നെഞ്ചുപിളർക്കും വിധം വിടർത്തി നിർത്തി കാട്ടിയിട്ടില്ല. നമുക്ക് പരിചയമുള്ള എഴുത്തുകൾ ഒന്ന് ഫെമിനിസത്തിന്റേതാണ്. മറ്റേത് മസ്കുലിൻ എഴുത്തും. മൂന്നാമതൊരു ട്രാൻസ് ജന്ററെഴുത്തുമുണ്ട്. പക്ഷേ ആസാദിന്റെ ആഖ്യാനം ഈ മൂന്നിലും ഭിന്നമായ് നിന്ന് മൂന്നും ഒന്നിച്ച് പൂക്കുകയും ഉരുകുകയും പലതായ് ഒലിക്കുകയും ഒന്നായ് ഊർന്നുരുവം കൊള്ളുകയും പൊലിയുകയും പൊള്ളിക്കുകയും ചെയ്യുന്നു. ഒരു ചതുരത്തിലോ വട്ടത്തിലോ ഒതുക്കാൻ കഴിയാത്ത ഉടലെഴുത്തിന്റെ അനുഭൂതിയാണ് ആസാദിന്റെ ഓരോ കവിതയിലും നിറവും ഗന്ധവും രുചിയും ഭാവങ്ങളും നിറയ്ക്കുന്നത്. കാവ്യഗാത്രം നിറയെ ഉടൽ സമഗ്രമായ ഒരനുഭവമായി അനുഭൂതിയായി നിറഞ്ഞു കവിയുന്നു.

എത്രയൽപ്പമേ വാക്കിൽ തെളിഞ്ഞുള്ളൂ.

അനുഭവങ്ങളുടെ അനന്തരാശിയിൽ നിന്ന് അനുഭൂതിയുടെ അത്യപൂർവമായ അനവദ്യഛായയിലേയ്ക്ക് സഞ്ചരിക്കാൻ മനുഷ്യരുടെ കയ്യിൽ തുഛമായ വാക്കുകളും ഭാഷയുമേയുള്ളൂ. ഇതാണ് എക്കാലവും കവിയുടെ വേവലാതി. "ഭാരതി പദാവലി തോന്നേണം കാലേ കാലേ" എന്ന് എഴുത്തച്ഛനും "ഇന്ന് ഭാഷയിതപൂർണ്ണം" എന്ന് ആശാനും "എന്തെനിക്കേകീലവാക്കൊന്നും ബന്ധുരം തവ രൂപം വിവരിക്കാൻ" എന്ന് വള്ളത്തോളും "വാക്കേ വാക്കേ കൂടെവിടെ" എന്ന് എം ഗോവിന്ദനും "ഭാഷയില്ലെനിക്കെന്റെ പ്രണയം വിവരിക്കാൻ" എന്ന് സച്ചിദാനന്ദനും "വാക്കെനിക്കെല്ലാം ഒളിക്കും വിലം" എന്ന് പി പി രാമചന്ദ്രനും ആവിഷ്ക്കാരങ്ങൾക്കുണ്ടാകുന്ന വാക്കിൻ കുരുക്കുകളെക്കുറിച്ച് വേവലാതി കൊള്ളുന്നു. തീവ്രാനുഭവങ്ങൾക്കു മുമ്പിൽ വാക്കുകൾ തുഛമായിത്തീരും. ഇവിടെ ആസാദും ഇതേ വാക്കിൻ കുരുക്കിൽ പെട്ടുഴലുന്നു. "എത്രയല്പമേ വാക്കിൽ തെളിഞ്ഞുള്ളൂ/ അന്തിനാളമെരിഞ്ഞു തീരുമ്പോൾ" എന്ന് തിരിച്ചറിയുന്നു. എന്റെ ശബ്ദത്തിൽ എനിക്ക് വിശ്വാസമില്ലെന്നും അത് എത്രയോ ദുർബലമാണെന്നും പറയേണ്ടത് വേവിച്ചെടുക്കാൻ പാകം വന്ന പാചകക്കാരനല്ല ഞാനെന്നും തുറന്നു പറയുകയും ചെയ്യുന്നു. അതുകൊണ്ട് തന്റെ കൈവശമുള്ള പദങ്ങളിൽ നിന്ന് തനിക്കാവശ്യമുള്ളവയെ ഉരുക്കിയെടുക്കാൻ അയാൾ ക്ലേശിക്കുന്നു. കാരണം പൂർവികരോ സമകാലികരോ സുഹൃത്തുക്കളോ പറഞ്ഞ കാര്യങ്ങളല്ല അയാൾക്ക് കവിത കൊണ്ടു പറയാനുള്ളത്. അതുകൊണ്ടു തന്നെ ആരും രൂപപ്പെടുത്താത്ത ഒരു രാഷ്ട്രീയ ഭാഷ, ജീവിത ഭാഷ, സംസ്കാര ഭാഷ, പ്രക്ഷോഭ ഭാഷ, ഉടൽ ഭാഷ, സമര ഭാഷ, സ്നേഹ ഭാഷ ആസാദ് നിർമ്മിച്ചെടുക്കുന്നു. ഒട്ടും കൃത്രിമമല്ലാതെ അനുഭൂതിയുടെ ഒരു ജൈവിക ഭാവമായി കവിതയിൽ അത് ജീവൻ തുടിക്കുന്നു.

പരിചിതമായ വാക്കിനെ പിളർത്തിയും ഒട്ടിച്ചും ഉരുക്കിനോക്കിയും ഒന്നാക്കിയും മുറിച്ച് ശകലങ്ങളാക്കിയും ഒരു ഭഗീരഥവൃത്തി ആസാദ് ഭാഷയിൽ നിർവഹിക്കുന്നുണ്ട്. തന്നിലുള്ള വ്യാവഹാരിക പദങ്ങളുടെ പകിടകളിയായി പല പുതിയ കവികളും കവിതയെഴുത്തിന്റെ വില കെടുത്തുമ്പോൾ മലയാള ഭാഷയുടെ വിലപ്പെട്ട ശബ്ദകോശങ്ങളിലേയ്ക്ക് തിളയ്ക്കുന്ന, വെട്ടിത്തിളങ്ങുന്ന അനേകം വാക്കുകളും ഭാവനകളും അദ്ദേഹം നൽകുന്നുണ്ട്. കുഞ്ഞാൽ മഴ, നെയ്യുമിഴകൾ, മാതൈത്തെ, സത്യത്തിന്റെ പശക്കറ, നുണചുരന്ന മുറിപ്പാട്, മെതിയടിപ്പക, ചതുരംഗക്കലി, തീ പൊട്ടിൻ മായാമറുകുകൾ, ഞരമ്പിലിന്നെരിതീ ദ്രാവകം,

വിസ്മയോദ്ദീപനം, സൂര്യരൂപിപ്പ്, മുള്ളഴകിൻ ഉൾമുനകൾ, ശബ്ദസ്നേഹിത, കൺഭാഷണം, അഭാവഭാഷ, കൺവെയിൽ, കളക്കറുപ്പ്, അമർത്തിപ്പൂണക, തെറിക്കുന്ന പൂൺമ എന്നിങ്ങനെ ചേർത്തും വിഘടിപ്പിച്ചും ഭാഷയിൽ പുതിയ സാധ്യതകൾ കണ്ടെത്തുകയാണ് ആസാദ്. ഇത് വെറും കണ്ടുപിടുത്തങ്ങളല്ല പുനർജ്ജനിക്കലാണ്.

നവീനമായ ഭാഷാസംയുക്തങ്ങളെ കണ്ടെത്തുമ്പോൾ തന്നെ നമ്മുടെ കാവ്യപാരമ്പര്യത്തിന്റെ ഈടുവെയ്പുകളായ താളബോധത്തെ തീവ്രമായിത്തന്നെ കൂടെ നിർത്തുന്നുണ്ട് അദ്ദേഹം. പുതുതലമുറയിൽ അധികമാരും നിർവഹിക്കാത്ത ഒരു കാവ്യനീതിയാണിതെന്നു പറയാം. വ്യവസ്ഥാപിതമായ വൃത്തബോധം സൂക്ഷിക്കാതെ പദ്യത്തിന്റെ സ്ഥൂലതയെ നിഷേധിച്ചു കൊണ്ടു കവിതയുടെ ജൈവികമായ താളക്രമത്തെ ഓരോ കവിതയിലും നവീനമാക്കി ബലപ്പെടുത്തിയെടുക്കുന്നുണ്ട്. ഓർത്തു ചൊല്ലാൻ പാകത്തിൽ നമ്മുടെ ഹൃദയത്തിന്റെ അടിത്തട്ടിൽ ഊറി നിൽക്കുന്നുണ്ട് അത്തരം വരികൾ. പണ്ടേ മലയാള കവിത മനസ്സിൽ കുടിയിരിക്കുന്നത് ഈ താളക്രമത്തോടു കൂടിയാണ്. “ഒരു വേള പഴക്കമേറിയാൽ ഇരുളും മെല്ലെ വെളിച്ചമായ് വരും” “എനിക്ക് രസമീ നിമ്നോന്നതമാം വഴിക്കു തേരുരുൾ പായിക്കൽ” “ഇതിനെല്ലാം പ്രതികാരം ചെയ്യാതടങ്ങുമോ പതിതരേ നിങ്ങൾ തൻ പിൻമുറക്കാർ” “സ്നേഹിക്കയില്ല ഞാൻ നോവുമാത്മാവിനെ സ്നേഹിച്ചിടാത്തൊരു തത്ത്വശാസ്ത്രത്തെയും” എന്നിങ്ങനെ പല മട്ടിൽ മനസ്സിൽ തങ്ങി നിൽക്കുന്ന വരിനിരകളുണ്ട്. നമ്മുടെ സാംസ്കാരികാവശ്യങ്ങളിൽ ഈ വരികൾ സർഗാത്മകമായാണ് പ്രവർത്തിച്ചു പോരുന്നത്. ഈ വിധം താളബോധത്തെ കൂടി ഉൾച്ചേർത്തുന്ന ഒരു പ്രത്യേക സാഹിത്യരൂപമാക്കി അദ്ദേഹം കവിതയെ പരിവർത്തിപ്പിക്കുന്നു.

ഓർത്തു ചൊല്ലാൻ കഴിയുന്ന നിത്യജീവിതത്തിന്റെ കലഹത്തിലും വിശ്വാസത്തിലും നമ്മുടെ കൂടെ നിലയുറപ്പിക്കുന്ന ധാരാളം വരികൾ ആസാദിന്റെ കവിതയ്ക്കകത്തുണ്ട്. “എന്തിനും മീതെ ചവിട്ടി നിന്നാൽ/ എന്തിലും മീതെയാണെന്നു തത്ത്വം” (മെതിയടിപ്പക) “തെറ്റു വാക്കിൽ തെറിച്ചു പോകുമ്പൊഴും/ ഒറ്റവാക്കിൽ തളിർത്ത് പൊന്തുന്നോർ” (അസ്തമയം) “ഞങ്ങളെന്നു പറഞ്ഞപ്പോൾ/ ഞാനല്ലേ പൊങ്ങി നിൽപൂ” (ഒറ്റ) “ഞാനുണർന്നു തിരക്കുന്ന ലോകം/ ഞാണു പൊട്ടിത്തെറിച്ചതെങ്ങാവാം/ ഞാനതിന്റെ നടുക്കം വിടാതെ/യൂരു ചുറ്റിക്കിതക്കുന്നതെന്തിനോ” (അസ്തമയം) ഇങ്ങനെ ജീവിത ദർശനെഞ്ഞെ വീഞ്ഞു കണക്കെ വാറ്റിയെടുത്തതാണ് ആസാദിന്റെ കവിതകൾ. ആ

നിലയിൽ ഫ്രെഡറിക് ജയിംസൺ പറയുന്നതു പോലെ ഓരോ എഴുത്തുകാരനും ഒരു പ്രത്യേക ജനസമുദായവുമായി നടത്തുന്ന ഒരു സാമൂഹിക ഉടമ്പടിയായി അദ്ദേഹം കവിതയെ പരിചരിച്ചു പോരുന്നു. അത്തരം കവിതകൾക്കാണ് സമൂഹത്തിൽ പ്രവർത്തന ശേഷിയുണ്ടാവുകയെന്നും ആസാദിലെ പ്രക്ഷോഭകനും ചിന്തകനും തിരിച്ചറിയുന്നുണ്ടാവാം.

www.ingramcontent.com/pod-product-compliance
Lightning Source LLC
LaVergne TN
LVHW101403051026
849519LV00005BC/1634
* 9 7 8 9 3 5 5 1 7 3 2 6 3 *